श्रीस्थानकाचे शिलाहार

– रुपाली मोकाशी –

notionpress
.com
INDIA • SINGAPORE • MALAYSIA

ISBN 979-8-89066-823-3

श्रीस्थानकास समर्पित

अनुक्रमणिका

लघुरुपे

AR	Asiatick Researches
BG	Gazetteer of the Bombay Presidency
BSROR	Bombay Secretariat Record Office Report
CII-I	ed. Hultzsch E, Corpus Inscriptionum Indicarum, Inscriptions of Asoka, (new edition), 1925
CII-III	ed. Fleet J F, Corpus Inscriptionum Indicarum, Inscriptions of the Early Gupta Kings and their Successors
CII-IV-I	ed. Mirashi V V, Corpus Inscriptionum Indicarum, Inscriptions of the Kalachuri Chedi Era, Ootacamund, 1955
CII-V	ed. Mirashi V V, Corpus Inscriptionum Indicarum, Inscriptions of the Vakatakas, Ootacamund, 1963
CII-VI	ed. Mirashi V V, Corpus Inscriptionum Indicarum, Inscriptions of the Shilaharas, The Director General, Archaeological Survey of India, New Delhi,1977
EI	Epigraphia Indica
FHJ	Festgabe Hermann Jacobi
HDS	P V Kane, History of Dharmashastra
IIBS	Important Inscriptions from The Baroda State
JASM	Journal of Asiatic Society of Mumbai
JBBRAS	The Journal of the Bombay Branch of the Royal Asiatic Society
LISI	List of Inscriptions of South India
PRASI-WC	Progress Report of Archaeological Survey of India - Western Circle
SIE	South Indian Inscriptions
SM	संशोधन मुक्तावली
ZDMG	Zeitschrift der Deutschen Morgenländischen Gesellschaft

मनोगत

इसवी सन ८०० च्या सुमारास ठाण्यासह उत्तर कोकण हे कर्नाटकातील राष्ट्रकूट राज्याचा भाग होते. उत्तर कोकणचे प्रशासन सांभाळण्याकरता राष्ट्रकूट राजा तिसरा गोविंद याने प्रथम कपर्दी याला राज्यपाल म्हणून नियुक्त केले. इसवी सन ८०० ते १२६० अशी तब्बल साडेचारशे वर्षे या राजघराण्याने श्रीस्थानक येथून उत्तर कोकणावर राज्य केले.

इसवी सन १२६० नंतर महादेव या देवगिरीच्या यादव राजाने शिलाहारांची सत्ता संपवली. महादेवाच्या काळातील कोणतेही कोरीव लेख अद्याप आपल्याला कोकणात सापडलेले नाहीत. मात्र रामचंद्रदेवाच्या चाळीस वर्षांच्या प्रदीर्घ कारकिर्दीत त्याने आपले चार राज्यपाल ठाणे आणि कोकण परिसरात नेमल्याचे दिसून येते. यानंतर हंबीरराव, आलु नाकु यासारखे काही स्थानिक राजे कोकणावर राज्य करताना दिसून येतात. चौदाव्या शतकापर्यंत या सर्व राजांची राजधानी श्रीस्थानक या नावानेच ओळखली जात होती. पुराभिलेखांतून याबाबत सुस्पष्ट दाखले दिसून येतात. प्राचीन राजघराण्यांना त्यांच्या राजधानीच्या नावाने ओळखण्याचा प्रघात आहे. म्हणून शिलाहार घराण्याच्या या शाखेस श्रीस्थानकाचे शिलाहार असे ओळखणे संयुक्तिक ठरेल.

यानंतर परकीय अंमलाखाली मात्र बदल घडून आले. पंधराव्या शतकात उत्तर कोकण हे गुजरातच्या सुलतानांच्या ताब्यात होते. याच काळात दक्षिण कोकणात काही काळ विजयनगरच्या साम्राज्याचा अंमल दिसून येतो. इसवी सन १५३४ मध्ये पोर्तुगीज आणि गुजरातचा सुलतान बहादूर शाह यांच्या दरम्यान वसईचा तह झाला आणि ठाणे पोर्तुगीजांच्या अधिपत्याखाली गेले. इसवी सन १७३९ मध्ये चिमाजी आप्पांनी प्रदीर्घ संघर्षानंतर वसईची लढाई फत्ते केली. अशा रीतीने उत्तर कोकणावरील पोर्तुगीजांचा २०० वर्षांचा प्रदीर्घ अंमल अखेरीस संपला.

काळाच्या ओघात शिलाहारांनी ठाणे आणि आजूबाजूच्या परिसरात निर्माण केलेल्या सर्व वास्तू नष्ट झाल्या आहेत. काही काळाचा महिमा आहे तर काही विध्वंसक आक्रमणाचा परिणाम. आज ठाणेकरांना त्यांच्या वैभवशाली इतिहासाचा पूर्ण विसर पडला आहे हे किती दुर्दैव. कान्हेरी गुंफांमधील शिलालेखांतून दिसणारे प्रथम कपर्दी, पुल्लशक्ती आणि द्वितीय कपर्दी, आपल्याच स्वकीयांकडून दुर्लक्षिला गेलेला छद्वैदेव, श्रीस्थानकास राजधानीचा दर्जा देणारा पराक्रमी अपराजित,ज्याचा ताम्रपट सर्वप्रथम ठाण्याच्या किल्ल्यात सापडला आणि शिलाहारांच्या इतिहासाच्या अभ्यासाला सुरुवात झाली तो अरिकेसरी, पाटपल्ली म्हणजेच आजचे अंबरनाथ येथे शिव मंदिराचे स्वप्न बघणारा छित्तराज आणि ते पूर्णत्वास नेणारा त्याचा भाऊ मुम्मुणी, राज्यकारभारात दक्ष असणारी राजमाता पद्मलदेवी आणि यादवांकडून सागरी युद्धात मारला गेलेला शेवटचा सोमेश्वर, अल्पकाळ सत्तेवर असलेला जैतुगी असे तब्बल पंचवीस ठाण्याचे राजे आज आपण पूर्णपणे विसरले आहोत. शिलाहार काळातील केवळ राजे आणि राज परिवारातील सदस्यच नाहीत तर त्यांचे मंत्रीगण, दान प्राप्त केलेले व्यापारी, विद्वान ब्राह्मण, कवी, लेखक, स्थानिक शेतमालक आणि रहिवासी अशा अनेक लोकांची माहिती आपल्याला या ताम्रपटांतून मिळते. यातील कित्येक लोक या चारशे वर्षांच्या काळात श्रीस्थानकाचे रहिवासी होते.

मनोगत

पश्चिमसमुद्राधिपती अशी पदवी धारण करणाऱ्या शिलाहार राजांनी सागरी किनारपट्टी, बंदरे आणि सागरी व्यापार यांचे महत्त्व पुरेपूर जाणले होते. पुराभिलेखांच्या माध्यमातून राष्ट्रकूट, कदंब, परमार आणि कल्याणीचे चालुक्य यांच्याशी असलेला संबंध आणि सातत्याने होणारे संघर्ष समजून घेता येतात. श्रीस्थानकदेखील त्या काळातील उत्तम पट्टण (बंदर) होते. पुराभिलेखांमध्ये त्याचा उल्लेख श्रीस्थानक पट्टण असाच येतो. मात्र कल्याण हे सातवाहन काळातील उत्तम बंदर शिलाहारांच्या पुराभिलेखांत दिसून येत नाही, तर सातवाहनांच्या कोरीव लेखांमध्ये श्रीस्थानकाचा उल्लेख दिसून येत नाही.

सुदैवाने या राजघराण्याबद्दल माहिती करून घेण्यासाठी आपल्याकडे या राजांनी निर्माण केलेले ताम्रपट आणि शिलालेख उपलब्ध आहेत. वा वि मिराशी यांनी इसवी सन १९७७ मध्ये प्रकाशित झालेल्या कॉर्पस इन्स्क्रिप्शनम इंडिकारम मालिकेतील 'Inscriptions of the Shilaharas' या सहाव्या खंडात शिलाहारांच्या ठाणे, दक्षिण कोकण आणि कोल्हापूर या तीन शाखांच्या उपलब्ध असलेल्या ताम्रपट आणि शिलालेखांचे संकलन, वाचन आणि सविस्तर विश्लेषण केले. शिलाहारांचा इतिहास समजून घेण्याकरिता हाच अभ्यासपूर्ण मानद ग्रंथ होता. परंतु इसवी सन २००० नंतर शिलाहारांच्या श्रीस्थानक शाखेचे छित्तराजाचे कल्याण आणि पनवेल ताम्रपट, महाकुमार केशिदेवाचा ठाणे ताम्रपट, मल्लिकार्जुनाचा पन्हाळे ताम्रपट, तृतीय अनंतदेव याचा किरवली शिलालेख आणि छत्रपती शिवाजी महाराज वस्तूसंग्रहालयातील सोमेश्वराचा शिलालेख असे सहा नवीन ताम्रपट आणि शिलालेख सापडले.

प्रत्येक नवीन ताम्रपट आणि शिलालेख ऐतिहासिक दृष्ट्या अतिशय महत्त्वाचा होता. या पुराभिलेखांचे अभ्यासपूर्ण वाचन निरनिराळ्या शोधनिबंधांमध्ये काहीशा विखुरलेल्या अवस्थेमध्ये होते. या सर्वांचा एकत्रित अभ्यास करणे तसेच आजवर प्रसिद्ध झालेल्या शिलाहारांच्या पुराभिलेखांशी पडताळून पाहणे अत्यंत गरजेचे होते. या सर्व पुराभिलेखांचा एकत्रित अभ्यास केल्यानंतर श्रीस्थानकाच्या शिलाहारांचा इतिहास परिपूर्ण होणार होता. या हेतूने इसवी सन २०२२ मध्ये 'Shilaharas of Thane' हा ग्रंथ प्रकाशित झाला.

पीएचडीच्या प्रबंधावर संशोधन करत असताना पद्मलदेवी आणि पद्मै या दोन शिलाहार राण्यांबद्दल जाणून घेतले होते. मात्र ठाणेकर असूनही शिलाहार राजघराण्याबद्दल विशेष माहिती नव्हती. परंतु इसवी सन २०१३ मध्ये मी रहात असलेल्या कल्याण शहरात एका भंगाराच्या दुकानात छित्तराजा याचे ताम्रपट सापडले आणि या राजघराण्याशी एक विशेष स्नेहबंध जुळून आले. तोवर माझे गुरु शशिकांत धोपाटे यांनी महाकुमार केशिदेव याचा ठाणे आणि मल्लिकार्जुन याचा पन्हाळे या ताम्रपटांचे वाचन केले होते. या नवीन पुराभिलेखांमधील माहिती तर महत्त्वपूर्ण होतीच परंतु आजवर उपलब्ध असलेल्या सर्व पुराभिलेखांमधील माहितीचे समग्र विश्लेषण होणे अत्यंत गरजेचे होते.

यातूनच झंझ आणि जैतुगी यांच्याबद्दल पुनर्विचार करण्यात आला आहे. झंझ याने बांधलेल्या बारा शिवमंदिरांबद्दल अनेकदा उल्लेख केला जातो. पुराभिलेखांच्या आधारे यातील तथ्य पडताळून पाहिले आहे. तसेच जैतुगी या राजाची ओळख आणि त्याचा काळ निश्चित करण्याचा प्रयत्न केला आहे. शिलाहारांच्या ताम्रपटांतून विविध प्रकारची माहिती उपलब्ध होते. यातून राजघराण्याचा इतिहास समजून येतोच. त्यांची प्रशासन व्यवस्था देखील उत्तमरित्या समजून येते. शिलाहार काळातील दिवेआगार या गावासंबंधी आपल्याला २२७ वर्षांच्या प्रदीर्घ कालावधीमधील पुराभिलेख दिसून येतात. या लेखांतून दिवेआगार अग्रहाराची शासन व्यवस्था, कर व्यवस्था आणि प्रशासन सुरळीत चालवण्यासाठी विविध शिलाहार राजे आणि राण्यांनी केलेले प्रयत्न दिसून येतात. गुजरात मधील वलसाड जिल्ह्यातील संजाण प्रांत काही काळ शिलाहारांच्या अखत्यारीत होता. इसवी सन १९५५ मध्ये पालघर जिल्ह्यातील चिंचणी येथे सापडलेल्या काही ताम्रपटांवरून संजाण प्रांतातील एका मठिकेच्या माध्यमातून या प्रांताचा १२७ वर्षांचा इतिहास सलग इतिहास समजून येतो.

पुराभिलेख हे मुख्यत्वे करून दानपत्रे, व्यवस्थापत्रे असतात. दानपत्रांची सविस्तर नोंद करण्याच्या निमित्ताने त्यात बहुविविध प्रकारची इतर माहिती प्राप्त होत जाते. यातून तत्कालीन समाजजीवन, अर्थकारण, प्रशासन व्यवस्था, धर्म आणि धार्मिक स्थळे

अशी बहुविध माहिती प्राप्त होते. श्रीस्थानकाच्या शिलाहारांच्या काळात बौद्ध, जैन आणि हिंदू देवदेवतांच्या गुंफा आणि मंदिरे यांचे उल्लेख सापडतात. यातील अनेक मंदिरे आज अस्तित्वात नाहीत. ताम्रपटातून मिळणारे उल्लेख हा त्यांच्या अस्तित्वाचा आज एकमेव पुरावा उरलेला आहे.

पुराभिलेखांतून दिसणारे स्त्री जीवन हा माझा विशेष जिव्हाळ्याचा आणि अभ्यासाचा विषय आहे. श्रीस्थानकाच्या शिलाहारांच्या ताम्रपटांतून राजमाता पद्मलदेवी आणि राणी पद्मै या दोन राजस्त्रियांचे उल्लेख दिसून येतात. राजमाता पद्मलदेवी ही द्वितीय वज्जड याची पत्नी आणि छित्तराज, नागार्जुन आणि मुम्मुणी यांची माता होती. पतीच्या मृत्यूच्या पश्चात तिचा राज्यकारभारात सक्रिय सहभाग होता हे छित्तराजाच्या काळातील भोईघर ताम्रपट (सप्टेंबर १०२४) आणि मुम्मुणी याच्या काळातील दिवेआगार ताम्रपट (जुलै १०५३) यावरून स्पष्ट दिसून येते. या दोन्ही ताम्रपटांमध्ये एकोणतीस वर्षांचे वर्षांचे अंतर आहे. म्हणजेच एक प्रदीर्घ काळ राणी पद्मलदेवी श्रीस्थानकाच्या शिलाहारांच्या राजकारणामध्ये सक्रिय होती. तिचा उल्लेख अत्यंत आदराने 'समस्तअभ्युदयभागिनी' असा केला आहे. पद्मै ही मुम्मुणी याची पट्टराणी होती. तिच्या कल्याणाकरिता दिलेल्या प्रदीर्घ दानांची नोंद ठाणे ताम्रपटात केलेली आहे. ही झाली राजस्त्रियांबाबतची माहिती. परंतु पुराभिलेखांतून आपल्याला स्त्रीजीवनाचा अजून एक पैलू दिसून येतो. प्राचीन समाजात स्त्रियांबाबत घडणाऱ्या गुन्ह्यांचे आणि त्या संदर्भात दिल्या गेलेल्या शिक्षांचे वर्णन देखील तत्कालीन पुराभिलेखांत सापडते. कुमारीसाहस या गुन्ह्याकरिता केलेल्या दंडाचे वर्णन शिलाहारांच्या दानपत्रांतून आलेले आहे.

कल्याणच्या ताम्रपटात प्राचीन करहाटक अर्थात कराड येथून आलेल्या रांब नावाच्या ब्राह्मणास दान दिल्याचा उल्लेख आहे. याबाबतीत अधिक माहिती समजून घेता थेट राष्ट्रकूट ते श्रीस्थानक आणि कोल्हापूर शाखांचा शिलाहार काळ अशी तब्बल ४५० वर्षे कराडच्या विद्वान ब्राह्मणांना निरनिराळ्या राजांनी सन्मानपूर्वक बोलावून भूदान देण्याची परंपरा समजून आली. यातून कराड शहराचे प्राचीनत्व समजतेच पण वेदाभ्यासाची आजतागायत अव्यहात सुरू असलेली परंपरा देखील लक्षात येते. पुराभिलेखांच्या माध्यमातून कराडे ब्राह्मण या पोटजातीच्या उत्पत्तीचा मागोवा घेतला आहे.

श्रीस्थानकाच्या शिलाहार साम्राज्याला उतरती कळा लागल्यावर दक्षिण कोकण मध्ये घडून येणारे राजकीय बदल पुन्हा एकदा पुराभिलेखांच्या सहाय्याने समजून येतात. निरनिराळ्या संशोधन पत्रिकांमध्ये प्रसिद्ध झालेल्या शोधनिबंधांचा समग्रपणे अभ्यास केल्याने विशिष्ट काळातील घटना आणि त्याचा होणारा परिणाम स्पष्ट होत जातो. तसेच त्यांची सुसंगत मांडणी करणे शक्य होते. यातूनच दक्षिण कोकणातील चालुक्य राजा केदारदेव याच्याबद्दल आपल्याला माहिती मिळते.

इसवी सन १२६० नंतर शिलाहारांचे राज्य हळूहळू अस्तंगत झाले. त्यानंतर उत्तर कोकणात घडून येणारे राजकीय बदल सलगपणे समजून घेणे आवश्यक आहे. पुन्हा एकदा त्याकरिता पुराभिलेखांचा आधार घेतला आहे. रामचंद्रदेवाच्या चाळीस वर्षांच्या काळातील चार राज्यपालांच्या कारकीर्दीनंतर काही काळ उत्तर कोकणात घडून येणारे बदल समजत नाहीत. आवश्यक असूनही आपल्याला काही वेळा पुरावे मिळत नाहीत. मात्र या दरम्यान मार्को पोलो हा इटालियन प्रवासी आणि काही ख्रिस्ती धर्मगुरूंनी ठाण्याला भेट दिली होती. त्यांच्या प्रवास वर्णनांतून ठाण्याबद्दल काही माहिती मिळते.

त्यानंतर उत्तर कोकणात हंबीरराव आणि आलू नाकु असे स्थानिक राजे दिसून येतात. कालांतराने उत्तर कोकण हे दिल्ली आणि गुजराथच्या सुलतानांच्या ताब्यात गेलेले दिसते. या काळात बदलत्या राजकीय परिस्थितीचे पडसाद समाज आणि परंपरांवर झालेले दिसतात. हंबीरराव याच्या शिलालेखांत आता शक संवताबरोबरच आता हिजरी कालगणनेचा देखील उल्लेख दिसून येतो. स्थानिक समाजात इस्लामी जनतेचा वावर वाढला होता. राष्ट्रकूट काळापासून कोकणामध्ये आपल्याला राजकारण, प्रशासन तसेच व्यापारात अरबांचे प्रभुत्व दिसून येते. कोकणात मशिदी बांधणे आणि त्याकरता दान देणे यांचेही उल्लेख आता दिसून येतात. स्थानिक लोकांच्या नावांमध्येही आता बदल दिसून येतो. शिलाहारांच्या सुरुवातीच्या काळात

पदव्या, व्यक्तिनामे यावर दिसून येणारे कानडी भाषेचे प्रभुत्व आता कमी होऊन स्थानिक मराठी बोलीभाषा शिलालेखांत सर्रास दिसून येते.

पुराभिलेखांच्या दुनियेतील प्रवास हा उपलब्ध कोरीव लेखांच्या आधारे होतो. त्यामुळे कुठल्याच टप्प्यावर हा इतिहास परिपूर्ण असूच शकत नाही. कधी कधी अनपेक्षितपणे नवीन पुरावे हाती येतात. छित्तराज याचा बर्लिन ताम्रपट हा कधीच कुणीही प्रत्यक्ष पाहिलेला नव्हता. भारतातून जर्मनीपर्यंत त्यांचा प्रवास कसा झाला हे आपणास समजत नाही. वा वि मिराशी यांच्या मतानुसार त्याचे मूळ प्राप्तीस्थळ कोणालाही माहिती नाही. हे ताम्रपट बरेच वर्षापासून बर्लिनच्या म्युझियममध्ये आहेत. परंतु वा वि मिराशी यांनी बर्लिनच्या कोणत्याही विशिष्ट वस्तूसंग्रहालयाचे नाव नमूद केलेले नाही. इसवी सन १९३६ मध्ये डॉ. अर्नेस्ट वाल्डश्मिट यांनी या ताम्रपटांचे वाचन जर्मन भाषेत प्रसिद्ध केले होते. वा वि मिराशी यांनी देखील डॉ. अर्नेस्ट वाल्डश्मिट यांच्याच शोधनिबंधांमधील छायाचित्रांचा वापर केला आहे. इतक्या अपुऱ्या माहितीवरून या ताम्रपटांचा शोध घेणे म्हणजे गवतातून काडी शोधण्यासारखेच होते. बर्लिन शहरामध्येच अनेक वस्तूसंग्रहालये आहेत. या ताम्रपटांचा शोध घेण्याच्या प्रयत्नांना फार यश मिळेल अशी अपेक्षा नव्हती. काही वस्तूसंग्रहालयांना ईमेलद्वारे संपर्क करायला सुरुवात केली. पुस्तकाचे लिखाण संपले होते आणि ज्या दिवशी प्रकाशकाच्या हवाली लिखाण देणार त्याच दिवशी बर्लिनच्या म्युझियम मधून उत्तम प्रतीची छायाचित्रे मिळाली. आज आपण सर्वप्रथम हे ताम्रपट प्रत्यक्ष पाहू शकतो. दुसऱ्या महायुद्धाच्या अखेरच्या टप्प्यात बर्लिन हे संघर्षाचा केंद्रबिंदू बनले होते. सुदैवाने हे ताम्रपट अत्यंत सुस्थितीमध्ये आहेत. यावरील अक्षरवाटिका अतिशय नेटकी आहे. कोणताही नोंदणी क्रमांक उपलब्ध नसताना केवळ एका शोधनिबंधाच्या आधारे म्युझियमच्या कर्मचाऱ्यांनी हे ताम्रपट शोधून काढले. मार्टिना स्टोये यांचे उत्तम छायाचित्रांकरिता मनःपूर्वक धन्यवाद. अशा रीतीने २०१३ मधील कल्याणातील भंगाराच्या दुकानात सापडलेले छित्तराजाचे ताम्रपट ते २०२३ मधील बर्लिनच्या Museum für Asiatische Kunst मधील छित्तराजाचे ताम्रपट असे शिलाहारांच्या शोधभ्रमंतीचे वर्तुळ पूर्ण झाले असे म्हणावे लागेल.

या संदर्भात आवर्जून नमूद करावेसे वाटते की महाकुमार केशीदेव याचा ठाणे ताम्रपट, पन्हाळे येथील विक्रमादित्य आणि मल्लिकार्जुन यांच्या ताम्रपटांचा कुठेही ठावठिकाणा लागला नाही. त्यांची केवळ छायाचित्रच उपलब्ध झाली आहेत. तसेच अनेक नवीन शिलालेख सापडून सुद्धा त्यावरील लेख नष्ट झाल्याने ऐतिहासिक माहिती पुरवू शकले नाहीत.

येणाऱ्या काळात नवीन पुरावे मिळतील. त्यामुळे पुन्हा इतिहासाची मांडणी करण्याची आवश्यकता निर्माण होईल. आजही प्रथम कपर्दी, वप्पुवन्न, झंझ, गोग्गी, प्रथम आणि द्वितीय वज्जड यांचा ताम्रपटातील वंशावळीमधील उल्लेख वगळता कोणताही इतिहास उपलब्ध नाही. भविष्यात काही नवीन राजे किंवा महाकुमार केशीदेव यांच्यासारखे राजपुत्र आपल्याला ज्ञात होतील. शिलाहार काळातील स्त्री जीवन अजून विस्तृतपणे समजून यावे ही माझी माझी वैयक्तिक इच्छा आहे.

Shilaharas of Thane ते श्रीस्थानकाचे शिलाहार या गेल्या दहा वर्षांच्या माझ्या प्रवासातील अनेकांचे सहकार्य मोलाचे आहे. १९६५ मध्ये सौ. स्मिता आणि शशिकांत कर्णिक हे माझे आई-बाबा ठाण्यात आले. त्यांच्यामुळेच मी ठाणेकर आहे असे अभिमानाने सांगू शकते. आज त्यांची उणीव भासते आहे. ठाण्याच्या प्राच्य विद्या संस्थेत शशिकांत धोपाटे सरांकडून पुराभिलेखविद्येचे धडे गिरवले गेले. त्यांची शिस्त, ज्ञान आणि विषयाप्रती समर्पण हे आत्मसात करण्याचा प्रयत्न केला आहे. पण अजूनही खूप शिकायचं आहे याची मला स्पष्ट जाणीव आहे. सौ. मंदाकिनी धोपाटे काकूंची माया आणि आशीर्वाद सतत सोबत होता. माझी बालमैत्रीण डॉ. वैशाली दाबके, डॉ. प्रसाद भिडे, मोहिनी कुलकर्णी आणि आशुतोष पाटील यांनी माझ्या शंकांचे वारंवार निरसन केले आहे. कै. अण्णा शिरगावकर, धीरज वाटेकर, श्रीकांत जोशी, विनोद तिळवणकर, राजा केळकर म्युझियम, पुणे, उत्तम पाटील, सदाशिव टेटविलकर आणि पंकज समेळ यांनी उत्तम छायाचित्रे मिळवून दिली आहेत. तुम्हा सर्वांचे खूप धन्यवाद!

मनोगत

ज्यांना मला आणि शिलाहारांना सहन करणे याशिवाय काही पर्याय नव्हता त्या विवेक बुवा, ऋतम आणि प्रवीण मोकाशी यांचे धन्यवाद! लॅपटॉप न तोडल्याबद्दल आणि पुस्तकांची पाने न फाडल्याबद्दल गामाचे सुद्धा आभार मानायला पाहिजेत! नोशन प्रेसने पुस्तकास साजरे रूप दिले आहे. सरते शेवटी डॉ. हेमंत तेलकर, डॉ. राजेंद्र सोनवणे आणि डॉ. अनुप रामाणी यांनी पुस्तक पूर्ण रूपास नेण्यासाठी अस्मादिकांचे अस्तित्व टिकवून ठेवल्याबद्दल कृतज्ञता आहे. भविष्यात श्रीस्थानकाच्या शिलाहार यांचे नवीन पुरावे उपलब्ध व्हावेत अशी इच्छा आहे.

रुपाली मोकाशी

५ ऑगस्ट २०२३

प्रकरण १

श्रीस्थानकाचे शिलाहार राजघराणे

शिलाहार राजवंशाचा इतिहास समजून घेण्याकरिता त्यांचे कोरीव लेख हे एक महत्त्वाचे आणि अस्सल साधन आहे. एक हजार वर्षांपूर्वी कोकण प्रांतावर कर्नाटकातील राष्ट्रकूटांची सत्ता होती. इसवी सन ८०० च्या सुमारास राष्ट्रकूट राजा तिसरा गोविंद याच्या कारकिर्दीत त्याने प्रथम कपर्दी या मांडलिकास उत्तर कोकण परिसराचा कारभार सोपविला. अशा रीतीने शिलाहारांच्या राजवंशास सुरुवात झाली. स्वतः प्रथम कपर्दीचे कोणतेही कोरीव लेख अद्याप सापडले नाहीत. मात्र यापुढील सलग चारशे वर्षे प्रथम कपर्दी याच्या वंशजांनी श्रीस्थानक अर्थात ठाणे येथून अव्याहतपणे राज्य केले. इसवी सन १२६० मध्ये राजा सोमेश्वर याचा शेवटचा शिलालेख सापडतो. यानंतर श्रीस्थानकाच्या शिलाहारांची सत्ता देवगिरीच्या यादवांकडून संपुष्टात आणली गेली. हळूहळू हे राजघराणे विस्मृतीत गेले. इसवी सन १७८८ मध्ये ठाण्याच्या किल्ल्यामध्ये शिलाहारांच्या ताम्रपटांचे दोन संच सापडले. यानंतर ठाण्याच्या शिलाहार राजवंशाच्या अभ्यासाला सुरुवात झाली.

* * * * * *

१५ जानेवारी १७८४ मध्ये कलकत्ता या तत्कालीन फोर्ट विल्यम प्रेसिडेन्सी या राजधानीच्या ठिकाणी सर विल्यम जोन्स यांनी न्यायमूर्ती रॉबर्ट चेंबर्स यांच्या अध्यक्षतेखाली एक बैठक आयोजित केली होती. प्राच्य विद्येच्या अभ्यासाकरिता एका संस्थेची स्थापना झाली पाहिजे हा या बैठकीचा मसुदा होता. अशाप्रकारे प्राच्य विद्येच्या अभ्यासामध्ये मूलभूत योगदान देणाऱ्या बंगालच्या एशियाटिक सोसायटीची स्थापना झाली. यानंतर भारतीय उपखंडात शास्त्रशुद्ध संशोधनाचा पाया घातला गेला. सोसायटीच्या स्थापनेच्या पहिल्याच वर्षी विल्यम जोन्स यांनी 'सर्व जिज्ञासू आणि अभ्यासू पुरुष' यांचे शोध निबंध समाविष्ट असलेले एक वार्षिक शोध प्रकाशन सुरु करण्याची इच्छा व्यक्त केली. पण जोन्सला किमान तीन वर्षे वाट पाहावी लागली. सरते शेवटी, इसवी सन १७८८ च्या अखेरीस 'एशियाटिक रिसर्च' या शीर्षकाखाली पहिला खंड प्रकाशित झाला.

विल्यम जोन्स याने या जर्नलचे नाव 'एशियाटिक मिसलेनी' असे सुचवले होते परंतु पहिला खंड 'एशियाटिक रिसर्चेस' या नावाने प्रसिद्ध झाला. या खंडात २८ शोधनिबंधांचा समावेश होता. यापैकी बहुतेक निबंध जोन्स याने स्वतःच लिहिलेले होते. कालांतराने या खंडाची पाच पुनर्मुद्रणे प्रकाशित झाली. योगायोगाची बाब अशी की ठाण्याच्या शिलाहार राजवंशाच्या इतिहासाचा अभ्यास याच खंडापासून सुरू झाला. जनरल जे. कार्नाक यांनी 'An Indian Grant of Land' हा शोधनिबंध याच खंडात प्रसिद्ध केला. लिखाणासोबत त्यांनी एक स्पष्टीकरणात्मक पत्र देखील जोडले होते. त्यांनी १५ फेब्रुवारी १७८७ रोजी लिहिलेल्या पत्रात जोन्स म्हणतात , 'मी तुम्हाला यासह सहा 'तांबा-पत्रे' पाठवत आहे. एका राजमुद्रेने बांधलेले हे दोन संच आहेत. प्रत्येक संचामध्ये तीन पत्रे आहेत. सालसेटची राजधानी 'ताना' येथील किल्ल्यात काही नवीन कामांसाठी पाया खोदताना ते सापडले आहेत.' ताम्रपटांवरील मजकुरांच्या वाचनासंबंधी कार्नाक भाष्य करतो की, 'मुंबईच्या गव्हर्नरने मला कळवले आहे की गुजरात येथील ब्राह्मण यावरील वाचन करण्यास असमर्थ आहेत. यावरील मजकुराच्या वाचनासाठी मी हे पत्रे एशियाटिक सोसायटीला सादर करीत आहे. वाचनानंतर हे पत्रे परत दिले जातील.' कोलकात्याचे पंडित रामलोचन यांनी वाचन

केल्यावर जनरल कार्नाक याने यापैकी एका संचाचा अनुवाद प्रसिद्ध केला. हे राजा अरिकेसरी याचे दानपत्र होते. अशा प्रकारे, प्रथमच अरिकेसरी या श्रीस्थानकाहून राज्य करणाऱ्या शिलाहार राजाचे आणि राजघराण्याचे विस्मरणातून पुनरुत्थान झाले. कार्नाक यांनी आपल्या पत्रात ताम्रपटांच्या दोन संचांचा स्पष्ट उल्लेख केला होता. मात्र शोधनिबंधात त्यांनी दोन ताम्रपटांच्या संचांपैकी एका संचातील फक्त एकाच पत्र्याची यथादृष्ट प्रत प्रसिद्ध केली. कालांतराने दोन्ही ताम्रपटांचे संच नाहीसे झाले. एकशे नव्वद वर्षांनंतर वा. वि. मिराशी यांनी अरिकेसरी याच्या ताम्रपटाचा पूर्ण संस्कृत मजकूर अनुमानाने पुनर्संचयित केला. तोवर शिलाहारांच्या अभ्यासाकरिता या राजघराण्याचे अनेक ताम्रपट सापडले होते आणि विद्वानांनी त्यांचे वाचन शोधनिबंधामध्ये प्रसिद्ध केले होते.

भारतीय पुराभिलेखविद्येची प्रगती हळूहळू सुरू होती. इतस्ततः विखुरलेल्या प्राचीन कोरीव शिलालेखांवरील लिपींचे वाचन करण्याचे प्रयत्न तत्कालीन विद्वानांमध्ये सुरू होते. प्राचीन ब्राम्ही आणि खरोष्ठी या लिपींच्या वाचनाआधी गुप्तकालीन ब्राह्मी तसेच प्राचीन नागरी लिपींचे वाचन केले गेले. चार्ल्स विल्किन्स हे प्राच्यविद्याभ्यासक एशियाटिक सोसायटीचे संस्थापक सदस्य होते. त्यांनी बंगाली भाषेतील पहिले टाइपसेट पुस्तक प्रकाशित केले होते. यामुळे त्यांना "द कॅक्सटन ऑफ इंडिया" म्हणतात. इसवी सन १७८५ मध्ये त्यांनी नारायण पालाचा बादल स्तंभ शिलालेख (९ वे-१० वे शतक), मुंगीर ताम्रपट (पाल कालावधी, ९ वे शतक), मौखरी राजा अनंतवर्मनचा नागार्जुनी (गोपिका) गुहा शिलालेख (६ वे शतक) यांचे वाचन केले. हे लेख उत्तरकालीन ब्राह्मी, सिद्धमातृका लिपी आणि संस्कृत भाषेत लिहिले गेले. नागार्जुनी लेख हा बिहार मधील बाराबर गुंफांच्या परिसरात आहे. येथेच सम्राट अशोक आणि त्याचा नातू दशरथ यांचे दानपर लेख कोरलेले आहेत. मात्र या प्राचीनतम लेखांचे वाचन करण्यासाठी काही अवधी गेला.

इसवी सन १७८५ मध्ये पी टी राधाकांत शर्मा यांनी दिल्लीच्या तोपरा स्तंभावरच्या राजा विशालदेव याच्या लेखाचे वाचन केले. इसवी सन १८३२ मध्ये जेम्स प्रिन्सेप या ईस्ट इंडिया कंपनीच्या नाणी परीक्षकाची बंगालच्या एशियाटिक सोसायटीच्या सचिव पदी नियुक्ती झाली. ख्रिश्चन लॅसेन, टी एस बर्ट, रेव्ह. जे. स्टीव्हन्सन या पूर्वसुरींच्या प्रयत्नांच्या आधारावर जेम्स प्रिन्सेप याने ब्राह्मी लिपीचे पूर्ण आणि यशस्वी वाचन केले. त्याने इसवी सन १८३७ मधील एशियाटिक सोसायटी ऑफ बंगालच्या जर्नलमध्ये 'Facsimiles of Ancient Inscriptions' हा महत्त्वपूर्ण शोधनिबंध प्रसिद्ध केला. इसवी सन १८३८ मधील एशियाटिक सोसायटी ऑफ बंगालच्या जर्नल मध्ये त्याने ब्राह्मी मूळाक्षरांच्या विकास आणि काळानुरूप बदलांचा अभ्यासपूर्ण तक्ताही दिला. या शोधनिबंधांमध्ये त्यांनी भविष्यकाळातील पुराभिलेखिय अभ्यासाचा शास्त्रशुद्ध पाया घातला. दरम्यानच्या काळात अनेक नवीन ताम्रपट आणि शिलालेख सापडले. विद्वानांनी त्याचे यथायोग्य वाचन करून निरनिराळ्या भारतीय आणि परदेशी शोध पत्रिकांमध्ये त्यांचे प्रकाशन केले. मात्र संशोधकांकरता ही माहिती काहीशी विखुरलेली होती. यामुळेच कदाचित जेम्स प्रिन्सेप यांनी सर्वप्रथम कॉर्पस इन्स्क्रिप्शनम इंडिकारम या खंडांची संकल्पना मांडली. ही मालिका विविध राजवंश, लिपी आणि ऐतिहासिक स्थळे यावर आधारित असणार होती. सर अलेक्झांडर कनिंगहॅम यांनी 'Inscriptions of Ashoka' हा पहिला खंड इसवी सन १८७७ मध्ये प्रकाशित केला. यावेळेस प्रिन्सेप हयात नव्हते. महामहोपाध्याय वासुदेव विष्णू मिराशी हे प्रकांड संस्कृत पंडित व भारतविद्यातज्ज्ञ होते. त्यांनी कलचुरी-चेदी आणि वाकाटक या राजवंशांच्या तत्कालीन उपलब्ध असलेल्या ताम्रपट आणि शिलालेखांचे संकलन, वाचन आणि सविस्तर विश्लेषण अनुक्रमे खंड IV -I आणि II (१९५५), खंड V (१९६३) मध्ये केले आहे. यानंतर त्यांनी विविध शिलाहार घराण्यांच्या कोरीव लेखांच्या संकलनाचा प्रकल्प हाती घेतला. प्रतिकूल शारीरिक परिस्थितीशी झगडत त्यांनी हा प्रकल्प इसवी सन १९७१ मध्ये सादर केला. या खंडाची संक्षिप्त मराठी आवृत्ती प्रकाशित करण्याचा मनोदय त्यांनी सादर केला. कलचुरी-चेदी आणि वाकाटक या राजवंशांच्या इतिहासाच्या मराठी संक्षिप्त आवृत्ती याआधी त्यांनी प्रकाशित केल्या होत्या. सर्वसाधारणपणे कॉर्पस इन्स्क्रिप्शनम इंडिकारमचे खंड प्रकाशित होण्यास लागणारा विलंब आणि आरोग्याची ढासळती परिस्थिती पाहता इंग्रजी खंड त्यांच्या हयातीत प्रकाशित होईल याची त्यांना शाश्वती नव्हती. सुदैवाने इसवी सन १९७७ मध्ये 'Inscriptions of the Shilaharas' हा सहावा खंड प्रकाशित झाला. यामध्ये एकंदरीत ६७ ताम्रपट आणि शिलालेखांचे अभ्यासपूर्ण विवेचन आहे. पैकी यादवांचे दोन लेख वगळता उर्वरित सर्व लेख श्रीस्थानकाचे

शिलाहार, दक्षिण कोकणचे शिलाहार आणि कोल्हापूरचे शिलाहार या राजघराण्यांचे आहेत. यापैकी अनेक लेखांचे यापूर्वीच विविध शोध पत्रिकांमध्ये मान्यवर संशोधकांनी प्रकाशन केले होते. त्याचा तक्ता पुढे दिलेला आहे. मिराशी यांनी त्यांचे संकलन करून त्यावर जागोजागी विद्वत्तापूर्ण भाष्य देखील केले आहे. काही लेख मिराशी यांनी स्वतः वाचलेले आहेत. वर नमूद केलेल्या शिलाहारांच्या तीन राजघराण्यांपैकी श्रीस्थानक येथून राज्य केलेल्या शिलाहारांनी सर्वात प्रदीर्घ काळ राज्य केले (सु. इसवी सन ८००-१२६०). मोठ्या प्रमाणावर उपलब्ध असलेले त्यांचे शिलालेख आणि ताम्रपट हे त्या राजघराण्याला समजून घेण्याचे महत्त्वाचे आणि अस्सल साधन आहे. कान्हेरी गुंफांमधील पुल्लशक्ती याचा शिलालेख (शक संवत ७६५) हा या राजघराण्यातील सर्वात पहिला उपलब्ध शिलालेख आहे. तसेच राजा सोमेश्वर याचा चांजे हा सर्वात शेवटचा शिलालेख आहे (शक संवत ११८२- १२ एप्रिल १२६०). यावरून या राजघराण्याने श्रीस्थानक या राजधानीच्या ठिकाणाहून उत्तर कोकण या परिसरात निदान चारशे वर्षे तरी अव्याहतपणे राज्य केले असे स्पष्ट होते.

श्रीस्थानकचे शिलाहार

हिमालयातील विद्याधरांचा राजा जीमूतवाहन याला याला शिलाहार आपला मूळ पुरुष मानतात. तसेच 'तगरपुरपरमेश्वर' ही पदवी सर्व शाखांतील शिलाहार राजे भूषवितात. आधुनिक उस्मानाबाद जिल्ह्यातील तेर हे गाव प्राचीन काळात तगर या नावाने ओळखले जात होते. तेर हे त्यांचे मूळ गाव होते असे म्हणू शकतो. कदाचित एका प्राचीन काळात या घराण्यातील राजे विविध दिशांना पांगले असावे. मात्र सर्वांनी आपला मूळ पुरुष आणि गाव यांची ओळख कायम ठेवली.

कर्नाटकातील प्रबळ अशा मान्यखेतच्या राष्ट्रकूट राजघराण्याने (सु. इसवी सन ७५३ - ९८२) दूरवर पसरलेल्या आपल्या साम्राज्याच्या शासनासाठी अनेकदा मांडलिकांची नियुक्ती केली. उपलब्ध पुराव्यांवरून शिलाहारांच्या सहा शाखा महाराष्ट्रात वेगवेगळ्या ठिकाणी आणि वेगवेगळ्या वेळी शासन करत होत्या असे दिसून येते. श्रीस्थानक, कोल्हापूर आणि चंद्रपूर- बलीपट्टणहून राज्य करणाऱ्या तीन शाखा सुप्रसिद्ध आहेत. याशिवाय पी बी देसाई यांनी १९३३ मध्ये सोलापूर जिल्ह्यातील अक्कलकोटच्या नजरबाग येथील जुन्या राजवाड्याच्या आवारात असलेल्या एका शिलालेखाचा ठसा घेतला. या लेखातील तारीख २५ डिसेंबर १११४ अशी आहे. यात महामंडलेश्वर इंदरस याने सिद्धगजेश्वर मंदिराकरिता दिलेल्या दानांची नोंद आहे. तो या लेखात आपला स्वामी म्हणून त्रिभुवनमल्लदेव अर्थात सहावा विक्रमादित्य या कल्याणीच्या चालुक्य राजाची नोंद करतो. यातील दोन महत्त्वाच्या गोष्टी म्हणजे इंदरस स्वतःस तगरपुरपरमेश्वर असे म्हणतो. या लेखात त्याने आपल्या सतरा पूर्वजांची वंशावळ दिली आहे. यातील मूळ पुरुषाचे नाव प्रथम पित्तम असे आहे. प्रथम पित्तम याचा काळ इसवी सन ७३५ च्या सुमारास येऊ शकतो. इथे एका महत्त्वाच्या गोष्टीची नोंद घ्यावीशी वाटते. यानंतर आठव्या शतकाच्या अखेरीस चतुर्थ इंद्र याच्याकडून द्वितीय तैलप याने सत्ता ताब्यात घेतली आणि कर्नाटकावर कल्याणीच्या चालुक्य घराण्याचे राज्य आले. महत्त्वाची बाब अशी की आपल्या राष्ट्रकूट सम्राटांबाबत अतिशय आदराने उल्लेख करणारे श्रीस्थानकाचे शिलाहार कल्याणीच्या चालुक्यांचा अजिबात उल्लेख करत नाहीत. प्रस्तुत लेखात इंदरस मात्र आवर्जून सहाव्या विक्रमादित्याचा आपला सम्राट म्हणून उल्लेख करतो.

याशिवाय आठव्या शतकाच्या सुमारास शिलाहारांची अजून एक शाखा कर्नाटकातील आधुनिक विजापूर जिल्ह्याच्या परिसरात स्थलांतरित झाली असावी. या भागाला प्राचीन काळात तारदावाडी १००० असे म्हणत असत. प्रदेशांच्या नावापुढील अंक त्या प्रदेशात समाविष्ट असणाऱ्या गावांना दर्शवितात. अशा प्रकारे शिलाहार काळामधील अनेक उल्लेख आपल्याला दिसून येतात. याशिवाय मद्रास एपिग्राफिस्ट ऑफिसने अकराव्या शतकाच्या मध्यावधीपासून ते तेराव्या शतकाच्या सुरुवातीपासूनच्या काळातील काही शिलालेखांची नोंद केली आहे. यावरून शिलाहारांची अजूनन एक लहान शाखा या परिसरामध्ये होतील असे अनुमान करता येते. पुन्हा एकदा हे राजे स्वतःस तगरपूरपरमेश्वर म्हणतात आणि आपल्या वंशाचे नाव सिलार किंवा सेलार असे करतात.

मद्रास प्रेसिडेन्सीच्या कुर्नुल जिल्ह्यात सापडलेल्या एका शिलालेखात कल्याणीचा चालुक्य राजा भुवनैकमल द्वितीय सोमेश्वर याच्या सत्यरस नावाच्या मांडलिकाचा उल्लेख येतो. एर्रमठम येथे सापडलेल्या इसवी सन १०७५ मधील या लेखात सत्यरस याने आपले वडील बिक्करस याच्याकरिता एक मंदिर बांधण्याचा उल्लेख आहे. यात सत्यरस याला शिलाहारांच्या पारंपारिक अशा तगरपूरपरमेश्वर तसेच प्रत्यक्षजिमूतकुलसंभव अशा उपाध्या आहेत.

ठाण्याच्या शिलाहारांनी आपल्या कारकिर्दीची सुरुवात राष्ट्रकूटांचे मांडलिक म्हणूनच केली. राष्ट्रकूटांचे महत्त्वाचे मांडलिक असल्यामुळे त्यांना पंचमहाशब्द नावाची पाच वाद्ये वापरण्याचा अधिकार होता. जैन लेखक रेवोकोप्याचारानुसार ही वाद्ये शृंग (शिंग), शंख (शंख), भेरी (ढोल), जयघंटा (विजयाची घंटा) आणि टम्माटा होती. कोरीव लेखांमधून प्रथम कपर्दी ते सोमेश्वर अशा चोवीस राजांची नोंद घेता येते. मात्र यापैकी केवळ सतरा राजांचे ताम्रपट किंवा शिलालेख आपल्याला अभ्यासाकरिता उपलब्ध आहेत. श्रीस्थानकाच्या शिलाहारांच्या सुरुवातीच्या ताम्रपटांमध्ये कानडी भाषेचा प्रभाव व्यक्तीनामांवर विशेष दिसून येतो. अय्य किंवा पय्य अशी उपनामे आणि राजाची कानडी बिरुदे अनेकदा दिसून येतात. अरिकेसरी आणि छित्तराज यांच्या काळापासून कालांतराने हा प्रभाव कमी होत जातो. यांच्या ताम्रपटांचा लेखक महाकवी नागलैय याचा पुतण्या जोऊपैय हा होता. प्रदीर्घकाळ जोऊपैय याने अनेक ताम्रपटांचे लेखन केले आहे. वडिलांची ओळख न देता आपल्या महाकवी असलेल्या नागलैय या काकाची ओळख जोऊपैय याने सर्व ताम्रपटांमध्ये दिलेली आहे. कवी परंपरेतल्या नागलैय याच्या साहित्याबद्दल आपल्याला माहिती नाही. महाकवी परंपरेतील हे पान पुराव्याअभावी कोरेच राहील. अशा रीतीने शिलाहारांच्या ताम्रपटातील कानडी प्रभाव कमी करण्यात या दोघांचा काही प्रभाव असावा. यानंतर एका प्रदीर्घ कालावधीनंतर अलीकडेच सापडलेल्या मल्लिकार्जुन याच्या पन्हाळे ताम्रपटात (३ फेब्रुवारी ११५१) पुन्हा मोठ्या प्रमाणावर कानडी बिरूदे दिसून येतात.

पुराभिलेखांवरून असे स्पष्ट होते की, शिलाहारांच्या प्रचलित शाखांमध्ये, शिलाहारांची श्रीस्थानक येथील शाखा सर्वात जास्त काळ काळ टिकून राहिली (सु. इसवी सन ८००-१२६०). उपलब्ध पुराव्यांवरून दक्षिण कोकण आणि कोल्हापूरच्या शिलाहारांची कारकीर्द अनुक्रमे इसवी सन ९८८-१०१० आणि १०५८ ते ११९१ अशी होती. प्रथम अनंतदेव याच्या विहार येथील शिलालेखानंतर (शक संवत १००३) तुलनात्मकरित्या शिलाहार राजांनी मोठ्या प्रमाणावर शिलालेख प्रदान केल्याचे दिसून येते. कोरीव लेखासाठी असणाऱ्या मर्यादित जागेमुळे यानंतर ताम्रपटांप्रमाणे विस्तृत प्रमाणात माहिती मिळू शकत नाही. अनेकदा दोन राजांचा आपापसातील संबंध स्पष्ट करणे कठीण होऊन जाते. ताम्रपट आणि विशेषतः शिलालेखांची प्राप्ती स्थळे तसेच या लेखांमध्ये दान दिलेल्या गावांची आणि सीमा म्हणून निश्चित केलेल्या भौगोलिक क्षेत्रांची आणि गावांची निश्चिती करता या राजघराण्यातील राजांनी आधुनिक मुंबई, ठाणे, रायगड, रत्नागिरी आणि सिंधुदुर्ग या क्षेत्रावर राज्य केल्याचे दिसून येते. ताम्रपटांमधून या राजांची वंशावळ स्पष्टपणे मांडली आहे. मिराशी यांनी पुराभिलेखविद्येतील प्रघाताप्रमाणे ज्या राजांबद्दल आपल्याकडे काहीच माहिती नाही त्यांना काही ठराविक राज्यवर्षे बहाल केली आहेत. उत्तर शिलाहार काळात जेव्हा अधिक प्रमाणात शिलालेख मिळू लागतात आणि दोन राजांच्या कार्यकाळांमध्ये मोठे अंतर दिसून येते तेव्हा या राजांव्यतिरिक्तही श्रीस्थानकाच्या शाखेमध्ये काही अधिक राजे अस्तित्वात असल्याची शक्यता नाकारता येत नाही.

प्रथम कपर्दी, पुल्लशक्ती आणि द्वितीय कपर्दी

प्रथम कपर्दी याचा स्वतंत्र लेख उपलब्ध नाही. द्वितीय पुल्लशक्ती हा प्रथम कपर्दी याचा मुलगा होता. शिलालेखातील माहितीतून उपलब्ध झाल्याप्रमाणे द्वितीय पुल्लशक्ती या राजाच्या काळातील कान्हेरी गुंफांमधील लेख हा श्रीस्थानकाच्या शिलाहारांचा प्राप्त झालेला पहिला कोरीव लेख आहे (शक संवत ७६५). पुल्लशक्ती आणि त्याचा मुलगा द्वितीय कपर्दी यांच्या काळातील कोरीव लेख फक्त कान्हेरी गुंफांमध्ये आहेत. त्यांच्या राज्य काळातील हे दानांची नोंद करणारे खाजगी लेख आहेत. कान्हेरीचा उल्लेख या लेखांमध्ये कृष्णगिरी असा स्पष्टपणे केलेला आहे. पुल्लशक्ती याचा पिता, प्रथम कपर्दी याचा उल्लेख 'महासामंत कोकणवल्लभ' अर्थात कोकणचा मांडलिक राजा असा केला आहे. पुल्लशक्तीचा अधिपती तत्कालीन राष्ट्रकूट राजा अमोघवर्ष

याचाही उल्लेख केला आहे. स्वत: कपर्दी यास मात्र कोणतेही विशेष बिरूद लावलेले नाही. पुरी हे प्रमुख शहर असलेल्या कोकणचा तो प्रशासक आहे इतकीच त्याच्या बाबत नोंद आहे.

पहिल्या लेखाचा (शक संवत ७६५) दानकर्ता मात्र सर्वाध्यक्ष पूर्णहस्त याचा पुत्र अमात्य विष्णुगुप्त हा होता. त्याने कान्हेरी मध्ये राहणाऱ्या बौद्ध भिक्षूंच्या पुस्तकांकरिता तसेच विहाराच्या दुरुस्तीकरिता काही रक्कम अक्षयनिवी स्वरूपात ठेवली होती. यावरून असा अदमास करता येतो की प्रथम कपर्दी याची नियुक्ती अमोघवर्षाचा पिता तृतीय गोविंद याच्या काळात कधीतरी झाली असावी. आजवर स्वतः प्रथम कपर्दी याचा कोणताही लेख प्राप्त झालेला नाही. कदाचित प्रथम कपर्दीच्या आधीही एखाद्या शिलाहार मांडलिकाची येथे नेमणूक झाली असावी. परंतु सध्या तरी त्याबाबत काही माहिती उपलब्ध नाही. याचाच अर्थ श्रीस्थानकाच्या शिलाहारांच्या जडणघडणीच्या पहिल्या पस्तीस वर्षांच्या कालखंडातील फार थोडी माहिती आपल्याकडे उपलब्ध आहे. पुराभिलेख अभ्यासाच्या क्षेत्रामध्ये उपलब्ध असलेल्या लेखांवरूनच आपल्याला अदमास बांधता येतो किंवा काही निर्णय देता येतात. कालांतराने नवीन लेख प्राप्त झाल्याने या माहितीमध्ये बदल घडून येतो. प्रस्तुत पुस्तकाचा उद्देश निश्चितपणे हाच आहे. द्वितीय कपर्दी याच्या काळातील पहिल्या लेखात (शक संवत ७७५-१५ सप्टेंबर ८५१) पुल्लशक्ती याचा उल्लेख 'अशेषकोकणवल्लभ' तर द्वितीय कपर्दी याचा उल्लेख उल्लेख 'महासामंतशेखर' असा आहे. द्वितीय कपर्दी याच्या काळातील दुसऱ्या लेखात (शक संवत ७९९) मात्र पुल्लशक्तीचा उल्लेख नाही. द्वितीय कपर्दी याचा उल्लेख कोकणवल्लभ महासामंत शेखर असा आहे.

हे तिन्ही लेख प्रत्यक्ष शिलाहार राजांनी दिलेले नसून त्यांच्या काळात अनुक्रमे अमात्य विष्णुगुप्त, गौड अर्थात बंगाल देशाचा गोम्मी अविघ्नकर आणि वैव यांनी कान्हेरी गुंफांमध्ये राहणाऱ्या भिक्षूंकरता दिलेल्या विविध दानांची नोंद आहे. यामुळे प्रथम कपर्दी ते द्वितीय कपर्दी याच्या कारकिर्दीमधील सुमारे पस्तीस वर्षाच्या काळात ठाण्याची शासनव्यवस्था किंवा काही महत्त्वाच्या राजकीय घडामोडी याबद्दल काहीच भाष्य करता येत नाही. राजाने दिलेले दानपत्र असल्यास त्यामध्ये त्याचे मंत्रिमंडळ, दान दिलेल्या क्षेत्राची भौगोलिक माहिती, त्याच्या पूर्वजांची वंशावळ अशी सविस्तर माहिती मिळते. परंतु हे लेख खाजगी स्वरूपाचे असल्याने त्यांनी फक्त अधिकृतरित्या शिलाहार राजा आणि त्यांचे राष्ट्रकूट स्वामी यांचीच नोंद केली आहे. याला अपवाद फक्त कान्हेरी येथील पुल्लशक्ती याच्या काळातला लेख. याचे कारण असे की या लेखाचा कर्ता अमात्य आणि त्याच्या पिता सर्वाध्यक्ष होता. मात्र हे पिता-पुत्र कोणा कोणत्या राज्याचे अमात्य होते हे देखील समजत नाही. पुल्लशक्ती आणि द्वितीय कपर्दी या दोघांच्याही कार्यकाळात अमोघवर्ष हाच राष्ट्रकूट राजा होता. अमोघवर्ष याने तब्बल चौसष्ट वर्ष राज्य केले होते.

वप्पुवन्न ते प्रथम वज्जड - श्रीस्थानकाच्या इतिहासातील आठ दशकांची पोकळी

वप्पुवन्न, झंझ, गोग्गी आणि प्रथम वज्जड या इसवी सन सुमारे ८८० ते इसवी सन सुमारे ९६५ या काळात राज्य करणाऱ्या राजांबद्दल आपल्याला वंशावळीतील उल्लेखांव्यतिरिक्त काहीही माहिती नाही. याचाच अर्थ श्रीस्थानकाच्या शिलाहारांच्या इतिहासातील या सुमारे ८५ वर्षाच्या कालावधीत काय घडले याबद्दल आपल्याला स्पष्ट माहिती नाही. भविष्यात काही कोरीव लेख उपलब्ध झाले तर यावर प्रकाश पडू शकेल.

छद्वैदेव, एक दुर्लक्षित राजा

श्रीस्थानकाच्या शिलाहारांच्या इतिहासातील पहिले माहीत असलेले दानपत्र छद्वैदेव या राजाने दिलेले आहे. त्याचे प्राप्ती स्थळ आपल्याला माहित नाही. मुंबईच्या छत्रपती शिवाजी महाराज वस्तुसंग्रहालयाच्या विश्वस्तांनी जॉर्ज दा कुन्हा कडून हे ताम्रपत्र विकत घेतले होते. हा एक कालोल्लेख विरहित लेख आहे. परंतु याच्या काळाचा अंदाज बांधता येतो. छद्वैदेव याच्या काळात तृतीय कृष्ण हा राष्ट्रकूट सम्राट होता. कृष्ण याची कारकीर्द इसवी सन ९३९-९६७ अशी होती. याच्या काळापर्यंत शिलाहारांच्या ताम्रपटांमधील मजकुराची रचना निश्चित झालेली नव्हती. या ताम्रपटातील काही श्लोक दक्षिण कोकणचा शिलाहार रट्ट राजा

याच्या शक संवत ९३०-इसवी सन १००८ मधील खारेपाटण ताम्रपटात दिसून येतात. द्वितीय कपर्दी याच्या काळातील शक संवत ७९९-इसवी सन ८७७-७८ मधील कान्हेरी येथील शेवटचा शिलालेख आणि प्रस्तुत ताम्रपट यात सुमारे ७५ वर्षांचे अंतर आहे.

छद्वैदेव याच्या कोणत्याही उत्तराधिकाऱ्याने आपल्या प्रदीर्घ आणि स्पष्ट वंशावळींमध्ये छद्वैदेवाचा उल्लेख केलेला दिसत नाही. इतिहासात अनेकदा त्याला उपटसुंभ राजा म्हणून अवहेलले जाते. या राजाबद्दल एकदा पुनर्विचार करायला हवा. या लेखातील अक्षर वाटिका फारशी सुबक नाही. छद्वैदेव स्वतःचा उल्लेख महासामंत असा करतो. त्याला 'पंचशब्दांचा' (पाच वाद्ये वापरण्याचा अधिकार) मान होता. बळीराजाप्रमाणे दानशूर आणि ज्याचे फक्त नाव घेतल्याने शत्रूंचा पराभव होत असे त्याचे वर्णन आहे. त्याच्या शौर्याबद्दल काव्यात्मक वर्णन केलेले आहे. युद्धामध्ये मलीन झालेले त्याचे हात त्याने नेस्तनाबूत केलेल्या शत्रूंच्या पत्नींच्या अश्रूंनी धुऊन निघाले होते असे वर्णन आहे.

आपल्या राजवंशाचे नाव त्याने शिलार असे दिले आहे. विद्याधर जीमूतवाहनाची कथा देखील येतेच. आपल्या कुळास शिलार नाव कसे पडले याबद्दल एक रोचक वृत्तांत तो देतो . जामदग्न्य परशुराम याच्या बाणाच्या रोषापासून त्याच्या पूर्वजांनी महासागरास वाचवले. या प्रसंगाची शिलाहारांच्या ताम्रपटांमध्ये पुन्हा कधीच पुनरावृत्ती होत नाही. तसेच शिलार याचा अर्थ देखील फारसा स्पष्ट होत नाही. छद्वैदेव किंवा छदवैय्य हा दंतिदुर्ग ते तिसरा कृष्ण या राष्ट्रकूट राजांची वंशावळ या ताम्रपटात देतो. तसेच आपल्या कुळातील प्रथम कपर्दी ते त्याचा वडील भाऊ प्रथम वज्जड यांचीही माहिती ताम्रपटात आली आहे. हा उपटसुंभ नसावा याचे पुरावे त्याच्याच ताम्रपटात दिसून येतात. प्रथम वज्जड आणि छद्वैदेव हे गोग्गी याचे राजपुत्र होते. प्रथम वज्जड याच्या मृत्यूनंतर छद्वैदेव हा राजा झालेला दिसतो. प्रथम वज्जड याचा कदाचित अकाली झालेला मृत्यू कोणत्या परिस्थितीत झाला होता हे समजणे शक्य नाही. अपराजित हा प्रथम वज्जड याचा पुत्र त्यावेळेस अल्पवयीन असावा. अशा तऱ्हेच्या घटना इतिहासात अनेकदा घडलेल्या आहेत.

यानंतर दानाचे तपशील देण्याआधी तो आपल्या शौल्किक, गौल्मिक आणि चौरोद्धरणिक या अधिकाऱ्यांना आयुष्याच्या निरर्थकतेबद्दल संदेश देतो. छद्वैदेव म्हणतो,'माझ्या लक्षात आले आहे की जीवन हे ढगांच्या वर्षावासारखे क्षणभंगुर आहे. त्यामुळे शिवभट्टारकाची आराधना करून मी हे दान देत आहे'. प्रस्तुत ताम्रपटाचा उल्लेख त्याचा मोठा भाऊ प्रथम वज्जड याने दिलेले काही दान अधिकृतरित्या नोंद करणे हा होता. पाणाड विषयातील सालाणक या गावातील तीन शेतांचे दान जन्हुपूर येथील कश्यप गोत्रातील आणि ऋग्वेद शाखेच्या चाडदेव या ब्राह्मणाच्या नावे करणे हा या ताम्रपटाचा उद्देश होता. चाडदेव हा वेद, वेदांग, वेदांत, पुराण, मिमांसा, स्मृती आणि न्याय यात पारंगत होता. या दानपत्राचा उद्देशच दिवंगत वडील भावाने दिलेल्या दानाची पूर्ती करणे हा होता त्यामुळे सत्तासंघर्षातून राज्य हाती आल्याचे दिसत नाही.

अपराजित, एक बलाढ्य महासामंत

अपराजित हा प्रथम वज्जड याचा मुलगा आणि छद्वैदेव याचा पुतण्या होता. छद्वैदेव याचा उत्तराधिकारी म्हणून अपराजित सत्तेवर येतो. छद्वैदेव याच्या मुलांबाबत देखील काही माहिती नाही. छद्वैदेव याची कारकीर्द कशी संपली याची कल्पना आपल्याला येत नाही. मात्र इथे सत्ता संघर्ष झाला असावा असे अनुमान काढण्यास मोठा वाव आहे. वयात आलेला अपराजित आणि सत्तेवर असलेला छद्वैदेव यांच्यात सत्ता संघर्ष झाला असावा. छद्वैदेव याने कधीच आपल्या पूर्वजांचा विसर केला नाही. तसेच आपल्या वडील भावाला योग्य आदर दिलेला आहे. मात्र शिलाहारांच्या आठवणीमधून छद्वैदेव या आपल्या काकाचे नाव पूर्णपणे विस्मृतीत टाकण्याचा निर्णय अपराजित याने विचारपूर्वक घेतलेला दिसतो. या निर्णयाची पुनरावृत्ती यापुढील अपराजित याच्या सर्व वंशजांच्या ताम्रपटांमध्ये आपल्याला दिसून येते. आज छद्वैदेव याचा ताम्रपट उपलब्ध नसता तर आपल्याला छद्वैदेव या राजाची माहिती कधीच समजली नसती.

अपराजित याचे जंजिरा-एक, जंजिरा-दोन आणि भादान असे तीन ताम्रपट उपलब्ध आहेत. जंजिरा-एक मध्ये नमूद केलेले दान अपराजिताने सूर्यग्रहण पर्वाच्या निमित्ताने २९ ऑगस्ट ९९३ रोजी कोलम या ब्राह्मणाला दिले होते. याच दिवशी कोलम यालाच अजून एक दान दिले. कोलम या ब्राह्मणाला दोन स्वतंत्र दाने एकाच दिवशी दिली होती. ही दाने दोन स्वतंत्र ताम्रपटांवर कोरलेली होती. हे ताम्रपट जंजिरा येथे सापडले होते. सध्या ते बडोद्याच्या वस्तुसंग्रहालयात आहेत. या काळातील महत्त्वाची राजकीय उलथापालथ म्हणजे कर्नाटकामध्ये झालेला सत्ता बदल. इसवी सनाच्या दहाव्या शतकाच्या अखेरीस राष्ट्रकूट राज्य नष्ट होऊन आता तिथे कल्याणीचे चालुक्य यांचे राज्य आले होते. तरीही अपराजित याने राष्ट्रकूट राजांची देखील वंशावळ या ताम्रपटांमध्ये नोंद केली आहे. राष्ट्रकूट सत्ता पराभूत झाल्याचे झाल्याचा खेद तो आवर्जून 'नष्टभ्रष्टरट्टराज्य' अशा शब्दात आपल्या तीनही ताम्रपटात आवर्जून करतो. अपराजित याच्या ताम्रपटांवरून त्याची उपलब्ध शासन वर्षे इसवी सन ९९३ आणि ९९७ अशी आहेत. या सत्ता बदलाचा तो प्रत्यक्षदर्शी साक्षीदार निश्चित असावा.

नष्ट झालेल्या राष्ट्रकूट सत्तेचा आवर्जून आदराने उल्लेख होतो. परंतु आता सत्तेवर असलेल्या कल्याणीच्या चालुक्यांचा मात्र कोणत्याही शिलाहार राजा उल्लेख करत नाही. तसेच स्वतंत्र झाल्याचे द्योतक म्हणून सार्वभौम पदव्या न घेता त्याने महासामंत हीच पदवी कायम ठेवली आहे. म. के. ढवळीकर यांनी Cultural Heritage of Mumbai या ग्रंथात राष्ट्रकूट राजा प्रथम कृष्ण (इसवी सन ७५७-७७२) याने कल्याणीच्या चालुक्यांचा पराभव केला आणि पश्चिम महाराष्ट्रातील चालुक्यांचे राज्य संपुष्टात आले असा उल्लेख केला आहे . प्रत्यक्षात द्वितीय तैलप याने (इसवी सन ९९३-९९७) राष्ट्रकूट सत्ता संपुष्टात आणून पश्चिम चालुक्य राजवंशाची स्थापना केली.

अपराजित याच्या लष्करी मोहिमांचे महत्त्वपूर्ण उल्लेख त्याच्या ताम्रपटांमध्ये येतात. दक्षिण कोसलच्या आक्रमणादरम्यान अपराजिताने सिंधू राजाला मदत केली. राजा गोम्माने मदतीची याचना केल्यावर त्याला अपराजिताने संरक्षण दिले. अय्यप नावाच्या राजाला त्याची गादी पुन्हा परत मिळवून दिली. भिल्लम, आम्मण आणि माम्बुव यांना आश्रय दिला. या राजांची ओळख मात्र प्रस्थापित करता येत नाही. यावरून एक गोष्ट निश्चित होते की अपराजित स्वतः एक सामर्थ्यशाली राजा असल्याशिवाय इतर राजांना राजाश्रय देणे शक्य नव्हते.

श्रीस्थानकाच्या शिलाहारांच्या कारकिर्दीत फार कमी वेळा त्यांनी केलेल्या आक्रमणांची माहिती मिळते. बहुतेक वेळा त्यांना राज्यावर झालेल्या आक्रमणांना तोंड द्यावे लागले. अपराजिताच्या लेखात त्याच्या मोहिमा आणि राज्यव्याप्ती यांचे एक अनोखे वर्णन दिसून येते. अतिशय दुर्मिळ असे हे उदाहरण आहे. त्याने गुजरातमधील संजाण मंडलावरील अरबांचे मांडलिकत्व संपवले. नंतरच्या काळातील चिंचणी ताम्रपटावरून आपल्याला संजाण परिसरामध्ये ताजिक अरब केवळ रहिवासी म्हणून तिथे राहिलेले दिसून येतात. मात्र अपराजिताने त्यांचे राज्यपालपद संपुष्टात आणले. जंजिरा-एक आणि जंजिरा-दोन ताम्रपटांमध्ये त्याच्या संजाण देश, पुणक देश, तसेच कोकणातील संगमेश्वर आणि चिपळूण येथील स्वाऱ्यांची वर्णने दिसून येतात. ''हराची शक्ती धारण करून, राजाने संजाण प्रांत जिंकून त्यावर निःपक्षपातीपणे राज्य केले, मोठ्या पुणक देशाने त्याचा स्वीकार केला होता, निसर्गरम्य सह्य आणि आजूबाजूचा परिसरही त्याच्या ताब्यात होता. त्याच्या सैनिकांनी संगमेश्वराचा ताबा घेतला आणि चिपळुण प्रदेशाने युद्ध न करताच आत्मसमर्पण केले.' शक संवत ९१९-२४ जून ९९७ मधील त्याच्या भादान ताम्रपटात मात्र ही वर्णने दिसून येत नाहीत. जंजिरा-एक आणि दोन ताम्रपटांत त्याच्या साम्राज्यविस्ताराचे पुढील प्रमाणे वर्णन केले आहे, 'उत्तरेकडे दक्षिण गुजरात मधील लाट देश, दक्षिणेस चंद्रपुर (गोव्यातील चांदोर), पश्चिमेस महासागर आणि पूर्वेस भिल्लमचा (खान्देश) प्रदेश'. अपराजिताच्या आक्रमणाच्या वेळेस कदंब राजा प्रथम गुहल्ल तेथे राज्य करीत असावा. ताम्रपटांवरून मात्र दक्षिणेतील चांदोर येथून राज्य करणाऱ्या शिलाहारांचे अस्तित्व शक संवत ९३२-२४ डिसेंबर १०१० (रट्टराजाचा बलीपट्टण ताम्रपट) पर्यंत दिसून येते. त्यामुळे गोव्यामधील आक्रमण हे फार काळ टिकून राहू शकलेले दिसत नाही. गोव्याचे कदंब राजे शिलाहारांच्या दक्षिणेस असल्याने शिलाहार-कदंबांचे वैर पुढेही सुरूच राहिले.

अपराजिताची थोरवी केवळ लष्करी विजयापुरतीच मर्यादित नव्हती. अपराजिताच्या ताम्रपटांमधील मजकूर हा त्याच्या उत्तराधिकाऱ्यांच्या सर्व ताम्रपटांमध्ये प्रमाणित मानला गेला आहे. त्याने धारण केलेल्या पदव्या देखील वैशिष्ट्यपूर्ण आहेत. चालुक्यांचे मांडलीकत्व न स्वीकारता देखील महासामंताधिपती ही पदवी त्याने कायम ठेवली. पश्चिमसमुद्राधिपती ही पदवी धारण करणारा तो पहिलाच शिलाहार राजा होता. मांडलिकत्रिनेत्र (भगवान शंकरासारखे त्रिनेत्र असणारा मांडलिक), विमल गलगंड (निष्कलंक मान असणारा (चारित्र्य) नायक), गंडरगंड (वीरांचा वीर), गंडवंगर (नायकांमधील सुवर्ण), गंडनारायण (योध्यांमधील जणू विष्णू), गंडरुद्धफोडी (शत्रु योद्ध्यांनी युद्धबंदी बनवलेल्यांचा बचावकर्ता), विलविडेंग (धनुर्विद्येत पारंगत) आणि अहितकालअनल (शत्रूंकरता विनाशकारी अग्नी) या पदव्या त्याच्या ताम्रपटांत वर्णन केलेल्या लष्करी सामर्थ्याला पूरकच आहेत. यातील काही पदव्या या कानडी भाषेमध्ये आहेत. कोल्हापूर शाखेच्या शिलाहारांचे अनेक लेख कानडी भाषा आणि लिपी मध्ये कोरलेले आहेत. कर्नाटकातील राष्ट्रकूटांचा हा प्रभावच म्हणावा लागेल. परंतु हा कानडी प्रभाव श्रीस्थानकाच्या शिलाहारांच्या दानपत्रात मात्र मात्र फार काळ टिकून राहिला नाही. अपराजिताच्या जंजिरा-दोन ताम्रपटात महोदधी मलगलगंड (महासागराचा नायक), राजगंडकंदर्प (शाही नायकाच्या रूपात कामदेव), सहज विद्याधर (जन्मानुसार विद्याधर) आणि कलीगलअंकुश (कलियुगावरील अंकुश) अशा अनेक विलक्षण पदव्या वापरल्या गेल्या. प्रथम कपर्दी प्रमाणे त्याला कोकणवल्लभ (कोकणचा स्वामी) असेही म्हटले आहे. भादान ताम्रपटात त्याला एक वैशिष्ट्यपूर्ण पदवी वापरण्यात आली आहे. यात त्याला शनिवारविजय असे म्हटले आहे. शब्दशः याचा अर्थ शनिवारवर विजय प्राप्त करणारा असा होतो. यामध्ये सूर्यग्रहणाचे फार सुंदर वर्णन आले आहे. 'जेव्हा तप्त किरणांच्या सूर्याला राहुने गिळंकृत केले होते आणि जेव्हा सूर्य सिंह राशीत होता' अशा शब्दात सूर्यग्रहणाचे वर्णन केले आहे. भादान ताम्रपटात त्याला मृगांक असेही म्हटले आहे. या ताम्रपटात पुढे अपराजित हा हत्तींचा नाश करणारा सिंह, राजकीय चातुर्य असणारा, उदार दानकर्ता, विद्वज्जनांमध्ये लोकप्रिय असणारा आणि धार्मिक कर्तव्यांचे पालन करणारा असे वर्णन आहे.

श्रीस्थानकाच्या शिलाहार राजघराण्याच्या उगमाशी निगडित ज्या पौराणिक कथा प्रसिद्ध झाल्या त्याची सुरुवात देखील आपल्याला अपराजित याच्याच ताम्रपटात दिसून येते. वर स्पष्ट केल्याप्रमाणे छद्वैदेव याच्या ताम्रपटात एक निराळीच कथा दिलेली आहे. तसेच शिलार या शब्दाचा अर्थही त्याच्या ताम्रपटातून स्पष्ट होत नाही. अपराजित याला जीमूतवाहनअन्वयप्रसुत असे म्हटले आहे. त्याचा ध्वज सुवर्ण गरुडाने अलंकृत (सुवर्ण गरुड ध्वज अभिमान)आहे असे वर्णन आहे. हात जोडलेल्या गरुडाची मानवरुपी मुद्रा ही यापुढे शिलाहारांच्या ताम्रपटावरची राजमुद्रा होती. याशिवाय त्याला तगरपूरपरमेश्वर असेही म्हटले आहे. आधुनिक उस्मानाबाद जिल्ह्यातील तेर अर्थात प्राचीन तगर याला सर्वच शिलाहार शाखांनी आपले मूळ स्थान मानले आहे. अशा तऱ्हेने त्याच्या प्रशस्तीमधील बिरूदाप्रमाणे अपराजित हा खरोखरीच बिरुंदकराम म्हणजेच पदव्या धारण करणाऱ्यांमध्ये राम असाच होता.

कल्याणीच्या चालुक्यांचे वर्चस्व न मानणे आणि अतिशय आक्रमक लष्करी धोरण अंगीकारणे याचा परिणाम अपराजित याला भोगावा लागलाच. चालुक्य राजे अशा तऱ्हेचे वर्तन सहज स्वीकारणे शक्य नव्हते. परमारांना दिलेली मदत आणि चालुक्यांचे झुगारून दिलेले वर्चस्व यामुळे सत्याश्रय या तत्कालीन चालुक्य राजाने अपराजितावर आक्रमण केले. अपराजिताच्या उपलब्ध तीनही ताम्रपटामध्ये अशा तऱ्हेच्या कोणत्याही आक्रमणाचा उल्लेख मिळत नाही. मात्र चालुक्य राजा द्वितीय तैलप आणि सत्याश्रय यांचा राजकवी रण्ण याने लिहिलेल्या गदायुद्ध या काव्यात या आक्रमणाचे काही संदर्भ सापडतात. 'पश्चिमेला समुद्र आणि दुसरीकडे सत्याश्रय याचे सैन्य अशा कोंडीत तो सापडून थरथर कापत होता, जणू आग लागलेल्या काठीवर अडकलेला कीटकच. सत्याश्रयाने अंशुनगर उध्वस्त केले आणि एकवीस हत्तींची खंडणी वसूल केली.' अंशुनगर याचा निश्चित ठावठिकाणा घेता येत नाही.

अपराजित याच्या दोन्ही जंजिरा ताम्रपटांचे विश्लेषण होणे गरजेचे आहे. त्यामध्ये अनेक महत्त्वाचे संदर्भ सापडतात. यापैकी पहिले दान त्याने सूर्यग्रहणाच्या प्रसंगी दिले. ताम्रपटातील उल्लेखाप्रमाणे या दिवशी त्याने स्नान करून भक्तीभावाने हरि (विष्णू)

हिरण्यगर्भ (ब्रम्हा) आणि दहन (अग्नी) यांची पूजा करून हे दान दिले. कोकणातील ब्रह्मदेवाच्या पूजेबद्दल अनेकदा बोलले जाते. सोपारा, ठाणे, अंबरनाथ शिव मंदिर येथे ब्रह्मदेवाची अतिशय उत्कृष्ट शिल्पे सापडतात. परंतु ब्रह्मदेवाच्या प्रत्यक्ष पूजेसंबंधी हा पहिला आणि एकमेव उल्लेख आहे. ब्रह्मदेवाची उपासना करणाऱ्या या राजाचा आणि सिद्धेश्वर तलाव, ठाणे येथे सापडलेल्या ब्रह्माच्या मूर्तीचा काही संबंध होता का किंवा येथे एखादे मंदिर होते का असल्यास त्याचा अपराजिताशी काही संबंध होता का असे प्रश्न अनुत्तरीत राहतात. शिलाहारांच्या आजवर उपलब्ध असलेल्या कोणत्याही पुराभिलेखांमध्ये ब्रह्माचे मंदिर किंवा त्याकरिता दिलेल्या एखाद्या दानाचा उल्लेख उपलब्ध नाही. परंतु या संदर्भात एका महत्त्वाच्या ताम्रपटाची नोंद करणे उचित ठरेल. वा वि मिराशी यांनी वाचन केलेल्या मानोर (संच २, शक संवत ६१३-इसवी सन ६९१) ताम्रपटात पंचमहाशब्द प्राप्त झालेल्या राष्ट्रकूट राजा दंतिदुर्ग याने अनिरुद्ध याची कोकणचा राज्यपाल म्हणून नियुक्ती केली होती. अनिरुद्ध श्रीपुर येथून राज्य करीत होता. श्रीपुर याचा विषय असा उल्लेख केलेला आहे. इसवी सन ६९१ मध्ये श्रीपुर मधील बोडवर्मा भोगीक, दुर्ग भोगीक, देवम्मा भोगीक, गोवियसंग भोगिक आणि गोविंद या महाजनांनी श्रीपुर विषया मध्ये असलेले तांबसाहिक गाव बाडेश्वर मंदिराला दान दिले. हे मंदिर स्वामी धर्मभट्ट याचा मुलगा बादडी भोगीक याने बांधले होते. दान दिलेल्या गावाच्या उत्पन्नातून मंदिराचा दैनंदिन खर्च आणि दुरुस्ती याची सोय होणार होती. सोनार चंडहरी या दानपत्राचा कोरक्या आणि देवक त्रिभोगिक हा लेखक होता. यातील सर्वात महत्त्वाचा उल्लेख म्हणजे हे दान ब्रह्मदेवाच्या मंदिरा जवळ दिले गेले होते या मंदिरात ब्रह्मदेवाची पदचिन्ह (पादमूल) यांच्या स्वरूपात पूजा केली जात होती. दान देणारा महाजनांचा संघ श्रीपुर येथील होता. त्यामुळे हे ब्रम्हदेवाचे मंदिर श्रीपुर गावातच असावे असे अनुमान करता येते. अशा रीतीने सातव्या शतकातील उत्तर कोकण मधील ब्रह्मदेवाच्या मंदिराचा आणि तेथील पूजेचा अतिशय महत्त्वाचा पुराभिलेखीय पुरावा सापडतो. प्रस्तुत लेखाच्या बाराव्या ओळीमध्ये श्रीपुर याला श्रीनगर असेही म्हटले आहे. या गावाची स्थाननिश्चिती करताना मिराशी यांनी मानोरच्या परिसरात अशा तऱ्हेचे कोणतेही गाव नाही असा उल्लेख केला आहे. परंतु मानोरच्या पश्चिमेस सुमारे चौदा मैलांवर श्रीगाव नावाचे एक गाव आहे. इथे एका प्राचीन किल्ल्याचे अवशेष देखील आहेत. कदाचित हेच प्राचीन श्रीपुर असावे. गणपती ही शिलाहारांची इष्ट देवता होती. अनेक पुराभिलेखांमध्ये गणपतीला नमन केलेले आहे. ठाणे शहरात अनेकदा गणपतीच्या मूर्ती सापडल्या आहेत. परंतु आजवर पुराभिलेखांमध्ये कोणत्याही गणपतीच्या मंदिराचा किंवा गणपतीच्या मंदिराला दिलेल्या दानाचा उल्लेख सापडला नाही.

द्वितीय वज्जड आणि अरिकेसरी- दोन भावांची कारकीर्द

अपराजित याच्या सत्तेचा शेवट कसा झाला हे समजत नाही. त्याला दोन पुत्र होते, थोरला द्वितीय वज्जड आणि धाकटा अरिकेसरी. अपराजित याचा शेवटचा भादान ताम्रपट शक संवत ९१९-२४ जून ९९७ रोजी दिला होता. तर अरिकेसरी याच्या एकमेव अशा ठाणे ताम्रपटाची तारीख आहे शक संवत ९३९-६ नोव्हेंबर १०१७. यामुळे अपराजित याचा शेवटचा ताम्रपट आणि अरिकेसरी याचा ठाणे ताम्रपट यामधील वीस वर्षांच्या काळात ठाण्यात काय घडत होते हे निश्चित सांगता येत नाही. अपराजित याच्यानंतर त्याची दोन्ही मुले लागोपाठ सत्तेवर आली. पुन्हा एकदा द्वितीय वज्जड याच्या कारकीर्दीतील कोणताही कोरीव लेख किंवा माहिती उपलब्ध नाही. द्वितीय वज्जड याला तीन राजपुत्र होते, छित्तराज, नागार्जुन आणि मुम्मुणी. मात्र वज्जडानंतर त्याचा धाकटा भाऊ अरिकेसरी हा पुढचा शिलाहार राजा झालेला दिसतो. द्वितीय वज्जड याची तीनही मुले यावेळी लहान असावीत.

इसवी सन १७८७ मध्ये ठाण्याच्या किल्ल्यामध्ये उत्खनन करताना अरिकेसरी याच्या ताम्रपटाचा शोध लागला होता. यावेळी दोन ताम्रपटांचे संच सापडले होते. प्रस्तुत ताम्रपट त्यापैकी एक होता. जनरल कार्नाक याने यातील तीन पत्र्यांपैकी केवळ एकाच पत्र्याचा ठसा प्रसिद्ध केला होता. कालांतराने मिराशी यांनी अनुमानाने पूर्ण ताम्रपटाचे वाचन प्रसिद्ध केले. याकरिता त्यांना अपराजित याच्या तोवर प्रसिद्ध झालेल्या ताम्रपटांची मदत झाली. आधीच नमूद केल्याप्रमाणे अपराजित याच्यानंतर शिलाहारांच्या ताम्रपटांचे एक विशिष्ट स्वरूप ठरून गेले होते. सुरुवातीस इष्ट देवतांचे नमन ,त्यानंतर शिलाहार वंशातील राजांची स्तुती, दानांचे तपशील आणि शेवटी आशीर्वाद आणि शाप वचने होती. प्रत्येक नवीन राजा आपल्या आधीच्या राजाच्या स्तुतीपर वचनांची त्यात भर घालत असे. अरिकेसरी याने आपला पिता अपराजित याचे गौरवपर दहा श्लोक या ताम्रपटात दिले

आहेत. छित्तराज याच्या भांडुप आणि दिवेआगार ताम्रपटात अरिकेसरी याला केशीदेव असे म्हटले आहे बाकी सर्वत्र त्याचा उल्लेख अरिकेसरी असाच होतो.

राष्ट्रकूट सत्तेचा लोप झाल्याला आता एक काळ लोटल्यामुळे त्यांच्याबद्दल कुठलाही उल्लेख येत नाही आणि शिलाहार राजे कल्याणीच्या चालुक्यांचा उल्लेख देखील करत नाहीत. अपराजिताच्या धोरणानुसार या आणि यापुढील कोणत्याही ताम्रपटात छद्वैदेव याचा उल्लेख येत नाही. अत्यंत दानशूर या अर्थाने अरिकेसरी याला जगझम्पि असे म्हटले आहे. ही पदवी नंतरच्या काळात अत्यंत लोकप्रिय झाली. ही पदवी आपल्याला समकालीन कदंब राजांच्या ताम्रपटात देखील दिसून येते. मो ग दीक्षित यांनी द्वितीय गुहल्लदेव याच्या सावई वेरे ताम्रपटात याबाबत ऊहापोह केला आहे. अरिकेसरीसाठी महामंडलेश्वर हे बिरूद वापरले आहे. त्याला श्रीस्थानकपूरवासीन म्हणजे श्रीस्थानकामध्ये वास्तव्य करणारा असेही म्हटले आहे. श्रीस्थानक हीच ठाण्याच्या शिलाहारांची अखेरपर्यंत राजधानी राहिलेली दिसते.

शिलाहार राज्यावरील आक्रमणे

यापुढील काळात श्रीस्थानकाच्या शिलाहारांवर सतत आक्रमणे झाली. त्यांची वर्णने आक्रमक राजांच्या ताम्रपटामध्ये स्पष्टपणे दिसून येतात. त्यापैकी पहिले आक्रमण परमार राजा भोज याने केले होते. 'कोकणविजयपर्वणि' निमित्त त्याने इसवी सन १०२० मध्ये दोन ताम्रपत्र दिले होते. पैकी पहिल्याचे नाव बांसवाडा ताम्रपट तर दुसऱ्याचे नाव बेटमा ताम्रपट. पहिल्या ताम्रपटात 'कोकणविजयपर्वणि' असा उल्लेख आहे तर दुसऱ्या ताम्रपटात 'कोकणग्रहणविजयपर्वणि' असा उल्लेख आहे. या आक्रमणांद्वारे त्याने कोणत्या शिलाहार राजाचा पराभव केला याचा उल्लेख या दोन्ही ताम्रपटांत नाही. उपलब्ध कालगणनेनुसार विद्वानांनी हा राजा अरिकेसरी असावा असा अनुमान बांधला होता. परंतु नवीन पुराव्यांच्या निकषावर याचा पुनर्विचार होणे गरजेचे आहे. अरिकेसरी याचा एकमेव ठाणे ताम्रपट शक संवत ९३९-६ नोव्हेंबर १०१७ मधला आहे. तर जुन्या पुराव्यानुसार छित्तराज याचा पहिला भांडुप ताम्रपट शक संवत ९४८-२८ ऑक्टोबर १०२६ मधील आहे. परंतु आता छित्तराजाच्या नवीन कल्याण ताम्रपटाची तारीख शक संवत ९४१-१७ सप्टेंबर १०१९ अशी निश्चित करण्यात आली आहे. यामुळे छित्तराज याची कारकीर्द तब्बल सात वर्षांनी मागे जाते. राजा भोज कोकणवरील आपल्या विजयाचे वर्णन इसवी सन १०२० मध्ये दिलेल्या बेटमा आणि बासवाडा या दोन्ही ताम्रपटात करतो. याचाच अर्थ त्याचा विजय इसवी सन १०२० च्या आधी निश्चित झाला असणार आहे. द्वितीय वज्जड याची तीनही मुले लहान असल्यामुळे अरिकेसरी राजा झाल्याचे अनुमान आहे. अलीकडेच प्रसिद्ध झालेल्या कल्याण ताम्रपटात सर्वप्रथम एक वैशिष्ट्यपूर्ण श्लोक दिसून येतो. त्यात छित्तराज हा अल्पवयात राजा झाला असे नमूद करण्यात आलेले दिसते. 'जरी अगदी अल्पवयात त्याला राज्यकारभार हाती घ्यावा लागला असला तरीही छित्तराज याने आपल्या घराण्याचा वैभव भरभराटीस नेला' असे त्याचे वर्णन केलेले आहे. याचे कारण निश्चितच राजा भोज याचे आक्रमण होते. परिणामी यातच कुठेतरी अरिकेसरी याचा अकाली मृत्यू झाला असावा. याच कारणाने अल्पवयीन छित्तराज याला शिलाहारांचा राज्यकारभार हाती घ्यावा लागला. कारण अरिकेसरी याचा ठाणे ताम्रपट आणि छित्तराज याचा कल्याण ताम्रपट यात आता फक्त दोन वर्षाचे अंतर आहे. परमार भोज राजाला श्रीस्थानकावर आपले अधिपत्य फार काळ राखता आले नाही. कारण यापुढील निदान पंधरा वर्षे तरी छित्तराज याने सलग श्रीस्थानकाहून राज्य केले असे ताम्रपटांमधील पुराव्यानुसार दिसून येते. ही कारकीर्द निश्चित स्थिर असावी. कारण राजकीय स्थैर्य असल्याशिवाय अंबरनाथ येथील शिव मंदिरासारखा भव्य प्रकल्प योजणे आणि त्याला अर्थसहाय्य करणे अवघड होते.

कल्याणीच्या चालुक्यांचे शिलाहार विरोधी आक्रमक धोरण

आठव्या शतकाच्या उत्तरार्धात राष्ट्रकूट राजा प्रथम कृष्ण याने सणफुल्ल याची दक्षिण कोकण या प्रांतात प्रशासक म्हणून नेमणूक केली होती. रट्टराजाच्या खारेपाटण ताम्रपटात (इसवी सन १००८) याबाबत कृतज्ञता व्यक्त केली आहे. त्यांची राजधानी

कोणती होती हे निश्चित होत नाही. सुरुवातीस बहुधा गोव्यातील पारोडा नदीच्या किनाऱ्यावरील चंद्रपूर किंवा चांदोर हे शहर असावे. त्यानंतर धम्मियार या राजाने रत्नागिरी जिल्ह्यातील खारेपाटण अर्थात बलीपट्टण या शहराची तटबंदी विस्तारित करून नवीन राजधानीचे शहर स्थापन केले असावे. त्यांचे केवळ तीनच ताम्रपट उपलब्ध आहेत. त्यामुळे या ताम्रपटात दिलेल्या वंशावळीवरून या घराण्यातल्या राजांबद्दल काही अंदाज बांधता येतात. त्यातील शेवटचे दोन ताम्रपट या घराण्याचा शेवटचा राजा रट्ट याच्या कारकीर्दीतील आहेत. त्यातील शेवटच्या ताम्रपटाची तारीख इसवी सन १०१० अशी आहे. तोवर कल्याणीच्या चालुक्यांनी राष्ट्रकूट सत्तेचा अस्त घडवून आणला होता. या काळाच्या आसपास उत्तर कोकणामध्ये अपराजित, द्वितीय वज्जड आणि अरिकेसरी यांचे राज्य होते. या काळात कल्याणीच्या चालुक्यांनी राष्ट्रकुटांच्या महामंडलेश्वरांना आपल्या ताब्यात आणण्याचे प्रयत्न सुरू केले होते. अपराजिताने त्यांचे वर्चस्व कधीच आपल्या ताम्रपटात मान्य केले नाही. परंतु रट्टराजाला मात्र त्यांच्यापुढे नमावे लागले. त्याच्या शक संवत ९३०-२२ मे १००८ मधील खारेपाटण ताम्रपटात तो राष्ट्रकूटांच्या वंशावळी नंतर चालुक्य राजे तैलप आणि त्याचा मुलगा सत्याश्रय यांचा आवर्जून उल्लेख करतो. रट्टराजा याने देखील कल्याणीच्या चालुक्यांचा विरोध करण्याचा पुरेपूर प्रयत्न केला असावा. दरम्यान चालुक्यांवर चोलांनी केलेल्या सततच्या स्वाऱ्यांमुळे त्याला थोडा अवधी मिळाला.

इसवी सन १०२४ मधील कल्याणीचा चालुक्य राजा जगदेकमल्ल द्वितीय जयसिंह याच्या मिरज ताम्रपटात काही महत्त्वाचे उल्लेख आले आहेत. हे दानपत्र देतेवेळी तो कोल्लापूर (कोल्हापूर) येथे होता. या दानपत्रात त्याला 'सप्तकोकणचा अधिश्वर' असे म्हटले आहे. सप्तकोकण म्हणजे दक्षिण कोकणचा भाग असावा. चांदोरच्या रट्टराजा याचा खारेपाटण ताम्रपट शक संवत ९३२-२२ मे १००८ मध्ये दिलेला आहे. हा या राजघराण्याचा शेवटचा ताम्रपट होता. बहुधा द्वितीय जयसिंह याने दक्षिण कोकण मधील चांदोरच्या शिलाहारांचे राज्य लयाला नेले. पण याच काळातील शक संवत ९३९-६ नोव्हेंबर १०१७ मधील ठाणे ताम्रपटात अरिकेसरी सर्वप्रथम चौदाशे गावांनी युक्त अशा समग्र कोकणावर शासन करत असल्याचे लिहितो. अशा तऱ्हेचा उल्लेख श्रीस्थानकचे शिलाहार राजे प्रथमच करताना दिसतात. अपराजित मात्र स्वतःला फक्त कोकण वल्लभ म्हणतो. अरिकेसरी याने देखील दक्षिण कोकण ताब्यात घेण्याचा प्रयास केलेला दिसतो.

पुढे जयसिंहाने ठाण्यावर आक्रमण केले होते का हे मात्र समजत नाही. यानंतर दक्षिण कोकण मधील शिलाहार दिसून येत नाहीत. जयसिंह पुढे ठाण्यावर चाल करून आला का ते समजत नाही. श्रीस्थानकाच्या शिलाहारांनी मात्र चालुक्यांच्या आक्रमक धोरणास यशस्वी तोंड दिले आणि त्यांची सत्ता किमान इसवी सन १२६० पर्यंत अबाधित चालू राहिली.

छित्तराज, नागार्जुन आणि मुम्मुणी – तीन भावांची गौरवशाली कारकिर्द

अरिकेसरी याला पुत्र होता किंवा नाही याबाबत ठाणे ताम्रपटात काहीच माहिती येत नाही. त्याच्या कारकिर्दीतील एकच ताम्रपट मिळाल्याने त्याने किती काळ राज्य केले हे निश्चित सांगता येत नाही. मात्र त्याच्यानंतर त्याचा पुतण्या, द्वितीय वज्जड आणि पद्मलदेवी यांचा पुत्र छित्तराज हा पुढील शिलाहार राजा झाला. हे सत्तांतर सामंजस्याने झाले किंवा त्यात काही संघर्ष होता हेही सांगता येत नाही. परंतु छित्तराज याने आपल्या सर्व ताम्रपटांत अरिकेसरी या काकाचा योग्य मान देऊन उल्लेख केला आहे. त्यावरून सत्ता बदलाच्या वेळी फार संघर्षमय स्थिती नसावी असे वाटते. उलटपक्षी भोजाच्या आक्रमणात अरिकेसरी याचा मृत्यू झाला असावा याबाबत वर चर्चा केली आहेच. वा वि मिराशी New Light on the History of Shilaharas of North Konkan या Literary and Historical Studies in Indology या पुस्तकात लिहिलेल्या लेखात छित्तराज, नागार्जुन आणि मुम्मुणी ही अरिकेसरी याची मुले असल्याचे विधान करतात. परंतु तो त्यांचा चुलता होता.

पुराभिलेखीय पुराव्याच्या दृष्टीने पाहता या तीन भावांची कारकिर्द समृद्ध होती असे म्हणायला वाव आहे. छित्तराज याचे आता सात ताम्रपट प्रसिद्ध आहेत. संख्येच्या दृष्टीने पाहता सर्व शिलाहार राजांमध्ये सर्वाधिक उपलब्ध असे हे ताम्रपट आहेत. यापैकी कल्याण आणि पनवेल असे दोन ताम्रपट अलीकडेच प्रसिद्ध झालेले आहेत. त्याबद्दल पुढील प्रकरणांमध्ये अधिक

चर्चा होईलच. मोठ्या प्रमाणावर ताम्रपट उपलब्ध असून सुद्धा छित्तराज याच्या पत्नी किंवा मुलांविषयी कुठल्याही ताम्रपटामध्ये उल्लेख नाही.

भाषेच्या दृष्टीने उहापोह करता छित्तराज याच्या काळापासून शिलाहार ताम्रपटांवरील कानडी प्रभाव प्रामुख्याने कमी होत गेलेला दिसतो. त्याऐवजी संस्कृत भाषेचे प्रभुत्व आपल्याला दिसते या तीन भावांच्या ताम्रपटांचा एक सामायिक लेखक होता. त्याचे नाव जोउपैय असे होते. संस्कृत भाषेवर या कविचे प्रभुत्व होते असे दिसून येते. त्याच्या घरात काव्यरचनेची परंपरा होती. कारण प्रत्येक ताम्रपटात तो आपली ओळख महाकवी नागलैय याचा पुतण्या अशी करून देतो. त्याच्या वडिलांचे नाव तो कुठेही देत नाही. कवी असल्याकारणाने कदाचित त्या काळातील सुप्रसिद्ध नागलैय याच्याशी ओळख जुळवणे त्याला अधिक सयुक्तिक वाटले असावे.

श्रीस्थानकाच्या शिलाहार राजांनी संस्कृत विद्या आणि साहित्य यांना उत्तम प्रोत्साहन दिले होते. या तीनही भावांनी गुजरातहून आलेल्या सोड्ढल या कवीला राजाश्रय दिला होता. त्याचा जन्म सौराष्ट्रातील वलभीच्या कायस्थ कुटुंबात झाला होता. सोड्ढल याने रचलेल्या उदयसुंदरीकथा या काव्याचे हस्तलिखित कृष्णमाचार्य यांना बडोदा संस्थान मधील पाटण येथे सापडले होते. या ग्रंथात तो आपल्या पूर्वजांची आणि कायस्थ जातीच्या उत्पत्ती विषयी बरीच माहिती देतो. त्याचे घराणे दक्षिण गुजरात मधील लाट प्रदेशात होते. सूर आणि पंपावती ही त्याच्या मात्यापित्यांची नावे होती. लहानपणीस पित्याचा मृत्यू झाल्याने गंगाधर या लाट देशाच्या राजपुत्राने त्याचे पालनपोषण केले. पुढे गुरु चंद्रांच्या मार्गदर्शनाखाली आणि राजपुत्र सिंहराज याच्याबरोबर सोड्ढल याचे शिक्षण झाले. पुढे लाट देशातील अस्थिर राजकीय परिस्थितीमुळे सोड्ढल श्रीस्थानक येथे आला. येथे त्याला छित्तराजाने राजाश्रय दिला.

एकदा सोड्ढल याने प्रदीप हा शब्द अंतर्भूत असलेला एक सुंदर श्लोक रचला. त्यावर खुश होऊन छित्तराजाने त्याला कवी प्रदीप अशी पदवी दिली. छित्तराज, नागार्जुन आणि मुम्मुणी या तिघांनीही त्याचा राजाश्रय कायम ठेवला. एकदा लाट देशाचा राजा वत्सराज याच्या दरबारास त्याने भेट दिली. यावेळी राजाच्या दरबारात एका व्यापाऱ्याने त्याला मोती सादर केले. त्यावर राजाने 'जर त्याचा हार बनला नाही तर वेगवेगळ्या मोत्यांचा काय उपयोग' अशी आर्या रचली. हा एक प्रकारे सोड्ढलला संदेशच होता. यावरून प्रेरित होऊन त्याने पुढे उदयसुंदरीकथा हे काव्य लिहिले.

पाटपल्ली येथील छित्तराजाचे श्रीअम्वरनाथ देवकुल

तरुण वयात राज्यकारभार हाती घेऊन आणि शेजारच्या विविध राजांच्या हल्ल्यांचा सामना करूनही, छित्तराजा केवळ टिकला नाही तर त्याने शिलाहार राज्य स्थिर केले. ठाणे जिल्ह्यातील अंबरनाथ (पाटपल्ली) येथे भव्य भूमिज शैलीतील शिवमंदिराच्या (श्रीअम्वरनाथ देवकुल) बांधकामाला सुरुवात केली. दुर्दैवाने, ते पूर्ण स्वरूपात पाहण्यासाठी तो हयात नव्हता. हे काम त्याचा धाकटा भाऊ मुम्मुणी याच्या कारकिर्दीत पूर्ण झाले. मंदिरातील तुळई वरील एक शिलालेखात 'महामंडलेश्वर श्रीमछि(छि)त्तराज देवस्य भव(न) स (सं)पादितम्' (शक संवत ९८२ – इसवी सन १०६०) असा उल्लेख आहे. आज हा लेख दिसू शकत नाही. हा शिलालेख बॉम्बे स्कूल ऑफ आर्ट च्या जी. डब्ल्यू. टेरी यांनी शोधला होता. त्याने शिलालेखाचे उत्कृष्ट प्लास्टर ऑफ पॅरिस कास्ट घेतले. नंतर ते छत्रपती शिवाजी महाराज वस्तुसंग्रहालय, मुंबई येथे जमा केले गेले. हा शिलालेख प्रथम भाऊ दाजी लाड यांनी इसवी सन १८६७ मध्ये यथादृष्ट प्रतिसह संपादित केला.

छित्तराजानंतर त्याचा भाऊ नागार्जुन हा पुढचा शिलाहार झाला. नागार्जुन याचा ठाण्यातील पाचपाखाडी येथील बहुधा कचराळी तलावाच्या परिसरात सापडलेला हा एकच ताम्रपट उपलब्ध आहे. पाचपाखाडी हा आधुनिक ठाण्यातील एक समृद्ध रहिवासी भाग समजला जातो. गमतीचा भाग असा की मिराशींनी पन्नास वर्षांपूर्वी पाचपाखाडीचा उल्लेख 'ठाणे शहराबाहेरचे ठिकाण' असा केला आहे. यावरून शिलाहारांच्या काळातील ठाणे किती मोठे असावे याचा अंदाज करता येईल. नागार्जुनासाठी

कोदंडसहस्त्रार्जुन हे एक विशेष बिरूद वापरलेले आहे. प्रथम अनंतदेव हा नागार्जुन याचा मुलगा होता. याच्या दानपत्रात त्याच्या आईचे आणि नागार्जुन याच्या पत्नीचे नाव लीलादेवी असल्याचा उल्लेख आहे.

नागार्जुन याच्या कारकिर्दीत चालुक्य राजा प्रथम सोमेश्वर याने ठाण्यावर अनेक सामंतांच्या मदतीने आक्रमण केले. रित्ती आणि शेळके यांच्या मते तडखेल शिलालेखात (इसवी सन १०४७) ठाण्यावरील आक्रमणाचा सर्वात पहिला उल्लेख सापडतो. त्यात नागवर्मा या वाजी घराण्यातील सरदारासाठी 'मारसिंघ-मदमर्दन' अशी पदवी आहे. सोमेश्वराने ठाण्यावर आक्रमणासाठी नागवर्मा या सरदाराची नियुक्ती केली असावी. रित्ती आणि शेळके म्हणतात 'मारसिंघ' हा कोकणचा राजा होता. सोमेश्वराने इसवी सन १०४७ पूर्वी ठाण्यावर आक्रमण करणाऱ्या धारच्या परमार राजा भोज याचा देखील पराभव केला होता. भोज राजाला आपली राजधानी धार सोडून जावे लागले अशा तऱ्हेचा उल्लेख बिल्हण याच्या विक्रमांकदेवचरित्र यामध्ये आहे. यानंतरही सोमेश्वराच्या काही शिलालेखात कोकण विजयाबाबत उल्लेख सापडतात. इसवी सन १०२८ मधील नागई शिलालेखात प्रथम सोमेश्वर याचा सरदार कालिदास याचा पुत्र मधुसूदन याने ठाण्याचे आक्रमण यशस्वी केल्याचा उल्लेख आहे. या आक्रमणात नागार्जुनाचा टिकाव लागलेला दिसत नाही आणि त्याची अल्पकालीन कारकिर्द संपुष्टात येते.

नागार्जुन आणि मुम्मुणी यांच्या ठाणे ताम्रपटांमध्ये शक संवत ९६१-२७ ऑगस्ट १०३९ ते ९७०-२० फेब्रुवारी १०४९ असा सहा वर्षांचा काळ जातो. निश्चितच हाच काळ शिलाहारांसाठी संघर्षाचा काळ होता. यानंतर या त्रिकुटामधील शेवटचा भाऊ मुम्मुणी राजा झालेला दिसतो. याच्या पट्टमहाराज्ञीचे नाव पद्मै होते. श्रीस्थानकाच्या शिलाहारांच्या कारकिर्दीतील सर्वात विस्तृत दानपत्र हे राजा मुम्मुणी याने आपल्या पत्नीच्या कल्याणाकरिता दिले होते.

याच्या कारकिर्दीतील सर्वात महत्त्वाचा उल्लेख म्हणजे इसवी सन १०६१ मधील अंबरनाथ येथील शिवमंदिरांमधील कोरीव लेख. या कोरीव लेखावरून मुम्मुणीने आपला वडील बंधू छित्तराज याने योजलेले शिवमंदिराचे काम पूर्ण केल्याचे समजते. छित्तराज याने मंदिर बांधणीचा पाया कधी घातला हे समजण्यास वाव नाही. नागार्जुनाची कारकिर्द अल्पकालीन आणि धामधुमीची असल्यामुळे मुम्मुणीनेच हे काम पूर्णत्वास नेले. छित्तराजाच्या स्वतःच्या उपलब्ध ताम्रपटात कुठेही या मंदिर बांधणीचा उल्लेख नाही.

मुम्मुणीने कदंबांशी वैवाहिक संबंध जोडून सामंजस्याचे धोरण अंगीकारल्याचे दिसून येते. या राजकीय परिस्थितीचा फायदा ठाण्याच्या उत्तरेकडील संजाणच्या सामंत राजांनी घेतलेला दिसून येतो. चिंचणी ताम्रपटात (शक संवत ९५६-१५ सप्टेंबर १०३४) विज्जल आता तगरपुरपरमेश्वर आणि शरणागत वज्रपंजर अशी शिलाहारांची शाही बिरुदे मिरवू लागलेला दिसून येतो. मात्र मुम्मुणीने यांचा समाचार घेतला. शक संवत ९७५ नंतर या सामंतांचे अस्तित्व दिसून येत नाही.

शिलाहार-कदंब संबंध

श्रीस्थानकाच्या शिलाहारांना आता चालुक्यांचे मांडलिक असलेल्या गोव्याचे कदंब यांच्याशी संघर्ष करावा लागला. चालुक्य घराण्यातील आहवमल्ल द्वितीय तैलप या राजाने कल्याणी चालुक्य घराण्याची येथे स्थापना केली. मात्र त्यानंतर त्याला सतत चोल राजांच्या आक्रमणाला तोंड द्यावे लागले. याच काळात कदंब हे एक महत्त्वाची सत्ता बनले होतेच. राष्ट्रकूटांची सत्ता उलथविण्यात त्यांची मोलाची मदत होती. बदल्यात चालुक्यांनी गोव्याच्या कदंबांना मांडलिकत्व बहाल केले. अनेकदा कदंब राजांच्या ताम्रपटात त्यांच्या पूर्वजांची माहिती मिळते त्यावरून गतकाळातल्या काही घटनांचा संदर्भ लावता येतो.

द्वितीय षष्ठदेव आणि शिलाहार संबंध

द्वितीय षष्ठदेव आणि श्रीस्थानकाचे शिलाहार यांच्यामधील राजनैतिक आणि वैवाहिक संबंध समजून घेण्याकरता गणदेवी, सावई वेरे आणि नरेंद्र अशा कोरीव लेखांची महत्त्वाची मदत होते. पैकी गणदेवी हा एकच शिलालेख द्वितीय षष्ठदेव याच्या

स्वतःच्या कारकिर्दीतला आहे. युवराज द्वितीय गुहल्ल आणि प्रथम जयकेशी हे त्याचे पुत्र होते. यापैकी द्वितीय गुहल्लदेव राजा झाला नाही. सावई वेरे हा ताम्रपट त्याचा राजपुत्र द्वितीय गुहल्लदेव याने दिलेला आहे. नरेंद्र हा ताम्रपट पुढील काळातील त्याचा वंशज द्वितीय जयकेशी या त्याच्या उत्तराधिकाऱ्याने दिलेला आहे. द्वितीय षष्ठदेव कल्याणीचा चालुक्य राजा द्वितीय जयासिंह याचा मांडलिक होता.

वि त्र्यं गुणे यांच्या मतानुसार द्वितीय षष्ठदेव याची कारकिर्द प्रदीर्घ होती. (सु. इसवी सन १००८ – १०४२) जर हे मत ग्राह्य धरले तर त्या काळात ठाण्यामध्ये छित्तराज, नागार्जुन आणि मुम्मुणी यांची कारकिर्द होती. द्वितीय षष्ठदेव आणि त्याचा पुत्र प्रथम जयकेशी यांच्या काळात 'कवडीद्वीपावरील' ताब्यासाठी सतत संघर्ष झालेला दिसून येतो. या राजांच्या विविध कोरीव लेखांमध्ये कवडीद्वीपाचा सतत उल्लेख येतो. मात्र कोणत्याही शिलाहार राजाचा सुस्पष्ट उल्लेख दिसून येत नाही. फक्त 'ठाणियाचा राजा' (ठाणे प्रदेशाचा राजा) असा काही वेळा उल्लेख आहे.

मिराशी यांच्या 'छित्तराज याच्या कारकिर्दीच्या आरंभी गोव्याचा कदंब नृपती द्वितीय षष्ठदेव याने उत्तर कोकणवर आक्रमण केले' या विधानाची पुष्टी करता येत नाही. त्याच्या कारकिर्दीची सुरुवातच भोजराजाच्या आक्रमणामुळे झालेला अरिकेसरी याचा मृत्यू यामुळे झाली असणार याची चर्चा या आधीच केली आहे. द्वितीय षष्ठदेव याचा उपलब्ध गणदेवी शिलालेखाचा काळ शक संवत ९६४ असा सुस्पष्ट आहे. या काळापर्यंत निश्चितच छित्तराजाची कारकिर्द संपली होती. कारण नागार्जुन याच्या ठाणे ताम्रपटाचा काळ शक संवत ९६१-२७ ऑगस्ट १०३९ आहे.

सावई वेरे हा शक संवत ९६० (इसवी सन १०३८) मधील द्वितीय गुहल्लदेव याचा ताम्रपट आहे. याच ताम्रपटाचा उल्लेख जॉर्ज मोराइस यांनी कदंबकुल या आपल्या पुस्तकात मार्सेला ताम्रपट असा केला आहे. मार्सेला गावाशी काही संबंध नसल्याकारणाने आणि दान दिलेल्या गावाचे नाव सावई वेरे असल्याने मो ग दीक्षित यांनी या ताम्रपटाचे नामकरण सावई वेरे असे केले आहे. जॉर्ज मोराइस यांच्या मते द्वितीय षष्ठदेव हा द्वितीय गुहल्लदेव याचा पुत्र होता. मात्र मो ग दीक्षित यांनी सावई वेरे या ताम्रपटात निदर्शनास आणल्याप्रमाणे द्वितीय गुहल्लदेव हा द्वितीय षष्ठदेव याचा पुत्र होता असे विधान केले आहे ते योग्य नाही.

द्वितीय गुहल्लदेव याचा उल्लेख द्वितीय षष्ठदेव याचा उत्तराधिकारी म्हणून कुठेच येत नाही. द्वितीय षष्ठदेवानंतर त्याचा मुलगा प्रथम जयकेशी हा राजा झाला होता. सावई वेरे ताम्रपटातही द्वितीय षष्ठदेव याचे राजकीय स्थान निश्चित होत नाही. तो फक्त 'राजेव आज्ञा बहुमान पात्रः' इतकेच लिहितो. सावई वेरे या ताम्रपटात आपल्या पित्याची स्तुती करताना द्वितीय गुहल्लदेव म्हणतो, 'तो (द्वितीय षष्ठदेव) अतिशय धार्मिक वृत्तीचा होता आणि त्याने अनेक तीर्थक्षेत्रांना भेटी दिल्या. कोल्हापूरच्या महालक्ष्मीची आराधना केली. गोकर्ण क्षेत्रातील देवतेचे दर्शन घेतले. तो सोमेश्वराच्या दर्शनालाही गेला. स्थानक येथेही त्यांनी बरीचशी संपत्ती दान करून टाकली.' कदाचित नरेंद्र ताम्रपटात वर्णिल्याप्रमाणे शिलाहार राजकन्येशी झालेल्या विवाहप्रसंगी कदाचित काही दानधर्म झाला असावा. द्वितीय गुहल्लदेव आपल्या सावई वेरे ताम्रपटात आपल्या पित्याच्या आयुष्यातील या घटनांचे उल्लेख करत नाही.

स्वतः द्वितीय षष्ठदेव याचा सौराष्ट्र पर्यंतच्या त्याच्या प्रवासाला पुष्टी देणारा शक संवत ९६४ (इसवी सन १०४२) मधील एक शिलालेख आहे. इसवी सन १९३८ मध्ये हा लेख नवसारी जिल्ह्यातील गणदेवी येथे राम मंदिराच्या आवारात हिरानंद शास्त्री यांना सापडला होता. हा शिलालेख आता बडोद्याच्या वस्तुसंग्रहालयामध्ये संग्रहित आहे. ठाण्यात या काळात नागार्जुन किंवा मुम्मुणी हा राजा असावा. सौराष्ट्रामध्ये कदंब यांचा शिलालेख मिळणं हीच एक वैशिष्ट्यपूर्ण गोष्ट आहे. कदाचित ही शिळा द्वितीय षष्ठदेव याने बांधलेल्या एखाद्या मंडपिकेच्या आवारातील असावी. कालांतराने पडझड झाल्यावर ती शिळा या राम मंदिराच्या परिसरात आणली गेली. सोळाव्या श्लोकात सौराष्ट्र, अंग, कलिंग, मालव, सिंहल, पारसिक, कनकद्वीप (कवडीद्वीप) आंध्र, विंध्य आणि कांची येथील राजांचा पराभव करून तो प्रभासपट्टण येथे आला आणि त्याने स्वतःची सुवर्ण तुला करून घेतली असा उल्लेख आहे. सावई वेरे ताम्रपटातील त्याच्या वर्णनाला पुष्टी करणारेच हे उल्लेख आहेत. वरील प्रादेशिक उल्लेखांपैकी

पारसिक हा उल्लेख महत्त्वाचा ठरतो. गुणे यांच्या म्हणण्यानुसार आजही मध्य रेल्वे मार्गावर कळव्याजवळ पारसिक टेकड्या आहेत. तेथील बोगद्यातून रेल्वे पार पडते. कनकद्वीप अर्थात कवडीद्वीप हे प्राचीन काळात उत्तर कोकणचे नाव होते.

नरेंद्र ताम्रपट (इसवी सन ११३५) हा कदंब राजा द्वितीय जयकेशी याच्या काळातील होता. जयकेशी हा चालुक्य राजा सहावा विक्रमादित्य याचा मांडलिक होता. महत्त्वाकांक्षी अशा या राजाचा विवाह त्याचा चालुक्य सम्राट सहावा विक्रमादित्य याची राजकन्या मैलालदेवी हिच्याशी झाला होता. त्याच्या कनकुर शिलालेखात (इसवी सन ११०४) त्याचा उल्लेख कोकणाधिपती असा आहे. इसवी सन १११९ मधील एका शिलालेखात त्याला कोकण चक्रवर्ती म्हटले आहे. तर नरेंद्र (शंकरलिंग लेख इसवी सन ११२३-११२६) लेखात त्याने कोकण ९०० वर राज्य केल्याचे वर्णन आहे. या सर्व नोंदणी वरून स्पष्ट होते की कदंब-शिलाहार संघर्षाच्या काळात कोकणचे भविष्य कधी या पारड्यात कधी त्या पारड्यात जाताना दिसते. कायमस्वरूपी मात्र दोघांनाही कोकण आपल्या ताब्यात ठेवता आले नाही. शिलाहारांच्या बाजूने विचार करता नागार्जुन किंवा मुम्मुणी या दोन राजांमधील काळात अनेकदा बरीच वर्षे कोणताच कोरीव लेख उपलब्ध होत नाही. हे संघर्ष या काळात घडले असण्याची शक्यता नाकारता येत नाही. मात्र दोन्ही सत्ता आपापल्या ठिकाणी स्थिर राहिल्या.

द्वितीय षष्ठदेव या आपल्या पूर्वजाचे वर्णन करताना जयकेशी लिहितो की त्याने कवडीद्वीप ताब्यात घेतले होते. हा उत्तर कोकणचा भाग होता. त्याच्या जहाजांची रांग लंकेपर्यंत (गोव्यापर्यंत) निर्माण झाली होती. त्याने गोवे ते सुराष्ट्र असा सागरी प्रवास केला होता. श्रीस्थानकाच्या आसपास आल्यावर मुम्मुणी स्वतः त्याच्या स्वागतास गेला. शाही इतमामात त्याला राजवाड्यात आणले. त्याचा विवाह श्रीस्थानकाच्या मुम्मुरी याच्या राजकन्येशी झाला होता. याप्रसंगी याला पाच लाख सुवर्ण मुद्रांचा शाही हुंडा देखील मिळाला होता. द्वितीय षष्ठदेव हा छित्तराज, नागार्जुन आणि मुम्मुणी यांचा समकालीन होता. या राजकन्येचे नाव नरेंद्र ताम्रपटात दिलेले नाही. मात्र मुम्मुरी हा मुम्मुणी राजा असावा असे स्पष्ट दिसते.

द्वितीय जयकेशी याच्या कुलेनुर ताम्रपटात (यात त्याला जयसिंह असे म्हटले आहे) कदंब आणि शिलाहारांचा आणखी एक वैवाहिक संबंध दिसून येतो. कुंदराजा हा जयसिंह याचा चुलत भाऊ होता. तो वनवासी १२००० आणि पाय्वेनाडू प्रांतावर राज्य करीत होता. कुंदल देवी किंवा कुंदब्बरसी ही कुंदराजा याची पट्टराणी होती. ती बाची किंवा बचय्या याची मुलगी होती. तिचे वर्णन 'ठाणीच्या राजघराण्यातील मुकुटमणी' असे केले आहे. कुंदलदेवी ही श्रीस्थानकच्या शिलाहार घराण्यातील एक राजकन्या असावी. कुंदराजाच्या परिवारात तिचा दबदबा स्पष्ट दिसून येतो. प्रस्तुत लेखात तिचा उल्लेख 'प्रतिस्पर्धी सवतींच्या पाठीवरील आसूड'आणि 'जी सवतींना भक्ष्य करून टाकते' असा आला आहे. पुढे तिच्या सूचनेवरून शैव आचार्य शंकरसी याच्यामार्फत काही जमिनीची दाने दिली गेली आहेत. उपलब्ध शिलाहार ताम्रपटांमधून बचय्या याचा कुठेही उल्लेख मिळत नाही. परंतु तो राजघराण्याशी निगडित असावा. एक गोष्ट आवर्जून नमूद करावीशी वाटते की हे सर्व संदर्भ कदंब यांच्या पुढील पिढीतील राजांच्या ताम्रपटातील आहेत.

मोराइस अनेकदा छित्तराज आणि मुम्मुणी हे कदंब यांचे मांडलिक असल्याचा उल्लेख करतात. मात्र या राज्यांच्या कोणत्याही ताम्रपटात अशा तऱ्हेच्या मांडलिकत्वाचा उल्लेख अजिबात सापडत नाही. मुम्मुणी तर स्वतःचा उल्लेख पश्चिमसमुद्राधिपती असा करतो.

राजमाता पद्मलदेवी

श्रीस्थानकच्या शिलाहारांच्या ताम्रपत्रांत फार कमी वेळा स्त्रियांचा उल्लेख येतो. परंतु राज्यकारभारामध्ये त्यांचा सक्रिय सहभाग होता हे समजण्यास आपल्याकडे काही ताम्रपटांचा पुरावा आहे. यातील सर्वात महत्त्वाची राणी होती द्वितीय वज्जड याची पत्नी आणि छित्तराज, नागार्जुन आणि मुम्मुणी या तीन मुलांची माता पद्मलदेवी. पतीच्या मृत्यूच्या पश्चात तिचा राज्यकारभारात सक्रिय सहभाग होता हे छित्तराजाच्या काळातील भोईघर ताम्रपट (शक संवत ९४६-३ सप्टेंबर १०२४) आणि मुम्मुणी याच्या काळातील

दिवेआगार ताम्रपट (शक संवत ९७५-२२ जुलै १०५३) यावरून स्पष्ट दिसून येते. या दोन्ही ताम्रपटांमध्ये एकोणतीस वर्षांचे वर्षांचे अंतर आहे. म्हणजेच एक प्रदीर्घ काळ राणी पद्मलदेवी श्रीस्थानकाच्या शिलाहारांच्या राजकारणामध्ये सक्रिय होती. राणीचा उल्लेख अत्यंत आदराने 'समस्तअभ्युदयभागिनी' असा केला आहे.

हे दोन्ही ताम्रपट व्यवस्थापत्र या वर्गात मोडतात. भोईघर ताम्रपट रायगड जिल्ह्यातील मुरुड तालुक्यातील भोईघर येथे नातू यांच्या वाडीमध्ये सापडले होते. हा प्रदेश तत्कालीन सिद्दीच्या जंजिरा संस्थानाचा भाग असल्याने हे ताम्रपट त्यांच्या अधिकाऱ्यांकडे सोपवले गेले. यानंतर या ताम्रपटांचा काहीही ठावठिकाणा लागत नाही. तोवर सुदैवाने नातू यांनी ताम्रपटावरील मजकूर पाठ करून ठेवला होता. या व्यवस्थापत्राचा उद्देश पाणाड (पोयनाड) विषयातील करदांड आणि कोलपल्लिका गावातील फळबागांचे व्यवस्थापन आणि करव्यवस्था निर्धारित करणे हा होता. या फळबागा चिपळूण येथून आलेल्या मूळच्या कराडच्या ब्राह्मणांच्या होत्या. प्राचीन काळात विद्वान ब्राह्मणांना वेगवेगळ्या राजवंशातील राजे आपल्या प्रदेशात बोलवून जमिनीची दाने देऊन स्थायिक करत असत. हे ब्राह्मण मुळचे कराड येथील असणार. त्यानंतर ते चिपळूण येथे स्थायिक झाले होते. तेथे त्यांना काही अग्रहार दान करण्यात आले होते का किंवा कोणत्या राज्याने ते दान दिले असावे याचा काही उल्लेख प्रस्तुत ताम्रपटात नाही. तेथून शिलाहार राजांनी त्यांना कोकणात आमंत्रित केले असणार. मूळ दानपत्राचा मात्र यात उल्लेख नाही. राष्ट्रकूट, चालुक्य आणि शिलाहार अशा विविध राजांनी कराड येथे वास्तव्यास असणाऱ्या विद्वान ब्राह्मणांना आपापल्या राज्यांमध्ये जमिनीची दानपत्रे देऊन आमंत्रित केले होते. याबद्दल पुढे सविस्तर चर्चा होईलच.

भोईघर व्यवस्थापत्रानुसार वर उल्लेखित फळबागेतील शंभर सुपारीच्या झाडांवर चार द्रम कर आकारण्यात आला (पूगीवृक्षत द्रम् चतुष्यम्). या सुपाऱ्यांवरील कर मोजताना पन्नास पिकलेल्या सुपारी झाडांचा एक एकक म्हणून विचार केला जाणार होता. नारळ (नारिकेल), फणस (पनस) आणि चंपक (चाफा)ची झाडे, मग ती फळबागेतील असोत किंवा गावाबाहेरील जंगलात, करमुक्त मानली जावीत. गावाच्या आत किंवा बाहेर असलेल्या महुआ (सुरामंड) झाडांची मालकी सरकारकडे होती. दानपत्र देताना शिलाहार राजांनी दान दिलेल्या जागेमधील अधिक महसूल देणाऱ्या वस्तू किंवा उद्योग यांची मालकी आपल्याकडेच ठेवली होती. उदाहरणार्थ मिठागरे आणि मोहाची झाडे.

दिवेआगार हा एकच पत्रा असलेला ताम्रपट आहे. यात वोरिटली, कलैजा आणि कटिला या अग्रहारांच्या शासन व्यवस्थेची नोंद आहे. राणी पद्मलदेवीने पूर्वी या गावांच्या घालून दिलेल्या शासन व्यवस्थेची मुम्मुणीने केलेली ही अधिकृत शासकीय नोंद होती. राजघराण्यातील सदस्यांना राणी आणि राजपुत्रांसह सामंत, नायक आणि ठाकुरांना दीपकागार गावाच्या तीन वस्त्यांसह हक्क सांगण्यास मनाई होती. ब्राह्मणांना प्रचलित दरांनुसार वार्षिक महसूल देणे अपेक्षित होते. विविध गुन्ह्यांसाठी दंड आकारण्याची जबाबदारी सोळा सदस्यांची एक सभा (स्मारिका) यावर होती. दीपकागाराच्या रहिवाशांना कोणताही उपकर (देणक) भरण्यापासून किंवा दीपकागाराला (पडणक) भेट देणाऱ्या शाही सेवकांच्या निवासाची व्यवस्था करण्यापासून सूट देण्यात आली होती. वर नमूद केलेल्या तीन वाड्यांमधील रहिवाशांना ही सूट मिळाली नाही. या वस्तीचे पालन करणाऱ्या ब्राह्मणांना राजा तर्फे संरक्षण देण्यात आले.

अलीकडेच प्रसिद्ध झालेल्या कल्याण ताम्रपटात सर्वप्रथम छित्तराज हा अल्पवयात राजा झाला असे नमूद करण्यात आलेले दिसते. भोजराजचे आक्रमणात त्याचा काका आणि तत्कालीन राजा अरिकेसरी याचा अकाली मृत्यू हे याचे कारण असावे. याच कारणामुळे कदाचित राणी पद्मलदेवी हिला आपल्या अल्पवयीन मुलाला राज्यकारभाराची जाण येईपर्यंत राज्यकारभारात लक्ष द्यावे लागले होते. पुढे छित्तराज समर्थ झाल्यावर सुद्धा प्रशासनात तिचा सक्रिय सहभाग सुरू होता हे मुम्मुणी याच्या प्रस्तुत शासन पत्रावरून अगदी स्पष्ट दिसते. या दोन्ही व्यवस्थापत्रांच्या तपशीलांतून अग्रहार प्रशासन आणि करप्रणालीबद्दलची तिची सखोल समज स्पष्ट होते. हे व्यवस्थापत्र देतेवेळी बहुधा राणी पद्मलदेवी हयात नसावी. यापूर्वीही प्राचीन महाराष्ट्रात अल्पवयीन मुलासाठी राज्यकारभार करणाऱ्या आणि त्यानंतरही राजकारणात दक्ष असणाऱ्या सातवाहन राणी गौतमी बालाश्री तसेच वाकाटक राणी प्रभावती गुप्त यांची ठळक उदाहरणे आहेत.

प्रथम अनंतदेव आणि दायादवैरीव्यसन

ताम्रपट हे गतइतिहास समजून घेण्याचे एक अस्सल साधन आहे. ही बाब तर सत्यच आहे. परंतु प्रत्येक वेळेस आपल्याकडे मुबलक पुरावे उपलब्ध असतीलच असे नाही. त्यामुळे दोन ताम्रपटांच्या मधील प्रदीर्घ काळात काय घडत होते हे अनेकदा समजण्यास काहीच मार्ग राहत नाही. मुम्मुणी याचा अंबरनाथ शिव मंदिरातील शेवटचा लेख शक संवत ९८२-२७ जुलै १०६१ मधील आहे. या लेखात अंबरनाथ येथील वडील भावाने योजलेले मंदिराचे कार्य पूर्ण झाल्याची नोंद आहे. यात त्याचा उल्लेख माम्वणिराजा असा आहे. यानंतर पुढचा शिलालेख थेट शक संवत १००३ मधील आहे. हा लेख पुढील शिलाहार राजा प्रथम अनंतदेव याचा आहे. प्रथम अनंतदेव हा नागार्जुन याचा पुत्र आणि मुम्मुणी याचा पुतण्या होता. या दोन लेखांमध्ये तब्बल एकवीस वर्षांचे अंतर आहे. या काळात काही महत्त्वाच्या राजकीय घडामोडी निश्चितच घडून गेल्या असणार, ज्याच्याबद्दल आता केवळ अंदाज बांधता येईल.

पुन्हा एकदा काकाकडून पुतण्याकडे सत्ता बदल झालेला दिसून येतो. याचे कारण आणि त्या दरम्यानच्या घटना काय घडल्या असाव्यात हे समजण्यास मार्ग नाही. मुम्मुणीच्या पत्नीचा उल्लेख ताम्रपटात असला तरी त्याच्या मुलांबद्दल आपल्याला माहिती नाही. प्रथम अनंतदेव याच्या खारेपाटण (शक संवत १०१६-९ जानेवारी १०९५) ताम्रपटात मात्र एक महत्त्वाचा उल्लेख दिसून येतो ज्यावरून नागार्जुनाचा पुत्र आणि कदाचित मुम्मुणीची मुले अथवा मुलगा यांच्यात सत्तेसाठी निश्चित संघर्ष झाला होता असे समजते. मुम्मुणी आणि अनंतदेव यांच्या उपलब्ध लेखांमध्ये तब्बल एकवीस वर्षांचे अंतर आहे. या दोन दशकातील श्रीस्थानकाच्या इतिहासावर प्रकाश टाकता येत नाही. छित्तराज संबंधी उल्लेख करताना 'सावई वेरे ताम्रपट' या लेखात मोरेश्वर दीक्षित म्हणतात की तो दायादवैरीव्यसनामध्ये अर्थात भाऊबंदकीच्या तंट्यामध्ये गुंतलेला होता. हा उल्लेख योग्य नाही. प्रथम अनंतदेव या नागार्जुन याच्या पुत्राच्या ताम्रपटात सर्वप्रथम आपल्याला दायादवैरीव्यसन याचा उल्लेख येतो.

स्वतः नागार्जुनाची कारकिर्द अत्यल्प होती. त्या काळात श्रीस्थानकाच्या शिलाहारांवर कदंब यांच्या आक्रमणाचे सावट होते. एखाद्या युद्धातच त्याचा अकाली मृत्यू झाला असावा. त्यानंतर मुम्मुणीने कदंबांशी वैवाहिक संबंध प्रस्थापित केलेले दिसतात. राजकीय स्थैर्य मिळवण्याचा हा एक मार्ग होता. त्यामुळे त्याची कारकिर्द पुढे निदान वीस वर्षे तरी अव्याहतपणे सुरू होती. त्याने दक्षिण कोकणवर आपला ताबा प्रस्थापित केल्याचे 'नि:शंकलंकेश्वर' या त्याच्या दिवेआगर ताम्रपटातील पदवी वरून स्पष्ट कळते. दक्षिण कोकण प्रथम अनंतदेवाच्या काळापर्यंत श्रीस्थानकाच्या शिलाहारांच्या ताब्यात होते हे पुढील उल्लेखावरून स्पष्ट होईल. कदंब यांची वारंवार होणारी आक्रमणे आणि राजकीय दबाव मुम्मुणीने आपल्या कारकिर्दीच्या अखेरीपर्यंत आटोक्यात आणलेला स्पष्टपणे दिसून येतो. यानंतरच्या काळात श्रीस्थानकाच्या शिलाहारांवर कदंबयांचे आक्रमण दिसून येत नाही.

इतका प्रदीर्घ काळ सत्तेपासून दूर राहिलेले नागार्जुनाचे वारस काय करत असावे? या घटनांचा एक त्रोटक उल्लेख प्रथम अनंतदेव आपल्या खारेपाटण ताम्रपटात 'दायादवैरीव्यसन' असा संदर्भ देऊन करतो. राज्यात उद्भवलेल्या भाऊबंदकीमुळे निर्माण झालेल्या अस्थिर राजकीय परिस्थितीचा फायदा घेऊन कोकण देशातील देवब्राह्मणांवर एका यवनाने अत्याचार माजविला होता. त्याचा अनंतदेवाने योग्य समाचार घेतला आणि चंद्रबिंबावर आपल्या कीर्तीचा लेखच जणू कोरविला. या यवनाचे नाव ताम्रपटात दिलेले नाही. मात्र महाराष्ट्र आणि गोवा येथील पश्चिम किनारपट्टीवरील राजकीय परिस्थिती समजून घेतली तर या यवन आक्रमणाचा अंदाज येऊ शकतो.याबाबत पुढे स्पष्टीकरण होईलच.

शक संवत १००३ मध्ये कोरलेला एक शिलालेख विहार गावात सापडला आहे. हा श्रीस्थानकाच्या शिलाहारांचा पहिला शिलालेख आहे. या कोरीव लेखात सर्वप्रथम आपल्याला गद्धेगाळाचे चित्ररूप शिल्प दिसते. शिल्पाचे अंकन असले तरी शापवचन दिसून येत नाही. पुढील काळात चित्ररूप आणि लिखित गद्धेगाळ शापवचने मुबलक प्रमाणात दिसून येतात. अतिशय त्रोटक अशा या लेखात अनंतदेवाचा महामंडलेश्वर असा उल्लेख आहे. राजा मुम्मुणीचा अंबरनाथ शिवमंदिरातील शक संवत ९८२- इसवी सन १०६१ मधील लेख आणि प्रस्तुत लेख यात एकवीस वर्षाचे अंतर पडते. प्रस्तुत लेखाचा लाभार्थी अज्यपा

नायक नावाचा एक व्यक्ती होता. त्याला खैरामण गावातील सारा, पडणक (अधिकाऱ्यांच्या वस्ती करता बसवलेला कर) आणि घरपट्टी याचा लाभ मिळाला आहे. प्रथम अनंतदेवाचा खारेपाटण ताम्रपट अभ्यासून पाहता असे लक्षात येते की याच्या दोन्ही दानपत्रातील लाभार्थी हे पारंपारिकरित्या पुण्यार्जन करण्याकरता दिलेली दाने नसून खाजगी व्यक्तींना दिलेले आर्थिक लाभ आहेत. अर्थात त्याने काही पारंपारिक दाने देखील दिली असावीत. परंतु सध्या तरी त्याबाबत आपल्याकडे काही पुरावा नाही.

ताजिक अरब, सागरी व्यापार आणि प्रथम अनंतदेव याचे खारेपाटण दानपत्र

राष्ट्रकूटांच्या काळापासून आपल्याला पश्चिम किनारपट्टीवर ताजिक अरबांचे अस्तित्व जाणवते. राष्ट्रकूटांनी ताजिक अरबांना संजाण प्रांताचे प्रांताधिपती म्हणूनही नेमले होते. त्याबाबत पुढील प्रकरणात अधिक चर्चा होईलच. कदंबांच्या कारकिर्दीतही किनारपट्टीवरील यांच्या वसाहती दिसून येतात. कदंब प्रथम जयकेशी याचा पणजी ताम्रपट (५ जुलै १०५९) अकराव्या शतकातील कदंब आणि शिलाहारांच्या काळातील पश्चिम किनारपट्टीवरील सागरी व्यापार आणि त्यात सक्रिय असलेले अरब व्यापारी यांच्या दृष्टीने अत्यंत महत्त्वाचा आहे. कदंबांनी अरबांना त्यांना दिलेल्या राजाश्रयामुळे त्यांना महत्त्वाचे राजकीय अधिकारही प्राप्त प्राप्त झालेले दिसत आहेत. कदंब प्रथम जयकेशी याच्या पणजी ताम्रपटात चेमूल्य येथील अरियम/अलिय नावाच्या एका अरब व्यापाऱ्याच्या वसाहतीचा उल्लेख आहे. कदाचित त्यांच्याकडे स्वतःचे सैन्यबल देखील असावे. प्रथम जयकेशी याच्या पणजी ताम्रपटात या अरबांचा आर्थिक आणि राजकीय दबदबा स्पष्टपणे दिसून येतो. यात राजा द्वितीय गुहल्लदेव याच्या संदर्भात एक मजकूर आहे. राजा द्वितीय गुहल्लदेव सौराष्ट्रातील सोमनाथाचे तीर्थाटन करण्याकरता गोव्यातील चंद्रपूर बंदराहून समुद्रमार्गे निघाला होता. अर्धा मार्ग पार करून गेल्यावर त्याला समुद्री वादळाचा सामना करावा लागला. बोटीची शिडे तुटली आणि जवळच्याच गोपाकपट्टण (गोवा) बंदरात त्यांनी आश्रय घेतला. द्वितीय गुहल्लदेव ज्या पद्धतीने गोवा बंदराचे वर्णन करतो त्यावरून हे बंदर त्याकाळी कदंब यांच्या ताब्यात निश्चितच नव्हते.

प्रथम जयकेशीच्या काळात (गोवा ताम्रपट इसवी सन १०५३) गोपाकपट्टणामध्ये (गोवा) मदुमूद (महमूद) नावाचा एक अत्यंत श्रीमंत ताजिक अरब व्यापारी राहत होता. सागरी व्यापारातील तो सर्वात श्रीमंत व्यापारी होता. अत्यंत ज्ञानी व्यक्ती असे त्याचे या ताम्रपटात वर्णन केले आहे. त्याने वादळात सापडलेल्या गुहल्लदेवाला मोलाची मदत केली. मदुमूद याने राजास एखाद्या सम्राटालाही परवडणार नाही इतक्या मोठ्या रकमेची भेट दिली. एखाद्या कुबेरास साजेल असे हे वर्णन आहे. मदुमूद एक नौवित्तिक म्हणजेच ज्याची संपत्ती नौकांमध्ये सामावली आहे असा व्यापारी असावा. मदुमूद याचा नातू साधन याला जयकेशी याने गोव्याचा प्रांताधिकारी बनवला होता. याने एक मिजिगीती म्हणजे मशीद देखील बांधली होती. गुज्जर, सौराष्ट्र, लाट (दक्षिण गुजरात) आणि श्रीस्थानक येथून येणाऱ्या व्यापारी जहाजांकडून वसूल केलेल्या महसुलातून या मशिदीची देखरेख करण्यात येत होती. सौराष्ट्र, ठाणे, गुजरात आणि वेंगुर्ला येथून येणाऱ्या जहाजांना प्रत्येक फेरीसाठी एक गद्याणक द्यावे लागणार होते तर चिपळूण, संगमेश्वर येथून येणाऱ्या जहाजांना प्रत्येक फेरीसाठी पाच द्राखमा इतका कर द्यावा लागणार होता. मशिदीतील संबंधित अधिकारी हा कर वसूल करणार होते.

या काळात व्यापारासाठी पश्चिम किनारपट्टीचे तीन महत्त्वाचे भाग असावेत. उत्तरेकडील काठीयावाड गुजरातची किनारपट्टी, कोकण किनारपट्टी ज्यात उत्तर-दक्षिण कोकण आणि गोवा अंतर्भूत होते आणि मलबार किनारपट्टी. गोवा आणि कोकण मधील बंदरांना वेलाकुल किंवा पट्टण म्हणत. उदाहरणार्थ गोपाकपट्टण अर्थात आधुनिक गोवा आणि बलीपट्टण म्हणजे रत्नागिरी जिल्ह्यातील खारेपाटण. शिलाहारांच्या पुराभिलेखांत अनेकदा श्रीस्थानकपट्टण असा उल्लेख आहे. रट्टराजा याच्या खारेपाटण ताम्रपटानुसार बलीपट्टण याची स्थापना दक्षिण शिलाहारांचा राजा धम्मियार याने केली होती. चंद्रपूर अर्थात चांदोर याला अरब सिंदाबुर असे म्हणत असत. सोपारा, श्रीस्थानक, चेमूल्य, नागपूर (अलिबाग जवळील नागाव) या शिलाहारकालीन महत्त्वाच्या बंदरांमध्ये सातवाहन काळात महत्त्वाची भूमिका बजावलेल्या कल्याण बंदराचा मात्र अजिबात उल्लेख मिळत नाही. कंदमुल नावाच्या बंदराचा मात्र ठावठिकाणा लागत नाही.

समुद्री व्यापार आणि त्यातून मिळणारा महसूल याचे महत्त्व ओळखून अनंतदेवाने देखील राजाश्रय आणि राजकीय अधिकार याची योग्य सांगड घातलेली त्याच्या शक संवत १०१६-९ जानेवारी १०९५ मधील खारेपाटण ताम्रपटात दिसून येते. प्रथम अनंतदेव याला या ताम्रपटात कुंकणचक्रवर्ती असे म्हटले आहे. श्रीस्थानकाच्या शिलाहारांच्या कारकिर्दीत लाभार्थी म्हणून व्यापाऱ्यांचा सर्वप्रथम उल्लेख प्रस्तुत ताम्रपटात येतो. उपरोक्त वर्णिल्याप्रमाणे अकराव्या शतकातील शिलाहारांचा पश्चिम किनारपट्टीवरील सागरी व्यापार, त्यातून मिळणारा महसूल आणि त्यावर आधारित राजकीय गणिते यावर खारेपाटण ताम्रपट उत्तम प्रकाश टाकतो. काका मुम्मुणी याने भूषविलेली नि:शंकलंकेश्वर ही पदवी प्रथम अनंतदेव याने देखील स्वीकारलेली आहे. दक्षिण कोकण देखील आता त्याच्या ताब्यात होते. पश्चिमसमुद्राधिपती ही पदवी त्याचे सागरी मार्गांवरचे प्रभुत्व दर्शविते. प्रस्तुत दानपत्राचा उद्देश महाप्रधान दुर्गश्रेष्ठी याचे दोन पुत्र महाप्रधान श्री भाभण श्रेष्ठी आणि महासंधीविग्रहक श्री धणामश्रेष्ठी यांची जहाजे आणि खलाशी जेव्हा उत्तर कोकणातील श्रीस्थानक, नागपूर, चेमुल्य आणि शूर्पारक या बंदरांमध्ये ये-जा करतील तेव्हा त्यांना जकात कर द्यावा लागू नये हा होता. हे कुटुंब बलीपट्टण अर्थात रत्नागिरीमधील खारेपाटण येथे वास्तव्यास होते. ही जकात माफी भाभण श्रेष्ठी आणि धणामश्रेष्ठी यांच्या पणाम श्रेष्ठी, कुडूकल श्रेष्ठी आणि मालैय श्रेष्ठी या मुला आणि नातवंडांना देखील उपभोगता येणार होती. राजाचा द्वारपाल श्रीधर पंडित याने ही आज्ञा नोंदवून घेतली. तीन पिढ्या सागरी व्यापारावर वर्चस्व असणाऱ्या या कुटुंबाची माहिती आपल्याला हा ताम्रपट देतो. नुसताच व्यापार नाही तर त्यांनी राज्यकारभारात देखील अत्यंत महत्त्वाची पदे सांभाळली होती. थोरला भाऊ महाप्रधान होता तर धाकटा भाऊ युद्धखाते (महासंधीविग्रहक) सांभाळत होता. राज्यकारभारातील उच्चपदामुळे त्यांना व्यापारात सवलती मिळालेल्या स्पष्ट दिसत आहेत किंवा तीन पिढ्यांचे अत्यंत संपन्न व्यापारी असल्यामुळे त्यांना राज्यकारभारातील महत्त्वाचे पद मिळवण्यात यश मिळालेले दिसते. काही का असेना दोन्ही गोष्टी त्यांच्या व्यापारास परस्पर पूरक होत्या. कदंब आणि कदंब पुरस्कृत गोवा आणि दक्षिण कोकण मधील अरब व्यापारी यांना शह देण्यासाठी या श्रेष्ठी कुटुंबाचा प्रथम अनंतदेवाला नक्कीच उपयोग झाला असणार. त्याचाच परिणाम म्हणून आपल्याला त्यांना मिळालेल्या व्यापारातील सवलती दिसून येतात. राजकारण आणि व्यापार यांचे साटे-लोटे प्राचीन काळापासून होते हे आपल्याला कोकणातील या उल्लेखावरून स्पष्ट दिसते.

प्रथम अपरादित्य आणि छित्तुकाचे दमन

प्रथम अपरादित्य हा प्रथम अनंतदेव याचा मुलगा आणि नागार्जुन याचा नातू होता. त्याच्या चांजे शिलालेखात (शक संवत १०६०-३ जानेवारी ११३९) तीन दानांची नोंद केली आहे. नागूम गावातील आमराई त्याने स्वतःच्या पुण्यप्राप्तीसाठी दान दिली. आपली आई लीलादेवी हिला पुण्य मिळावे म्हणून एक फळबाग दान दिली. तर सूर्यग्रहणाच्या पर्वावर चांदीजे गावातील एक फळबाग दान दिली. लीलादेवी ही प्रथम अनंतदेवाची पत्नी आणि नागार्जुन याची सून होती.

एका अत्याचारी यवनाबाबत आपल्याला प्रथम अपरादित्याच्या वडवली ताम्रपटात (शक संवत १०४९-२१ ऑक्टोबर ११२७) अधिक माहिती मिळते. प्रथम अनंतदेव याच्या खारेपाटण आणि वडवली या प्रथम अपरादित्याच्या दोन ताम्रपटांमध्ये तब्बल तेहेतीस वर्षांचे अंतर आहे. या ताम्रपटात आपला पिता प्रथम अनंतदेव याचा उल्लेख अनंतपाल असा आला आहे. आपली ओळख करून देताना प्रथम अपरादित्य हा नागार्जुनाच्या मुलाचा मुलगा अशी आवर्जून आजोबांची ओळख देतो.

उपरोक्त वर्णिलेला तीस वर्षाचा काळ शिलाहार राजांसाठी अडचणीचा आणि अस्तित्व पणाला लावणारा असला पाहिजे. प्रथम अपरादित्य एका छित्तुक नावाच्या यवनाचे वर्णन करतो. त्याला असुराची उपमा दिली आहे. छित्तुक याने शिलाहारांच्या राज्यावर आक्रमण करून राज्य उध्वस्त केले होते. दुर्दैवाने काही मांडलिक देखील त्याला सामील झाले होते. या यवनाने माजवलेल्या हाहाकाराचे यथार्थ वर्णन ताम्रपटात आहे. प्रथम अपरादित्य म्हणतो, 'सर्व पुण्याई संपली होती. थोरामोठ्यांचा नाश झाला होता. सर्व आश्रितांचा छळ मांडला होता. सर्व नागरिक आणि त्यांचे सेवक उध्वस्त झाले होते. साम्राज्याचे ऐश्वर्य पूर्णपणे लयाला गेले होते.' शिलाहार राज्याचे इतके विदारक वर्णन इतर कुठल्याच ताम्रपटात दिसून

येत नाही. या यवन छित्तुकाने काही काळ श्रीस्थानक आणि उत्तर कोकण आपल्या ताब्यात ठेवले होते का हे समजण्यास काही मार्ग नाही.

पण या अत्यंत विपरीत परिस्थितीवर प्रथम अपरादित्याने विजय मिळवला. एक अटीतटीची आणि निर्णायक लढाई झालेली दिसते. या लढाईत आपली तलवार परजत घोड्यावर स्वार होऊन प्रथम अपरादित्याने उडी घेतली. अपरादित्याच्या या अचानक हल्ल्यामुळे यवन गडबडला. लढावे किंवा पळून जावे यापैकी काहीच त्याला समजेनासे झाले. अखेरीस हा छित्तुक म्लेंच्छांच्या आश्रयाला गेला. उपरोक्त सर्व वर्णने ताम्रपटांमध्ये नमूद केलेली आहेत. हे घनघोर युद्ध कुठे झाले असावे हे समजत नाही. यानंतर चौदाशे गावांनी युक्त अशा कोकणावर त्याने राज्य केले. प्रथम अपरादित्याच्या एकहाती विजयाचा प्रसंग पुन्हा त्याचा मुलगा विक्रमादित्य याच्या पन्हाळे ताम्रपटात (शक संवत १०६१-९ डिसेंबर ११३९) दिसून येतो. तसेच अलीकडेच सापडलेल्या महाकुमार केशिदेवाच्या ठाणे ताम्रपटात (शक संवत १०४२-२४ ऑक्टोबर ११२०) याची पुनरावृत्ती आहे. मल्लिकार्जुनाच्या पन्हाळे ताम्रपटात (शक संवत १०७३-३ फेब्रुवारी ११५१) दायादवैरीव्यसन आणि छित्तुक याचे दमन या दोन्ही घटनांचे वर्णन आहे.

प्रथम अपरादित्य आणि अपरार्कटिका

प्राचीन भारतात विविध धर्मस्मृती उपलब्ध आहेत. न्याय निवाडा, राहणीमान, खानपान इत्यादी जीवनावश्यक सर्व बाबतीचे नियम आणि निर्बंध त्यामध्ये नमूद केलेले असतात. या स्मृतींपैकी याज्ञवल्क्य स्मृती एक महत्त्वाची स्मृती समजली जाते. त्यावर विश्वरूप, विज्ञानेश्वर, शूलपाणी आणि अपरार्क यांची भाष्ये ज्यांना टिका असे म्हटले जाते, उपलब्ध आहेत. शिलाहारांच्या इतिहासाच्या दृष्टीने शेवटची टिका अत्यंत महत्त्वाची आहे. या टीकेला 'अपरार्क याज्ञवल्क्य धर्मशास्त्र निबंध' असे म्हटले आहे. या ग्रंथाच्या अखेरीस त्याचा लेखक अपरार्क याविषयी एक श्लोक आहे. त्याला पश्चिमसमुद्राधिपती असे म्हटले आहे. जो शास्त्रार्थाच्या विवेचनामध्ये आनंद घेतो, जो पराक्रमी आहे आणि ज्याच्यावर श्री सरस्वती आणि कीर्ती प्रसन्न आहेत अशी त्याची स्तुती केली आहे. मांख याच्या श्री कथाचरित्र या ग्रंथात उल्लेख आहे की तेजकंठ हा प्रथम अपरादित्याचा राजदूत जयासिंह या काश्मीरच्या राजाच्या दरबारात हजर होता. तेजकंठ याच्या मार्फतच ही अपरार्क टिका काश्मीर पर्यंत पोहोचली असणार. आजही काश्मिरी पंडित हीच टीका मान्य करतात. जरी याला केवळ टीका म्हटले असले तरीही प्रत्यक्षात त्यामध्ये याज्ञवल्क्य स्मृतीवर विस्तृत भाष्य आहे जे निबंध या प्रकारात मोडते.

प्रथम अपरादित्य, चार उत्तराधिकारी आणि राज्याचे विभाजन

प्रथम अपरादित्याच्या कारकिर्दीवर अलीकडेच सापडलेल्या दोन नवीन ताम्रपटांमुळे मोलाची भर पडली आहे. महाकुमार केशिदेव (शक संवत १०४२-२४ ऑक्टोबर ११२०) आणि मल्लिकार्जुन (शक संवत १०७३-३ फेब्रुवारी ११५१) यांचे ते ताम्रपट आहेत. यामुळे महाकुमार केशिदेव याबद्दल आपल्याला पहिल्यांदाच माहिती मिळते. तर मल्लिकार्जुनचा याचा हा पहिलाच ताम्रपट आहे. याआधी त्याचे दोन शिलालेख उपलब्ध होते. या बाबत पुढील प्रकरणांमध्ये सविस्तर विवेचन होईलच.

म के ढवळीकर यांनी Cultural Heritage of Mumbai या ग्रंथात 'शिलाहार हे राष्ट्रकूटांचे मांडलीक होते. अपरादित्य याने आपले स्वातंत्र्य जाहीर केले. त्याच्यानंतर हरिपालदेव राजा झाला. परंतु केशीराजा याला यादव सिंघण याच्याकडून पराभव स्वीकारून त्याचे मांडलिकत्व स्वीकारावे लागले' असे विधान केले आहे. प्रस्तुत विधानाचा नीटसा अर्थ लागू शकत नाही. प्रथम अपरादित्य सत्तेवर येण्याआधीच राष्ट्रकूट सत्ता नष्ट झाली होती. अपरादित्य याने कोणापासून स्वातंत्र्य जाहीर केले या विधानाचा अर्थ लागत नाही. प्रथम अपरादित्य याच्या चार उत्तराधिकाऱ्यांबाबत प्रस्तुत प्रकरणात सविस्तर चर्चा होणार आहेच. तसेच द्वितीय केशीदेव याचा सिंघण याच्याशी संघर्ष झाल्याचे पुरावे नाहीत. त्याच्या उपलब्ध शिलालेखात त्याने यादव राजाचे

मांडलिकत्व स्वीकारल्याचा कुठलाही पुरावा नाही. हरिपालदेव याचा उत्तराधिकारी म्हणून केशीदेवाचा उल्लेख चुकीचा आहे. कारण दरम्यानच्या काळात द्वितीय अपरादित्य आणि द्वितीय अनंतदेव यांचे शिलालेख उपलब्ध आहेत.

नवीन माहितीनुसार आता प्रथम अपरादित्य याला महाकुमार केशिदेव, कुमार विक्रमादित्य आणि मल्लिकार्जुन हे तीन पुत्र होते असे ताम्रपट स्पष्ट करतात. त्यापैकी केवळ मल्लिकार्जुनालाच 'महामंडलेश्वराधिपती, तगरपुरपरमेश्वर आणि श्रीमन्मल्लिकार्जुन' सारख्या शिलाहार शाही पदव्यांचा विशेषाधिकार मिळाला होता. तर केशीदेव आणि विक्रमादित्य दोन राजपुत्रांना 'महाकुमार श्री केशिदेव' आणि 'विक्रमादित्यदेव' असे संबोधले जात होते. प्रथम अपरादित्याचे उत्तराधिकारी म्हणून ते दिसून येत नाहीत. त्यांचे नेमके काय झाले हे समजत नाही. महाकुमार केशीदेव आणि कुमार विक्रमादित्य यांचा कदाचित पित्याच्या हयातीतच अकाली मृत्यू झाला असावा. आपल्याकडे राजा हरिपालदेवाच्या कारकिर्दीतील फक्त चार शिलालेख आहेत. उत्तर कोकणात तो प्रथम अपरादित्याचा उत्तराधिकारी होता. परंतु शिलालेखातील जागेच्या कमतरतेमुळे त्यात सहसा वंशावळ दिली जात नाही. त्यामुळे त्यांचे एकमेकांशी असलेले नाते निश्चित करणे नेहमीच कठीण असते. म्हणून त्याचा प्रथम अपरादित्याशी संबंध प्रस्थापित करता येत नाही. तो प्रथम अपरादित्याचा पुत्र असूही शकतो. तथापि, हे लक्षात घेणे अत्यंत महत्वाचे आहे की त्याचा शासनकाळ राजा मल्लिकार्जुन याच्याशी गुंफलेला होता.

हे चार राजकुमार उत्तराधिकारी आणि प्रथम अपरादित्याची कारकिर्द ही एकमेकात गुंतलेली असल्यामुळे समजण्यास थोडीशी गुंतागुंतीची आहे. स्वतः प्रथम अपरादित्य याची आतापर्यंत प्रचलित असलेल्या माहितीनुसार निदान प्रत्यक्ष शासन वर्षे शक संवत १०४९-२१ ऑक्टोबर ११२७ (वडवली ताम्रपट) ते शक संवत १०७०-२७ नोव्हेंबर ११४८ (आगाशी शिलालेख) अशी आहेत. परंतु आता महाकुमार केशिदेव याचा ठाणे ताम्रपट (शक संवत १०४२-२४ ऑक्टोबर ११२०) त्याची कारकीर्द सात वर्षांनी मागे नेतो. श्रीस्थानकामध्ये त्याचा उत्तराधिकारी म्हणून आपल्याला हरिपालदेव दिसून येतो. याचा रांजळी हा पहिला शिलालेख शक संवत १०७० मधील आहे. म्हणजे प्रथम अपरादित्याने ठाण्याहून शक संवत १०७० पर्यंत राज्य केले होते. हा शिलालेख खंडित आहे. मात्र प्रथम अपरादित्याचे शेवटचे शासन वर्ष निश्चित करण्यास त्याची मदत होते. हरिपालदेव याचा आतापर्यंत कोणताही ताम्रपट उपलब्ध नाही. भविष्यकाळात तसा उपलब्ध झाल्यास त्याचे शिलाहार राजांशी असलेले अचूक नाते निश्चित करता येईल.

प्रथम अपरादित्याने आपल्या हयातीतच राज्याच्या दक्षिणेकडील भाग कुमार विक्रमादित्य याच्याकडे सोपवलेला दिसतो. शक संवत १०६१-९ डिसेंबर ११३९ मधील या पन्हाळे ताम्रपटाचे शोभना गोखले यांनी सर्वप्रथम वाचन केले होते. हे ताम्रपट दापोली जिल्ह्यातील पन्हाळे या गावी सापडले होते. मात्र ही जबाबदारी कुमार विक्रमादित्य याच्यावर कधीपासून सोपवली होती हे या ताम्रपटातून स्पष्ट होत नाही. विक्रमादित्यचा हा एकमेव उपलब्ध ताम्रपट आहे. यात शिलाहार राजा म्हणून प्रथम अपरादित्य याचाच उल्लेख आहे. प्रथम अपरादित्य याने आपला मुलगा कुमार विक्रमादित्य याच्या पुण्यार्जनासाठी काही दान दिले होते. या दानाची पूर्ती करण्याचे काम त्याने विक्रमादित्यावर सोपवले. विक्रमादित्य याला पन्हाळे ताम्रपटात (शक संवत १०६१-९ ऑक्टोबर ११३९) महामंडलेश्वर म्हटले आहे. त्याने या दानाची नोंद प्रस्तुत ताम्रपटात केली. प्रथम अपरादित्य याने दान देण्यापूर्वी मरुत्क्षेत्र (मुरुड) येथील समुद्रात स्नान करून मरुदिश्वर याची आराधना केली. यानंतर रुद्रभट्टोपाध्याय याला दान देण्यात आले. प्रणालक अर्थात पन्हाळे ही दक्षिण विभागाची राजधानी होती. दान दिलेले खैरडी गाव विक्रमादित्य याच्या अधिपत्याखालील प्रणालक विषयात होते.

आतापर्यंत विक्रमादित्य याचे पुढे काय झाले हे समजण्यास वाव नव्हता. परंतु आता शक संवत १०७३-३ फेब्रुवारी ११५१ मधील मल्लिकार्जुन याचे पन्हाळे दानपत्र प्रसिद्ध झाले आहे. या दानपत्राची तारीख आणि त्यातील विशिष्ट नोंद दक्षिण कोकण मधील घडामोडींवर अधिक प्रकाशझोत टाकते. हे दानपत्र मल्लिकार्जुन याने आपल्या बाराव्या शासन वर्षी दिल्याची स्पष्ट नोंद या ताम्रपटात आहे. याचाच अर्थ त्याने दक्षिण कोकणचा प्रणालक येथून राज्यकारभार शक संवत १०६१-इसवी सन ११३९ मध्ये पाहण्यास सुरुवात केली असा होतो. शक संवत १०६१ हेच कुमार विक्रमादित्याचे शेवटचे शासन वर्ष आहे. म्हणजेच

यावर्षी प्रणालक येथील विक्रमादित्याचे शासन संपून तिथे आता मल्लिकार्जुन याचे शासन सुरू झाले होते. प्रथम अपरादित्य याचा शेवटचा शिलालेख शक संवत १०७० (आगाशी शिलालेख) मधील आहे. प्रणालक मधील सत्ताबदलामध्ये काही कटुता आल्याचे दिसून येत नाही. याचे पुरावे मल्लिकार्जुनच्या पन्हाळे ताम्रपटात दिसून येतात. यातील श्लोक क्रमांक ३१ आणि ३३ मध्ये प्रणालकचा पूर्व शासक आणि आपला भाऊ विक्रमादित्य याचे वर्णन त्याने केले आहे. श्लोक क्र. ३४ मध्ये तो स्वतःस विक्रमादित्याचा अनुज म्हणवून घेतो. त्याच्या चांगल्या कर्मानि अरिष्ट आणि अनिष्ट दूर केल्याबद्दल त्याचे कौतुक केले आहे. विक्रमादित्य हा आपल्या शत्रूंचा नाश करण्यासाठी जन्मलेला एक महान योद्धा होता. विक्रमादित्य हा सत्याचा प्रेमी होता. शिलाहारांकडून मिळालेल्या राज्याचे त्याने स्वर्गात रूपांतर केले. कलियुगातही त्याची प्रजा सुखी होती (सुप्रजा) आणि तिला कोणतीही चिंता नव्हती. विक्रमादित्याला विक्रमार्क असेही संबोधले जाते. हे वर्णन स्पष्टपणे मल्लिकार्जुनला त्याच्या मोठ्या भावाबद्दल असलेला आणि प्रशंसा सूचित करते.

दरम्यान शक संवत १०७० नंतर हरिपालदेव हा ठाण्याचा राजा झालेला दिसून येतो. पुढील सहा वर्षात म्हणजेच शक संवत १०७६ पर्यंत त्याच्या कारकिर्दीतील चार शिलालेख उपलब्ध आहेत. ताम्रपट किंवा नाण्यांप्रमाणे शिलालेखांची दूरवर ने-आण करणे फारसे शक्य नसते. त्यामुळे शिलालेख हे एखाद्या राज्याचा राज्यविस्तार समजण्याचे एक उत्तम साधन ठरते. हरिपालदेव याचे रांजळी, आगाशी, माहुल हे शिलालेख अनुक्रमे नालासोपारा स्टेशन जवळच्या शेतात, वसई तालुक्यातील आगाशी या गावी आणि ट्रॉम्बे येथे सापडले होते. हरिपालदेव याच्या कारकिर्दीमधील शेवटचा शिलालेख हा सध्या लंडनच्या ब्रिटिश म्युझियम मध्ये आहे. त्याचे प्राप्तीस्थळ आपल्याला माहिती नाही. परंतु लेखात तुरूभ्राम या गावाचा उल्लेख आहे. याचे आधुनिक रूप तुर्भे असे होते. भौगोलिक दृष्ट्या ही सर्व प्राप्ती स्थळे ठाणे जिल्ह्यातच आहेत. त्यामुळे हरिपालदेव याच्या साम्राज्याचा विस्तार हा दक्षिण कोकण मध्ये दिसून येत नाही. प्रणालक मध्ये विक्रमादित्य आणि मल्लिकार्जुन यांचे अस्तित्व पाहता हा निष्कर्ष योग्यच म्हणावा लागेल. चिपळूणमध्ये मल्लिकार्जुन याचा एक स्तंभलेख सापडला होता. त्याचा काळ शक संवत १०७८-२४ एप्रिल ११५६ असा आहे. शक संवत १०६१ ते शक संवत १०७८ इतका काळ मल्लिकार्जुन याचे अस्तित्व आपल्याला दक्षिण कोकण मधील प्रणालक येथेच दिसून येते. मात्र शक संवत १०८३-१७ जानेवारी ११६२ मध्ये आपल्याला अचानक मल्लिकार्जुन याचा शिलालेख वसई येथे दिसून येतो. तोवर हरिपालदेव याचे अस्तित्व नाहीसे झालेले दिसते. याचाच अर्थ शक संवत १०८३ पर्यंत मल्लिकार्जुन याने एक प्रदीर्घ काळ श्रीस्थानकाच्या शिलाहारांच्या राज्याचे झालेले उत्तर आणि दक्षिण येथील विभाजन संपवून पुन्हा एकीकरण केलेले दिसून येते. शक संवत १०८३ हेच मल्लिकार्जुनाचे शेवटचे शासन वर्षही ठरते.

शेवटाची सुरुवात

काळ बदलत होता. यापुढे श्रीस्थानकाच्या शिलाहारांचे कोणतेही ताम्रपट आपल्याला सापडत नाहीत. मिळतात फक्त त्रोटक शिलालेख. त्यावरील मजकुराची लेखवाटिका देखील ताम्रपटांसारखी देखणी नाही. अनेकदा हे शिलालेख इतस्त: पडलेले सापडतात. शेकडो वर्षांची झीज आणि हेळसांड यामुळे आहे त्या लेखांची सुद्धा नासाडी झालेली दिसते. याशिवाय ठळकपणे कोरलेल्या गद्धेगाळ शिल्पांनी त्यात भर टाकली. या शिल्पांचा मूळ उद्देश विसरला गेल्यामुळे आता त्याबाबत गावोगावी विविध आख्यायिका निर्माण झाल्या.

मल्लिकार्जुन नंतर आलेल्या द्वितीय अपरादित्य याचे लोणाड, ठाणे आणि परळ असे तीन शिलालेख आढळतात. या दोघांचे निश्चित नाते सांगता येत नाही. शिलाहारांच्या शिलालेखामध्ये राजाची वंशावळ किंवा राजकारणातल्या व्यक्तींची माहिती सहसा दिसून येत नाही. केशिदेवाच्या चौधरपाडा शिलालेखात त्याला 'अपरार्कराजतनय' म्हटले आहे. याचाच अर्थ केशीदेव हा द्वितीय अपरादित्य याचा मुलगा होता. मात्र पुराभिलेखांचा अभ्यास केल्यास द्वितीय अपरादित्यानंतर द्वितीय अनंतदेवाने राज्य केलेले दिसते. त्याचा शक संवत ११२०- ३० नोव्हेंबर ११९८ मधील वसई हा एकाच लेख उपलब्ध आहे. त्यामुळे द्वितीय अनंतदेव आणि द्वितीय केशिदेव ही द्वितीय अपरादित्य याची मुले होती असा तर्क करता येतो.

द्वितीय केशीदेव, तृतीय अनंतदेव आणि शेवटचा सोमेश्वर यांचे आपापसातील नाते निश्चित करता येत नाही. लोणाड, ठाणे, परळ, वसई, नांदुई -माणिकपूर, मांडवी, अक्षी, चौधरपाडा, दिवेआगर, चांजे आणि रानवड या लेखांची प्राप्ती स्थळे ही सुस्पष्टपणे उत्तर कोकणातीलच आहेत. म्हणजेच मल्लिकार्जुन ठाण्याला आल्यानंतर शिलाहारांचा दक्षिण कोकणाशी संपर्क तुटलेला दिसतो. याचे कारण आपल्याला अलीकडेच प्रसिद्ध झालेल्या दक्षिण कोकण मधील एका चालुक्य घराण्याच्या ताम्रपटामुळे स्पष्ट होते. शिलाहारांची दक्षिण कोकणावरील पकड सुटल्यावर तिथे या चालुक्य घराण्याचे राज्य आलेले आपल्याला दिसते. याबाबत पुढील प्रकरणांमध्ये विस्तृतपणे चर्चा होईल.

मल्लिकार्जुनाच्या वसई शिलालेखानंतर तब्बल तेवीस वर्षानंतर आपल्याला द्वितीय अपरादित्य हा ठाण्याचा पुढचा राजा दिसून येतो. शिलालेखातील दानाच्या स्वरूपामध्ये सुद्धा फरक पडलेला दिसतो. विशेषतः कोरीव लेखाच्या शेवटी आता प्राचीन मराठीचे रूप दिसू लागते. म्हातारा, सागरकाटी, सावूकाराची नली, ज्येणेची गोलाकडे बैठ्ला, पेंढी अशी शब्दरूपे दिसू लागतात. शापवचनात्मक गद्धेगाळ शिल्पे आणि श्लोक दिसून येतात. दानांची व्याप्ती देखील पूर्वीसारखी विस्तृत दिसून येत नाही. हरिपालदेवाच्या माहुल शिलालेखात मध्य रेल्वे मार्गावरील डोंबिवली या गावाचा उल्लेख डोंबिल असा येतो. अनेक खाजगी लेख दिसून येतात. हरिपालदेवाच्या ब्रिटिश म्युझियम शिलालेखात त्या काळात घडणाऱ्या काही हिंसक घटनांचे वर्णन येते. तुरुभ्राम (तुर्भे) येथे गावातील सार्वजनिक अग्निहोत्र देवाच्या विहिरी जवळचा पाण्याचा पाट कोणी दुष्टाने फोडला. यानंतर गावच्या रहिवाशांनी ठरवले की जो कोणी यापुढे अशा तऱ्हेचे कृत्य करेल त्याला जबर शिक्षा दिली जाईल.

या काळात दूरवरच्या राज्यातील देवस्थानांना देखील शिलाहार राजे आणि राज्यातील व्यक्तींनी दाने दिल्याची नोंद आहे. द्वितीय अपरादित्याच्या ठाणे शिलालेखात स्थानकीयपट्टण अर्थात ठाणे येथील एक शेत आणि त्यातील फळबागेतून मिळालेले काही उत्पन्न महामात्य लक्ष्मण नायक याने सौराष्ट्रातील सोमनाथला दिले होते. स्वत: द्वितीय अपरादित्याने पूर्वीच्या बडोदा संस्थानातील दर्भवती अर्थात दाभोई येथील वैद्यनाथ या शिव मंदिराला काही दान दिले होते. द्वितीय केशीदेवाच्या काळात अलिबाग जवळील अक्षी येथे त्याचा महाप्रधान भईजू याने एखादा तलाव खोदण्याची नोंद आहे. भिवंडी तालुक्यातील चौधरपाडा येथील द्वितीय केशीदेवाचा शिलालेख हा उत्तर शिलाहार कालीन लेखापैकी एक सुस्थितीतील शिलालेख म्हणता येईल. गावकऱ्यांनी त्याचे उत्तम प्रकारे जतनही करून ठेवले आहे. दिवेआगार येथील तृतीय अनंतदेवयाच्या काळातील त्याचा मांडलिक राम याचे काही दान या लेखात कोरले आहे. छित्तराजाच्या काळातील चिंचणी येथील मांडलिक वगळता हा शिलाहारांच्या मांडलिकांचा दुसरा उल्लेख आहे. आजवर सोमेश्वर याचे रानवड आणि चांजे असे दोन शिलालेख उपलब्ध होते. सोमेश्वर हा प्रचलित माहितीनुसार श्रीस्थानकाच्या शिलाहारांचा शेवटचा राजा होता.

देवगिरीच्या यादवांनी आता ठाण्याकडे आक्रमण करायला सुरुवात केली होती. चतुर्वर्गचिंतामणि या हेमाद्री याच्या ग्रंथातील राज प्रशस्ती या प्रकरणात दिलेल्या वर्णनातून एका सागरी युद्धात सोमेश्वर याचा मृत्यू झाला. या युद्धाची स्पष्ट तारीख आणि स्थळ समजू शकत नाही. मात्र शक संवत ११८२-इसवी सन १२६० नंतर सोमेश्वराचे अस्तित्व दिसून येत नाही. छत्रपती शिवाजी महाराज वस्तुसंग्रहालय, मुंबईच्या आवारात असलेल्या सोमेश्वराच्या एका शिलालेखाचे नवीन प्रकाशन झाले आहे. यावरील लेख भग्न अवस्थेत आहे त्यामुळे ऐतिहासिक संदर्भात विशेष भर पडत नाही. तसेच यावरील दानाची तारीख १६ फेब्रुवारी १२६० अशी आहे. त्यामुळे सोमेश्वराच्या कार्यकाळामध्ये देखील काही फरक पडत नाही.

म के ढवळीकर यांनी The Cultural Heritage of Mumbai या ग्रंथात श्रीस्थानकाच्या शिलाहारांनी इसवी सन सुमारे ८०० ते १२०० या कालावधीत राज्य केले असे विधान केले आहे. तसेच यानंतर श्रीस्थानकाचे शिलाहार हे यादवांचे मांडलिक बनले असेही म्हटले आहे. परंतु सोमेश्वराचा चांजे हा शेवटचा शिलालेख इसवी सन १२६० मधील आहे. उपलब्ध पुराभिलेखिय पुराव्यांनुसार यादवांनी शिलाहारांचे राष्ट्र राज्य पूर्णपणे संपुष्टात आणले लवकरच आपल्याला शिलाहारांच्या उत्तर कोकणातील राज्यात यादवांचे राज्यपाल नियुक्त केलेले दिसून येतात. पुढे खिलजी आक्रमणामुळे यादवांचेच राज्य लयाला गेले.

श्रीस्थानकाचे शिलाहार

उत्तरकाळात जैतुगी नावाच्या एका राजाचा शक संवत ११८८ मधील एक कोरीव लेख मिळतो. कदाचित श्रीस्थानकाच्या शिलाहारांनी आपल्या अस्तित्वाचा संघर्ष काही काळ सुरू ठेवलेला दिसतो. मात्र यादव राजा रामचंद्रदेव यांच्या ठाण्यावर नेमलेल्या प्रांत अधिकाऱ्यांचे लवकरच ताम्रपट मिळू लागतात. प्रदीर्घ काळ सुरू असलेली ठाण्यावरील शिलाहारांची सत्ता आता पूर्णपणे संपली होती याचेच हे निदर्शक होते.

श्रीस्थानकाच्या शिलाहारांच्या लेखांचे वाचन

CII-VI क्र	SI/ CP	राजा	लेख	शक संवत	ई.स.	प्रथम वाचन	जर्नल
1	SI	पुल्लशक्ती	कान्हेरी	७६५	----	ई डब्ल्यू वेस्ट	JBBRAS – Vol VI
२	SI	कपर्दी II	कान्हेरी	७७५	१५ सप्टेंबर ८५१	ई डब्ल्यू वेस्ट	JBBRAS – Vol VI
3	SI	कपर्दी II	कान्हेरी	७९९	८७७-७८	ई डब्ल्यू वेस्ट	JBBRAS – Vol VI
४	CP	छद्वैदेव	प्रिन्स ऑफ वेल्स	कालोल्लेख विरहीत	----	आर डी बॅनर्जी	PRASI-WC-१९१९-१९२0
५	CP	अपराजित	जंजिरा -१	९१५	२० ऑगस्ट ९९३	ए एस गद्रे	IIBS- Vol I
६	CP	अपराजित	जंजिरा -२	९१५	२० ऑगस्ट ९९३	ए एस गद्रे	IIBS- Vol I
७	CP	अपराजित	भादान	९१९	२४ जून ९९७	एफ. किलहॉर्न	EI-III
८	CP	अरिकेसरी	ठाणे	९३९	६ नोव्हेंबर १०१७	जे कारनॅक	AR - Vol I
नवीन	CP	छित्तराज	कल्याण	९४१	१७ सप्टेंबर १०१९	श गो धोपाटे, रुपाली मोकाशी	त्रैमासिक – Year ८९
६१	CP	छित्तराज	भोईघर	९४६	३ सप्टेंबर १०२४	मो ग दीक्षित	SIM
नवीन	CP	छित्तराज	पनवेल	९४७	२३ नोव्हेंबर १०२५	रुपाली मोकाशी	त्रैमासिक – Year ९0
९	CP	छित्तराज	भांडूप	९४८	२८ ऑक्टोबर १०२६	वाथेन	JASB-Vol II
१0	CP	छित्तराज	दिवेआगार	९४९	२६ डिसेंबर १०२७	वा वि मिराशी	CII-VI
११	CP	छित्तराज	बर्लिन म्युझियम	९५६	५ एप्रिल १०३४	अर्न्स्ट वाल्डश्मिट	ZDMG -१९३६
१२	CP	छित्तराज	चिंचणी	९५६	१५ सप्टेंबर १०३४	यु. पी. शहा	BSROR-१९५५-५६
१३	CP	नागार्जुन	ठाणे	९६१	२७ ऑगस्ट १०३९	मो ग दीक्षित	EI-XXXVII
१४	CP	मुम्मुणी	ठाणे	९७०	२० फेब्रुवारी १०४९	वा वि मिराशी	SM – IV, १९६१
१५	CP	मुम्मुणी	प्रिन्स ऑफ वेल्स	९७१	१५ ऑगस्ट १०४९	एस सी उपाध्याय	EI-XXV
१६	CP	मुम्मुणी	दिवेआगार	९७५	२२ जुलै १०५३	वा वि मिराशी	CII-VI
१७	SI	मुम्मुणी	अंबरनाथ मंदिर	९८२	२७ जुलै १०६१	भाऊ दाजी लाड	JBBRAS - IX - १८६७-१८७०

CII-VI क्र	SI/ CP	राजा	लेख	शक संवत	ई.स.	प्रथम वाचन	जर्नल
१८	SI	प्रथम अनंतदेव	विहार	१003	----	पं. भगवानलाल इंद्रजी	BG-XIV, १८८२ (Thana Places of Interest)
१९	CP	प्रथम अनंतदेव	खारेपाटण	१०१६	९ जानेवारी १०९५	के टी तेलंग	IA-IX
नवीन	CP	केशिदेव	ठाणे	१०४२	२४ ऑक्टोबर ११२०	श गो धोपाटे	SIE-XXVI
२०	CP	प्रथम अपरादित्य	वडवली	१०४९	२१ ऑक्टोबर ११२७	के बी पाठक	JBBRAS - XXI
२१	SI	प्रथम अपरादित्य	सिन्त्रा	१०५९	५ एप्रिल ११३७	ई हुल्श	FHJ, १९२५
२२	SI	प्रथम अपरादित्य	चांजे	१०६0	३ जानेवारी ११३९	पं. इंद्रजी	BG-I
२३	CP	विक्रमादित्य	पन्हाळे	१०६१	९ डिसेंबर ११३९	शोभना गोखले	इतिहास आणि संस्कृती
६२	SI	प्रथम अपरादित्य	आगाशी	१०७0	२७ नोव्हेंबर ११४८	वा वि मिराशी	CII-VI
२४	SI	हरिपालदेव	रांजळी	१०७0	----	मो ग दीक्षित	दक्खनच्या मध्ययुगीन इतिहासाची साधने -IV
२५	SI	हरिपालदेव	आगाशी	१०७२	२२ नोव्हेंबर ११५०	पं. इंद्रजी	BG-I
नवीन	CP	मल्लिकार्जुन	पन्हाळे	१०७3	३ फेब्रुवारी ११५१	श गो धोपाटे	SIE-XXXII
२६	SI	हरिपालदेव	माहूल	१०७५	७ जुलै ११५३	मो ग दीक्षित	EI-XXXVII
२७	SI	हरिपालदेव	ब्रिटीश म्युझियम	१०७६	----	F. Kielhorn	LISI-EI-VII
२८	SI	मल्लिकार्जुन	चिपळूण	१०७८	२४ एप्रिल ११५६	पं. इंद्रजी	BG-I-Pt II
२९	SI	मल्लिकार्जुन	वसई	१०८3	१७ जानेवारी ११६२	पं. इंद्रजी	BG-I-Pt II
30	SI	द्वितीय अपरादित्य	लोनाड	११0६	५ नोव्हेंबर ११८४	पं. इंद्रजी	BG-I-Pt II
3१	SI	द्वितीय अपरादित्य	ठाणे	११0७	१७ मार्च ११८५	पं. इंद्रजी	BG-I-Pt II
3२	SI	द्वितीय अपरादित्य	परळ	११0८	२६ जानेवारी ११८७	वॅथन	JRAS- Vol-V

CII-VI क्र	SI/ CP	राजा	लेख	शक संवत	ई.स.	प्रथम वाचन	जर्नल
६3	SI	द्वितीय अपरादित्य	माणिकपूर-नांदुई	१११९	६ नोव्हेंबर ११९७	मो ग दीक्षित	SIM
33	SI	द्वितीय अनंतदेव	वसई	११२0	३० जानेवारी ११९८	वि बी कोलते	इतिहास आणि संस्कृती
३४	SI	द्वितीय केशिदेव	मांडवी	११२५	१८ जानेवारी १२०४	पं. इंद्रजी	BG-I-Pt II
३५	SI	द्वितीय केशिदेव	अक्षी	११3१	----	-----	Kolaba Dist Gaz-Vol XI
३६	SI	द्वितीय केशिदेव	चौधारपाडा	११६१	२४ जानेवारी १२४०	पं. इंद्रजी	BG-I-Pt II
नवीन	SI	तृतीय अनंतदेव	किरवली	११७0	२५ ऑक्टोबर १२४८	श गो धोपाटे, रुपाली मोकाशी	JASM- Vol-८९-९०
३७	SI	तृतीय अनंतदेव	दिवेआगार	११७६	९ जुलै १२५४	मो ग दीक्षित	SIM
३८	SI	सोमेश्वर	रानवड	११८१	२५ मार्च १२५९	पं. भगवानलाल इंद्रजी	BG-I-Pt II
नवीन	SI	सोमेश्वर	CSMVS	११८१	१६ फेब्रुवारी १२६०	धोपाटे, मोकाशी, समेळ	SIE-Vol-XLVI
३९	SI	सोमेश्वर	चांजे	११८२	१२ एप्रिल १२६०	पं. इंद्रजी	BG-I-Pt II
--	SI	जैतुगी	सांडोर	११८८	२६ जानेवारी १२६६	ह धि सांकलिया	EI-XXVI, No. 16

श्रीस्थानकाच्या शिलाहार राजघराण्याच्या इतिहासावर प्रकाश टाकणारे काही इतर राजघराण्यांचे ताम्रपट आणि शिलालेख

लेख	राजवंश	राजा	श. सं.	ई.स.
पट्टणकुडी ताम्रपट	चंद्रपूर-बलीपट्टण शिलाहार	अवसर	९१०	९८८
खारेपाटण ताम्रपट	चंद्रपूर-बलीपट्टण शिलाहार	रट्टराजा	९३०	१००८
बलिपट्टण ताम्रपट	चंद्रपूर-बलीपट्टण शिलाहार	रट्टराजा	९३२	१०१०
बांसवाडा ताम्रपट	परमार	भोज	--	१०२०

लेख	राजवंश	राजा	श. सं.	ई.स.
बेटमा ताम्रपट	परमार	भोज	--	१०२०
मिरज	कल्याणी चालुक्य	जगदेकमल्ल द्वितीय जयसिंह	--	१०२४
बलीपट्टण ताम्रपट	दक्षिण कोकण शिलाहार	रट्टराजा	९३२	१०१०
तडखेल शिलालेख	कल्याणी चालुक्य	प्रथम सोमेश्वर/ नागवर्मा	--	१०४७
नागई शिलालेख	कल्याणी चालुक्य	प्रथम सोमेश्वर/ मधुसूदन	--	१०५८
गणदेवी शिलालेख	कदंब	द्वितीय षष्ठदेव	९६४	--
सावई वेरे ताम्रपट	कदंब	राजकुमार द्वितीय गुहल्लदेव	९६०	१०३८
गोवा ताम्रपट	कदंब	प्रथम जयकेशी		१०५३
पणजी ताम्रपट	कदंब	प्रथम जयकेशी		१०५९
नरेंद्र	कदंब	द्वितीय जयकेशी		११३५
जालगाव ताम्रपट	शिलाहारांचे मांडलिक?	जैत्र सामंत	११२४	१२०२
राजा केळकर वस्तुसंग्रहालय	चालुक्य	केदारदेव		१ नोव्हेंबर १२५९
तेरवण	चालुक्य	केदारदेव		२६ डिसेंबर १२६०

संदर्भ

१. Altekar A S, The Rashtrakuta and their Times, Oriental Book Agency, Poona, 1934, p. 263

२. Barnett Lionel, Miraj Plates of Jayasimha II in EI-XIII, No. 34

३. Barnett Lionel, Kulenur Inscription of Jayasimha II: Shaka 850 in EI-XV, No. 21

४. Barnett Lionel, Inscriptions at Narendra, in EI-13, No. 28

५. Chakravarti Ranbir, Nakhudas and Nauvittakas: Ship-Owning Merchants in the West Coast of India (C. AD 1000-1500), in Journal of the Economic and Social History of the Orient, Vol. 43, No. 1 (2000), pp. 34-64

६. Desai P B, Akkalkot Inscription of Silahara Indarasa, in EI-27, No. 15

७. Dhavalikar M K, Cultural Heritage of Mumbai, Pub., Chhatrapati Shivaji Maharaj Vastu Sangrahalaya, Mumbai, pp. 10-11

८. Diksalkar D B, Betma Plates of Bhojadeva, in EI-18, No. 35

९. Dikshit M G, Selected Inscriptions from Maharashtra, कदंब गुहल्लदेव द्वितीय याचा सावई वेरे ताम्रपट, क्र. ४, भारत इतिहास संशोधक मंडळ, स्वीय ग्रंथमाला क्रमांक, ६७, पुणे

१०. Gadre A S, Ganadevi Stone Inscription of Shashtha II, Shaka Year dated 964, No. 8 in Important Inscriptions from Baroda State, Vol- 1, 1943

११. ed. Ghosh A, Dive Agar Inscription, Shaka Era 649, IAR 1962-63, No. 34, p. 52

१२. Gokhale Shobhana, Matvan Plates of Traikutaka King Madhyamasena, K. 256, in Proceedings of the All-India Oriental Conference, 26th session, Ujjain, October 1972, pub., Bhandarkar Oriental Research Institute, Pune, 1975, pp. 86-94

१३. Gokhale Shobhana, महाराष्ट्राची अभिलेख संपदा, in eds. Sankalia H D, Mate M S, महाराष्ट्रातील पुरातत्व, Maharashtra Rajya Sahitya aani Samskruti Mandal, Mumbai, 1976, pp. 128-173

१४. Hultzsch, E, Banswara Plates of Bhojadeva (Vikrama Samvat 1076), in EI-XI, No. 18

१५. Gazetteer of Bombay Presidency, Vol I-Pt.II, pp. 564 –

१६. Kadamb S G, Goa Charter of Jayakeshi I, Sources of History of the Kadambas of Goa – Inscriptions, Broadway Publishing House, Goa, 2013, pp. 28-38

१७. Kadamb S G, Panaji Copper Plates of Jayakeshi I, Sources of History of the Kadambas of Goa – Inscriptions, pp. 107-113

१८. Kadamb S G, Savai Vere (Marcella) Inscription of Jayakeshi I, Sources of History of the Kadambas of Goa – Inscriptions, pp 52-65

१९. Kielhorn F, Aihole Inscription of Pulakesin II in EI-VI, No. 01

२०. Konow Sten, Sanjan Plates of Buddhavarsha in EI-XIV, No. 14 and JBAS, XX, p. 40

२१. Krishna Deva, Manor Plates of Vinayaditya Mangalarasa; Saka 613, in EI-XXVIII, No. 3

२२. ed. Mirashi V V, Corpus Inscriptionum Indicarum, Inscriptions of the Shilaharas, The Director General, Archaeological Survey of India, New Delhi,1977

२३. मोकाशी रुपाली, भारतीय पुराभिलेखविद्येचा विकास, Printing Area, January 2023

२४. Mokashi Rupali, Gaddhegal: The Ass Curse Stele Tradition of Ancient Maharashtra, MARG Volume 66, No.1 September 2014

२५. Moraes George, Kadamba Kula, B. X. Furtado & Sons, Bombay, 1931

२६. Ramdas Ravindra, Glimpses of Apararka - Tika of Aparaditya, the King of the Shilahara dynasty of North Konkan (1127-1148 A. D.) which was presented to the court of Jayasimha the King of Kashmir in Proceedings of the Indian History Congress, 1986, Vol. 47, pp.122-127

२७. Ritti and Shelke, Tadkhel Inscription and Nagai Inscription, No. 3, Inscriptions from Nanded District, Yashavant Mahavidyalaya, Nanded, 1968

२८. Vats Madho Sarup, Two Grants of Prithvichandra Bhogashakti in EI-XXV, No. 22

प्रकरण २

श्रीस्थानक

एक हजार वर्षांपूर्वी श्रीस्थानकाचा उल्लेख आपल्याला '१४०० गावे असलेल्या कोकणावर' राज्य करणाऱ्या शिलाहारांची राजधानी म्हणून दिसून येतो. शिलाहारांचे राज्य लयाला गेले तरी यादवांचे राज्यपाल, हंबीरराव, नासिरराय तसेच आलू नाकू या स्थानिक राजांची सुद्धा श्रीस्थानक हीच राजधानी होती. शिलाहार, यादव आणि त्यानंतरच्या स्थानिक राजवटींच्या सर्व शिलालेख आणि ताम्रपटांचा अभ्यास करून श्रीस्थानकाचा इतिहास जाणून घेतला आहे.

* * * * * *

कोकणच्या राजधानीचा शोध घेताना आपल्याला या प्रदेशाचा प्राचीन इतिहास समजून घेणे आवश्यक आहे. प्राचीन काळात अनेक राजघराण्यांनी कोकण प्रांतावर राज्य केले. पुराभिलेखांच्या स्वरूपात त्यांच्या कारकिर्दीच्या पाऊलखुणा आपल्याला दिसून येतात. या काळातील इतिहास समजून घेताना अनेक अडचणी येतात. या राजघराण्यांचे प्राचीन अवशेष कुठेही दिसून येत नाहीत. नाणी आणि काही मोजके पुराभिलेख यांच्या आधारावर आपल्याला अनेक शतकांचा इतिहास समजून घ्यावा लागतो.

आभीर, त्रैकुटक, सेन्द्रक आणि कोकण

श्रीस्थानकाचा शोध घेण्यासाठी प्राचीन राजघराण्यांच्या काळात कोकण प्रांताच्या राजधानीबद्दल पुराभिलेखांमध्ये आलेले उल्लेख तपासून पाहायला पाहिजेत. प्राचीन काळापासून कोकणास अपरांत हे नाव होते. सम्राट अशोकाच्या पाचव्या प्रदीर्घ शिलालेखात त्याच्या पश्चिम किनारपट्टीकडील प्रदेशास अपरांत म्हटले आहे. (गिरनार लेख – अपरात, कलसी लेख – अपलंता, मनसेरा लेख – अपरत- CII-I ed. E. Hultzsch) सोपारा येथील सम्राट अशोकाचे प्रदीर्घ शिलालेख क्रमांक आठ आणि नऊ यांच्या उपलब्धीमुळे कोकण हा मौर्य साम्राज्याचा भाग होता हे निश्चित आहे. मात्र यांचे राज्यपाल किंवा प्रादेशिक राजधानी यावर माहिती देणारा कुठलाही पुरावा उपलब्ध नाही. जुन्नर आणि प्रतिष्ठान या सातवाहनांच्या प्रदीर्घ शासन काळातील दोन राजधान्या होत्या.

आभीर आणि भोज-मौर्य यांचा अवघा एक एक कोरीव लेख उपलब्ध आहे. आभीरांचा लेख नाशिकच्या बौद्ध लेण्यात आहे. तर भोज-मौर्यांचा एक शिलालेख वाडा येथे सापडला होता. हे दोन्ही लेख प्रत्यक्ष राजघराण्याने प्रदान केलेले नसून त्यांच्या कारकीर्दीतील सामान्य लोकांनी दिलेल्या दानांची नोंद आहे. त्यामुळे सर्वसामान्यपणे कोरीव लेखातून मिळणारी वंशावळ, मंत्रिमंडळ अशी माहिती उपलब्ध होत नाही. तसेच या दोन्ही लेखांतून त्यांच्या राजधानीच्या ठिकाणाबद्दल देखील काहीही अनुमान करता येत नाही.

सुकेतूवर्मन याच्या शक संवत ३२२-इसवी सन ४०० मधील वाडा शिलालेखातून कोकणातील भोज-मौर्य घराण्याची माहिती मिळते. या शिलालेखात सिंहदत्त याने केलेले काही दान नोंदलेले आहे. या लेखात कोकण, अपरांत किंवा पुरी यांचा उल्लेख नाही.

दुर्दैवाने या महत्त्वाच्या राजघराण्याबद्दल माहिती करून घेण्याकरिता इतर कोणताही पुराभिलेख उपलब्ध नाही. या लेखानंतर सुमारे ९० वर्षे कोकणातील राजकीय परिस्थिती समजण्याकरिता आपल्याकडे सध्या तरी कोणताही पुराभिलेखीय पुरावा नाही. कीर्तिवर्मन या वातापीच्या चालुक्य राजाने मौर्यांचा पराभव केल्याचा उल्लेख द्वितीय पुलकेशी याच्या ऐहोळे शिलालेखात आहे.

त्रैकुटक राजघराण्यातील इंद्रदत्त, दहरसेन, व्याघ्रसेन, माध्यमसेन आणि विक्रमसेन हे चार राजे आपल्याला माहित आहेत. व्याघ्रसेन याच्या सुरत ताम्रपटात (वर्ष-सं. २४१- १४ ऑक्टोबर ४९०, CII- IV-I, No. 9) तो अपरांत आणि इतर देशांचा स्वामी असल्याचे वर्णन केले आहे (अपरान्तादिदेशपति). विजयी अनिरुद्धपुरी येथून त्याने हे दान दिले होते. व्याघ्रसेन याने आपल्या बलाढ्य सैन्याच्या मदतीने अनेक किल्ले, शहरे आणि समुद्र यावर ताबा मिळवला होता. या वर्णनावरून समुद्र किनारपट्टीलगतचा कोकण प्रांत त्याच्या राज्यात होता हे दिसून येते. शोभना गोखले यांनी माध्यमसेन आणि विक्रमसेन यांच्या माटवण ताम्रपटांचे वाचन केले आहे. माध्यमसेन याच्या माटवण ताम्रपटात (वर्ष (सं) २५६-८ ऑक्टोबर ५०४) देखील अपरान्तादिदेशपति आणि अनिरुद्धपुरीचा उल्लेख आहे. विक्रमसेन याचा माटवण ताम्रपट (वर्ष २८४-१० मार्च ५३३) हा त्रैकुटक घराण्याचा शेवटचा ताम्रपट आहे. यात अनिरुद्धपुरी याबाबत अधिक स्पष्ट उल्लेख सापडतो. तो अपरांत आणि इतर देशांचा स्वामी असल्याचे वर्णन केले आहे. लेखाच्या सुरुवातीसच 'कटचूरींचे विजयी अनिरुद्धपुरी' असे म्हटले आहे. माध्यमसेन आणि विक्रमसेन यांच्या ताम्रपटांमध्ये २९ वर्षांचे अंतर आहे. विक्रमसेन याच्या काळापर्यंत बहुधा त्रैकुटक राज्याला उतरती कळा लागली होती आणि ते कलचुरींचे सामंत म्हणून अनिरुद्धपुरी येथून राज्य करीत असावे.

इसवी सन १८८१ मध्ये सूरत मध्ये एका कामगारास लग्न मंडपामध्ये उभारलेल्या एका तात्पुरत्या स्वयंपाकघरात काही खोदकाम करताना सेन्द्रक राजा निकुंभ अल्लशक्ती याचे बगुम्रा ताम्रपट (कलचुरी संवत ४०६-१० ऑगस्ट ६५६) सापडले होते. ब्युह्लर यांनी त्यांचे वाचन केले. अल्लशक्ती याने बप्पस्वामी या ब्राह्मणास बलिस गाव दान दिले होते. दान स्वीकारते वेळी बप्पस्वामी हा 'विजय अनिरुद्धपुरी' चा रहिवासी होता.

त्रैकुटक यांच्या ४३ वर्षांच्या अवधीतील तीन ताम्रपटांत अनिरुद्धपुरीचा 'विजयी' असा उल्लेख आला आहे. तरीदेखील अनिरुद्धपुरी या शहराची स्थाननिश्चिती होऊ शकलेली नाही. वा वि मिराशी यांनी अनिरुद्धपुरी हे सूरत जवळ असल्याचे अनुमान केले आहे. परंतु या विधानाला सबळ पुरावा नाही. ई. हुल्श यांनी अनिरुद्धपुरी हे सोपारा शहराजवळ असल्याचे म्हटले आहे. या राजघराण्यातील फक्त निकुंभ अल्लशक्ती याचे चार ताम्रपट उपलब्ध आहेत. यापैकी बगुम्रा ताम्रपटात अनिरुद्धपुरीचा उल्लेख आहे. हा उल्लेख देखील राजधानीच्या संदर्भात नसून दान दिलेल्या ब्राह्मणाचे रहिवासाचे ठिकाण असा आहे. शोभना गोखले यांनी अनिरुद्धपुरी म्हणजे 'अंधेरी हे मुंबईतील उपनगर असावे' असे सूचित केले आहे. ठोसर यांनी भाषाशास्त्रीय दृष्ट्या हे अनुमान योग्य नसल्याचे म्हटले आहे. अनिरुद्धपुरी ही त्रैकुटकांची राजधानी किंवा एखादे महत्वाचे शहर असावे हे सयुक्तिक वाटते.

महिष्मतीचे कलचुरी आणि कोकण

महिष्मतीच्या कलचुरी राजांच्या ताम्रपटात कोकणाबद्दल थेट संदर्भ मिळत नाही. परंतु उत्तर कोकणावर त्यांचा दावा असल्याचे इतर पुरावे सापडतात. पूर्वेस वाकाटक आणि पश्चिमेस त्रैकूटक साम्राज्य लयाला गेल्याने कृष्णराज (सु. इसवी सन ५५०-५७५) याला साम्राज्यविस्ताराची संधी मिळाली होती. कृष्णराज याची चांदीची नाणी मोठ्या संख्येने सातारा, नाशिक तसेच मुंबई शहर आणि साष्टी येथे सापडली आहेत. मुंबईमध्ये मरोळ जवळील मूळगाव आणि मुंबई शहरात २०० चांदीची नाणी सापडली आहेत. (CII-IV-I, xlvi) कृष्णराजाच्या पश्चात देखील प्रदीर्घकाळ त्याची चांदीची नाणी प्रचलनात होती. शंकरगण हा कृष्णराजाचा मुलगा होता. परंतु शंकरगण याच्या सांखेडा ताम्रपटात त्याचा राज्यविस्तार वर्णन करताना 'पूर्व आणि पश्चिम समुद्रामधील राज्यांचा स्वामी' असा केला आहे (पूर्वापरसमुद्रान्तादिदेशस्वामी-CII-IV-I,No.13).

नेरुर ताम्रपटात बुद्धराज हा शंकरगण याचा मुलगा असल्याचा उल्लेख आहे. बुद्धराज याला मात्र वातापीच्या चालुक्यांच्या सततच्या आक्रमणाला तोंड द्यावे लागले. इसवी सन ६०२ मधील महाकूट शिलालेखात मंगलेश याने बुद्धराजाचा पराभव करून त्याची सगळी संपत्ती लुटून नेल्याचा उल्लेख आहे. वा वि मिराशी यांच्या मते इसवी सन सु. ६०१ च्या सुमारास बुद्धराज याचा पराभव झाला असावा. (CII- IV-I, xlvi-xlvii) बुद्धराज याने या पराभवानंतर देखील काही काळ राज्य केल्याचे दिसून येते. इसवी सन ६१० मधील वडनेर ताम्रपटात त्याने विदिशा येथून नाशिक जिल्ह्यातील एक गाव गाव दान दिल्याचा उल्लेख आहे. याच वर्षीच्या सरस्वानी ताम्रपटात भडोच जिल्ह्यातील एक गाव दान दिल्याचा उल्लेख आहे. बुद्धराज याचे उत्तराधिकारी कोण होते माहित नाही.

यादरम्यान मंगलेश याच्या नेरुर ताम्रपटात आपल्याला 'चालिक्य' घराण्यातील एका स्वामीराजाबद्दल माहिती मिळते. हा चालुक्यांचा सामंत दक्षिण कोकण मधील रेवतीद्वीप (रेडी) येथे राज्य करीत असलेला दिसून येतो. मंगलेशाने त्याचा वध केला. नेरुर ताम्रपटात तारखेचा उल्लेख नाही. परंतु ही घटना देखील इसवी सन ६००-६०१ च्या सुमारास घडली असावी. यानंतर मंगलेशाने दक्षिण कोकणचे प्रशासन सत्याश्रय ध्रुवराज इंद्रवर्मन याच्याकडे सोपवलेले दिसते. गोवा ताम्रपटात (शक संवत ५३२-सु. इसवी सन ६१०) त्याने विसाव्या शासन वर्षात रेवतीद्वीप येथून दान दिल्याचे दिसून येते. द्वितीय पुलकेशी सत्तेवर आल्यावर मात्र कोकणातील सत्तेची समीकरणे झपाट्याने बदलली.

उत्तर कोकणातील वातापीच्या चालुक्यांचे प्रशासन

द्वितीय पुलकेशी याचा ऐहोळे शिलालेख (कलियुग वर्ष ३७३५-शक संवत ५५६-इसवी सन ६३४-३५) सुप्रसिद्ध आहे. रविकीर्ति याने रचलेले काव्य या शिलालेखात कोरलेले आहे. हा शिलालेख कर्नाटकातील ऐहोळे येथील मेगुती मंदिराच्या पूर्वेकडील भिंतीवर कोरलेला आहे. हा शिलालेख डॉ. फ्लीट यांनी संपादित केला होता. या शिलालेखात 'जयती भगवान जिनेंद्रो' असे नमन करून जैन मंदिराच्या पूर्णत्वाची नोंद आहे. रविकीर्ति या कवीची तुलना कालिदास आणि भारवी यांच्या विद्वत्तेशी केली जाते. या लेखात कलियुग या वैशिष्ट्यपूर्ण कालगणनेचा उल्लेख आहे (कलियुगातील वर्ष ३७३५- इसवी सन ६३५).

सुमारे शंभर वर्षे कोकण हे वातापीच्या चालुक्यांच्या साम्राज्याचा भाग होते. या शिलालेखात चालुक्यांचा कोकणावर ताबा असल्याचे सुस्पष्ट आणि निश्चित पुरावे दिसतात. द्वितीय पुलकेशी याने किर्तीवर्मन या आपल्या पित्याच्या लष्करी पराक्रमांचे वर्णन नल, मौर्य आणि कदंब यांची काळरात्र असा केला आहे. पुलकेशी याच्या पराक्रमांचे वर्णन विसाव्या श्लोकामध्ये आले आहे. 'उसळत्या लाटांप्रमाणे पुलकेशीच्या सैन्याने कोकणात मौर्यांना वाहून नेले'. याचा अर्थ कीर्तिवर्मन याच्या आक्रमणाला काही काळ मौर्य राजाने तोंड दिले ह्युएन होते. मात्र पुलकेशीच्या आक्रमणापुढे त्यांचा टिकाव लागला नाही. पुलकेशीबाबत रविकीर्ति पुढे म्हणतो त्याने ९९००० गावांनी युक्त तीन 'महाराष्ट्रकांवर' आपला ताबा मिळवला. महाराष्ट्र या शब्दाचा हा प्राचीन पुराभिलेखीय पुरावा आहे. चिनी प्रवासी ह्युएन त्सांग याने सुद्धा त्याचे वर्णन मो-हा-लोचा (महाराष्ट्राचा) राजा असे केले आहे.

उत्तर कोकणातील वातापीच्या चालुक्यांचे राज्यपाल

चालुक्य राजे द्वितीय पुलकेशी आणि त्याचा मुलगा प्रथम विक्रमादित्य यांनी उत्तर कोकणचा कारभार त्यांच्या कुटुंबियांकडे सोपवला होता. सातारा, पंढरपूर आणि बहुधा सोलापूर या प्रांतावर त्याने आपला धाकटा भाऊ विष्णुवर्धन याची नेमणूक केली होती. विष्णुवर्धन याच्या सातारा ताम्रपटात त्याने भीमा नदीच्या दक्षिण किनाऱ्यावर एक गाव दान दिल्याची नोंद आहे. वा वि मिराशी यांच्या मते उत्तर महाराष्ट्र तसेच कोकण किनारपट्टी पुलकेशीने स्वतःच्या अखत्यारीत ठेवलेली दिसते. कदाचित या काळात नाशिक ही त्यांची प्रांतिक राजधानी असावी. द्वितीय पुलकेशी याच्या शक संवत ५५२-इसवी सन ६३०-३१ मधील लोहणार ताम्रपटात नाशिक जिल्ह्यातील बागलाण तालुक्यातील लोहनगर (लोहणार) दान दिल्याची नोंद आहे. प्रस्तुत ताम्रपट देखील याच गावात सापडले होते.

बुधवरस हा द्वितीय पुलकेशी याचा धाकटा भाऊ आणि प्रथम विक्रमादित्य याचा काका होता. इसवी सन ६७१ मधील त्याच्या संजाण ताम्रपटात कोकणासंबंधी काही उल्लेख सापडतात. या वेळेस सत्ताधारी चालुक्य राजा प्रथम विक्रमादित्य होता. हे दान पिनुक येथून प्रदान करण्यात आले होते. या गावाची ओळख जॅक्सनने सध्याच्या रायगड जिल्ह्यातील पेण अशी केली आहे. स्टेन कोनाव याने त्याला संमती दिली आहे. अवरांता (अपरांत) विषयातील द्वादशग्रामी जिल्ह्याच्या समुद्रकिनारी एका गावात (नाव नष्ट झाले आहे) काही फळबागा (महिंदास आराम आणि अंबराम) सगुला दीक्षित या विद्वान ब्राह्मणाला दान केल्या होत्या असा तपशील आहे. चालुक्यांची राजधानी कर्नाटकातील वातापी होती. मात्र बुधवरस याचे स्थानिक मुख्यालय कुठे होते हे समजू शकत नाही.

धराश्रय जयसिंह हा द्वितीय पुलकेशीचा मुलगा आणि प्रथम विक्रमादित्य याचा लहान भाऊ होता. त्याने गुजरात मधील नवसारी येथे चालुक्य घराण्याची स्थापना केली (सु. ६६९-७०). मानोर ताम्रपटामध्ये दानाची तारीख नमूद करताना ते एकविसाव्या 'राज्यसंवत्सरामध्ये' दिल्याची नोंद आहे. यावेळेस विनयादित्य जयाश्रय मंगलरस स्वतंत्रपणे राज्य करणे शक्य नाही. म्हणजेच हे राज्यसंवत्सर धराश्रय जयसिंह या त्याच्या पित्याने नवसारी राजवंशाची स्थापना करतेवेळी सुरू केले असावे.

नवसारी शाखेचे स्वतंत्र अस्तित्व असले तरी त्यांनी वातापीच्या आपल्या सम्राटांचा योग्य राजकीय मान ठेवलेला आहे. धराश्रय जयसिंह याला श्रयाश्रय शिलादित्य, विनयादित्य जयाश्रय मंगलरस आणि अवनीजनाश्रय पुलकेशी अशी तीन मुले होती. धराश्रय जयसिंह याच्या कारकिर्दीच्या सुरुवातीपासूनच त्याची दोन्ही मुले राज्यकारभारत सक्रिय सहभाग घेत असलेली दिसून येत आहेत. श्रयाश्रय शिलादित्य दक्षिण गुजरात प्रदेशाचा प्रशासक होता. विनयादित्य जयाश्रय मंगलरस याच्याकडे रायगड, ठाणे आणि पालघर परिसराचा अधिकार होता असे दिसून येते. श्रयाश्रय शिलादित्य याचे अस्तित्व पुढे दिसून येत नाही. विनयादित्य जयाश्रय मंगलरस आणि अवनीजनाश्रय पुलकेशी हे धराश्रय जयसिंह याचे वारस होते.

२ मे १९४३ रोजी तत्कालीन पालघर तालुक्यातील मानोर येथे मोहम्मद युसुफ हाजी अमीर साहेब यांच्या इनाम शेतामध्ये ताम्रपटांचे दोन संच सापडले होते. यापैकी एक विनयादित्य जयाश्रय मंगलरस (शक संवत ६१३) याचा आहे आणि दुसरा राष्ट्रकूट राजा दंतिदुर्ग (शक संवत ६७१) याच्या काळातील आहे. मानोर ताम्रपटात त्याला आपल्या पित्याप्रमाणे परममाहेश्वर आणि 'विनयादित्य पृथ्वीवल्लभ युद्धमल्ल जयाश्रय मंगलरस' असे म्हटले आहे.

शक संवत ६१३-इसवी सन ६९१-९२ मधील या ताम्रपटात नोंद केल्याप्रमाणे विनयादित्य जयाश्रय मंगलरस याने मानपुरा येथील सूर्य देवाच्या मंदिरातील (मानोर) दैनंदिन पूजा अर्चा, धुपदीप, नैवेद्य, फुले, सुगंधी वस्तू आणि संगीत याकरिता काही गावे आणि घरे दान दिली होती. कुरट विषयातील मानपुरा गावाच्या पूर्वेस असलेले डिणक गाव हे सूर्य मंदिराच्या मालकीचे होते. वेलुग्रारामातील कुकुटी आणि मिटिम्मिटि ही घरे, वेंगी विषयातील उरच्छक गाव आणि बोडट्ट हे लहानसे खेडे दान दिले. भट्टरुद्रनाग याने हे दानपत्र लिहिले. तो कुमारस्वामी दीक्षित याचा मुलगा होता. भट्टरुद्रनाग हा सचिवालय प्रमुख, परराष्ट्र मंत्री आणि महसूल मंत्री अशी विविध महत्त्वाची पदे सांभाळत होता. मानोर हे गाव पालघर जिल्ह्यामध्ये आहे. यावरून हा कोकणचा शासक होता हे दिसून येते. या लेखातही या प्रदेशाच्या राजधानी बाबत काही उल्लेख नाही. परंतु मानोर हे नवसारी चालुक्यांच्या अखत्यारीतील एक महत्त्वाचे ठिकाण दिसून येते.

इंडियन आर्कियोलॉजी अ रिव्ह्यू (१९६२-६३) मध्ये दिवेआगार येथे चार ताम्रपट मिळाल्याची नोंद आहे. यातील पहिला इसवी सनाच्या चौथ्या शतकातील पश्चिम गंग घराण्यातील राजा दुर्विनीत याचा आहे. दुसरा ताम्रपट विनयादित्य जयाश्रय मंगलरस याचा होता. तिसरा आणि चौथा ताम्रपट दिवेआगारच्या व्यवस्थापनाशी संबंधित छित्तराज आणि मुम्मुणी यांचा होता. हे चारही ताम्रपट बहुधा दिवेआगार परिसराशी संबंधित होते.

यातील विनयादित्य जयाश्रय मंगलरस याच्या शक संवत ६४९-इसवी सन ७२७-२८ मधील ताम्रपटात त्याने पठिका विषयातील तलवल्लीका हे गाव देवी कात्यायनी हिला दान केल्याची नोंद आहे. या देवीची प्रतिमा कडद्रोहो-वोटीनेरा येथील

मंदिराच्या टाकीवर (देवद्रोणी) स्थापित करण्यात आली होती. तलवल्लीकाशी साधर्म्य दाखवणारी तळवली नावाची किमान चार गावे, दिवेआगारजवळ आणि उत्तर कोकणात सापडतात. त्यांचे तपशील पुढीप्रमाणे आहेत, रायगड जिल्ह्यातील मुरुड तालुक्यातील तळवली, रायगड जिल्ह्यातील रोहा तालुक्यातील तळवली तर्फ घोसाळे, रत्नागिरी जिल्ह्यातील गुहागर तालुक्यातील तळवली आणि घणसोली, नवी मुंबई जवळील तळवली.

धराश्रय जयसिंहवर्मन याने इसवी सन सुमारे ६७० मध्ये गुजरात मधील नवसारी येथे चालुक्य शाखेची स्थापना केली. परंतु पुढच्याच वर्षी म्हणजे इसवी सन ६७१ मध्ये आपल्याला संजाण ताम्रपटानुसार बुधवरस हा द्वितीय पुलकेशी याचा धाकटा भाऊ आणि प्रथम विक्रमादित्य आणि धराश्रय जयसिंहवर्मन यांच्या काकाने पेण येथून दान दिलेले दिसते. ताम्रपटातील उल्लेखावरून धराश्रय जयसिंहवर्मन आणि श्रयाश्रय शिलादित्य यांनी दक्षिण गुजरातचा कारभार पाहिला असल्याचे दिसून येते. धराश्रय जयसिंहवर्मन याचे शेवटचे शासन वर्ष २१ मार्च ६८५ हे आहे. बुधवरस याचा एकच संजाण ताम्रपट (इसवी सन ६७१) आजवर उपलब्ध आहे. विनयादित्य जयाश्रय मंगलरस याने इसवी सन ६९१-९२ ते ७२७ अशी सुमारे ३६ वर्षे सुमारे कोकणचा कारभार पाहिलेला दिसून येतो. म्हणजे इसवी सन ६७१ ते ६९१ अशी वीस वर्षे कोकणचा कारभार कोण सांभाळत होते हे सांगता येत नाही. तसेच ७२७ नंतर आपल्याला ७३९ मध्ये या घराण्यातील तिसरा आणि शेवटचा राजा अवनीजनाश्रय पुलकेशी दिसून येतो. याच्या ताम्रपटात कोकणाशी संबंधित काहीही थेट संदर्भ नाही. मात्र या काळात गुजरात मधील नवसारी विषय (प्रांत) येथे ताजिक अरबांनी आक्रमण केलेले केल्याचा उल्लेख आहे. यातील वर्णनानुसार ताजिक सैन्याने इसवी सन ७३७ च्या सुमारास सैंधव, कचेल, सौराष्ट्र, मौर्य आणि गुर्जर अशा राजांचा पराभव करून नवसारिका विषयावर आक्रमण केले. या आक्रमणाचा अवनीजनाश्रय पुलकेशी याने शौर्याने प्रतिकार केला. यानंतर झालेल्या भीषण युद्धात अवनीजनाश्रय पुलकेशी याने विजय प्राप्त केला. द्वितीय विक्रमादित्य या तत्कालीन चालुक्य राजाने अवनीजनाश्रय पुलकेशी याच्या विजयाचे कौतुक केले आणि त्याबद्दल त्याला दक्षिणपथसाधार,चालुक्यकुलअलंकार आणि पृथ्वीवल्लभ अशा पदव्या बहाल केल्या. ताम्रपटातील या भीषण युद्धाचे वर्णन वैशिष्ट्यपूर्ण आहे. अवनीजनाश्रय पुलकेशी याच्या काळात कोकणच्या राज्यकारभाराबद्दल काही संदर्भ मिळत नाही.

मौर्य, त्रैकुटक आणि महिष्मतीचे कलचुरी आणि कोकण

लेख	राजा	राजघराणे	श.सं.	इ. स.	तपशील
वाडा	सुकेतूवर्मन	मौर्य		४००	राजधानीचा उल्लेख नाही, सिंहदत्त याचे दान
सूरत	व्याघ्रसेन	त्रैकुटक	वर्ष-सं. २४१	१४ ऑक्टोबर ४९०	अपरांत आणि इतर देशांचा स्वामी (अपरान्तादिदेशपति)
माटवण	माध्यमसेन	त्रैकुटक	वर्ष (सं) २५६	८ ऑक्टोबर ५००	अपरान्तादिदेशपति
माटवण	विक्रमसेन	त्रैकुटक	वर्ष (सं) २८४	१० मार्च ५३३	शेवटचा त्रैकुटक ताम्रपट, कटचूरींचे विजयी अनिरुद्धपुरी
---	कृष्णराज	महिष्मती कलचुरी	---	सु. ५००-५७५	मुंबई, साष्टी येथे चांदीच्या नाण्यांचे प्रचलन
सांखेडा	शंकरगण	महिष्मती कलचुरी	---	सु. ५७५-६००	पूर्व आणि पश्चिम समुद्रामधील राज्यांचा स्वामी (पूर्वापरसमुद्रान्तादिदेशस्वामी)
---	बुद्धराज	महिष्मती कलचुरी	---	सु. ६०१	मंगलेशाकडून पराभव, संपत्तीची लूट

श्रीस्थानकाचे शिलाहार

लेख	राजा	राजघराणे	श.सं.	इ. स.	तपशील
वडनेर	बुद्धराज	महिष्मती कलचुरी	---	६१०	विदिशा येथून नाशिक जिल्ह्यातील एक गाव दान
सरस्वानी	बुद्धराज	महिष्मती कलचुरी	----	६१०	भडोच जिल्ह्यातील एका गाव दान

कोकणचे चालुक्य राजपाल

चालुक्य राजा/ राज्यपाल	तपशील	पुराभिलेख	कलचुरी/शक संवत	इसवी सन
किर्तिवर्मन	नल, मौर्य आणि कदंब यांची काळरात्र	ऐहोळे	---	६३४-३५
मंगलेश	रेवतीद्वीपाच्या 'चालिक्य' स्वामीराजाचा वध	नेरूर	कालोल्लेखविरहीत	----
सत्याश्रय ध्रुवराज इंद्रवर्मन	चालुक्य सामंत, रेवतीद्वीप येथून दोन गावांचे दान	गोवा	कलचुरी संवत ५३२	६१०
द्वितीय पुलकेशी	कोकणवर विजय	ऐहोळे शिलालेख	---	६३४-३५
प्रथम विक्रमादित्य	कोकणवर राज्यपालांची नियुक्ती	----	---	६५५–६८०
धराश्रय जयसिंहवर्मन	द्वितीय पुलकेशीचा मुलगा आणि प्रथम विक्रमादित्य याचा लहान भाऊ, गुजरात मधील नवसारिका चालुक्य वंशाची स्थापना	---	---	सु. ६६८
श्रयाश्रय शिलादित्य	धराश्रय जयसिंहवर्मन याचा थोरला राजपुत्र, नवसारी येथून दोन ब्राह्मणांना मुडगपद्र गाव दान दिल्याची नोंद	मुडगपद्र ताम्रपट	कलचुरी संवत ४२०	२३ मे ६६८
बुधवरस	द्वितीय पुलकेशी याचा धाकटा भाऊ आणि प्रथम विक्रमादित्य आणि धराश्रय जयसिंहवर्मन याचा काका, पेण येथून दान दिले.	संजाण ताम्रपट	---	६७१
श्रयाश्रय शिलादित्य	नवसारी येथील भोगिक्कस्वामी ब्राह्मणास आसट्टी गावाचे दान	नवसारी ताम्रपट	कलचुरी संवत ४२१	२८ जानेवारी ६७१
धराश्रय जयसिंहवर्मन	विषुवच्या (vernal equinox) पर्वानिमित्त नासिक्य विषयातील ढोंढक गाव नासिक्यचा (नाशिक) रहिवासी प्रीती शर्मन याचा मुलगा त्रिविक्रम याला दान दिले	नाशिक ताम्रपट	कलचुरी संवत ४३६	२१ मार्च ६८५

चालुक्य राजा/ राज्यपाल	तपशील	पुराभिलेख	कलचुरी/शक संवत	इसवी सन
श्रयाश्रय शिलादित्य	कुसुमेश्वरच्या विजयी शिबिरातून ओसुंभला गावाच्या पूर्व हद्दी जवळील एका शेताचे दीक्षित मत्रीश्वर ब्राह्मणाला दान दिले	सूरत ताम्रपट	कलचुरी संवत ४४३	६९१
विनयादित्य जयाश्रय मंगलरस	धराश्रय जयसिंहवर्मन याचा धाकटा राजपुत्र आणि उत्तराधिकारी	मानोर ताम्रपट	शक संवत ६१३	६९१-९२
विनयादित्य जयाश्रय मंगलरस	पठिका विषयातील तलवल्लीका हे गाव देवी कात्यायनी हिला दान केले	दिवेआगार ताम्रपट	शक संवत ६४९	७२७
अवनीजनाश्रय पुलकेशी	विनयादित्य मंगलरस याचा धाकटा भाऊ आणि उत्तराधिकारी, ताजिक अरबांचे आक्रमण	नवसारी ताम्रपट	कलचुरी संवत ४९०	२१ ऑक्टोबर ७३९

उत्तर कोकणातील वातापीच्या चालुक्यांचे हरिश्चंद्र घराण्यातील राज्यपाल

इसवी सन १९३६ मध्ये नाशिक जिल्ह्यातील त्र्यंबक गावाच्या जवळ अंजनेरीच्या शीद घराण्याकडे दोन ताम्रपटांचे संच होते. यातून आपल्याला वातापीच्या विक्रमादित्याचे हरिश्चंद्र घराण्याचे मांडलिक यांच्या बद्दलची माहिती मिळते.

भोगशक्ती पृथ्वीचंद्र हा सिंहवर्मन याचा मुलगा आणि स्वामीचंद्राचा नातू होता. त्याच्या अंजनेरी-१ ताम्रपटात (कलचुरी वर्ष ४६१/७०९-७१०) हरिश्चंद्र या त्याच्या आजोबाचे वर्णन 'ज्याला चालुक्य राजा कुमार विक्रमादित्य (इसवी सन ६५५-६८०) याने स्वतःचा मुलगा मानले आणि त्याने १४००० गावांचा समावेश असलेल्या संपूर्ण पुरी कोकण देशावर राज्य केले असा आहे' (CII-IV-I, No. 31). त्याला 'सकलमपि पुरीकोकण भुक्तमासीत' असे संबोधण्यात आले आहे. या ताम्रपटात पुरी प्रमुख असलेल्या कोकणामध्ये १४००० गावांचा समावेश आहे असा उल्लेख आहे. कालांतराने श्रीस्थानाकाच्या शिलाहारांच्या ताम्रपटामध्ये उत्तर कोकणामध्ये १४०० गावे असल्याचा उल्लेख आढळतो. वा वि मिराशी यांनी पुरी या ठिकाणाची स्थाननिश्चिती करण्यास असमर्थता दर्शविली आहे. भोगशक्ती पृथ्वीचंद्र याचे वर्णन 'पुरी कोकण विषयाचा (प्रांताचा) अलंकार' असे केले आहे. (पुरीकोकणस्यविषयस्यालंकारभूत) यात पुरी कोकण हा जोडशब्द प्रांताचे नाव या अनुषंगाने आलेला आहे. भोगशक्ती पृथ्वीचंद्र याच्या काळात वातापीचा राजा द्वितीय विक्रमादित्य (इसवी सन ७३३-७४६) हा होता. याचा उत्तराधिकारी द्वितीय किर्तिवर्मन (इसवी सन ७४६-७५३) हा वातापी चालुक्य घराण्याचा शेवटचा राजा होता. दंतिदुर्ग (७१०-७५५) याने त्याचा पराभव केला आणि राष्ट्रकूट घराण्याची स्थापना केली. भोगशक्ती पृथ्वीचंद्र याच्यानंतर हरिश्चंद्र घराण्याचे पुरावे दिसून येत नाहीत.

राष्ट्रकूट आणि कोकण

बहुधा इसवी सन ७१५ च्या सुमारास दंतिदुर्गाने नाशिक प्रांतावर ताबा मिळवला असावा. त्याच्या वेरूळ ताम्रपटात या संदर्भात काही दाखले मिळतात. वा वि मिराशी यांनी वाचन केलेल्या मानोर (संच २, शक संवत ६७१-इसवी सन ७४९) ताम्रपटात पंचमहाशब्द प्राप्त झालेल्या राष्ट्रकूट राजा दंतिदुर्ग याने अनिरुद्ध याची कोकणचा राज्यपाल म्हणून नियुक्ती केली होती. या

ताम्रपटात अनिरुद्ध हा श्रीपुर येथून राज्य करीत होता असा उल्लेख आहे. श्रीपुर याचा विषय (प्रांत) असा उल्लेख केलेला आहे. यानंतर इसवी सन ८०० च्या सुमारास राष्ट्रकूट राजा तृतीय गोविंद याने पहिला कपर्दी याची उत्तर कोकणावर मांडलिक म्हणून नियुक्ती केलेली दिसून येते.

कोकणच्या राजधानीचा शोध

सुकेतूवर्मन याच्या इसवी सन ४०० मधील वाडा शिलालेखापासून ते इसवी सन ७१० मधील अंजनेरी- १ ताम्रपटापर्यंत कोकणावर राज्य करणारी विविध राजघराणी आणि त्यांच्या सामंतांची माहिती दिसून येते. यात मौर्य, त्रैकुटक,महिष्मतीचे कलचुरी यासारखे स्वतंत्र राजे दिसून येतात. इसवी सन ६०० ते इसवी सन ७५३ मध्ये राष्ट्रकूटांनी द्वितीय किर्तीवर्मन याचा पराभव करेपर्यंत कोकणावर चालुक्यांचे राज्यपाल राज्य करीत असल्याचे दिसून येते. यात सुरुवातीच्या काळात त्यांच्या घरातील नातेवाईक यांची नियुक्ती करून केलेली दिसून येते. त्यानंतर हरिश्चंद्रासारखे स्वतंत्र सामंत राजघराणे दिसून येतात. परंतु या प्रदीर्घकाळात उत्तर कोकणची राजधानी कोणती होती याचे स्पष्ट उल्लेख मिळत नाहीत.

वा वि मिराशी यांच्या मते द्वितीय पुलकेशी याने काही काळ उत्तर कोकणचा राज्यकारभार स्वतःच्या अखत्यारीत ठेवला होता. या काळात नाशिक हे महत्त्वाचे शहर दिसून येते. द्वितीय पुलकेशी आणि त्याचा पुत्र प्रथम विक्रमादित्य यांनी कोकणावर नियुक्त केलेल्या चालुक्यांच्या राज्यपालांची प्रांतिक राजधानी त्यांच्या ताम्रपटावरून समजून येत नाही. बुधवरस याने रायगड जिल्ह्यातील पेण येथून आपले दान दिले होते. परंतु यावरून त्याची राजधानी निश्चित करता येत नाही. वा वि मिराशी यांच्या मते धराश्रय जयसिंह याने सु. इसवी सन ६७० च्या सुमारास गुजरात मधील नवसारी शाखेची स्थापना केली, असे मत मांडले आहे. परंतु श्रयाश्रय शिलादित्य याच्या इसवी सन ६६८ मधील मुडगपद्र ताम्रपटामुळे नवसारी शाखेची स्थापना इसवी सन ६६८ च्या सुमारास झाली असणार असे दिसून येते. याच्या तीन मुलांपैकी दोघे, श्रयाश्रय शिलादित्य आणि अवनीजनाश्रय पुलकेशी हे गुजरात मधील नवसारिका येथे होते. या तिघांच्याही ताम्रपटांमध्ये दानांच्या संदर्भात नवसारी, त्याच्या आजूबाजूचा प्रदेश आणि नाशिक या भौगोलिक क्षेत्रांचा उल्लेख दिसून येतो. तसेच त्यांच्या ताम्रपटांमध्ये कलचुरी संवताचा वापर दिसून येतो. विनयादित्य जयाश्रय मंगलरस याच्या मानोर आणि दिवेआगार अशा दोन्ही ताम्रपटांमध्ये शक संवत वापरलेले दिसून येतात. ताम्रपटांवरील दानाच्या संदर्भातील उल्लेखांवरून याच्या अखत्यारीत पालघर, ठाणे आणि रायगड जिल्ह्यांचा परिसर असावा. परंतु या संदर्भांवरून त्याची प्रांतिक राजधानी समजून येत नाही. इसवी सन ६७१ मध्ये बुधवरस याने पेण येथून दान दिले होते. तर वीस वर्षानंतर वर्षांनंतर इसवी सन ६९१ मध्ये त्याचा पुतण्या आणि नवसारी चालुक्य शाखेचा विनयादित्य जयाश्रय मंगलरस आपल्याला कोकणात दिसून येतो. इसवी सन ६९१ ते ७२७ अशी ३६ वर्षे त्याचे अस्तित्व आपल्याला कोकणात दिसून येते.

'पुरी' चा शोध

शिलाहारांच्या सुरुवातीच्या काळात पुरी ही उत्तर कोकणची राजधानी होती असे एक मत आहे. वा वि मिराशी यांच्या मते पुरीचा उल्लेख तिला राजधानीचा दर्जा देण्यास पुरेसा नाही. हे मत रास्त आहे. 'पुरी कोकण' किंवा 'पुरीप्रभृती कोकण' हे उत्तर कोकण प्रांताचे निदर्शक होते. दक्षिण कोकणाला सप्त कोकण असे म्हटलेले आहे. उत्तर कोकणात १४०० तर दक्षिण कोकणात ७०० गावे होती. पुल्लशक्ती याच्या काळातील कान्हेरी येथील शिलालेखात तो पुरी प्रमुख असलेल्या संपूर्ण कोकणावर राज्य करीत असल्याचा उल्लेख आहे. द्वितीय कपर्दी याच्या काळातील कान्हेरी येथील दोन्ही शिलालेखांत त्याच्या पुल्लशक्ती या पित्याचा उल्लेख अशेषकोकणवल्लभ असा आहे. द्वितीय कपर्दी याला महासामंतशेखर असे म्हटले आहे. या लेखात पुरीचा उल्लेख नाही. यानंतर ७५ वर्षांच्या अंतराने असलेल्या छद्वैदेव याच्या ताम्रपटात कोकण किंवा पुरी याबद्दल कोणताही उल्लेख नाही. त्याला फक्त महासामंत असे म्हटले आहे. संशोधकांना अद्याप 'पुरी' याची निश्चिती करता आली नाही.

सूरसुंदरी, चरई, ठाणे

शिलाहार आणि श्रीस्थानक

यानंतर मात्र श्रीस्थानक अर्थात आजचे आधुनिक ठाणे हीच त्यांची राजधानी होती. अपराजिताने श्रीस्थानक हे राजधानीचे स्थान म्हणून निश्चित केले, असे म्हटले तर वावगे ठरणार नाही. अर्थात आजच्या आधुनिक ठाणे महानगराइतकी त्याची व्याप्ती निश्चितच नव्हती. इसवी सन ९९३ मध्ये अपराजित याने एकाच दिवशी एकाच कोलम नावाच्या ब्राह्मणाला दोन निरनिराळी दानपत्रे दान केली. रायगड जिल्ह्यामधील जंजिरा हे त्यांचे प्राप्ती स्थळ असल्याने त्यांना जंजिरा ताम्रपट १ आणि २ असे नाव आहे. हे ताम्रपट सध्या बडोदा म्युझियम मध्ये संरक्षित आहेत. श्रीस्थानक याचा पहिला उल्लेख अपराजित याच्या जंजिरा (२– शक संवत ९१५-२० ऑगस्ट ९९३) ताम्रपटामध्ये आढळून येतो. अपराजित म्हणतो की त्याने हे दान समृद्ध श्रीस्थानकामधील त्याच्या निवासस्थानातून (श्रीस्थानक वासक) दिलेले आहे. श्रीस्थानक म्हणजे जेथे लक्ष्मीचा वास आहे असे शहर. दहाव्या शतकामध्ये आपल्या नावाला सार्थ असणारे हे शहर समृद्ध होते, असे स्वतः अपराजितच म्हणत आहे.

अपराजित याचा भादान ताम्रपट इसवी सन १८८१ मध्ये भिवंडीच्या जवळ असलेल्या भेरे या गावात सापडला होता. डॉक्टर फ्लिट यांनी तयार केलेल्या यथादृष्ट प्रतिवरून किलहॉर्न यांनी या ताम्रपटाचे वाचन एपीग्राफिया इंडिका (खंड ३) मध्ये प्रसिद्ध केले होते. यावेळेस हे ताम्रपट मद्रास स्टाफ कॉर्प्सच्या कर्नल ए एफ डॉब्स यांच्याकडे होते. या ताम्रपटाचा सध्याचा ठावठिकाणा कोणीच नमूद केलेला नाही. अपराजित याच्या भादान ताम्रपटात श्रीस्थानकाबद्दल यापेक्षाही दोन स्पष्ट उल्लेख आहेत. यात असे म्हटले आहे की स्थानक येथे असताना दक्षिणायन कर्क संक्रांतीच्या पर्वावर १४०० गावांच्या कोकणातील माहिरहार विषयातील भादान गाव (भादाणे, भिवंडी तालुका) लवणेतट (लोनाड, ठाणे जिल्ह्यातील भिवंडी तालुका) येथील लोणादित्य देवाची पूजाअर्चा इत्यादीकरिता दान दिले होते. लेखाच्या शेवटी 'हे राजशासन स्थानक येथे सुरक्षितपणे ठेवले होते' असा उल्लेख आहे. आवश्यक विधी केल्यानंतर दानपत्र दिले जात असे. यानंतर सरकार दरबारी देखील त्याची नोंद ठेवण्याची प्रथा होती. याचा सर्वात प्राचीन उल्लेख आपल्याला क्षहरात क्षत्रप नहपानाचा जावई उषवदात याच्या नाशिक येथील शिलालेखात दिसतो. (मिराशी, क्र. ३८)

उषवदात याने भिक्षू संघाला दिलेल्या बहुविध दानांची नोंद केल्यानंतर 'हे सर्व निगम सभेत जाहीर केले आहे आणि रीतीप्रमाणे नोंदणी खात्यात फलकांवर नोंदवले आहे' (फलकवारे चरित्रतो ति) असा स्पष्ट उल्लेख आहे.

श्रीस्थानक हे राजधानीचे ठिकाण म्हणून या वेळेपर्यंत निश्चितच प्रस्थापित झाले होते. याच कारणासाठी शासकीय कागदपत्रे राजधानीच्या शहरात, जेथे राजाचे वास्तव्य होते तेथे ठेवणे सयुक्तिकच होते. एका बाजूस डोंगर आणि एका बाजूस खाडी अशी नैसर्गिक सुरक्षा लाभलेले श्रीस्थानक राजधानीचे ठिकाण म्हणून सार्थ ठरले.

जंजिरा ताम्रपट – २ पत्रा २ ब ओळ ५९ (श्रीस्थानक वासक)

भादान ताम्रपट- पत्रा २ ब , ओळ ५५ (श्री स्थानकेसमवस्थितस्य)

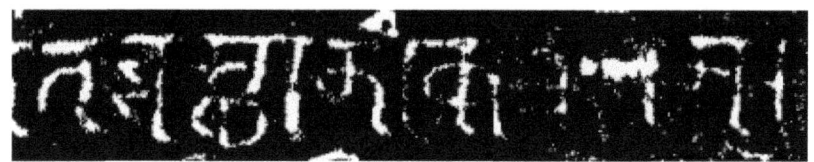

भादान ताम्रपट- पत्रा ३ ब ,ओळ ८६ (तच्च स्थानके ध्रुवम्)

जंजिरा-१ ताम्रपटात मात्र दान दिलेले पलच्छउच्छिका हे गाव 'चौदाशे गावांनी युक्त आणि ज्याचे प्रमुख शहर पुरी आहे अशा कोकणामध्ये आहे', असा उल्लेख आहे. यात श्रीस्थानकचा उल्लेख नाही. कारण या दानाचे प्रयोजन निराळे होते. जंजिरा-१ ताम्रपटातील दान त्याने सूर्यग्रहणाच्या प्रसंगी स्नान करून कोलम ब्राह्मणाच्या हातावर उदक अर्पण करून केले होते. बहुधा यावेळी तो एखाद्या समुद्रकिनाऱ्याच्या ठिकाणी असावा. या विशिष्ट ठिकाणाचे त्याने तपशील दिलेले नाहीत.

अशा प्रकारच्या विशिष्ट प्रसंगी आणि विशिष्ट ठिकाणाहून दान दिल्याची उदाहरणे शिलाहारांच्या ताम्रपटात आहेत. महाकुमार केशीदेव याच्या ठाणे ताम्रपटात सूर्यग्रहण पर्वणीच्या निमित्ताने महाकुमार केशीदेव याने रामक्षेत्रातील शिलातीर्थ येथे पश्चिमोदधीमध्ये स्नान केले, सूर्य देवाला अर्घ्य दिले, उमापतीची पूजा केली आणि आवरे आणि पारूकुने गावे ब्राह्मणांना दान दिली असा उल्लेख आहे. कुमार विक्रमादित्य याच्या पन्हाळे ताम्रपटात (शक संवत १०६१-९ डिसेंबर ११३९) प्रथम अपरादित्य या त्याच्या पित्याने केलेल्या दानाचा उल्लेख आहे. प्रथम अपरादित्य याने दान देण्यापूर्वी पश्चिम समुद्रात मरूत्क्षेत्री स्नान करून मरुदीश्वर शिवाची आराधना केली होती. प्रत्यक्ष दान हे नंतर विक्रमादित्याने दिले होते. मरूत्क्षेत्र हे रायगड जिल्ह्यातील मुरुड होय. राजांनी अनेकदा आपल्या विजय शिबिरातून किंवा पवित्र स्थळांमधून दाने दिल्याचे उल्लेख आहेत. इसवी सन ७०३ मधील चालुक्य राजा विजयादित्य याच्या रायगड ताम्रपटात एका ब्राह्मणाला करहाटक येथील मरीवसती या विजय शिबिरातून दान दिल्याचा उल्लेख आहे.

श्रीस्थानक

अपराजित याची आक्रमक लष्करी कारकीर्द आपण पाहिलीच आहे. तसेच त्याने कल्याणीच्या चालुक्यांचे वर्चस्व जुगारून एक प्रकारे त्यांचा रोषच ओढवून घेतला होता. याचाच अर्थ शिलाहार राज्यावरती आक्रमणे होणार याची त्याला कल्पना असावी. यातूनच कदाचित सुरक्षिततेच्या दृष्टीने योग्य अशी श्रीस्थानक याची निवड त्याने केली असावी.

यानंतर अनेक ताम्रपटांमध्ये श्रीस्थानकाचा स्पष्ट उल्लेख दिसून येतो. याकरिता या राजघराण्याच्या सर्व ताम्रपट आणि शिलालेखांचा आढावा घेतल्यावर पुढील निष्कर्ष दिसून आले आहेत. शिलाहार राजांनी श्रीस्थानक येथे विद्वान ब्राह्मणांना बोलावून समारंभ पूर्वक दान दिल्याचे उल्लेख आहेत. शिलाहारांनी उत्तर कोकणातील आपल्या राज्याचे वर्णन चौदाशे गावांनी युक्त पुरी कोकण असे केले आहे. अरिकेसरी याच्या ठाणे ताम्रपटात (इसवी सन १०१७) दान देते वेळी त्याचा निवास श्रीस्थानक येथे होता असा उल्लेख आहे (श्रीस्थानकपुरवासिनः). हा ताम्रपट सध्या गहाळ असल्याने त्यातील ठसा देता येणार नाही. छित्तराजाच्या कल्याण ताम्रपटात (इसवी सन १०१९) तो श्रीस्थानकपत्तन मध्ये निवास करीत असल्याचे म्हटले आहे.

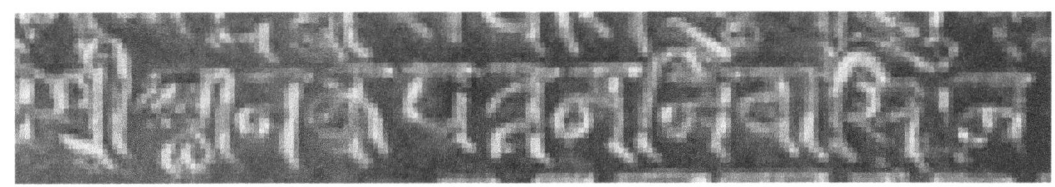

कल्याण ताम्रपट, पत्रा २-ब , ओळ १५ (श्रीस्थानकपत्तननिवासिन)

छित्तराजाच्या भांडूप ताम्रपटात (इसवी सन १०२६) आपल्याला श्रीस्थानकाची अचूक स्थाननिश्चिती करता येते. छित्तराजाने वोडणिभट्ट याचे नोउर (नाहूर) गावातील एक शेत विकत घेऊन आमदैवैय या ब्राह्मणाला दान दिले होते. नोउर हे गाव ज्यात स्थानक समाविष्ट आहे अशा शट्षष्टी विषयात होते. या काळात विषय म्हणजे एखादा प्रदेश किंवा जिल्हा होता. शट्षष्टी विषय म्हणजे ६६ गावांनी युक्त साष्टी होते. या विषयांच्या प्रशासनाकरता स्वतंत्र सचिवालय असे. त्याला करण असे म्हणत असत. प्रथम अपरादित्याच्या सिन्नर शिलालेखात (शक संवत १०५९-५ एप्रिल ११३७) शट्षष्टीच्या करणामधील काही अधिकाऱ्यांच्या साक्षीने दान दिल्याची नोंद आहे.

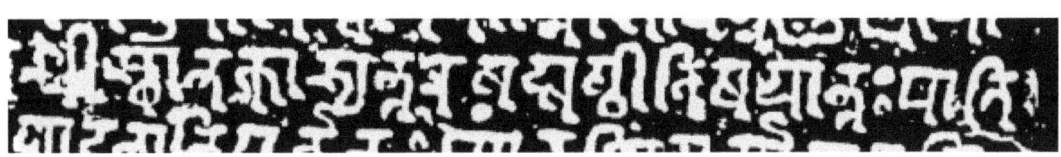

भांडूप ताम्रपट, पत्रा २, ओळ ४१ (श्रीस्थानकाभ्यन्तरषटषष्ठीविषयान्तःपाति)

नागार्जुन याचा मुलगा प्रथम अनंतदेव याच्या खारेपाटण ताम्रपटात (शक संवत १०१६-९ जानेवारी १०९५) श्रीस्थानक संबंधी एक महत्त्वाचा उल्लेख सापडतो. हे दानपत्र पुण्य मिळवण्यासाठी दिलेले नसून आपल्या राज्यातील दोन प्रमुख मंत्र्यांना दिलेल्या व्यापारी सवलतींची नोंद करण्यासाठी दिले होते. धणाम सेठी आणि भाबण सेठी हे दोन भाऊ खारेपाटण येथील सधन सागरी व्यापारी तसेच अनंतदेव याचे महाप्रधान आणि महासंधीविग्रहक होते.

त्यांना काही कर सवलती देण्याबाबत ही नोंद होती. श्रीस्थानक, नागपूर (नागाव), शूर्पारक (सोपारा) आणि चेमुल्य (चौल) येथील बंदरात त्यांची जहाजे आणि खलाशी जेव्हा ये-जा करतील तेव्हा त्यांना विशिष्ट कर माफी मंजूर केली होती. अकराव्या शतकातील ठाणे हे एक महत्त्वाचे वेलाकुल अथवा पत्तन (बंदर) असल्याचा हा उल्लेख आहे. अनंतदेवाने उत्तर आणि दक्षिण अशा दोन्ही कोकणांवरती आपले शासन सिद्ध केल्याने आता त्याला कोकणचक्रवर्ती असे म्हटले आहे. ही पदवी सर्वप्रथम घेणारा हा शिलाहार राजा होता.

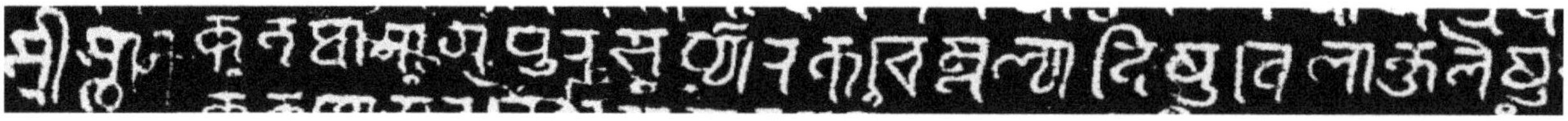

खारेपाटण ताम्रपट, पत्रा क्र. ३ (श्री स्थानके तथा नागपुरसूर्प्पारकचेमूल्यादिषु वेलाकुलेषु)

द्वितीय अपरादित्य याच्या ठाणे शिलालेखात (शक संवत ११०७-१७ मार्च ११८५) श्रीस्थानकाबद्दल एक महत्वाचा उल्लेख आढळतो. हा शिलालेख नक्की कुठे मिळाला हे माहित नाही. परंतु ठाणे शहरातच कुठेतरी तो सापडला असावा. हा लेख द्वितीय अपरादित्य याच्या काळातील आहे. मात्र यात अपरादित्य याचा महामात्य भास्करनायक याचा मुलगा लक्ष्मणनायक याने दिलेले दान नोंद केलेले आहे. लक्ष्मण नायक याने 'महान सागरात' (अरबी समुद्र) स्नान करून सूर्य देवाला अर्घ्य दिले, उमापतीची आराधना केली आणि सौराष्ट्रातील सोमनाथ देवाच्या (सौराष्ट्रीयश्रीसोमनाथदेव) उपासनेसाठी तसेच स्वतःच्या पुण्यार्जनासाठी स्थानकीयपट्टण येथील एका फळबागेतील एकूण उत्पन्नापैकी चार द्रम्म दान दिले. चैत्रिक, पवित्रिक, शिवरात्री, दक्षिणायन आणि उत्तरायण या पाच पवित्र या पवित्र पर्वांच्या दिवशी हे दान द्यायचे होते. तसेच उत्पन्न २४ द्रम्म इतके भाताच्या शेताचे (ताडुलहली) देखील दान केले होते.

द्वितीय अपरादित्य - ठाणे शिलालेख (श्रीस्थानकियपट्टणवाटिका)

इसवी सन १२६० मधील सोमेश्वर याच्या चांजे या शिलाहारांच्या अखेरच्या शिलालेखात देखील 'स्थानक मधील उत्तरेश्वर' मंदिराचा उल्लेख आहे. ठाण्यातील जुन्या मुंबई आग्रा रस्त्यावर आजही उत्तरेश्वर महादेवाचे मंदिर आहे. राजधानीच्या ठिकाणाहून राजघराण्यांना ओळखण्याचा प्रघात आहे. जसे वातापीचे चालुक्य, देवगिरीचे यादव आणि कल्याणीचे चालुक्य. याच धर्तीवर श्रीस्थानकाचे शिलाहार म्हणणे उचितच ठरते.

श्रीस्थानक 'पट्टण'

प्राचीन श्रीस्थानक हे एक उत्तम बंदर होते. प्राचीन काळात बंदरास पट्टण किंवा पत्तन असे म्हणत असत. श्रीस्थानकाचा एक बंदर या अर्थाने सर्वात प्राचीन उल्लेख छित्तराजाच्या कल्याण ताम्रपटात दिसून येतो (श्रीस्थानकपत्तन). इसवी सन १०१९ ते १२६० अशा सुमारे अडीचशे वर्षांच्या काळातील पुराभिलेखांत श्रीस्थानकाचा पट्टण किंवा पत्तन असा उल्लेख येतो. पुढे तेराव्या शतकाच्या अखेरीस आणि चौदाव्या शतकात मार्को पोलो आणि काही ख्रिस्ती धर्मगुरू सागरी मार्गानेच ठाण्यास आले होते.

शिलाहारांनंतरचे श्रीस्थानक आणि ठाणे-कोकण

शिलाहारांची सत्ता लयाला गेल्यानंतर यादव राजांनी येथे आपले राज्यपाल नियुक्त केले. महादेवाच्या राज्यपालांचे पुराभिलेख आपल्याला अजूनही सापडलेले नाहीत. मात्र रामचंद्र देव याच्या अच्युत नायक, कृष्णदेव किंवा कान्हरदेव, जाईदेव आणि इस्वरदेव यांचे पुराभिलेख कोकणात सापडतात. ठाणे ओवळे ताम्रपट (इसवी सन १२७२) ते नाला गाव-सोपारा शिलालेख (सु. १३११) अशी तब्बल ३९ वर्षे आपल्याला रामचंद्रदेवाचे राज्यपाल कोकणामध्ये कार्यरत असलेले

दिसून येतात. या सर्वांनी रामचंद्रदेवाच्या कृपेने कोकण प्रांताच्या शासनाचा अधिकार मिळाल्याचे नमूद केले आहे. यापैकी अच्युत नायक या पहिल्या राज्यपालाचा उल्लेख आपल्याला त्याच्या ठाणे ताम्रपटात दिसून येतो (शक संवत ११९४-२ मार्च १२७२). यामध्ये त्याने रामराजाच्या कृपेने कोकणचा कारभार मिळाला असल्याची नोंद केली आहे. अच्युत नायक याने ३२ ब्राह्मणांना ठाण्यातील वाऊला (ओवळा) हे गाव दान दिल्याचे म्हटले आहे. हे गाव साष्टीमध्ये समाविष्ट आहे अशी नोंद आहे. शक संवत १२१२-इसवी सन १२९१ मधील कृष्णदेव याच्या ठाणे ताम्रपटात त्याला 'श्रीरामानुज्ञया सकलकौंकणधरामंडल अनुशासता श्रीकृष्णदेव' असे म्हटले आहे. कान्हरदेव याच्या कालवार शिलालेखात (शक संवत १२१०) त्याला महामंडलेश्वर आणि श्री कोकण अधिकरण असे म्हटले आहे. कृष्णदेव याच्या ठाणे ताम्रपटात त्याच्याबद्दल 'श्रीरामाच्या आज्ञेने श्रीकृष्ण देव संपूर्ण कोकण मंडलाचे शासन करत होता' असे म्हटले आहे (श्रीरामानुज्ञया सकलकौंकणधरामंडल अनुशासता श्रीकृष्णदेव). आगासन शिलालेखामध्ये (शक संवत १२२२-८ ऑगस्ट १३००) जाईदेव याला 'रामदेवेन निरोपितम कोकण अधिकारी श्री जाईदेव' असे म्हटले आहे. तसेच 'कोंकणसंबंधठाणा' असाही उल्लेख आहे. या लेखांमध्ये श्रीस्थानकाचा प्रत्यक्ष उल्लेख दिसून येत नाही. मात्र कोकण किंवा कोकण- ठाणा या प्रदेशावर या राज्यपालांची नेमणूक केल्याचे नमूद केलेले आहे.

तेराव्या शतकाच्या अखेरीस मार्कोपोलो हा व्हेनिसचा प्रवासी उत्तर कोकणला 'ताना' असे म्हणतो. इसवी सन १३०० च्या सुमारास राशीद अल दिन तबीब हा इराणी इतिहासकार लिहितो की 'गुजरात हा एक मोठा देश आहे आणि कंबाया, सोमनत, कांकण आणि ताना ही इतर अनेक शहरे त्याचा भाग आहेत'. हेन्री युल हा इतिहासकार म्हणतो की ठाणे-कोकण आणि ताना यांचा उल्लेख अनेक प्रवासवर्णनांमध्ये जोडनावाने होतो. कार्टा कॅटलाना हा इसवी सन १३७५ मध्ये बनवलेला एक मॅप्पामुंडी (मध्ययुगीन जगाचा नकाशा) होता. नकाशामध्ये नमूद केलेल्या विविध ठिकाणांच्या नावांपैकी एक नाव कोसिंटाया किंवा कोसिंटाना आहे. हे कोकण-ताना असू शकते. इसवी सन १३२१ च्या सुमारास जोर्दूनास याला वादळामुळे ताना (ठाणे) येथे आश्रय घ्यावा लागला असा उल्लेख आहे.

हंबीरराव हा कोकणचा स्वतंत्र राजा होता. परंतु इसवी सन १३६७ च्या सुमारास त्याने दिल्लीचा सुलतान फिरोज तुघलक याचे मांडलिकत्व स्वीकारलेले दिसून येते. इसवी सन १३६६-१३६८ मध्ये आपल्याला कोकणात हंबीरराव याचे शिलालेख मिळतात. यामध्ये त्याच्याबद्दल 'ठाणेकोकण राज्यं क्रोति' (रानवड आणि नागाव शिलालेख) आणि 'ठाणेकोकणमाहिमबिंबस्थाने राज्यं करोति' (देवनार -BARC शिलालेख) असा उल्लेख आहे. अशा रीतीने कोकण-ताना किंवा ठाणे-कोकण हे राज्याचे नाव दिसून येते. याच कारणामुळे कदंबांच्या अनेक पुराभिलेखांमध्ये शिलाहार राजांचा उल्लेख 'ठाणियाचा राजा' असा केलेला दिसून येतो. हे त्यांच्या राज्याच्या विस्ताराचे वर्णन होते.

हंबीररावाच्या शिलालेखात श्रीस्थानक ही राजधानी असल्याचे पुन्हा एकदा स्पष्ट होते. रानवड शिलालेखात 'श्रीस्थानक नियुक्त ठाणे कोंकण हंबिरुराऊ राज्यं त्क्रोती' असा स्पष्ट उल्लेख आहे. शिलाहार राज्य लयाला जाऊन आता एक शतकाहून अधिक काळ उलटला होता परंतु उत्तर कोकणाची राजधानी श्रीस्थानक हीच होती. इसवी सन १३७७ मधील अंधेरी शिलालेखात नासिरराय या राजाचे वर्णन आहे. नासिर राय याचेही वर्णन समस्त ठाणे कोकणचा राजा असे केलेले आहे. (श्रीमत ठाणें कोंकण (स)मस्तभुवनाश्रयश्रिप्रिथिविवल्लभमहाराजाधीराजश्रीनासिरुराऐ). याच्याबद्दल स्वतंत्रपणे इतरत्र चर्चा केलेली आहेच. इसवी सन १३९६ मध्ये आलू नाकु राणा याचा उल्लेख आपल्याला एक स्थानिक राजा म्हणून डोंबिवली शिलालेखात दिसून येतो. एकोणीस वर्षांपूर्वी नासिर राय याच्या शिलालेखात याच आलू नाकुचे वर्णन 'तत्पादपद्मोपजि(जी)वि' असे केलेले दिसून येते. आलू नाकु याचा राज्यविस्तार मात्र फक्त ठाण्यापुरता मर्यादित असलेला दिसून येतो (ठाण(णे) राज्यं करोति).

संदर्भ

१. Dikshit Durga Prasad, Political History of the Chalukyas of Badami, Abhinav Publications, New Delhi, 1980 (राजपुत्र धराश्रय जयसिंह याचा दिवेआगार ताम्रपट)

२. Fleet J F, Nerur Copper Plates of Chalukya King Mangalesha, Sanskrit and Old Canarese Inscriptions, Journal of Asiatic Society of Bengal, Volume 3 for January 1851, Part II, Issue No. 14, pp. 161-162

३. Gokhale Shobhana, New Dimensions to the History of the Kalchuri King Krishnaraja in Indica, Vol-38, p. 55 (Aniruddhapuri)

४. Gokhale Shobhana, Matvan Plates of Traikutaka King Madhyamasena, K. 256, in Proceedings of the All-India Oriental Conference, 26th session, Ujjain, October 1972, pub., Bhandarkar Oriental Research Institute, Pune, 1975, pp. 86-94

५. Gokhale Shobhana, Matvan Plates of Traikutaka King Madhyamasena in महाराष्ट्राची अभिलेख संपदा, in eds. Sankalia H D, Mate M S, महाराष्ट्रातील पुरातत्व, Maharashtra Rajya Sahitya aani Samskruti Mandal, Mumbai, 1976, pp. 128-173

६. Gokhale Shobhana, Matvan Plates of Traikutaka King Vikramasena K. 284, in eds. Mate M S and Kulkarni G T, Studies Indology and Medieval History (Prof. G H Khare Felicitation Volume), Joshi and Lokhande Prakashan, Pune, 1974, pp.86-94

७. Gokhale Shobhana, त्रैकुटक राजा विक्रमसेन याचा मालवण येथील ताम्रपट कलचुरी संवत 284, in eds. M. S. Mate and G. T. Kulkarni Studies in Indology and Medieval History (Prof. G. H. Khare Felicitation Volume), Pune, 1974, pp. 86-95

८. ed. Hultzsch E, Corpus Inscriptionum Indicarum, Inscriptions of Asoka, (new edition), 1925 (CII-I)

९. Indraji Bhagwanlal, Antiquarian remains at Sopara and Padana, Art. X, p. 273 in Bombay Branch of Royal Asiatic Society, Vol-XV, Bombay, 1883

१०. Khare G H, Lohaner Plates of Chalukya Pulakesin II, Saka 532 in EI-XXVII, No. 9

११. Kielhorn F, Aihole Inscription of Pulikesin II, Saka-Samvat 556, EI-VI, No. 1

१२. Krishna Deva, Manor Plates of Vinayaditya Mangalarasa : Saka 613, in EI-XXVIII, No. 3

१३. Le Grand Jacob, Observations on Inscriptions on Copper Plates dug up at Nerur in the Kudal division of Sawantwadi state, Article IV in JASB, Vol-III for January 1851, p. 209

१४. Mirashi V V, The history and inscriptions of the Satavahanas and the Western Kshatrapas, Maharashtra State Board for Literature and Culture, Bombay, 1981

१५. Mirashi V V, ed. Mirashi V V, Corpus Inscriptionum Indicarum, Inscriptions of the Kalachuri Chedi Era, Vol-IV-I, Ootacamund, 1955, Inscriptions of Early Chalukyas of Gujarat, Nos. 20, 21, 22, 23

१६. Sircar D C, Mudagapadra Grant of Yuvaraja Shrayashraya Shiladitya, No. 18 in EI-VIII

१७. Sircar, D C, Sopara Fragment of Rock Edict IX of Asoka in EI-XXXII, No. 2, pp. 5–6

१८. Telang K. T., A new Chalukya copper plate with Remark, in the Journal of Bombay. Branch of Royal Asiatic Society Vol.- 10 old Serien pp. 365-366 (Goa Copper Plates of Satyashraya Dhruvaraja Indravarman)

१९. Dive Agar Inscription of Vinayaditya Jayashraya Mangalarasa, No. 34, p. 52 in Indian Archaeology: a review 1962-63

प्रकरण ३

नवे पुरावे

ठाण्यातील शिलाहारांचा ज्ञात इतिहास समजून घेण्यासाठी बेचाळीस ताम्रपट आणि शिलालेख उपलब्ध होते. तथापि सहा नवीन ताम्रपट आणि शिलालेखांच्या शोधाने त्यांच्या इतिहासाच्या पुनर्रचनेसाठी मौल्यवान माहिती उपलब्ध झाली आहे.

* * * * * *

प्राचीन भारताच्या इतिहासाची पुनर्रचना करण्यासाठी कोरीव लेख हे महत्त्वपूर्ण स्रोत आहेत. मोठ्या संख्येने आढळून आलेले आणि विस्तीर्ण क्षेत्रामध्ये विखुरलेले, हे लेख अस्सल माहितीने समृद्ध आहेत. यावर जॉन एफ फ्लीट अगदी योग्य भाष्य करतात की '... हे लेख ऐतिहासिक घटनांची नोंद करण्याच्या उद्देशाने नाही तर धर्माशी निगडित प्रत्येक गोष्टींचे महत्त्व नोंद करण्यासाठी आणि दिलेली दाने अधोरेखित करून त्याची माहिती पुढील पिढीपर्यंत पोचविण्याकरिता कोरलेले होते'. अशा रीतीने भारतीय उपखंडाच्या इतिहासात एक फार मोठा अमूल्य व अस्सल माहितीचा ठेवा निर्माण झाला. दिनेशचंद्र सरकार सांगतात की 'मानवी जीवन आणि त्यांचे आर्थिक, सामाजिक, राजकीय पैलू आणि संस्कृती या सर्वांचे यथार्थ दर्शन त्यात घडून येते'. श्रीस्थानकाच्या शिलाहारांचे ताम्रपट आणि शिलालेख याला अपवाद नाहीत.

एशियाटिक सोसायटी ऑफ बंगालच्या स्थापनेनंतर ऐतिहासिक संशोधनाला मोठी गती मिळाली. इसवी सन १७८८ मध्ये, शिलाहार राजा अरिकेसरी (शक संवत ९३९-६ नोव्हेंबर १०१७) याच्या ठाणे ताम्रपटाचे जनरल कार्नाकचे वाचन एशियाटिक रिसर्चेसच्या पहिल्या खंडात प्रकाशित झाले. तेव्हापासून, या राजवंशातील अनेक ताम्रपट आणि शिलालेख सापडले. अनेक विद्वानांनी त्यांचे वाचन आणि विश्लेषण केले. अनंत सदाशिव आळतेकर, दिनेशचंद्र सरकार, गणेश हरी खरे, ह धि सांकलिया, मो ग दिक्षित, शंकर गो तुळपुळे, विष्णू भिकाजी कोलते, वा वि मिराशी तसेच आल्फ्रेड मास्टर, जे एफ फ्लीट, विल्यम वॅथॉन या विद्वानांनी त्यांचा अभ्यास केला. आजवर शक संवत ७६५ ते शक संवत ११८२ (इसवी सन १२६०) या कालखंडातील श्रीस्थानकाच्या शिलाहार राजवंशाचा इतिहास समजून घेण्यासाठी त्यांच्या विविध राजांनी प्रदान केलेले बेचाळीस ताम्रपट आणि शिलालेख या महत्त्वपूर्ण ठरले आहेत.

या विद्वानांनी लिहिलेले लेख विविध जर्नल्सच्या वेगवेगळ्या खंडांमध्ये विखुरलेले होते. दरम्यान, भारतीय पुरातत्व सर्वेक्षण विभागाने 'कॉर्पस इन्स्क्रिप्शनम इंडिकारम' ही मालिका प्रकाशित केली. वर नमूद केलेल्या विखुरलेल्या शिलाहार लेखांचे संकलन आणि विश्लेषण वा वि मिराशी यांनी इसवी सन १९७७ मध्ये प्रकाशित झालेल्या 'कॉर्पस इन्स्क्रिप्शनम इंडिकारम -इंस्क्रिप्शन्स ऑफ द शिलाहार-खंड ६' या त्यांच्या ग्रंथात प्रसिद्ध केले. पूर्वप्रकाशित लेखांचे पुन्हा विश्लेषण, नवीन लेखांचे वाचन आणि 'ठाणे, कोल्हापूर आणि दक्षिण कोकण' अशा तीनही शिलाहार शाखांच्या काळातील समाजजीवन, धार्मिक जीवन, आर्थिक परिस्थिती, कला आणि साहित्य यांचा पुरेपूर परामर्श केला आहे. शिलाहारांचा चार शतकांचा समृद्ध वारसा त्यांनी पुराभिलेखीय स्रोतांच्या मदतीने विस्तृतपणे शोधून काढला आहे.

नवे पुरावे

इसवी सन २००० पासून आजतागायत श्रीस्थानकाच्या शिलाहारांचे सहा नवीन ताम्रपट तसेच शिलालेख सापडले आहेत. विविध जर्नल्समध्ये प्रकाशित झाल्याने यामधील माहिती काहीशी विखुरलेल्या स्वरूपामध्ये राहिली. इसवी सन १९७७ मध्ये कॉर्पस इन्स्क्रिप्शनम इंडिकारम - खंड ६ मध्ये नोंद केलेल्या आणि नव्याने सापडलेल्या शिलालेख आणि ताम्रपटांतील ऐतिहासिक माहितीच्या संदर्भात या राजवंशाच्या इतिहासाचे पुनर्मूल्यांकन आणि लेखन करणे गरजेचे ठरले आहे. या सर्व नवीन पुराभिलेखांचा काळ निश्चित असल्याने शिलाहार राजघराण्याच्या कालगणनेची उजळणी करण्यातही त्यांचा मोलाचा वाटा आहे. हे पुराभिलेख उपलब्ध माहितीत मोलाची भर घालतात. या कोरीव लेखांच्या अभ्यासामुळे अनेक नवीन ऐतिहासिक तथ्ये उजागर झाली आहेत.

दानाचा उद्देश्य आणि दस्तऐवजीकरण

प्राचीन काळात मोठ्या प्रमाणावर भूमीदाने दिली गेली. या दानांची नोंद करण्याकरता मोठ्या प्रमाणावर ताम्रपट निर्माण केले गेले. परंतु ही दाने देण्यामागचा वैद्यकिय उद्देश समजून घेणे आवश्यक आहे. प्राचीन काळात दान हे नित्य, नैमित्तिक आणि काम्य असे तीन उद्देश्य साध्य करण्याकरता दिले जात होते. दानपत्रांमध्ये दानाचा उद्देश, तिथी, स्थळ, उपस्थित राजपरिवारातील आणि मंत्रिमंडळातील सदस्य यांची नोंद असतेच. याशिवाय प्रस्तुत लेख ज्याने रचला आहे तो लेखक आणि कोरक्या यांचीही माहिति मिळते. याशिवाय जे लाभार्थी असतात त्यांचे नाव, गोत्र आणि वडिलांचा तपशील, मूळ गावाचा उल्लेख केला जातो. याशिवाय प्रत्यक्ष दानाचे सविस्तर वर्णन असते. दान दिलेल्या गाव, जमीन, बाग, फळबाग यांच्या चतुःदिशांच्या सविस्तर नोंदी असतात. या नोंदीमध्ये तत्कालीन आजूबाजूच्या गावांची, शेतांची, डोंगर, नाले, झाडे,पडीक जमीन अशी तत्कालीन भूगोलाची माहिती मिळते. दैनंदिन जीवनात दिल्या गेलेल्या दानाला नित्य म्हणत असत. मकर संक्रांत, ग्रहणे अशा एखाद्या ठराविक वेळी जर दान दिले असेल तर त्याला नैमित्तिक असे म्हणतात. ऐश्वर्य, सुबत्ता, विजय आणि स्वर्गप्राप्ती याकरता दिलेल्या दानाला काम्य असे म्हणतात. विशिष्ट वस्तूंचे दान दिल्यानंतर मिळणाऱ्या पुण्यप्राप्तीचे वर्णन मनूस्मृति तथा विष्णुस्मृति मध्ये दिलेले आहे. मनुस्मृती प्रमाणे कृतयुगामध्ये तपश्चर्य केल्याने पुण्यप्राप्ती होत असे. मात्र कलियुगाचा दानधर्म हा विशेष आहे. वनपर्वामध्ये म्हटले आहे की साम्राज्यविस्तार करताना घडून आलेल्या कर्मांचे निवारण ब्राह्मणांना जमीन आणि गाई यांचे मुबलक दान दिल्यास होते. अर्थशास्त्रामध्ये दोन प्रकारच्या भूदानांची नोंद आहे. पहिल्या प्रकारात यज्ञादी विधी करणारे वेदशास्त्र पारंगत ऋत्विक यांना दिलेले भूदान अंतर्भूत असते. दुसऱ्या प्रकारात अधीक्षक, लेखापाल, गोप, स्थानिक, पशुवैद्यकीय शल्यचिकित्सक (अनिकस्थ), वैद्य, घोडे-प्रशिक्षक आणि संदेशवाहक यांना जमिनीचे दान दिले जावे. मात्र या लाभार्थींना त्याची विक्री करणे किंवा गहाण ठेवण्याचा हक्क नसेल. अशा रीतीने भूदान हे अतिदानांपैकी एक सर्वश्रेष्ठ दान होते.

प्राचीन काळापासून जमिनीची देणगी ही सर्वात महत्वाची मानली जात होती. जमिनीची देणगी अत्यंत पुण्याकारक असल्याने स्मृतींमध्ये त्यांच्याबद्दल अनेक नियम आहेत. याज्ञवल्क्य स्मृति विशद करते की राजाने भविष्यातील राजांच्या संदर्भासाठी आपण दिलेल्या दानांचे योग्य दस्तऐवजीकरण करावे. हे जमिनीचे दान असल्यास दान दिलेल्या गावाच्या किंवा जमिनीच्या चतु:सीमांचे अचूक वर्णन एखाद्या कापडावर किंवा ताम्रपटावर लिहून त्यावर राजमुद्रा उमटवावी. याज्ञवल्क्य स्मृति भाष्य करणारा विश्वरूप लिहितो की या आज्ञेवर राजधिकाऱ्यांच्या नावांची नोंद केली पाहिजे. राजाने जर सैन्याच्या तळातून दान दिले असेल तर त्याचीही नोंद केली पाहिजे. राजकुळातल्या स्त्रिया, राजमाता आणि राणी यांचीही नोंद झाली पाहिजे. बृहस्पतीस्मृति मध्ये स्पष्ट उल्लेख आहे की दानकर्त्याने जमिनीचे दान परत घेता कामा नये. हे दान आचंद्र सूर्य टिकून असावे. दान दिलेली जमीन भविष्यात सर्व प्रकारच्या करांपासून मुक्त असावी आणि त्याचा पिढीजात उपभोग घेतला जावा. प्राचीन काळातील ताम्रपटांचे एकंदरीत स्वरूप पाहता या सर्व नियमांचे यथायोग्य पालन केले गेले होते हे स्पष्ट दिसून येते. प्रस्तुत प्रकरणात वर्णन केलेले तीनही ताम्रपट याला अपवाद नाहीत.

श्रीस्थानकाच्या शिलाहारांचे नवीन पुराभिलेख

१. छित्तराजाचे कल्याण ताम्रपट (शक संवत ९४१-१७ सप्टेंबर १०१९)

२. छित्तराजाचा पनवेल ताम्रपट (शक संवत ९४७-इसवी सन १०२५)

३. महाकुमार केशिदेवाचे ठाणे ताम्रपट (शक संवत १०४२-२४ ऑक्टोबर ११२०)

४. मल्लिकार्जुनाचे पन्हाळे ताम्रपट (शक संवत १०७३-३ फेब्रुवारी ११५१)

५. तृतीय अनंतदेव याचा किरवली शिलालेख (शक संवत ११७०-२५ ऑक्टोबर १२४८)

६. छत्रपती शिवाजी महाराज वस्तुसंग्रहालयातील सोमेश्वराचा शिलालेख (शक संवत ११८१-१६ फेब्रुवारी १२६०)

१. छित्तराजाचे कल्याण ताम्रपट (शक संवत ९४१-१७ सप्टेंबर १०१९)

कल्याणचे (जिल्हा ठाणे) पोलीस अधिकारी वारंवार होणाऱ्या पाण्याच्या मीटरच्या चोरीचा तपास घेत होते. मे २०१२ मध्ये, बाजार पेठ पोलीस ठाण्यातील वरिष्ठ पीएसआय आर आर पाटील आणि त्यांच्या पथकाने केलेल्या सतर्क शोधाअंती, कल्याणला प्रकाश जैन यांच्या मालकीच्या भंगाराच्या दुकानात गरुडाच्या मुद्रेसह तीन तांब्याच्या पत्र्यांचा संच सापडला. ताम्रपटांचे वेगळे वजन करणे शक्य नव्हते कारण ते गरुड मुद्रेमध्ये अडकवलेले होते. तथापि, मुद्रेसह तीनही पत्र्यांचे वजन ५ किलो आणि ४८० ग्रॅम होते. पत्र्यांची लांबी २८.२ सेमी आणि २२.२ रुंदी सेमी आहे. राजमुद्रेवरील गरूड पंख पसरून पद्मासनात मानव स्वरूपात आहे. पहिला पत्रा आतील बाजूस, दुसरा पत्रा दोन्ही बाजूस आणि तिसरा पत्रा पुन्हा आतील बाजूस कोरलेला आहे. सामान्यतः पहिल्या पत्र्याची वरची बाजू आणि शेवटच्या पत्र्याची मागची बाजू कोरी ठेवली जात असे. यामुळे अक्षरे धुपली जात नसत. यावरील मजकूर प्राचीन नागरी वर्णमालेतील आहेत आणि सुरुवातीच्या शिलाहार राजांच्या ताम्रपटांशी मिळताजुळता आहे. भाषा संस्कृत आहे आणि मजकूर अंशतः पद्य आणि अंशतः गद्य आहे.

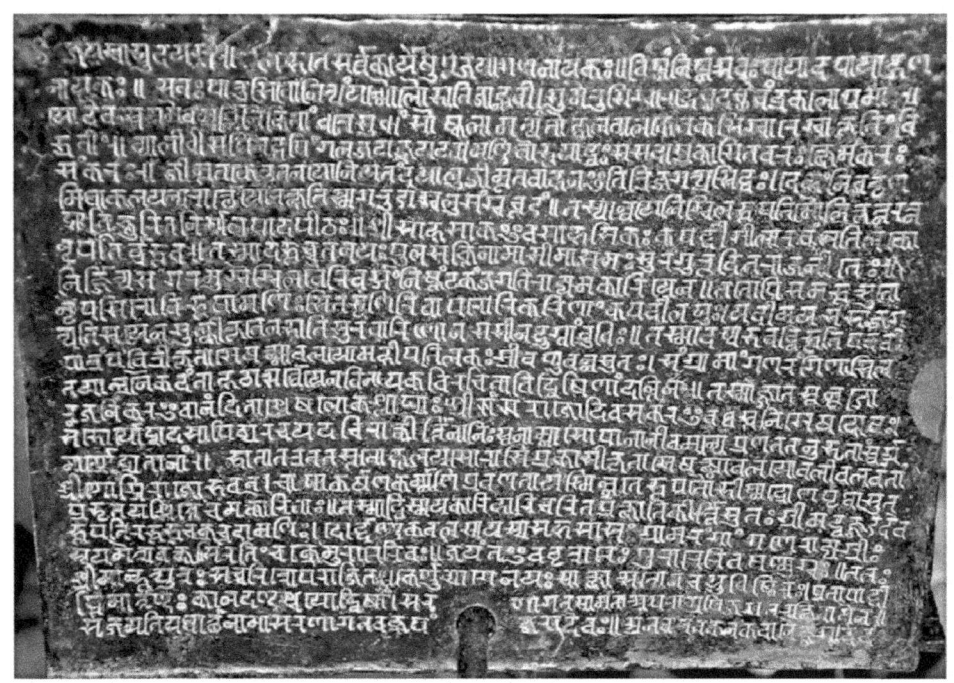

कल्याण ताम्रपट-१

लेखाचे वर्णन

पहिला पत्रा उत्कृष्ट स्थितीत आहे. त्याचे समाधानकारक वाचन करता येते. या पत्र्यावर तेवीस ओळी कोरल्या आहेत. पहिल्या तीन ओळींमधील पारंपारिक श्लोकांमध्ये गणेश आणि शिव या देवतांचे गुणगान केले आहे. या राजवंशाचा पौराणिक पूर्वज जीमुतवाहन याला नमन केले आहे. अपराजिताच्या कारकिर्दीत शिलाहारांच्या ताम्रपटांनी एक निश्चित आराखडा धारण केला होता. तोच प्रस्तुत लेखात दिसून येतो. शिलाहारांच्या घराण्याची वंशावळ अपराजित याने स्वीकारलेल्या उपरोक्त प्रमाणित शैलीत वर्णन केलेली आहे. यात प्रथम कपर्दी अरिकेसरी पर्यंतच्या पूर्वजांची वंशावळ दिलेली आहे. पहिल्या पत्र्यावर एकूण ३७ पैकी १४ श्लोक कोरलेले आहेत. अपराजिताने सुरु केलेल्या प्रघातानुसार प्रस्तुत ताम्रपटातही छद्वैदेव याचा उल्लेख नाही.

पत्रा क्रमांक दोन 'अ' वर एकूण २२ ओळी कोरलेल्या आहेत. या पत्र्यावर जेवढा भाग काळसर दिसत आहे तेवढा भाग काही अज्ञात कारणांनी घासला गेल्याने वाचनास बराच दुर्बोध झाला आहे. परंतु १ पासून ८ आणि १९ ते २२ पर्यंतच्या ओळी स्पष्ट वाचता येतात. यात एकूण आठ श्लोक असून चार श्लोक छित्तराजाचे वडील द्वितीय वज्जड आणि काका अरिकेसरी यांच्या प्रशस्तीपर आहेत. याच बाजूवर छित्तराजाची गुणवर्णनपर बारा बिरूदे वर्णन केली आहेत. ९ व्या ओळीत अशी नोंद आहे की 'लहान वयातच छित्तराजाने 'सिलार' वंशाला उच्च प्रतिष्ठेपर्यंत नेले'. काही अपरिहार्य कारणास्तव छित्तराजाला लहानपणीच राज्यकारभार हाती घ्यावा लागलेला दिसतो. परमार राजा भोज याचे ठाण्यावरील आक्रमण आणि परिणामी अरिकेसरी याचा मृत्यू याची चर्चा मागील प्रकरणात सविस्तर झाली आहे. छित्तराजास महासमंताधिपती, तगरपुरपरमेश्वर, सिलारनरेंद्र, पश्चिमसमुद्राधिपती आणि त्यागजगज्झंपी यांसारख्या परंपरागत उपाधींनी गौरवण्यात आले आहे. पत्र्याच्या उर्वरित भागात दान देण्याच्या प्रसंगी राजाचे आगमन व मनोगत यांची रीतसर नोंद आहे. या तपशिलावरून असे दिसून येते की हा एक भव्य समारंभ होता. राजासोबत महामात्य श्री दादपैय्य, महासंधिविग्रहक श्री सोधलैय, राजपुत्र, मंत्री, राज्यपाल, शहरांचे प्रमुख, गावकरी आणि इतर अनेक शाही अधिकारी होते. राजपुत्रांची नावे किंवा इतर माहिती मात्र दिलेली नाही.

कल्याण ताम्रपट-२ अ

पत्रा क्रमांक दोन 'ब' वर चोवीस ओळी कोरल्या आहेत. कलियुगात दानाचे, विशेषत: भूमी दानाचे महत्त्व आणि त्यातून मिळणाऱ्या पुण्याचे तपशीलवार वर्णन केले आहे. राजाचे माता पिता आणि स्वतः राजास पुण्य प्राप्त करण्याकरता प्रस्तुत दान दिले गेले.

तिसऱ्या पत्र्यावर बावीस ओळी कोरल्या आहेत. कोणत्याही प्रकारे दानाचे उल्लंघन न करण्याबाबत पारंपारिक तपशील आणि मजकूर तिसऱ्या पत्र्यावर कोरलेला आहे. दानातून मिळणारे पाप-पुण्य, आशीर्वाद आणि शाप वचने यांचे वर्णन यात आहे. छित्तराजाने संपत्ती, तारुण्य आणि जीवनाची निरर्थकता स्पष्ट केली. दिवंगत पूर्वजांना दाखविल्या जाणाऱ्या उपेक्षेबद्दल त्याने चिंता व्यक्त केली आहे. कमळाच्या पाकळ्यांवरील पाण्याच्या थेंबाप्रमाणे मानवी जीवनाच्या निरर्थकतेबद्दल आणि क्षणभंगुरतेबद्दल पश्चात्ताप व्यक्त केला आहे. त्यानंतर तो दानाचे फायदे आणि पारंपारिक आशिर्वचन तसेच दानाचे उल्लंघन करणाऱ्यांसाठी शापवचने नोंदवतो. प्रस्तुत ताम्रपटात अनुष्टभ, वसंततिलका, शार्दुलविक्रीडित, इंद्रवज्रा, आर्या, शालिनी, स्रग्धरा आणि पृथ्वी या वृत्तांचा वापर केला गेलेला आहे.

कल्याण ताम्रपट-२ ब

कल्याण ताम्रपट, छित्तराजाचे पहिले ज्ञात दानपत्र

आत्तापर्यंत, छित्तराजाने किंवा त्याच्या मांडलिकाने दिलेले दानपत्र पुढीलप्रमाणे आहेत.

भोईघर - (शक संवत ९४६-३ सप्टेंबर १०२४)

भांडुप - (शक संवत ९४८-२८ ऑक्टोबर १०२६)

दिवेआगार - (शक संवत ९४८-२६ डिसेंबर १०२७)

बर्लिन - (शक संवत ९५६-५ एप्रिल १०३४)

चिंचणी - (शक संवत ९५६-१५ सप्टेंबर १०३४)

अशा प्रकारे, शक संवत ९४१-१७ सप्टेंबर १०१९ मध्ये प्रदान केलेला कल्याण ताम्रपट हा छित्तराजाचा आपल्याला माहित असलेला सर्वात प्राचीन ताम्रपट ठरतो. या ताम्रपटामुळे या आधीचा राजा आणि त्याचा काका अरिकेसरी याच्या कारकीर्दीमधील सात वर्षे भरून निघतात.

कल्याण ताम्रपट-३

दोन गहाळ ताम्रपट

मागील प्रकरणात शिलाहारांचा पुराभिलेखिय अभ्यास कसा सुरू झाला याबद्दल चर्चा केली आहे. इसवी सन १७८७ मध्ये ठाण्यातील किल्ल्यामध्ये काही उत्खनन करताना दोन ताम्रपटांचे संच सापडले होते. यापैकी एका संचाचे इंग्रजी वाचन कलकत्त्याच्या रामलोचन पंडित याच्या मदतीने जनरल कार्नाकने एशियाटिक रिसर्चेस मधील पहिल्या खंडात प्रसिद्ध केले होते. त्याने पहिल्या संचाच्या तीन पत्र्यांपैकी फक्त एका पत्र्याची यथादृष्ट प्रत प्रसिद्ध केली होती. शक संवत ९३९-६ नोव्हेंबर १०१७ मधील अरिकेसरी याचा हा ठाणे ताम्रपट होता. कालांतराने वा वि मिराशी यांनी तोवर प्रसिद्ध झालेल्या शिलाहारांच्या इतर ताम्रपटांच्या मजकुरावरून अनुमानाने त्याचे पूर्ण संस्कृत वाचन प्रसिद्ध केले. दुसऱ्या ताम्रपटाच्या संचाबाबत कार्नाक काहीच म्हणत नाही. कालांतराने हे दोन्ही संच गहाळ झाले. प्रस्तुत ताम्रपट इसवी सन २०१२ मध्ये कल्याण येथे सापडला. या आणि अरिकेसरी यांच्या ताम्रपटांत फक्त दोन वर्षाचे अंतर आहे. अरिकेसरीचा ताम्रपट अजूनही गहाळ आहे आणि छित्तराजाचा हा ताम्रपट मात्र सापडला आहे. प्रस्तुत ताम्रपट हाच ठाण्याच्या किल्ल्यात सापडलेल्या दोन संचांपैकी एक ताम्रपट असावा असा अनुमान करण्यास यात कोरलेल्या काही श्लोकांचा उपयोग होतो. पत्रा क्रमांक दोन 'ब' मधील १० आणि १३ व्या ओळींच्या मध्ये सोमग्रहण आणि अपरपयोदधी या दोन शब्दांच्या मध्ये काही श्लोक कोरलेले आहेत. काही कारणाने ताम्रपटातील हा भाग घासला गेलेला आहे. रामलोचन पंडित याने केलेल्या इंग्रजी भाषांतरामध्ये त्यात दान देण्याआधी सूर्याला अर्घ्य देण्यासाठीच्या ओंजळीत घेतलेल्या पाण्यात सुगंधी द्रव्ये, नाना प्रकारची फुले आणि प्रकाशमान माणिक मोती यांच्या संबंधित अलंकारिक वर्णत आहे.

मिराशी यांनी मात्र जेव्हा अपराजित याच्या ताम्रपटाचे संस्कृत वाचन पूर्ण केले तेव्हा हा उल्लेख टाळला. त्यांचे असे म्हणणे होते की अशा प्रकारचा श्लोक शिलाहारांच्या कोणत्याही ताम्रपटात दिसून येत नाही. परंतु आश्चर्याची गोष्ट अशी की प्रस्तुत कल्याणच्या ताम्रपटामध्ये हा श्लोक आपल्याला आढळून येतो. या श्लोकामध्ये फारसा ऐतिहासिक संदर्भ दडलेला नाही. परंतु

ठाणे आणि कल्याण हे दोन्ही ताम्रपट हेच ठाण्याच्या किल्ल्यात सापडलेल्या ताम्रपटांची जोडी असावी याला मात्र पुष्टी नक्कीच देतात. जोऊपैय हाच दोन्ही ताम्रपटांचा लेखक असल्याने वरील तर्क अधिकच सयुक्तिक वाटतो.

छित्तराजाची नवीन बिरुदे

प्रस्तुत ताम्रपटात अपराजित याने वापरलेली तगरपूरपरमेश्वर, सुवर्णगरुडध्वज, पश्चिमसमुद्राधिपती, आणि झम्पडाचार्य अशी अनेक बिरुदे दिसून येतात. सरोहंस आणि जगदंडगजांकुश या दोन बिरुदांचा विशेष उल्लेख करणे जरुरी आहे. कारण श्रीस्थानकाच्या शिलाहारांच्या सर्व ताम्रपटांत फक्त अरिकेसरी याच्या ठाणे ताम्रपटात ही बिरुदे दिसून येतात. याही मुद्द्यावरून ठाण्याच्या किल्ल्यातील ताम्रपटांची जोडी हीच असावी याचे अनुमान बळकट होत जाते. रामलोचन पंडित यांच्या वाचनामध्ये 'जगाच्या मस्तकी असलेला अंकुश' आणि 'नंदनवनातल्या फुलांनी सजलेल्या तलावात राजहंस पक्ष्याचा वावर वाढल्याने आनंद झाला' अशा तऱ्हेचा उल्लेख आहे. मिराशी यांनी पुन्हा एकदा असा उल्लेख कोणत्याही ताम्रपटात येत नाही अशी टिपणी केली आहे. त्या काळात कल्याण ताम्रपटाचा शोध न लागल्याने मिराशी यांचे अनुमान त्या काळानुरूप योग्यच होते. रामलोचन पंडित यांनी केलेले इंग्रजी भाषांतर योग्य होते असे आता निश्चितपणे म्हणता येईल. भविष्यकाळात कधीतरी ठाणे ताम्रपट असेच सापडावेत अशी आपण आशा करूया.

इथे अजून एक महत्त्वाचा उल्लेख करावासा वाटतो. प्रस्तुत ताम्रपटाचा लेखक जोउपैय हा भांडागारसेन आणि महाकवी नागलैय याचा पुतण्या होता. पुढील तब्बल छत्तीस वर्षे अरिकेसरी ते मुम्मुणी या राजांच्या ताम्रपटांचा तो लेखक आहे. आश्चर्याची गोष्ट अशी की तो आपली ओळख वडिलांच्या नावाने न करता भांडागारसेन आणि महाकवी असलेल्या नागलैय याचा पुतण्या अशी करून देतो. ठाणे आणि कल्याण या दोन्ही ताम्रपटातील हे विशेष उल्लेख याच्या प्रतिभेचा आविष्कार असणार. दिवेआगार व्यवस्थापत्र (शक संवत ९७५-२२ जुलै १०५३) हा त्याने लिहिलेला शेवटचा ताम्रपट दिसून येतो. या ताम्रपटात त्याची पदोन्नती झालेली दिसून येते. आता केवळ नागलैय याचा पुतण्या असा उल्लेख न राहता तो स्वतःच भांडागारसेन प्रधान झालेला दिसून येतो.

रांब पंडित

प्रस्तुत दान देण्यासाठी छित्तराजाने करहाटच्या (कराड) जामदग्नीय वत्स गोत्राच्या रांब पंडित या विद्वान ब्राह्मणाची निवड केली. शक संवत ९७०-इसवी सन १०४९ मधील मुम्मुणी याच्या ठाणे ताम्रपटात देखील रांब पंडित याला दान दिल्याचा उल्लेख आहे. या दोन्ही व्यक्ती एकच होत्या का हे तपासून पाहता, तसे नव्हते हे लक्षात येते. ठाणे ताम्रपटात त्याच्याबरोबर नारायण पंडित आणि लक्ष्मीधर पंडित हे बंधू आणि गोपती पंडित या मुलाचा देखील उल्लेख आहे. हा रांब पंडित देखील करहाट येथून आला होता. परंतु कल्याण ताम्रपटातील राम पंडिताचा पिता रूपमैय होता तर ठाणे ताम्रपटातील रांब पंडित याचा पिता तिक्कपैय होता.

दानाचे तपशील

प्रस्तुत दानपत्रात छित्तराजाने रांब पंडित याला एक गाव आणि एक फळबाग दान केल्याची नोंद आहे. गावाचे नाव कोकुम्वदह ग्राम असे दिसते तर तर फळबागेस कवलीपाटक आराम असे म्हटले आहे. दानपत्रात गाव आणि फळबाग यांच्या चतु:दिशांना असणाऱ्या स्थळांचे वर्णन आहे. कोकुम्वदह ग्राम याच्या पूर्वेस देईक्षेत्र, पश्चिमेस सिलावलीग्राम, उत्तरेस तलाईकाग्राम आणि दक्षिणेस मणिरेग्राम यांचा उल्लेख आहे. कवलीपाटक आराम या फळबागेच्या चतु:दिशा वर्णन करताना काही स्थानिक नावे दिसून येतात. आरामाच्या पूर्वेस गुरुगुतु विहारिका आणि माधव वैद्य आराम, पश्चिमेस माळीमामा आराम, उत्तरेस नाना भिवाण याचे तडाग (तळे)आणि दक्षिणेस पंथालाईका आहे. दान दिलेले गाव आणि बाग ही चेमुल्य दिग्भागातील पाणाड विषयात होती. कोकुम्वदह ग्राम याची ओळख पटवता आलेली नाही. मात्र चेमुल्य म्हणजेच आजचे चौल आणि पाणाड म्हणजेच रायगड जिल्ह्यातील अलिबाग तालुक्यातील पोयनाड होय.

दानाची तारीख

ताम्रपटावर दानाची तारीख सिद्धार्थ संवत्सर, कार्तिक शुद्ध १५, शके संवत ९४१ अशी आहे. तथापि, बारकाईने अभ्यास केल्यास या नोंदीतील चूक दिसून येते. या शिलालेखात नमूद केल्याप्रमाणे सिद्धार्थ संवत्सरामध्ये चंद्रग्रहण हे कार्तिक पौर्णिमेला नसून आश्विन पौर्णिमेला होते. ज्युलियन कॅलेंडरनुसार ही तारीख गुरुवार, इसवी सन १७ सप्टेंबर १०१९ येते. अशीच त्रुटी मिराशी यांनी शक संवत ९४८-इसवी सन १०२६ मध्ये छित्तराजाने प्रदान केलेले भांडुप ताम्रपट वाचताना निदर्शनास आणून दिली. ही त्रुटी ताम्रपटाला बनावट ठरवण्यास अपुरी आहे.

दानाचा हेतू

स्वत:साठी आणि इतरांसाठी यज्ञादी कर्मे करणे, धार्मिक ग्रंथांचे अध्ययन व अध्यापन, बली (जीवांना अन्न देणे), चरू (देवतांना अर्पण करणे), वैश्वदेव (देवतांची पूजा), अग्निहोत्र, महत्त्वाच्या पाहुण्यांचे आदरातिथ्य आणि स्वतःच्या कुटुंबाचे पालनपोषण या सहा धार्मिक कर्तव्यांची पूर्तता करणे हा प्रस्तुत दानाचा उद्देश होता.

२. छित्तराजाचा पनवेल ताम्रपट (शक संवत ९४७-२३ नोव्हेंबर १०२५)

रविंद्र रामदास यांनी प्रस्तुत ताम्रपटाबाबत 'इतिहास पत्रिका' या पत्रिकेमध्ये एक त्रोटक लेख प्रसिद्ध केला होता. रामदास यांनी दिलेल्या माहितीनुसार प्रस्तुत ताम्रपटांचा संच पनवेलच्या पंडित गजानन शास्त्री जोशी यांनी १६ ऑक्टोबर १९८३ रोजी त्यांच्या सुपूर्द केला होता. रविंद्र रामदास यांच्या सोबत झालेल्या चर्चेमध्ये त्यांनी मला सांगितले की प्रस्तुत संचामध्ये कडी आणि मुद्राविरहित तीन ताम्रपट होते. त्यावरील लेखाची बरीच धूप झाली होती. प्रस्तुत शोधपत्रिकेत मात्र त्यांनी फक्त एकाच ताम्रपटाचे छायाचित्र दिले आहे. त्यांच्या म्हणण्यानुसार हा पत्रा ऐतिहासिक दृष्ट्या अधिक महत्त्वाचा होता. ताम्रपटाचे वाचन करताना आवश्यक असणाऱ्या लांबी रुंदी, लिपी, भाषा, शुद्धलेखन आणि पूर्वजांची स्तुती, शाप आणि आशीर्वाद वचने असे इतर परंपरागत तपशील दिलेले नाहीत. त्यांच्या म्हणण्यानुसार आता प्रस्तुत ताम्रपट गहाळ झालेले आहेत. उर्वरित दोन पत्र्यांचे फोटो सुद्धा मिळू शकले नाहीत.

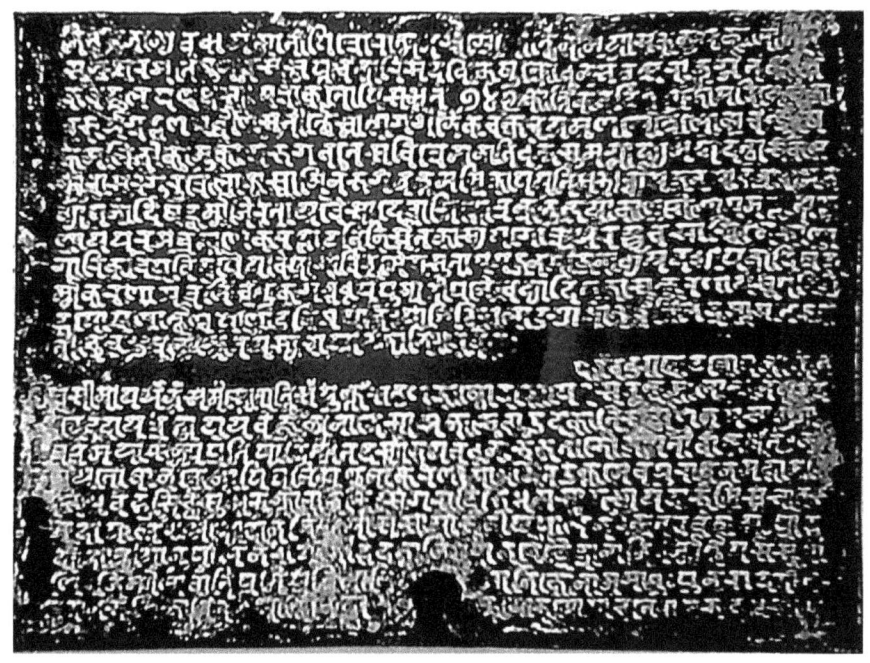

पनवेल ताम्रपट

आपल्याकडे उपलब्ध असलेल्या या पत्र्यावर २२ ओळी कोरलेल्या आहेत. त्यात नागरी लिपी दिसून येते आणि भाषा संस्कृत आहे. अक्षरवाटिका ही समकालीन शिलाहार ताम्रपटातील नागरी लिपी प्रमाणेच आहे. पृष्ठमात्रेचा वापर आणि 'ई' हे अक्षर या ताम्रपटाचे प्राचीनत्व सिद्ध करते. ओळ क्रमांक १२ आणि १३ संपूर्णपणे घासली गेली आहे किंवा त्यावर अक्षरे कोरलेली नाहीत. काही ठिकाणी आपल्याला एक फूल सदृश्य चिन्ह दिसते. बहुधा येथे काही अधिक मजकूर कोरायचा होता. रट्ट महारथी कान्हरदेव याच्या लट्टलापूर ताम्रपटात (शक संवत ९४१-८ एप्रिल १०१९) अशा प्रकारची चिन्हे दिसून येतात. यात ओळ क्रमांक नऊ आणि दहा यामध्ये काही अधिकचा मजकूर घालण्यासाठी हे चिन्ह कोरण्यात आले होते. परंतु प्रस्तुत ताम्रपटातील या चिन्हाचे प्रयोजन समजू शकले नाही. बाराव्या ओळीचे समाधानकारक वाचन होऊ शकले नाही. रविंद्र रामदास यांनी शिलाहारांची तोंड ओळख दिल्यानंतर प्रस्तुत ताम्रपटाबाबत एकच ओळ विशद केली आहे. प्रस्तुत ताम्रपट सूर्यग्रहणाच्या पर्वावर शक संवत ९४७, क्रोधन संवत्सर, कार्तिक वद्य १५ रोजी दिलेल्या दानाची नोंद करतात. पिल्लै पंचांगानुसार ही तारीख २३ नोव्हेंबर १०२५ अशी येते.

दानाचा हेतू

छित्तराजा याने पाणाड विषयातील दिसलांग ग्राम एका विद्वान ब्राह्मणाला दान दिले. याचे नाव (विद्याविभु)पैय असे होते. त्याला परम ब्राह्मण असेच संबोधण्यात आले आहे. तो काश्यप गोत्र आणि बहवृच शाखेच्या विश्वगोविंदमैय याचा पुत्र होता. दान दिलेल्या गावाच्या चतु:दिशा समजू शकल्या नाहीत. स्वत:साठी आणि इतरांसाठी यज्ञादी कर्मे करणे, धार्मिक ग्रंथांचे अध्ययन व अध्यापन, बली (जीवांना अन्न देणे), चरू (देवतांना अर्पण करणे), वैश्वदेव (देवतांची पूजा), अग्निहोत्र, महत्त्वाच्या पाहुण्यांचे आदरातिथ्य आणि स्वतःच्या कुटुंबाचे पालनपोषण या सहा धार्मिक कर्तव्यांची पूर्तता करणे हा प्रस्तुत दानाचा उद्देश होता. (विद्याविभु)पैय हा दान स्वीकारण्याकरिता करहाटक (कराड) येथून श्रीस्थानक येथे आल्याची नोंद आहे. चतु:दिशांच्या अभावाने या गावाची ओळख पटू शकली नाही. तसेच या नावाचे गाव आधुनिक पोयनाड परिसरात दिसून येत नाही. पानाड (पोयनाड) रायगड जिल्ह्यातील अलिबाग तालुक्यात आहे.

दानकर्त्या राजाची ओळख

रामदास यांनी प्रसिद्ध केलेल्या एकाच छायाचित्रामुळे दानकर्त्या राजाचे नाव स्पष्ट होत नाही. छित्तराजा याचा कल्याण ताम्रपट आता उपलब्ध झाल्यामुळे शक संवत ९४१-इसवी सन १०१९ पासून तो उत्तर कोकणवर राज्य करीत असल्याचे सिद्ध होते. शक संवत ९४७-इसवी सन १०२५ मधील प्रस्तुत गावाचे दान हे पोयनाड मध्ये असल्याचे सिद्ध होत आहे. त्यामुळे दानकर्ता राजा हा छित्तराजाच होता हे अनुमान योग्य आहे. दानपत्रात दिसून येणारे श्लोक इतर शिलाहार दानपत्राप्रमाणेच आहेत.

(विद्याविभु)पैयबद्दल अजून एक वैशिष्ट्यपूर्ण बाब दिसून येते. याला भांडागारिकधिप असे म्हटले आहे. याचाच अर्थ तो शिलाहार राजदरबारामध्ये कोषागार अधिकारी होता. उपरोक्त उल्लेख केलेल्या केलेल्या दानाचा हेतू पाहता त्याला एका विद्वान ब्राह्मणाला करावी लागणारी आवश्यक षटकर्मे नोंदली आहेत. अशा तऱ्हेने विद्वान ब्राह्मणास एखादे अधिकारीपदसुद्धा दिल्याची ही पहिलीच वेळ दिसते. यापुढील काळात अशा तऱ्हेची उदाहरणे दिसून येतात. अनंतदेव याच्या शक संवत १०१६-९ जानेवारी १०९५ मधील खारेपाटण ताम्रपटात असा उल्लेख आढळून येतो. महाप्रधान भामण श्रेष्ठी आणि महासंधिविग्रहक धणाम श्रेष्ठी या दोन उच्चपदस्थ अधिकाऱ्यांना बंदरामध्ये खलाशी आणि माल यांची ने- आण करताना कर माफी दिली होती. हे दोन्ही बंधू बलीपट्टण येथील समृद्ध व्यापारी होते. याबाबत मागील प्रकरणांमध्ये विस्तृत चर्चा केलेली आहे.

ताम्रपटांमध्ये सहसा दिली जाणारी मंत्रिमंडळाची माहिती किंवा ताम्रपटाच्या लेखकाची माहिती आपणास मिळू शकत नाही. परंतु छित्तराजाच्या सर्व ताम्रपटांचा अभ्यास करता काही अनुमान मात्र निश्चित करता येतो येते. जोऊपैय याने इसवी सन १०१९ ते १०३४ पर्यंत छित्तराजाच्या सर्व ताम्रपटांचे लेखन केले होते. त्यामुळे प्रस्तुत ताम्रपटाचा लेखकही तोच असण्याची शक्यता आहे. नागणैय याने इसवी सन १०२४ ते १०३४ पर्यंत सर्वाधिकारी आणि महामात्य अशी विविध पदे भूषविली होती. त्यामुळे याही ताम्रपटात त्याचा उल्लेख असू शकतो.

ताम्रपटाच्या उपलब्धतेमुळे आता छित्तराजाचे एकूण सात ताम्रपट आपल्या अभ्यासास उपलब्ध झाले आहेत. यामुळे श्रीस्थानकाच्या शिलाहार राजघराण्यातील सर्वाधिक उपलब्ध असलेल्या ताम्रपटांचा हा राजा निश्चित होतो. यदाकदाचित भविष्यकाळात हा ताम्रपट पुन्हा सापडला तर त्याचा अधिक अभ्यास करता येईल.

३. महाकुमार केशिदेवाचा याचे ठाणे ताम्रपट (शक संवत १०४२-२४ ऑक्टोबर ११२०)

एखादा नवीन ताम्रपट प्रसिद्धीस आल्यावर त्यातून विविध प्रकारची माहिती स्पष्ट होते. प्रस्तुत ताम्रपटातून शिलाहारांच्या इतिहासात आता एका नवीन राजपुत्राची भर पडली आहे. त्याचे नाव महाकुमार केशीदेव असे होते. तो प्रथम अपरादित्य याचा थोरला पुत्र होता. प्रस्तुत ताम्रपटाचे वाचन शशिकांत धोपाटे यांनी केले आहे. प्रस्तुत ताम्रपटाला त्यांनी 'New Copper Plate Grant' असे संबोधले आहे. मात्र या ताम्रपटाचे प्राप्ती स्थळ ठाणे हे असल्याने पुरातत्वीय प्रघातानुसार त्याला ठाणे ताम्रपट म्हणणे जास्त सयुक्तिक ठरेल. मात्र हा ताम्रपट कुठे सापडला किंवा कोणाकडे होता याबाबतची काहीही माहिती समजत नाही. ठाण्याच्या प्राच्य विद्या संस्था येथे हा ताम्रपट वाचनास उलपब्ध झाला होता. प्रस्तुत संचामध्ये तीन ताम्रपट होते आणि त्यांना शिलाहारांच्या प्रघाताप्रमाणे गरुड राजमुद्रेमध्ये एका कडीद्वारा गुंफले होते. कडी, राजमुद्रा आणि तीन ताम्रपट यांचे वजन ६.९२ किलो ग्रॅम इतके होते. प्रघाताप्रमाणे पहिल्या ताम्रपटाची वरची बाजू तसेच शेवटच्या ताम्रपटाची खालील बाजू कोरी ठेवलेली होती.

प्रस्तुत दान रविवार, अश्विन वद्य १५, शर्वरी संवत्सर, शक संवत १०४२ रोजी दिले गेले होते. पिल्लई पंचांगानुसार ही तारीख २४ ऑक्टोबर ११२० अशी येते. ताम्रपटाच्या सुरुवातीस शिव आणि गणेश यांची स्तुती केली आहे. सूर्यग्रहणाच्या पवित्र पर्वाच्या निमित्ताने राजा, मंत्रीगण, इतर मान्यवर आणि इतर राजपुत्रांसह महाकुमार केशीदेव उपस्थित होते. या सर्व मान्यवरांच्या समक्ष महाकुमार केशीदेव याने रामक्षेत्र येथील शीलातीर्थाच्या पवित्र जलात स्नान केले. उमापती अर्थात शिव याची त्याने आराधना केली. यानंतर दान दिल्यानंतर मिळणाऱ्या पुण्याचा आढावा घेतला आहे. पंधरा विद्वान ब्राह्मणांना आवरे आणि पारूकुने या गावांचे दान राजपुत्र केशीदेवाने दिले. याप्रसंगी महामात्य श्री आल्हण नायक, महासंधिविग्रहिक श्री जोझपैय्य, प्रभो श्रीकर्ण, भांडागरे प्रथम च्छेपाटी महाप्रधान श्रीलक्ष्मण (लखुमणैय) (हा प्रस्तुत लेखाचा लेखक देखील होता), प्रभो द्वितीय च्छेपाटी, सेनाप्रधान श्री छित्तमैय प्रभो हे शिलाहार अधिकारी उपस्थित होते.

ठाणे ताम्रपट-१

दान दिलेल्या गावांचे तपशील

दान दिलेली आवरे आणि पारूकुने ही दोन गावे प्रणोत्पल विषयात वसलेली होती. प्रणोत्पल म्हणजे रायगड जिल्ह्यातील पनवेल होय. आवरे गावाच्या पूर्वेस खर नदी, पश्चिमेस खर नदी, उत्तरेस डोंगरी पुंजी पाणिलोट क्षेत्र (पाणलोट खोरे) आणि दक्षिणेस खर नदी होती. पारूकुने याच्या पूर्वेस डोंगरी पुंजी पाणिलोट क्षेत्र (पाणलोट खोरे), पश्चिमेस खर नदी, उत्तरेस तलाईका (तळे) आणि दक्षिणेस डोंगरी पुंजी पाणिलोट क्षेत्र (पाणलोट खोरे) होते. या गावांची ओळख पटवणे सोपे होते. कारण आजही रायगड जिल्ह्यातील पनवेल तालुक्यातील उरण तहसील मध्ये ही गावे आजही याच नावाने अस्तित्वात आहेत.

स्वत:साठी आणि इतरांसाठी यज्ञादी कर्मे करणे, धार्मिक ग्रंथांचे अध्ययन व अध्यापन, बली (जीवांना अन्न देणे), चरू (देवतांना अर्पण करणे), वैश्वदेव (देवतांची पूजा), अग्निहोत्र, महत्त्वाच्या पाहुण्यांचे आदरातिथ्य आणि स्वतःच्या कुटुंबाचे पालनपोषण या सहा धार्मिक कर्तव्यांची पूर्तता करणे हा प्रस्तुत दानाचा उद्देश होता. या गावातून मिळालेल्या महसूलातून वरील कर्तव्ये पार पाडायची होती. शिपाई आणि सैनिकांना या गावांत अतिक्रमण करण्यास मनाई होती. दान प्राप्त केलेले ब्राह्मण या गावांमध्ये झालेल्या विविध गुन्ह्यांसाठी आकारले जाणारे दंड आणि घरांवरील कर वसूल करू शकत होते. मात्र मीठागारांवर लादलेल्या करांतून मिळणारा महसूल हा थेट राजाच्या अखत्यारीतील होता. त्यावर या ब्राह्मणांचा हक्क नव्हता. त्यासाठी 'लवाणागार बाह्यम' असा उल्लेख आहे. गावांची भौगोलिक स्थिती त्यांची समुद्राशी असलेली जवळीक दर्शवते. त्यामुळे येथे मीठागारे असणे स्वाभाविक होते. यावरून असे निदर्शनास येते की शिलाहार राजांनी अधिक महसूल मिळणाऱ्या शेती आणि उद्योग उत्पादनांवर आपला अधिकार राखून ठेवला होता. छित्तराजाच्या काळातील (शक संवत ९४६-३ सप्टेंबर १०२४) राणी पद्मलदेवीच्या व्यवस्थापत्रावरून अशाच तऱ्हेने सुरामंडवृक्ष (मोहाची झाडे) आपल्या अखत्यारीत ठेवली होती.

ठाणे ताम्रपट-२ अ

दान प्राप्त केलेल्या विद्वान ब्राह्मणांचे तपशील

ब्राह्मणाचे नाव	पित्याचे नाव	गोत्र	वैदिक शाखा
नाराणी अग्निहोत्री	वासुदेव भट्ट उपाध्याय	जामदग्न्य	ऋग्वेद
वासुदेव भट्ट	त्रिविक्रम भट्ट	जामदग्न्य	ऋग्वेद
गंगाधर भट्ट	श्रीराम दीक्षित	भारद्वाज	यजुर्वेद
गौतम भट्ट	अंबरीश भट्ट	कण्व	बहवृच
माधव भट्ट	केशव भट्ट	वसिष्ठ	ऋग्वेद
महादेव	धर्म पंडित	धौम्य	ऋग्वेद
गोविंद भट्ट	दिवाकर भट्ट	भारद्वाज	बहवृच
दामोदर भट्ट	वामदेव भट्ट	जामदग्न्य-वत्स	बहवृच
त्रिविक्रम भट्ट	केशव षडांग	जामदग्न्य – वत्स	बहवृच
पद्मनाभ भट्ट	दामोदर भट्ट	गार्ग्य	बहवृच
नागदित्य भट्ट	नारायण दीक्षित	भारद्वाज	बहवृच
सूदन भट्ट	लोकी भट्ट	काश्यप	बहवृच
केशव भट्ट	दामोदर	भारद्वाज	बहवृच
गोवर्धन भट्ट	अपा घैसास	भारद्वाज	बहवृच
नागदेव भट्ट	हरदेव भट्ट	जामदग्न्य	बहवृच

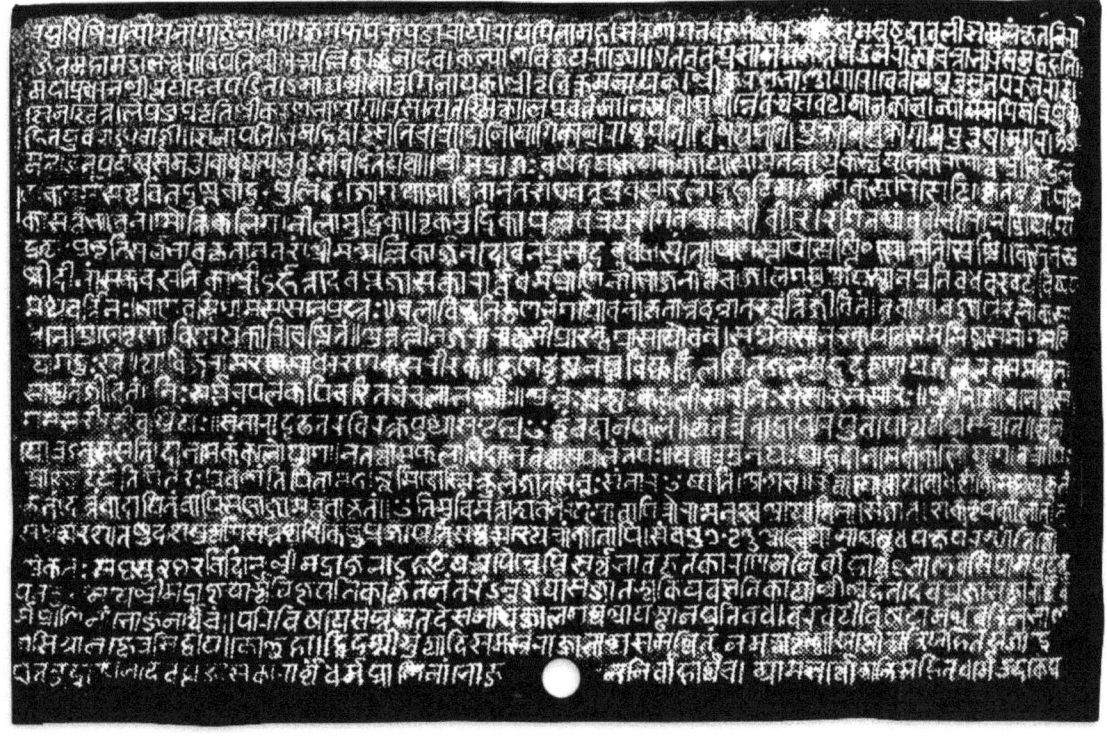

ठाणे ताम्रपट-२ ब

शिलातीर्थ आणि रामक्षेत्र यांची ओळख

ताम्रपट दोन 'ब' वर सूर्यग्रहण पर्वणीच्या निमित्ताने महाकुमार केशीदेव याने रामक्षेत्रातील शिलातीर्थ येथे पश्चिमोदधीमध्ये स्नान केले. यानंतर त्याने सूर्यदेवाला अर्घ्य दिले, उमापतीची पूजा केली आणि उपरोक्त उल्लेख केलेली दोन्ही गावे ब्राह्मणांना दान दिली. शशिकांत धोपाटे यांनी पश्चिमोदधी म्हणजे अरबी समुद्र तसेच रामक्षेत्र म्हणजे परशुरामाची भूमी, कोकण अशी रास्त ओळख करून दिली आहे. आवरे आणि पारूकुने घारापुरी लेण्याजवळ उरण तालुक्यामध्ये आहेत. या काळात घारापुरी बेटाला कोणत्या नावाने संबोधले जात होते याची कल्पना नाही. घारापुरीला शीलातीर्थ हे तत्कालीन नाव असावे असा त्यांनी अंदाज मांडला आहे.

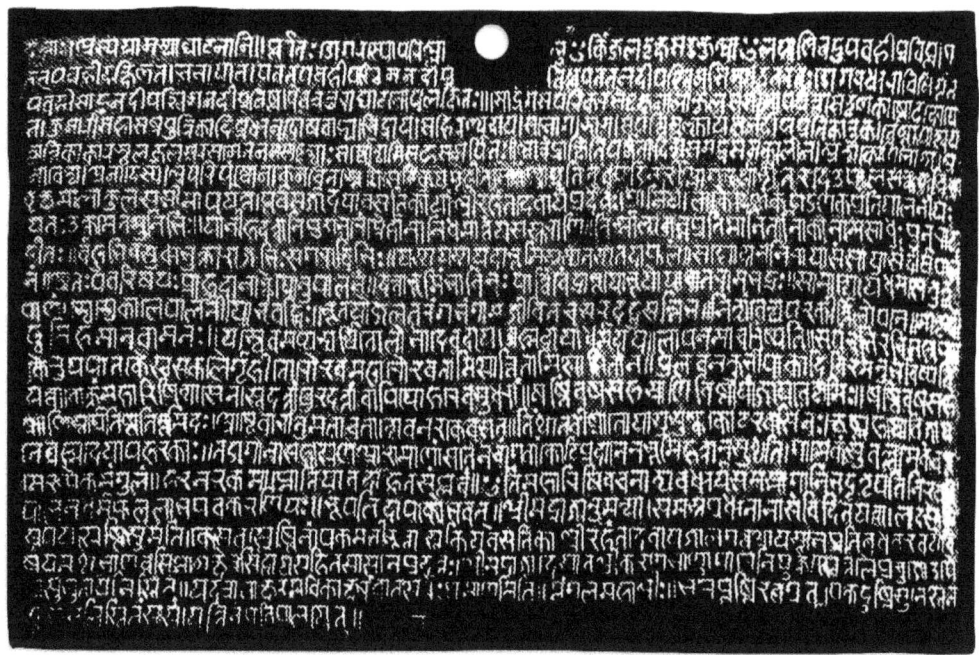

ठाणे ताम्रपट-३

लेखाचे राजकीय महत्त्व

प्रथम अपरादित्य (अपरार्क) हा प्रथम अनंतदेव (अनंतपाल) याचा मुलगा आणि नागार्जुन याचा नातू होता. आतापर्यंत उपलब्ध ताम्रपटांवरून त्याची कारकीर्द शक संवत १०४९-२१ ऑक्टोबर ११२७ (वडवली ताम्रपट) पासून सुरु झाली असे मानले जाते. प्रस्तुत ताम्रपटाची तारीख आता शक संवत १०४२-इसवी सन ११२० अशी निश्चित झाल्याने प्रथम अपरादित्य याची कारकीर्द तब्बल सात वर्षांनी मागे जाते. पुढे त्याने शक संवत १०७०-२७ नोव्हेंबर ११४८ असे प्रदीर्घ काळ राज्य केल्याचे दिसते. आतापर्यंत आपल्याला विक्रमादित्य आणि मल्लिकार्जुन या त्याच्या दोन राजपुत्रांची नावे माहिती होती. परंतु प्रस्तुत ताम्रपटामुळे महाकुमार केशीदेव या थोरल्या राजपुत्राची ओळख झाली. दुर्दैवाने काही कारणास्तव हा कधीच राजा झाला नाही.

४. महामंडलेश्वराधिपति मल्लिकार्जुन याचे पन्हाळे ताम्रपट (शक संवत १०७३-३ फेब्रुवारी ११५१)

प्रस्तुत ताम्रपट रत्नागिरी जिल्ह्यातील दापोली तालुक्यातील पन्हाळे काजी येथील जी आर जाधव यांच्याकडे होते. अण्णा शिरगावकर यांनी या ताम्रपटांचा शोध लावला आणि कालांतराने शशिकांत धोपाटे यांनी त्यांचे वाचन करून त्यास प्रसिद्ध केले. काही वर्षांपूर्वी मल्लिकार्जुन याचा वडील भाऊ कुमार विक्रमादित्य याचे ताम्रपट पन्हाळे येथीलच केशव पांडुरंग जाधव

यांच्याकडे अण्णा शिरगावकर यांना सापडले होते. इसवी सन १९७४ मध्ये शोभना गोखले यांनी प्रस्तुत ताम्रपटाचे वाचन करून प्रसिद्ध केले. वा वि मिराशी यांनी मिराशी यांनी विक्रमादित्य याचे ताम्रपट कॉर्पस इनस्क्रिप्शनम इंडिकारमच्या सहाव्या खंडात पुन्हा प्रसिद्ध केले.

लेखाची तारीख

प्रस्तुत संचामध्ये तीन ताम्रपट होते. मात्र त्यांना कोणतीही कडी किंवा राजमुद्रा अंकित नव्हती. तीन पत्र्यांपैकी दोन पत्र्यांना कडी अडकवण्यासाठी छिद्रे होती. तर तिसऱ्या पत्र्यावर छिद्र करण्यासाठी काही चिन्हे केली होती. मात्र तिथे छिद्र दिसून येत नाही. प्रस्तुत दान रविवार, माघ पौर्णिमा, प्रजापती संवत्सर, शक संवत १०७३ रोजी दिले गेले होते. पंचांगानुसार ही तारीख ३ फेब्रुवारी ११५१ अशी येते.

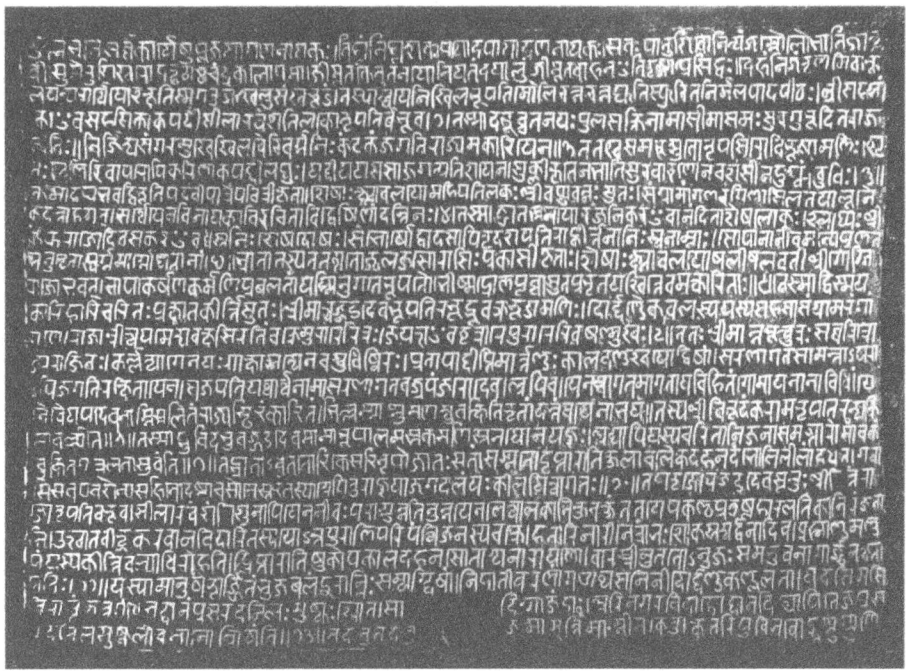

पन्हाळे ताम्रपट-१

दानाचे तपशील

प्रस्तुत ताम्रपटात दोन स्वतंत्र दानांचे उल्लेख आहेत. मल्लिकार्जुन याच्या पन्हाळा येथील बाराव्या शासन वर्षात चातुर्मासाच्या पवित्र महिन्यात सामंत नायक यांनी दृशु, चंदू , पुलिंद आणि जोगती ही जैन व्रते करण्याबाबत काही नवस केला होता. काही कारणास्तव सामंत नायक हा नवस पूर्ण करू शकला नाही. पश्चात्तापाचे प्रतीक म्हणून लाडू हाटिय आणि वणिक सुपई सेठी या दोन व्यापाऱ्यांनी मोत्याने जडवलेली मूर्ती, नीलमची अंगठी, तीन सोन्याच्या अंगठ्या, विविध प्रकारचे साधे आणि रंगवलेले कापड आणि नाणी अर्हंत बसदीला (जैन मंदिर) दान केली. हे मंदिर सुपाई श्रेष्ठी, सुमती श्रेष्ठी आणि केशव श्रेष्ठी यांच्या मालकीचे व व्यवस्थापित होते. प्रस्तुत लेखात या मंदिराच्या स्थाननिश्चिती बाबत नोंद नाही.

याच दिवशी राजा मल्लिकार्जुनाने सप्तशतदेश आणि वधरवटी विषयामध्ये स्थित असलेले भाणवसी गाव उपरोक्त उल्लेख केलेल्या बसदीला दान दिले. प्राचीन उत्तर कोकणात १४०० गावांचा समावेश होता. सप्तशत देश म्हणजे ७०० खेड्यांचा दक्षिण कोकण. पन्हाळे या राजधानीतून मल्लिकार्जुन प्रशासन करत होता. त्याच्या अखत्यारीत जर अर्धे कोकण असेल तर त्यात तर

त्यास सप्तशतदेश म्हणणे सयुक्तिक होते. दक्षिण कोकणात पारंपारिकपणे ७०० गावांचा समावेश होतो. वधरवटी विषयाची नोंद ठाण्यातील शिलाहारांच्या लेखांमध्ये प्रथमच झाली आहे. बहुधा ते चिपळूणजवळ वसलेले असावे. चित्पलुण (चिपळूण) हे रत्नागिरी जिल्ह्यात आहे.

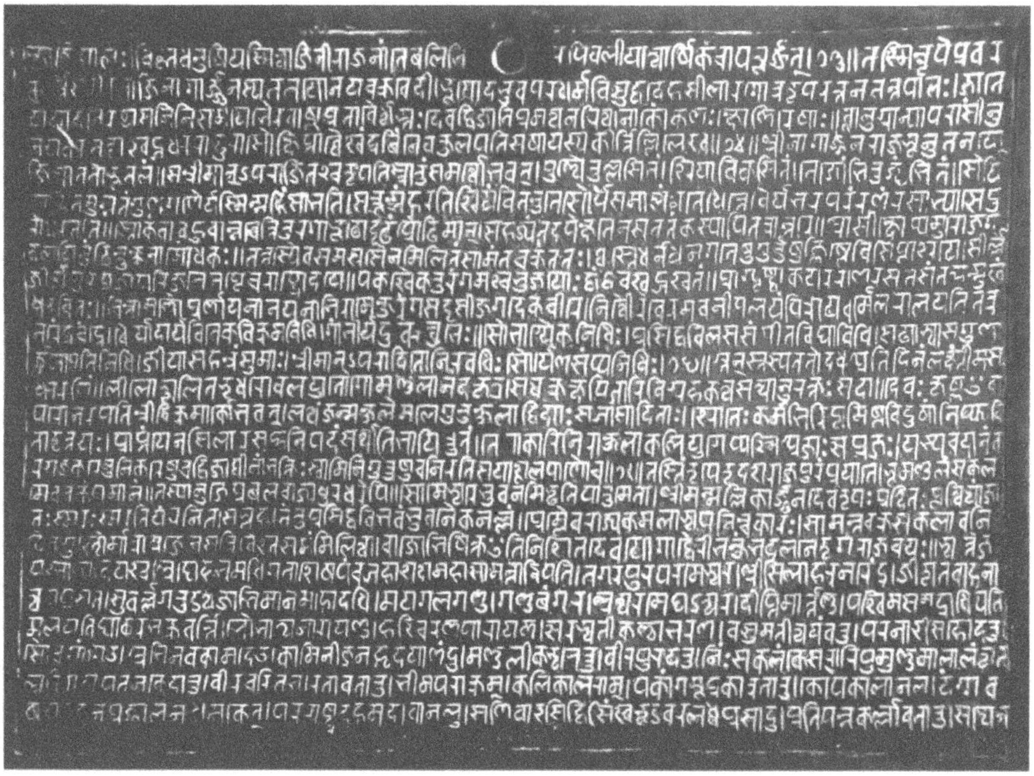

पन्हाळे ताम्रपट-२ अ

या गावातून मिळणारा महसूल मंदिरातील पूजा आणि इतर विधी पार पाडण्यासाठी आणि आश्रित, कर्मचारी आणि अर्हंत बसदीमध्ये सजीवांना खाऊ घालण्यासाठी वापरला जाणार होता. मंदिराचे आचार्य रुद्रधनदेव यांनी या देणग्या स्वीकारल्या. भाणवसी गावाच्या पूर्वेस नदी, पश्चिमेस अणुई आणि किंजल झाडे, उत्तरेस सादू नदी आणि दक्षिणेस ऐन झाडे आणि एक ओढा होता. एवढ्या त्रोटक माहितीमुळे भाणवसी गाव आणि सादू नदीचे नेमके स्थान निश्चित करता येत नाही. दान केलेल्या गावाच्या चतु:सीमा म्हणून नोंदवलेल्या वनस्पतींमध्ये ऐन, अर्जुन आणि किंजल या झाडांचा समावेश आहे. अणुई झाडाची समाधानकारक ओळख पटू शकली नाही.

प्रस्तुत लेखात महामंडलेश्वराधिपति मल्लिकार्जुन याच्या महाप्रधान श्रीसूर्यदेव पंडित, अमात्य श्री संतुगी नायक, श्री त्रिविक्रम नायक, श्रीकरण भांडागरे वेतामप्रभुसुत परभरुसेन खेतलेप्रभू यांचा उल्लेख आहे. सुरुवातीच्या शिलाहार राजांच्या ताम्रपटांत अनेक कानडी पदव्या दिसून येत असत. छित्तराजाच्या काळापासून ही प्रथा कमी झालेली दिसून येते. मात्र मल्लिकार्जुनाच्या ताम्रपटात (३ फेब्रुवारी ११५१) पुन्हा एकदा मलयगलगंड, गंडवंगर, परनारीसहोदारु अशा अनेक कानडी पदव्या दिसून येतात. मल्लिकार्जुन याला 'शनिवारसिद्धी' असेही म्हटले आहे. शब्दशः याचा अर्थ 'जो शनिवारीही विजयी होतो असा होतो. अपराजित याच्या भादान ताम्रपटात त्याला 'शनिवारविजय' असे म्हटले आहे. श्रीस्थानकाच्या शिलाहारांच्या काही ताम्रपटात त्यांनी ज्योतिषांनाही देणगी दिल्याचे नमूद केले आहे. ज्योतिषावरील त्यांचा विश्वास या दानांतून आणि अशा पदव्यांमधून दिसून येतो.

लेखाचे धार्मिक महत्त्व

जैन मंदिराला देणगी दिल्याची नोंद असलेला हा श्रीस्थानकाच्या शिलाहारांचा एकमेव लेख आहे. या दानापत्रात नमूद केलेले अरहंत मंदिर नेमके कोठे आहे याची पडताळणी करता येत नाही. या अरहंत मंदिराची नोंद खूप महत्त्वाची आहे. वा वि मिराशी यांनी टिपणी केली आहे की, '...उत्तर आणि दक्षिण कोकणातील शिलाहारांच्या शिलालेखांमध्ये आम्हाला कोणत्याही जैन मंदिराचा संदर्भ मिळत नाही.' तर कोल्हापूरच्या शिलाहारांच्या नोंदींमध्ये जैन मंदिरे आणि जैन दानांचे अनेक संदर्भ आहेत. अशा रीतीने उत्तर कोकणामध्ये शिलाहार काळात जैन धर्मीयांचे अस्तित्व आणि उपासना दिसून येते. याशिवाय त्यांना राजाश्रय मिळालेलाही स्पष्टपणे दिसून येतो. देणगी दिलेल्या गावातून कर वसूल करण्यासंबंधीचा तपशील नोंदविला गेला आहे. दान दिलेल्या गावात अल्पवयीन मुलींना इजा केल्याबद्दल गुन्हेगारांकडून वसूल केलेला दंड (कुमारी साहस) वसूल करण्याची मुभा लाभार्थींना होती. यात प्रपुत्रिकेचा संदर्भ देखील आहे. याचे समाधानकारक स्पष्टीकरण करता येत नाही.

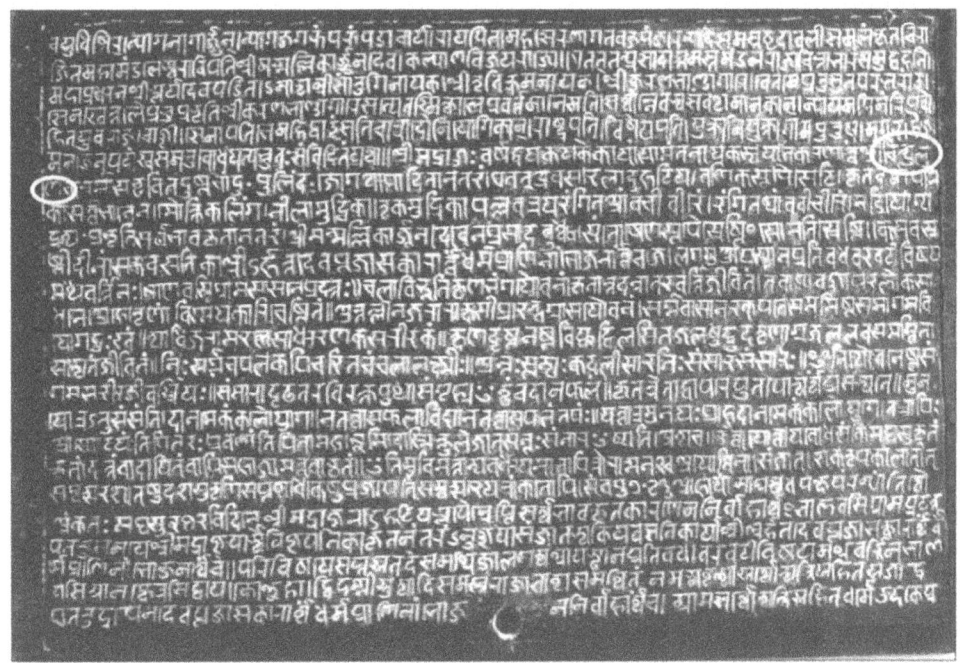

पन्हाळे ताम्रपट-२ ब

दायादवैरीव्यसन आणि छित्तुक याचे दमन या आजोबा आणि पित्याच्या काळातील प्रसंगांचे पुनर्वर्णन

कौटुंबिक कलहासंबंधी (दायादवैरीव्यसन) एक श्लोक प्रथमच राजा प्रथम अनंतदेव याच्या (शक संवत १०१६-९ जानेवारी १०९५) खारेपाटण ताम्रपटात सर्वप्रथम नोंदवला गेला आहे. राजा प्रथम अनंतदेव हा नागार्जुनाचा पुत्र होता. त्याचे शासन अल्पकाळ टिकले. राजा मुम्मुणीच्या मृत्यूनंतर बहुधा नागार्जुनाचा मुलगा प्रथम अनंतदेव आणि मुम्मुणीचा मुलगा यांच्यात वारसाहक्काबाबत युद्ध असावे. यात मुम्मुणीचा मुलगा अयशस्वी झालेला दिसतो कारण यापुढे त्याचा कोणताच उल्लेख किंवा वंशज दिसून येत नाहीत. या राजकीय अस्थैर्याचा फायदा घेऊन एका यवनाने कोकण देशातील देवब्राह्मणांवर अत्याचार माजविला होता. त्याचा प्रथम अनंतदेवाने योग्य समाचार घेतला आणि चंद्रबिंबावर आपल्या कीर्तीचा लेखच जणू कोरविला. या यवनाचे नाव ताम्रपटात दिलेले नाही. मात्र महाराष्ट्र आणि गोवा येथील पश्चिम किनारपट्टीवरील राजकीय परिस्थिती समजून घेतली तर हा एक ताजिक अरब असू शकतो. वा वि मिराशी यांनी याबाबत New Light on the History of Shilaharas of North Konkan हा लेख Literary and Historical Studies in Indology या पुस्तकामध्ये लिहिलेला आहे. यात ते

म्हणतात, 'अनंतपाल किंवा अनंतराज याने दुष्ट यवनांचे दमन करून जणू चंद्रबिंबावर आपली कीर्ती कोरवली. तसेच त्याच्या कारकिर्दीच्या अखेरीस छित्तुक नावाच्या एका असुराने कोकणावर आक्रमण केले. अपरादित्याने एकट्याने घोड्यावर स्वार होऊन तलवार परजत या असुराचा पूर्ण पराभव केला. भेदरलेला हा असुर शेवटी आश्रयास म्लेंच्छांकडे पळून गेला'. या विधानात सुधारणा आवश्यक आहे.

पन्हाळे ताम्रपट-३

प्रथम अनंतदेव या नागार्जुनाच्या पुत्राच्या खारेपाटण ताम्रपटात (शक संवत १०१६-इसवी सन १०९५) दायादवैरीव्यसन आणि एका यवनाच्या आक्रमणाचा उल्लेख आहे. यानंतर प्रथम अनंतदेव याचा मुलगा प्रथम अपरादित्य (अपरार्क) याच्या वडवली दानपत्रात (शक संवत १०४९- इसवी सन ११२७) छित्तुकाच्या दमनाचा उल्लेख आहे. दोन्ही ताम्रपटात तब्बल ३३ वर्षांचे अंतर आहे. प्रथम अपरादित्याच्या एकहाती विजयाचा प्रसंग पुन्हा त्याचा मुलगा विक्रमादित्य याच्या पन्हाळे ताम्रपटात (शक संवत १०६१- इसवी सन ११३९) दिसून येतो. तसेच अलीकडेच सापडलेल्या महाकुमार केशिदेवाच्या ठाणे ताम्रपटात (शक संवत १०४२- इसवी सन ११२०) याची पुनरावृत्ती आहे. मल्लिकार्जुनाच्या पन्हाळे ताम्रपटात (शक संवत १०७३-११५१) दायादवैरीव्यसन आणि छित्तुक याचे दमन या दोन्ही घटनांचे वर्णन आहे.

लेखाचे राजकीय महत्त्व

चिपळूण स्तंभलेख (शक संवत १०७८-२४ एप्रिल ११५६) आणि वसई शिलालेख (शक संवत १०८३-१७ जानेवारी ११६२) हे दोन्ही शिलालेख असल्याने त्यातून मल्लिकार्जुन आणि प्रथम अपरादित्य यांच्यामधील नातेसंबंध स्पष्ट होत नव्हता. प्रस्तुत ताम्रपटाद्वारे प्रथम अपरादित्य हा पिता आणि विक्रमादित्य हा वडील बंधू होता हे सुस्पष्ट होते. तसेच विक्रमादित्यानंतर तो श्रीस्थानकाच्या शिलाहारांच्या दक्षिणेकडील राज्याचा अधिपती झाल्याचे देखील कळते. प्रस्तुत ताम्रपट हा श्रीस्थानकाच्या शिलाहारांचा आजवर माहीत असलेला शेवटचा ताम्रपट आहे. या ताम्रपटामुळे श्रीस्थानकाच्या शिलाहारांच्या पन्हाळे राज्याचा राजा म्हणून त्याची कारकीर्द पाच वर्षे मागे जाते. हा ताम्रपट त्याच्या शासन वर्षाच्या बाराव्या वर्षी दिल्याचे स्पष्ट नमूद आहे. यावरून दक्षिण कोकणमधील पन्हाळे येथील विक्रमादित्याचे शासन केव्हा संपले आणि मल्लिकार्जुन केव्हा सत्तेवर आला याचा

कालक्रम निश्चित करता येतो. याबाबत मागील प्रकरणात विस्तृत चर्चा झाली आहेच. धार्मिक दृष्ट्याही या ताम्रपटाचे महत्त्व आहेच. श्रीस्थानकाच्या शिलाहारांनी जैन धर्माकरिता दिलेला हा आजवरचा एकमेव ताम्रपट आहे.

५. तृतीय अनंतदेव याचा किरवली शिलालेख (शक संवत ११७०-२५ ऑक्टोबर १२४८)

२८ नोव्हेंबर २०१२ रोजी लोकसत्ता या मराठी दैनिकात वसई जवळील किरवली (१९.३६१९° उ., ७२.८१२९° पू.) गावात एक नवीन शिलालेख मिळाल्याची बातमी प्रसिद्ध झाली. गावास प्रत्यक्ष भेट देता ही शिळा वसई पासून सुमारे सात किलोमीटर अंतरावरच्या किरवली गावात एका तळ्याच्या शेजारी जीत चौधरी यांच्या वाडीत पडलेली दिसून आली. प्रस्तुत लेखाची बरीच धूप झालेली होती. शिळेवरील कोरीव भागाचे पापुद्रे निघाल्याने काही अक्षरे नष्ट झाली होती. परंतु मूळ लेखात तत्कालीन नागरी लिपीतील १३ ओळी संस्कृत भाषेमध्ये कोरलेल्या दिसून आल्या. हा तत्कालीन गद्धेगाळ पद्धतीचा लेख आहे. याच्यावर शाश्वतता आणि समृद्धीचे प्रतिनिधित्व करणारे मंगल कलश आणि सूर्य-चंद्र कोरलेले आहेत. ही मंगलचिन्हे आहेत. तर लेखाच्या शेवटी एक पारंपारिक गद्धेगाळ शिल्प कोरलेले आहे.

लेखाची पहिली ओळ पूर्णपणे नष्ट झालेली आहे. तसेच लेखाच्या डावीकडील दोन भाग सुद्धा पूर्णपणे नष्ट झाले आहेत. पहिल्या ओळीत बहुधा पारंपारिक शिव आणि गणेशाची वंदना असणार. लेखाचा बराचसा भाग नष्ट होऊन सुद्धा सुदैवाने यातील तारीख अचूकपणे वाचता आली. प्रस्तुत दान रविवार, कार्तिक शुद्ध सप्तमी, कीलक संवत्सर, शक संवत १११७ अशी आहे. पिल्लै पंचांगानुसार ही तारीख २५ ऑक्टोबर १२४८ अशी येते. प्रस्तुत लेख तृतीय अनंतदेव याच्या आदेशाने कोरलेला होता. दुर्दैवाने यातील दानाचा उद्देश समजून येत नाही. बहुधा ओळ क्रमांक सात मध्ये किरवली गावाचा उल्लेख असावा. या गावातच चांदकाई देवीचे एक मंदिर आहे. गावकऱ्यांनी दिलेल्या माहितीनुसार तेथील प्राचीन मंदिर बहुधा पोर्तुगीजांच्या आक्रमणामध्ये उध्वस्त झाले होते. इसवी सन १९३२ मध्ये देवीची प्राचीन मूर्ती जवळच्या एका विहिरीतून प्राप्त करण्यात आली. अलीकडेच या मंदिराचे आधुनिकीकरण आणि सुशोभीकरण झाले आहे. या प्रक्रियेत गावकऱ्यांनी मूळ मूर्तीचे समुद्रात विसर्जन केले. प्रस्तुत मंदिर या शिळेपासून अगदी जवळच आहे. बहुधा या दानाचा या देवतेशी काही संबंध असावा. परंतु आज तरी याबाबत निश्चित काही सांगता येत नाही.

चांदकाई देवीची विसर्जित मूर्ती

लेखाच्या उर्वरित भागातील राजा आणि त्याच्या मंत्रिमंडळाचे नाव मात्र समाधानकारकरित्या वाचता येते. आजवर राजा तृतीय अनंतदेव याचा फक्त दिवेआगार येथील शिलालेख (शक संवत ११७६-९ जुलै १२५४) उपलब्ध होता. हा शिलालेख त्याच्या कारकीर्दीतील असला तरी श्रीराम मांडलिक या त्याच्या एका मांडलिकाने दिलेले दान नोंदण्यासाठी केलेला होता. यामध्ये तृतीय अनंतदेव याचा महामंडलेश्वराधिपती इतकाच त्रोटक उल्लेख आला आहे. या लेखातून त्याच्या कारकीर्दीविषयी काहीही माहिती मिळत नाही.

शिलालेख असल्याने प्रस्तुत लेखावरील माहिती त्रोटकच आहे. परंतु तृतीय अनंतदेव याच्या मंत्रिमंडळातील सदस्यांविषयी आपल्याला पहिल्यांदाच माहिती मिळते. महामात्यश्री झंपडप्रभू, महासंधिविग्रहिक (श्री?) राजदेव पंडित श्रीकरणभांडागारे प्रथम च्छेपाटी श्री दादप्रभू द्वितीय च्छेपाटी श्री सिहासेन यांची नावे दिसून येतात.

यापैकी महामात्यश्री झंपडप्रभू याने प्रदीर्घ काल शिलाहार राजांचे मंत्रीपद भूषविले होते. राजा द्वितीय केशिदेव याच्या (शक संवत ११६१-२४ जानेवारी १२४०) चौधरपाडा शिलालेखात झंपडप्रभू सर्वप्रथम महामात्य म्हणून दिसतो. झंपडप्रभू बहुधा शक संवत ११३१ नंतर शिलाहारांच्या सेवेत सामील झाला असणार. कारण द्वितीय केशीदेव याच्या अक्षी लेखामध्ये (शक संवत ११३१) भईजू हा महाप्रधान असल्याचे दिसून येते.

किरवली शिलालेख

यानंतर ठाण्याचा शेवटचा शिलाहार राजा सोमेश्वर याच्या चांजे येथील शेवटच्या शिलालेखात (शक संवत ११८२-१२ एप्रिल १२६०) देखील झंपडप्रभू याचा महामात्य म्हणून उल्लेख येतो. दोन दशकाहून अधिक काळ द्वितीय केशीदेव, तृतीय अनंतदेव आणि सोमेश्वर या तीन शिलाहार राजांच्या कारकिर्दीत महामात्य हे सर्वात महत्त्वाचे पद त्याने सांभाळलेले दिसते. यावरून शिलाहार दरबारात त्याची प्रदीर्घ आणि गौरवशाली कारकीर्द असल्याचे दिसून येते. द्वितीय केशिदेव याच्या (शक संवत ११६१) चौधरपाडा शिलालेखात आणि प्रस्तुत लेखात श्री राजदेव पंडित याचा महासंधिविग्रहिक (युद्ध आणि शांतता मंत्री) म्हणून उल्लेख दिसून येतो. सोमेश्वराच्या काळात त्याचे अस्तित्व दिसून येत नाही. च्छेपाटी हे कोषागार अधिकारी होते. शिलाहारांच्या लेखात कधी कधी तीन च्छेपाटी पर्यंत यांचे उल्लेख दिसून येतात. प्रस्तुत लेखात प्रथम च्छेपाटी श्री दादप्रभू द्वितीय च्छेपाटी श्री

सिहासेन यांची नावे दिसून येतात. या ओळीनंतरचे काही शब्द नष्ट झाले आहेत. त्यानंतर तिसऱ्या च्छेपाटीचा उल्लेख झाला होता की नाही हे समजू शकणार नाही. सोमेश्वराच्या रानवड लेखात दादप्रभू श्रीकरणी झाल्याचे दिसून येते. प्रस्तुत लेखामुळे तृतीय अनंतदेव याची कारकीर्द निदान सहा वर्षांनी मागे जाते.

६. छत्रपती शिवाजी महाराज वस्तुसंग्रहालय येथील राजा सोमेश्वराचा शिलालेख (शक संवत ११८१-१६ फेब्रुवारी १२६०)

सोमेश्वराच्या या प्रस्तुत लेखाची कथा मनोरंजक आहे. प्रस्तुत शिळा गद्धेगाळ प्रकारची आहे आणि सुप्रसिद्ध छत्रपती शिवाजी महाराज वस्तुसंग्रहालय, मुंबई येथे हा शिलालेख प्रदर्शनास मांडलेला आहे (Museum Artefact No. SI-140). प्रोफेसर किलहॉर्न यांनी आपल्या यादीत प्रस्तुत लेखाची नोंद केलेली आहे. ते म्हणतात या लेखावर एक स्त्री आणि गाढव यांचे शिल्प अंकित केलेले आहे. त्यांनी प्रस्तुत लेखाची तारीख सिद्धार्थी संवत्सर आणि शक संवत ११८१ अशी दिली आहे. पूर्ण तारीख देण्यास ते असमर्थता व्यक्त करतात. ए व्ही नाईक आणि ए एन नाईक यांनी प्रोफेसर किलहॉर्न यांचा संदर्भ देऊन प्रस्तुत लेखाचा एक त्रोटक उल्लेख केला आहे. यात ते फक्त सिद्धार्थी संवत्सर आणि शक संवत ११८१ इतकाच उल्लेख करतात.

पारंपारिक गद्धेगाळ शिळेवरील सूर्य-चंद्र आणि मंगल कलश ही वैशिष्ट्ये यावर दिसून येतात. याच्या खालच्या पट्ट्यावर एक शिवलिंग आणि त्याच्यासमोर गुडघ्यावर बसलेले दोन भक्त दिसून येतात. उजवीकडे गणेशाची प्रतिमा आहे आणि डावीकडे उभा असलेला एक साधू दिसून येतो. श्रीस्थानकाच्या शिलाहारांच्या ताम्रपटात आणि शिलालेखात गणेशाची वंदना नेहमी दिसून येते. अपराजित याच्या भादान ताम्रपटात गणेश स्तुतीचा पहिला श्लोक आपल्याला दिसून येतो. परंतु गद्धेगाळावर गणेशाचे अंकन थोडे दुर्मिळच आहे.

प्रस्तुत कोरीव लेखात छत्तीस ओळी दिसून येतात. बी व्ही शेट्टी यांनी या कोरीव लेखाची यथादृष्ट प्रत तयार केली होती. दुर्दैवाने बहुतांश शिलाहार शिलालेखांप्रमाणे याही लेखातील अक्षरांची प्रचंड धूप झालेली आहे. या शिलालेखाचे वाचन इंडियन एपिग्राफी-१९६७-६८ च्या वार्षिक अहवालात प्रकाशित झाले आहे. परंतु १९७७ मध्ये प्रकाशित झालेल्या कॉर्पस इनस्क्रिप्शनम इंडिकॅरम (Inscriptions of the Shilaharas- Volume VI) मध्ये त्याचा समावेश झालेला नाही. या लेखाचा काळ फाल्गुन शुद्ध तृतीया, सिद्धार्थ संवत्सर, शक संवत ११८१ असा येतो. पिल्लै पंचांगानुसार ही तारीख सोमवार, १६ फेब्रुवारी १२६० अशी येते. या लेखात हरीपालेश्वर देवाला दिलेल्या काही दानांची नोंद आहे. धुपलेल्या अक्षरांमुळे या दानाचे तपशील आणि मंदिराचे ठिकाण समजू शकत नाहीत. प्रस्तुत लेखात राजा सोमेश्वराच्या मंत्रिमंडळाची नोंद आहे. तथापि, केवळ महामात्य झांपडप्रभू आणि केशवरायांसह श्रीकरणी यांचीच नावे सुवाच्य आहेत. महामात्य झांपडप्रभू बाबत इतरत्र चर्चा झालेली आहे. सोमेश्वरच्या रानवड आणि चांजे शिलालेखांच्या तारखा अनुक्रमे २५ मार्च १२५९ आणि १२ एप्रिल १२६० अशा आहेत. प्रस्तुत लेखाची तारीख १६ फेब्रुवारी १२६० अशी आहे. यामुळे सोमेश्वराच्या कारकिर्दीमध्ये काही बदल घडून येत नाही परंतु आपल्या अभ्यासाकरता आता सोमेश्वराचा तिसरा कोरीव लेख उपलब्ध आहे, हेच या लेखाचे महत्त्व आहे.

संदर्भ

१. छित्तराजा याचा नवा ताम्रपट, त्रैमासिक, भारत इतिहास संशोधक मंडळ त्रैमासिक, वर्ष-८९, जुलै २०१२-एप्रिल २०१३, पुणे

२. Kalyāṇa Copper Plates of Śilāhāra King Chittarāja (1019 CE): Ancient Planet Online, Patras, Greece, Volume 4, February 2013, ISSN_ 2241-5157

३. Panvel Copper Plate of Śilāhāra King Chittarājā (śaka 947): Traimasik, Quarterly of Bharat Itihas Samshodhak Mandal, Pune, Volume 90, No. 1-4, July 2013-April 2014, pp. 45-50

४. Dhopate S G, A Lattalapur Copper Plate Grant of Kanhardeo, Annals of the Bhadarkar Oriental Research Institute, Vol. 87, 2006, pp. 153-161

५. Dhopate S G, New Copper plate Grant of North Kokana Shilahara, Journal of the Epigraphical Society of India, Vol- XXVI, 2000, pp. 133-145

६. Dhopate S G, New Copper Plate Grant of Shilahara Mallikarjuna, Annals of the Bhandarkar Oriental Research Institute, Vol. 90, 2009

७. Dhopate S G, New Copper Plate Grant of Shilaharas, Studies in Indian Epigraphy (भारतीय पुराभिलेख पत्रिका), Vol- XXXII, 2005

८. Gokhale Shobhana, Panhale Copper-Plates of the Shilahara King Aparaditya I and Vikramaditya dated Shaka 1061, Bulletin of the Deccan College Post-Graduate and Research Institute, Vol. 34, No. 1, 1974, pp. 23-32

९. Dhopate S G and Mokashi R P, Kiravali Stone Inscription of Shilahara King Anantadeva III (Shaka Era 1170) in Journal of the Asiatic Society of Mumbai, Vol-89-90 (New Series) for 2015-2017, ISSN 0972-0766, pp, 237-240

१०. Dhopate S G, Mokashi R P and Samel P, Chhatrapati Shivaji Maharaj Vastu Sangrahalaya Rock Inscription of Someshvara Studies in Indian Epigraphy, Vol-XLVI, 2021, pp, 80-84

११. Kielhorn F, List of Inscriptions from South India from about AD 500 in the EI-VII (Appendix), No. 314

१२. Naik A. V. and Naik A. N., A list of the Inscriptions of the Deccan, in Bulletin of the Deccan College Research Institute, Vol-9, No.1/2, Poona, Dec,1948, No. 225

१३. ed. B B Lal, Annual Report of Indian Epigraphy - 1967-68, Museum Artefact No. 140, pub., The Director General, Archaeological Survey of India, New Delhi,1968, p. 48

प्रकरण ४

शिलाहार काळातील दिवेआगार

शिलाहारांच्या दानपत्रात अनेकदा उत्तर कोकणातील दिवेआगार या गावाचा उल्लेख येतो. गाव हे गाव एक अग्रहार होते. शिलाहारांच्या ताम्रपटांत वारंवार त्याची व्यवस्था आणि प्रशासन या बद्दल उल्लेख येतात. पुराभिलेखांमध्ये दिसून येणाऱ्या दिवेआगारचे वैशिष्ट्य समजून घेतले पाहिजे.

* * * * * *

प्राचीन काळात विद्वान ब्राह्मणांना ठिकठिकाणी सन्मानाने बोलवून त्यांना गाव, जमिनी आणि फळबागा यांचे दान देऊन पुण्यार्जन केलेले दिसते. श्रीस्थानकाचे शिलाहार राजेही याला अपवाद नाहीत. ब्राह्मणांना दान दिलेल्या गावांना ब्रह्मदेय किंवा अग्रहार असे म्हणतात. शिलाहारकाळात अनेक विद्वान ब्राह्मणांना उत्तर कोकणातील विविध ठिकाणी स्थायिक करण्यात आले. या अग्रहारांची प्रशासन, न्याय आणि करव्यवस्था की इतर गावांपेक्षा वेगळी असे. शिलाहार राजांनी आणि विशेषतः काही राण्यांनी या अग्रहारांच्या प्रशासन व्यवस्थेमध्ये सतर्कतेने लक्ष दिलेले दिसते. सुदैवाने त्याबद्दल आपल्याकडे काही पुराभिलेखिय पुरावे उपलब्ध आहेत. कोकणातील रायगड जिल्ह्यातील श्रीवर्धन तालुक्यात दिवेआगार हे गाव आजही वसलेले आहे. छित्तराजा आणि मुम्मुणी यांच्या काळातील ताम्रपट आपल्याला दिवेआगार या तत्कालीन अग्रहाराच्या व्यवस्थेसंबंधी तपशीलवार माहिती देतात.

छित्तराजा याच्या शक संवत ९४९-२६ डिसेंबर १०२७ मधील दिवेआगार ताम्रपटात मंदरज विषयातील वेलसिवागार बागेतील झाडांवर २० द्रम्मांची सवलत देण्यात आली होती याची नोंद आहे. हे ताम्रपट दिवेआगार मधील चंद्राबाई पांडुरंग नाकटी यांच्या शेतात सापडले होते. या बागेचे दान दंडनायक नागवर्मन याने गोविंद ब्राह्मण याला दिले होते. हे दान उत्तरायण म्हणजेच मकर संक्रांतीच्या दिवशी दिले होते. हा गोविंद दीपकागारचा रहिवासी होता. गोविंद हा सौदपैय याचा मुलगा होता. सौदपैय हा मात्र तीपकचा रहिवासी होता असा उल्लेख आहे. तीपक हे कर्जत तालुक्यातील तिवरे गाव असू शकते. प्राचीन काळात दान दिल्या गेल्या कारणाने विद्वान ब्राह्मणांचे असे अनेकदा स्थलांतर झालेले दिसून येते. मंदरज विषय दिवेआगारच्या परिसरात असणार. हा दिवेआगार संबंधीचा पहिला पुराभिलेखीय उल्लेख आहे. मुम्मुणी याच्या प्रिन्स ऑफ वेल्स म्युझियम ताम्रपटामध्ये सुद्धा मंदरज विषयाचा उल्लेख आहे. मिराशी यांच्या मते मंदरज हे दिवेआगारच्या वायव्य दिशेस असणारे मणेरी गाव असावे. तर वेलसिवागार हे दिवेआगारच्या उत्तरेस असलेले वेळास असावे. नागवर्मा याने दिलेले दान आणि झाडावरील करांवर लागू केलेली सूट याची छित्तराजा याने अधिकृतरित्या नोंद केले आहे. नागवर्मा याने दान दिले तरी करामधील मधील सवलत मान्य करण्याचा हक्क हा राजाचा होता.

लहान वयातच छित्तराजा याला राज्यकारभार सांभाळावा लागल्यामुळे राजमाता पद्मलदेवी ही राज्यकारभारात प्रदीर्घकाळ सतर्क राहिलेली आपल्याला दिसते. याबाबत मागील प्रकरणात विस्तृत माहिती दिली आहे. पद्मलदेवी हिचा शासनव्यवस्था संबंधीचा पहिला ताम्रपट छित्तराजा याच्या काळातील आहे. (शक संवत ९४६-३ सप्टेंबर १०२४) जंजिरा संस्थान मधील भोईघर

येथे नातू यांना आपल्या वाडीमध्ये हा ताम्रपट सापडला होता. या ताम्रपटात नोंद केल्याप्रमाणे पद्मलदेवी हिने चिपळूण येथील 'करहाटक ब्राह्मणांच्या' करदांड आणि कोलपल्लीका या गावांमधील फळबागांतील नारळ, फणस, चाफा, आंबा आणि महुआ वृक्षांसंबंधी काही नियम घालून दिले होते. या वृक्षांमधून मिळणारे उत्पन्न आणि त्यावर आकारण्यात येणाऱ्या करांची सविस्तरपणे नोंद केलेली आहे. शासक म्हणून छित्तराजाचीच यात नोंद आहे. राजमातेसंबंधी छित्तराजा म्हणतो, 'माझ्या आज्ञेने, पंचप्रधानांच्या अनुमतीने, महाजन प्रमुखांच्या समक्ष महाराणी पद्मलदेवी हिचा आदेश लिहून घेण्यात यावा.

यानंतर मुम्मुणी याच्या काळातील (शक संवत ९७५-२२ जुलै १०५३) दिवेआगार येथील ताम्रपट एका शेतात सापडला. प्रस्तुत ताम्रपटाचा एकच पत्रा आहे. या ताम्रपटाचे प्रयोजन वोरीतली, कतील आणि कालैज या तीन वाड्यांसह दीपकागार ग्रामाची जी व्यवस्था पद्मलदेवी हिने घालून दिली होती तिला मान्यता देण्याचा होता. सामंत, नायक, ठाकूर, राणी आणि राजपुत्र यासह यासह राजपरिवारातील सदस्य यांना दीपकआगार आणि त्याच्या तीन वाड्यांवर कुठल्याही प्रकारचा हक्क सांगण्यास मनाई होती. येथील रहिवासी ब्राह्मणांनी प्रचलित दराप्रमाणे वार्षिक करभरणी करायची होती. सोळा महत्तर सदस्यांची एक स्मारिका या गावात आणि वाड्यांमध्ये घडणाऱ्या विविध गुन्ह्यांवर कारवाई करण्यासाठी आणि दंड आकारण्यासाठी अस्तित्वात होती. दीपकागारातील रहिवाशांना कोणत्याही प्रकारचे देणक आणि पडणक देण्यापासून सवलत होती. मात्र वर उल्लेख केलेल्या तीन वाड्यांमधील रहिवाशांना ही मुभा नव्हती. जे ब्राह्मण या आदेशांचे पालन करतील त्यांना राजाचे संरक्षण मिळणार होते. नारायणैय प्रधान, विठ्ठपैय्य संधिविग्रहक आणि ठाकुरैया, पुरोहित वासुदेव उपाध्याय आणि नारायण पंडित, ज्योतिषिक दिवाकर, प्रमुख भांडगारसेन (खजिनदार) जौउपैय्य, द्वितीय अधिकारी भांडगरसेन (खजिनदार) वावलैय, महत्वाचे ब्राह्मण आणि अग्रदीपकाचे सोळा महत्तर यांच्या उपस्थितीत हा आदेश काढण्यात आला.

दोन्ही ताम्रपटात तब्बल एकोणतीस वर्षांचे अंतर दिसून येते. दोन्ही ताम्रपट त्या त्या काळच्या राजांनी प्रदान केलेले दिसतात. मात्र दोन्ही ताम्रपटांमध्ये राजमाता पद्मलदेवी हिची शासन संबंधीची आज्ञा नोंद केलेली दिसते. अशा तऱ्हेचे शिलाहार शासन व्यवस्थेतील आपल्याला माहीत असलेले हे एकच उदाहरण आहे. प्राचीन महाराष्ट्रातील नागनिका, गौतमी बालाश्री आणि प्रभावती गुप्त या कर्तृत्ववान राण्यांच्या परंपरेतील पद्मलदेवी देखील होती. दुर्दैवाने आज श्रीस्थानकाच्या या कर्तृत्ववान राणीचा आपल्याला विसर पडलेला दिसतो.

शक संवत ९८२-इसवी सन १०६१ मध्ये राजा मुम्मुणीने छित्तराजाने योजलेले अंबरनाथ येथील शिवमंदिर बांधणीचे काम पूर्ण केले. याच वर्षी आपल्याला पुन्हा एकदा दिवेआगार संबंधी एक व्यवस्थापत्र आढळून येते. हेही व्यवस्थापत्र एकाच पत्र्याचे आहे. दिवेआगार येथील एका वाडीमध्ये हे सापडले होते. एस एन जोशी या दिवेआगारच्या एका रहिवाशाने मो ग दीक्षित यांच्या हा पत्रा सुपूर्त केला. त्यांनी या पत्र्याचे वाचन केले आणि 'दिवेआगार येथील मराठी ताम्रपट' हा लेख दक्षिणेच्या मध्ययुगीन इतिहासाची साधने (खंड ४) मध्ये प्रसिद्ध केला. कालांतराने याचे वाचन एपिग्राफिया इंडिका मध्ये सुद्धा प्रसिद्ध झाले. या पत्र्याभोवती एक कडी गुंफलेली आहे. मात्र त्यावर कोणतीही राजमुद्रा नाही. यामुळे हे राजपत्र नव्हते असे दिसून येते. यावर कोरलेल्या नऊ ओळी याची पुष्टी करतात. या ताम्रपटाची लिपी प्राचीन नागरी आणि भाषा संस्कृत आहे. तसेच यात मराठीचे प्राचीन रूप देखील दिसून येते. पृष्ठमात्रेचा वापर केलेला दिसून येतो. सु. गा: (सुवर्ण गद्याण) आणि सुर्व्व: (सुवर्ण्ण:) यासारखी संक्षिप्त रूपे वापरलेली दिसून येतात. पिल्लई कालगणनेनुसार प्रस्तुत लेखाची तारीख १० नोव्हेंबर इसवी सन १०६० अशी दिसून येते.

खाजगी ताम्रपत्र असल्याने त्यावर कोणत्याही राजाचा किंवा प्रचलित राजवंशाचा उल्लेख नाही. मो ग दीक्षित यांनी प्रस्तुत ताम्रपटावर दोन वेगवेगळी शासने कोरल्याचे निदर्शनास आणून दिले आहे. पहिला लेख श्री स्थिंतीपुरी नावाच्या एका परिषद किंवा सभेसंदर्भात आहे. वासुदेवभट्ट वामये षडांगवी याने हे पत्र एका 'स्थानाच्या' सुपूर्द केले. षडांगवी याचा अर्थ वेदांच्या सहा अंगांमध्ये प्रचूर असा होतो. षड्विद रिसिय(प्प) घैसास आणि षड्विद सिद् (सिद्ध) या सभेचे प्रमुख होते. सभेतर्फे मावळभट्ट याने हे व्यवस्थापत्र स्वीकारले. प्रस्तुत लेखात या दोन शासनसंबंधी विस्तृत उल्लेख नाही. कदाचित वासुदेव भट्ट याला एखाद्या

आधीच्या एखाद्या शिलाहार राजा किंवा राणी कडून बहुधा राजा मुम्मुणीकडून हे व्यवस्थापत्र मिळाले असणार. प्रस्तुत ताम्रपटाची तारीख बघता राजा मुम्मुणीची ही कारकीर्द असावी. वासुदेव भट्ट हा प्रस्तुत व्यवस्थापत्राचा प्रदान कर्ता नव्हता. उलटपक्षी तो प्रदान कर्ता आणि सनद प्राप्तकर्ते यांच्यातील दुवा होता.

प्रस्तुत ताम्रपटामुळे आपल्याला शिलाहारकालीन शासन व्यवस्थेचे अधिक पैलू दिसून येतात. सुदैवाने हा ताम्रपट दिवेआगार गावाशी संबंधित असल्याने दिवे आगाराची पुराभिलेखिय परंपरा अव्याहतपणे चालू राहिलेली दिसून येते (श्रीस्थिंतिपुरची दोनि सासने वासुदेवभट्ट वांये षडांगवी रिसिय(प्प) घैसास सीधू षडांगवि एतत्प्रमुखे स्थाने मावलभट्टं पासे ठवियलीं). उपरोक्त वर्णन केलेल्या एका 'स्थान' करता एकशे सत्तावीस सुवर्ण मुद्रा दावो(मो)दर याच्या सुपूर्त करण्यात आल्या. या सुवर्णमुद्रा एका माळेमध्ये गुंफलेल्या होत्या (जें सुवर्ण लिहले तें कांठेअः समेत). रिसियापै , पौमवदेव षडं(ग)वी, तीकै षडांगवी, जीवनै, नागरुद्रभट्ट, मुधुवाई षडांगवी आणि मधुवया देवलू हे याचे साक्षीदार होते. हे सर्व दिवेआगारचे रहिवासी होते. मो ग दीक्षित आणि ग ह खरे यांनी स्थान म्हणजे ग्रामसभा असल्याचे म्हटले आहे. मुम्मुणी याच्या याच्या काळातील दिवेआगार ताम्रपटात सोळा महत्तर सदस्यांच्या एका स्मारीकेचे वर्णन आहे. दोन्ही ताम्रपटांमध्ये फक्त सात वर्षाचे अंतर असल्याने प्रस्तुत ताम्रपटात याच स्मारिकेचा उल्लेख आहे असे म्हटले तर योग्यच ठरेल. अशा रीतीने दिवेआगारचे लेख हे शिलाहार काळातील अग्रहारांचे कामकाज आणि ग्रामप्रशासन समजून घेण्यासाठी एक उत्तम स्रोत आहे.

लेखाचे वाचन

१. ओं स्वस्ति शक संवतु ९८२ सर्व्वरी संवत्सरे मा
२. र्ग्गसिर पौर्णमास्यां शुक्रे ।। श्रीस्थिंतिपुरिचिं दो
३. नि सासने वासुदेवभट्ट वांये षडंगवि रिसिय(प्प)
४. घैसास सीधू षडंगवि एतत्प्रमुखे स्थानें मावलभ
५. ट्टंपासे ठवियली ।। तथा सातावीसें शत सुवर्णः दा
६. वोदरः पासि ठवियले । सु.गाः १२७ सुर्व्वः योगक्षे
७. मु स्थानहचा । दीवेचे रिसियपै पौंवदेव षडं(ग)वितिकै
८. षडंगवि जीवणै नागरुद्रभट्ट मधुवै षडंगवि मधुव
९. य देवलु हे जाणति । जें सुवर्ण लिहले तें कांठेअः समेतः ।

दिवे आगारातील अग्रहार व्यवस्थेसंबंधी शेवटचा कोरीव लेख आपल्याला तब्बल १९४ वर्षानंतर दिसून येतो. राजा तृतीय अनंतदेव कारकिर्दीतील हा शिलालेख आहे (शक संवत ११७६-९ जुलै १२५४). या आधीच्या ताम्रपटाप्रमाणे प्रस्तुत लेख देखील एक खाजगी लेख आहे. यामध्ये राम मांडलिक याने गणपती नायक याला एक फळबाग दिल्याची नोंद आहे. या लेखात दिवे आगाराचा उल्लेख दीपकागार असा आहे. अशा रीतीने शिलाहार काळातील दिवेआगार या गावासंबंधी आपल्याला २२७ वर्षाच्या कालावधी मधील कोरीव लेख दिसून येतात. या लेखांतून दिवेआगार अग्रहाराची शासन व्यवस्था, कर व्यवस्था आणि प्रशासन सुरळीत चालवण्यासाठी विविध शिलाहार राजे आणि राण्यांनी केलेले प्रयत्न दिसून येतात.

संदर्भ

१. Dive Agar Plates of Chittaraja, in ed. Mirashi V V, Corpus Inscriptionum Indicarum, Inscriptions of the Shilaharas, The Director General, Archaeological Survey of India, New Delhi,1977 (CII-VI) No. 10

२. Dive Agar Plate of Mummuni, CII-VI, No. 16

३. दीक्षित मो ग, 'दिवेआगार येथील मराठी ताम्रपट', दक्षिणेच्या मध्ययुगीन इतिहासाची साधने (खंड ४)

४. Dikshit M G, Dive Agar Marathi Copper Charter, Saka 982 in EI-XXVIII, No. 22

५. Dive Agar Inscription of Anantadeva III (Shaka era 1176), CII-VI, No. 37

प्रकरण ५

संजाण मंडलातील कौतुक मठिका

मागील प्रकरणात आपण दीपकागार अर्थात दिवेआगार या अग्रहारासंबंधी वेळोवेळी दिसून आलेल्या व्यवस्थापत्रांचा ऊहापोह केला आहे. या व्यवस्थापत्रातून दिवेआगार गाव निदान २२७ वर्षे सलग अस्तित्वात असलेले दिसून येते. शिलाहार काळातील कर आणि प्रशासन व्यवस्था दिवेआगारच्या मार्फत समजून घेता येते. अशाच रीतीने गुजरात येथील एकशे सत्तावीस वर्षे अस्तित्वात असलेल्या एका मठिकेच्या माध्यमाने आणि पुराभिलेखीय साधनांच्या मदतीने संजाण मंडलाचा प्रदीर्घ इतिहास समजून घेता येतो.

* * * * * *

संजाण मंडल येथील मांडलिकांचा उदय

छित्तराजाच्या कारकिर्दीचा अभ्यास करण्यासाठी त्याने प्रदान केलेले ताम्रपट हे महत्त्वाचे साधन ठरते. त्याच्या कारकीर्दीतील शेवटचा चिंचणी ताम्रपट (शक संवत ९५६-१५ सप्टेंबर १०३४) होता. हा ताम्रपट प्रत्यक्ष छित्तराज याचा नसून त्याचा संजाण मंडल येथील शिलाहारांचा मांडलिक चामुंडराज याचा आहे. या ताम्रपटाचा अभ्यास करताना संजाण मंडलाचा इतिहास तर समोर येतोच याशिवाय तेथील एका कौतुक नावाच्या मठिकेचे एकशे सत्तावीस वर्षे इतका प्रदीर्घकाळ असलेले अस्तित्व पुराभिलेखांच्या सहाय्याने सिद्ध करता येते. संजाण मंडल येथील मांडलिकांचा उदय समजून घेण्यासाठी त्याचा इतिहास थोडक्यात समजून घेणे आवश्यक आहे. इसवी सन १९५५ मध्ये चिंचणी येथे नऊ ताम्रपत्र सापडले होते. यामध्ये पाच वेगवेगळ्या ताम्रपट संचांचा समावेश होता. दिनेशचंद्र सरकार यांनी दोन निराळ्या शोधनिबंधांमध्ये यांचे वाचन आणि प्रकाशन केले. यांचे तपशील खालीलप्रमाणे आहेत,

१. तीन ताम्रपटांचा पहिला संच राष्ट्रकूट राजा तिसरा इंद्र याच्या कारकिर्दीतील होता (शक संवत ८४८-१७ एप्रिल ९२६)
२. राष्ट्रकूट राजा तिसरा कृष्ण याच्या कारकिर्दीतील एक कालोल्लेखविरहित ताम्रपट
३. छित्तराजाचा सामंत चामुंडराजाचा ताम्रपट (शक संवत ९५६-१५ सप्टेंबर १०३४)
४. मोढ घराण्यातील महामंडलेश्वर विज्जलदेवाचा ताम्रपट (शक संवत ९६९/२१ जानेवारी १०४८)
५. मोढ घराण्यातील विज-राणक (विज्जलदेव) याचा ताम्रपट (शक संवत ९७५-सु.१९५३)

एकशे सत्तावीस वर्षांच्या कालावधीत आणि राष्ट्रकूट, शिलाहार आणि त्यानंतर मोढ घराण्याच्या कारकिर्दीत प्रस्तुत पाच दानपत्र दिलेले आहेत. इतक्या प्रदीर्घ काळातील या ताम्रपटांना बांधणारे सूत्र मात्र एक मठिका आहे. अण्णैय आणि कौतुक यांनी ही मठिका बांधलेली होती. हे पाचही दानपत्र विविध राजांनी या मठिकेच्या देखभालीसाठी दिले आहेत. या दानपत्रांतून मठिकेचा इतिहास तर समजून येतोच मात्र एकशे सत्तावीस वर्षांच्या काळात संजाण मंडलातील बदलती राजकीय परिस्थिती आणि त्यांचा श्रीस्थानकाच्या शिलाहार राजघराण्यावर झालेला परिणाम याचा देखील परावर्ष आपल्याला घेता येतो.

१. राष्ट्रकूट राजा तिसरा इंद्र (शक संवत ८४८) याच्या काळातील मधुमती सुगतिप याचा लेख (शक संवत ८४८/१७ एप्रिल ९२६)

राष्ट्रकूट राजांनी आपल्या विस्तीर्ण साम्राज्याच्या प्रशासनाकरिता विविध भागांवर मांडलिकांना नियुक्त केले होते. महाराष्ट्रात जसे श्रीस्थानक, कोल्हापूर आणि चंद्रपूर-बलीपट्टण येथे शिलाहार राजवंशाचे राजे नियुक्त होते तसेच गुजरात मधील संजाण प्रांतात त्यांनी अरबांची निवड केली होती. मधुमती सुगतिप (मुहम्मद सुबुक्ता) हा साहियारहार याचा मुलगा होता. राष्ट्रकूट राजा तृतीय इंद्र याने संयाण (संजाण) प्रांताचा राज्यपाल म्हणून मधुमती सुगतिप याची निवड केली होती. हा ताजिक वंशाचा होता. तृतीय इंद्र याचा पिता द्वितीय कृष्ण याने ही जबाबदारी मधुमतीवर सोपवली होती. ठाण्यामध्ये हा द्वितीय कपर्दी आणि छद्वैदेव यांच्यामधील काळ होता. राष्ट्रकूटांचे मांडलिक या नात्याने शिलाहार ठाण्यात आपल्या राज्याची घडी बसवत होते.

प्रस्तुत ताम्रपटात मधुमतीने आपल्या इलाख्यात जनतेसाठी सुरू केलेल्या काही कार्यांची नोंद आहे. त्याने दोन प्रवाहांवर बोटीची ने-आण सेवा सुरू केली. हा बहुधा संजाण नदीचा भाग असावा. तसेच संजाण येथे त्याने एक अन्नछत्र उभारले. या अन्नछत्रात जनतेला विनामूल्य साळीचा भात, आमटी आणि तूप मिळत असे. मधुमतीने आपल्या इलाख्याचा कारभार उत्तम रितीने चालवलेला दिसतो. त्याने द्वितीय कृष्ण आणि तृतीय इंद्र या दोन राष्ट्रकूट राजांच्या काळात संजाण प्रांताचा कारभार सांभाळला. याच काळात त्यांनी आजूबाजूच्या बंदरांवर (वेलाकुल) ताबा मिळवला आणि आपले अधिकारी तेथे नेमले.

प्रस्तुत लेखात पुढे अण्णैय याने एक मठिका बांधल्याचा उल्लेख आहे. हा पुव्वैय याचा मित्र होता. पुव्वैय हा मधुमतीचा एक मंत्री होता. पुव्वैय याच्या विनंतीवरून मधुमती याने संजाण मंडलातील कोलिमहार विषयातील कंदुक नावाचे गाव आणि देवीहर गावातील अर्धा धुरा जमीन या मठिकेसाठी दान केले. अर्थात या दानासाठी त्याने राष्ट्रकूट सम्राट तृतीय इंद्र याची परवानगी घेतली होती. या दानाचा उद्देश मठिकेची दुरुस्ती व देखभाल आणि दशमी नावाच्या देवीच्या नैवेद्य तसेच संजाण येथील पंचगौडीय महापरिषदेतील नऊ जणांची भोजनाची व्यवस्था या करिता होता. हे ब्राह्मण सारस्वत, कन्याकुब्ज, गौड, मैथिला आणि उत्कल होते.

दिनेशचंद्र सरकार असे म्हणतात की दशमी हे बहुधा दुर्गा किंवा पार्वतीचे एक रूप होते आणि तिची प्रतिमा याच मठिकेत प्रस्थापित केलेली होती. मात्र अण्णैय / अण्णमैय याच्या कोरीव लेखात तसा स्पष्ट उल्लेख नाही.

२. राष्ट्रकूट राजा तृतीय कृष्ण याच्या काळातील ताम्रपट (कालोल्लेखविरहित)

हा कालोल्लेखविरहित ताम्रपट आहे. परंतु राष्ट्रकूट सम्राट तृतीय कृष्ण याचा स्पष्ट उल्लेख असल्या कारणाने प्रस्तुत ताम्रपटाचा काळ इसवी सन ९२९ – ९६७ असा निश्चित करता येतो. या लेखात तृतीय कृष्ण याच्या मांडलिकांच्या वर्णनामध्ये ताजिक यांचे सुद्धा उल्लेख आहेत. मधुमतीच्या आणि प्रस्तुत लेखात बहुधा दहा ते पंधरा वर्षांचे अंतर असावे. या काळात संजाण मंडलाचा कारभार या ताजिक वंशियांकडेच असावा. मात्र आजतागायत या काळातील त्यांचा पुराभिलेख सापडलेला नाही. तसेच या काळातील श्रीस्थानकाच्या घटनांची आपल्याला कल्पना येत नाही. कारण या काळात त्यांचे सुद्धा कोणतेही ताम्रपट सापडत नाहीत. छद्वैदेव याचा ताम्रपट देखील कालोल्लेखविरहित आहे. परंतु त्याने दिलेल्या राष्ट्रकूट वंशावळीतील शेवटचा उल्लेख राजा तृतीय कृष्ण याचा आहे. याचाच अर्थ दोन्ही ताम्रपट राष्ट्रकूट राजा तृतीय कृष्ण याच्या कारकीर्दीतील संजाण आणि ठाणे येथील मांडलिकांनी दिलेले आहेत.

प्रस्तुत ताम्रपटात संजाण मंडलात कौतुक नावाच्या एका व्यक्तीने भगवती देवीच्या द्वारापाशी एक मठिका बांधल्याचा उल्लेख आहे. दिनेशचंद्र सरकार म्हणतात भगवती देवीच्या स्थापनेसाठी अण्णैय आणि रेवण यांनी कौतुक मठिकेची स्थापना केली. यात स्थापन केलेली देवी दशमी होती. हे विधान एकदा तपासून घ्यावे लागेल. मधुमतीच्या आणि प्रस्तुत लेखात बहुधा

दहा ते पंधरा वर्षाचे अंतर असावे. कौतुक याने बांधलेल्या मठिकेच्या शेजारी भिल्लमालदेव (मधुसूदन किंवा विष्णू) याचे एक मंदिर असल्याचा प्रस्तुत लेखात उल्लेख आहे. राजस्थान मधील भिल्लमाल (भीमनाल येथील) व्यापाऱ्यांच्या पूर्वजांनी भिल्लमालदेवाची स्थापना केली होती. कौतुक याची मठिका आणि भिल्लमालदेव याच्या मंदिरात असलेले स्वाध्यायिक यांच्यासाठी एक व्यवस्थापत्र प्रदान करण्यात आले होते. या व्यवस्थापत्रातील निर्देशानुसार देवीच्या मठिकेने भिल्लमालदेव आणि त्याचे वारिक यांना चाळीस द्रम्म स्रोतक (एखादा कर) म्हणून द्यायचे होते. भिल्लमालदेव याच्या मालकीचा एक जमिनीचा लहान तुकडा होता. त्या वेळेस हा भाग मठिकेच्या उत्तर आवाराचा भाग होता. बहुधा जमिनीच्या वापराकरिता एका देवस्थानाने दुसऱ्या देवस्थानावर हा कर आकारलेला दिसून येतो. देवीच्या देवळातील वार्षिक दीपोत्सव (दिवाळी) समारंभानंतर हा वार्षिक कर भरायचा होता. वर उल्लेख केलेली द्रम्म नाणी श्रेष्ठी गंभुवक यांनी तयार केलेली होती. कदाचित या व्यापाऱ्याला ही नाणी पाडण्याचा अनन्य अधिकार होता. व्यवस्था भंग करणाऱ्यांना देण्यात येणाऱ्या शिक्षेचे रोचक संदर्भ पुढे दिले आहेत. जो कोणी जमीन हडपण्याचा प्रयत्न करत असेल, तो मृत पावला असला तरी, त्याला गाढव किंवा चांडाळ म्हणून तुच्छ लेखले जावे. येणाऱ्या काळात दिसून येणाऱ्या गद्धेगाळ शापवचनांचा हा प्राचीन संदर्भ आहे. जो कोणी जमीन हडपण्याचा प्रयत्न करत असेल किंवा काही अडचणी निर्माण करत असेल तसेच भिल्लमालदेवाला दिल्या जाणाऱ्या वार्षिक कर भरणी मध्ये अडथळा आणत असेल त्यालाही उपरोक्त शिक्षा जाहीर केली होती. एखादी शिक्षा जाहीर करायची वेळ येते याचाच अर्थ एखादा गुन्हा घडलेला असतो किंवा तसा संभव असतो. देवीची मठिका आणि भिल्लमालदेव याचे मंदिर यामध्ये बहुधा जमीनीवरून काहीतरी वाद असावा असे दिसून येते. तसेच कर भरणा वेळेवर होत नसावा अशीही शक्यता आहे. वरील लेखातील उल्लेखावरून संजाण मंडलातील या ठिकाणी अण्णैय / अण्णमैय आणि कौतुक या सारख्या व्यक्तींनी मंदिरे आणि मठ बांधलेले दिसतात. दशमी, भगवती या सारख्या देवता आणि भिल्लमालदेव यांची स्थापना येथे केली असावी. रेवण नावाच्या कोणत्याही व्यक्तीचा उपरोक्त लेखांमध्ये उल्लेख येत नाही.

३. छित्तराजाचा मांडलिक चामुंडराजा याचा लेख (शक संवत ९५६ – १५ सप्टेंबर १०३४)

दरम्यानच्या काळात दक्षिणेत सत्तेमध्ये मोठा बदल घडवून येत होता. गतकाळातील राष्ट्रकूट वैभव आणि सामर्थ्य आता लयाला गेले होते. चतुर्थ इंद्र हा शेवटचा राष्ट्रकूट शासक होता (इसवी सन ९७३-९८२). तैल किवा द्वितीय तैलप (इसवी सन ९७३-९९७) याने कल्याणीच्या चालुक्य घराण्याची स्थापना केली. या सत्ता बदलानंतरदेखील श्रीस्थानकाचे शिलाहार हे अव्याहतपणे राज्य करत होते. मात्र त्यांनी स्वतःस चक्रवर्ती पदवी घेतली नाही. तसेच कल्याणीच्या चालुक्यांचे वर्चस्वही मान्य केले नाही. ठाण्याचा शिलाहार राजा अपराजित आपल्या ताम्रपटात राष्ट्रकूट राज्य नष्ट झाल्याबद्दल शोक व्यक्त करतो. अरिकेसरी पासून पुढील ताम्रपटांमध्ये राष्ट्रकूट किंवा चालुक्य कोणत्याही सत्तेचा उल्लेख येत नाही. तसे पाहिले तर आता त्यांचे कोणतेही सम्राट अस्तित्वात नव्हते. तांत्रिकदृष्ट्या ते स्वतंत्र होते, मात्र श्रीस्थानकाच्या शिलाहारांनी स्वतः महामंडलेश्वर हीच मांडलिक दर्जाची पदवी कायम ठेवली.

संजाण मंडलामध्ये मात्र मोठा बदल घडून आलेला आपल्याला दिसून येतो. प्रस्तुत ताम्रपट हा पहिल्या ताम्रपटानंतर सुमारे ऐंशी वर्षानंतर दिलेला आहे. अपराजित राजाचे सामर्थ्य आपण यापूर्वीच समजून घेतले आहे. त्याने आक्रमक लष्करी धोरण अंगीकारले होते. श्रीस्थानकाच्या शिलाहारांनी आता पालघर आणि संजाण या उत्तरेच्या दिशेने सत्ताविस्तार केला होता. जंजिरा-१ आणि २ या ताम्रपटांत आपल्याला यासंबंधी अतिशय स्पष्ट उल्लेख दिसून येतो. 'त्याची सत्ता लाट देश, पुणक देश आणि भिल्लम (यादव) यांच्या भूमीशिवाय संजाण (सिद्धां सयानभूमि) वर विस्तारली होती. आता संजाण वर शिलाहारांनी आपले मांडलिक स्थापन केलेले दिसते. अपराजित याने इथे कोणाची नेमणूक केली हे आपल्याला समजत नाही. पण ताजिक अरबांचे राज्य मात्र आता निश्चितपणे संपले होते. अपराजितानंतर द्वितीय वज्जड आणि अरिकेसरी हे राजे झाले. त्यांच्याही काळात संजाण श्रीस्थानकाच्या शिलाहारांच्या वर्चस्वाखाली होते. मात्र तिथे घडत असलेल्या घटनांबद्दल भाष्य करता येत नाही.

प्रस्तुत ताम्रपट छित्तराजा याचा संजाण येथील मांडलिक चामुंडराजा याच्या काळातील आहे. तो छित्तराजा याचा उल्लेख 'महासामंताधिपति तगरपुरपरमेश्वर महामंडलेश्वर' असा करून त्याचे स्वामित्व मान्य करतो. ताम्रपटांचा सखोल अभ्यास केल्यास किती निरनिराळ्या तऱ्हेची माहिती मिळू शकते याचे हे एक उत्तम उदाहरण आहे. छित्तराजा याचे स्वामीत्व मान्य केले असले तरी चामुंडराजा स्वतःसाठी ज्या पदव्या वापरतो त्यावरून तो स्वतःचा वरचढ दर्जा सुस्पष्ट करतो. महासामंताधिपति, निजभुजविक्रमादित्य (स्वपराक्रमाने झालेला विक्रमादित्य), साहसचक्रवर्ति, भुवननील (तिन्ही जगातील नीलमणी), लाटप्राकारराय ध्वंसक (लाट देशातील राजाचा विनाशक). या पदव्या पाहिल्यास त्याचे लष्करी आणि पराक्रम सामर्थ्य स्पष्ट दिसून येते. चामुंडराजा हा महामंडलेश्वर विज्जरणकाचा मुलगा होता. (श्रीविज्जराणकसुत). दिनेशचंद्र सरकार ते मोढ कुटुंबातील होते असे मानतात. परंतु शिलालेखात त्यांच्या कुटुंबाच्या नावाचा उल्लेख नाही. अरिकेसरीने संजाण आपल्या श्रीस्थानकाच्या राज्याला जोडल्यापासून हेच घराणे राज्य करीत होते का, हे माहित नाही. हा काळ श्रीस्थानकाच्या शिलाहारांसाठी मोठ्या परिक्षेचा होता. चालुक्यांच्या वर्चस्वाला झुगारून दिल्याचे परिणाम त्यांना विविध आक्रमणांच्या रूपाने भोगावे लागत होते. याच काळात चामुंडराजाने स्वतःचे अस्तित्व दृढ करण्याचा प्रयत्न केलेला आपल्याला स्पष्ट दिसतो. प्रस्तुत ताम्रपटाच्या दोन्ही बाजूस लेख कोरलेला आहे.

चामुंडराजाने मागील ताम्रपटात उल्लेख केलेल्या कौतुक मठिकेला घाणक (तेल घाणा) दान दिला. भगवतीच्या मंदिरात दिवा अखंड तेवता राहण्यासाठी तसेच मठिकेमधील महापरिषदेच्या स्वाध्यायिकांसाठी आणि ब्राह्मण अभ्यागतांसाठी हे दान दिले होते. स्वाध्यायिक चिहड याने हे दान नमस्य वृत्ती (कायमस्वरूपी करमुक्त दान) स्वरुपात स्वीकारले होते. राजसत्ता बदलल्या, त्यांनी नियुक्त केलेले मांडलिक बदलले तरी कौतुक मठिकेला मिळणारा राजाश्रय कायम होता. राष्ट्रकूट सम्राट तृतीय कृष्ण याच्या काळात कौतुक मठिका बांधली गेली. याचे निश्चित वर्ष समजू शकत नाही. कालांतराने राष्ट्रकूट राजसत्ता लयाला जाऊन आता तिथे शिलाहारांचा मांडलिक चामुंडराजा होता.

राष्ट्रकूटांनी नेमणूक केलेले ताजिक अरब आता मांडलिक उरले नाहीत. परंतु संजाण प्रांतात त्यांचे अस्तित्व निश्चित दिसून येते. हे सिद्ध करण्यास पुन्हा प्रस्तुत ताम्रपटाची मदत होते. या दानाचे साक्ष विविध श्रेष्ठी, महापरिषदेचे सदस्य आणि अल्लीय, महर आणि मधुमत नावाचे काही स्थानिक अधिकारी होते. राष्ट्रकूट राजा तिसरा इंद्र (शक संवत ८४८-इसवी सन ९२६) याच्या काळातील पहिल्या लेखात मधुमती सुगतिप हा ताजिक अरब मांडलिक होता. या आणि प्रस्तुत लेखात एकशे चौर्यांशी वर्षांचा काळ जातो. इतक्या प्रदीर्घ काळ ताजिक अरब समुदाय केवळ आपल्याला संजाण प्रांतात रहिवासी म्हणून नव्हे तर राष्ट्रकूट आणि शिलाहार काळात देखील महत्त्वाची सरकारी पदे भूषविताना दिसतात.

४. मोढ महामंडलेश्वर विज्जलदेवाचा लेख (शक संवत ९६९ /२२ जानेवारी १०४८)

काळ तेरा वर्षे पुढे सरकला होता. ठाण्यात नागार्जुन आणि मुम्मुणी यांच्या कारकिर्दी मधील कठीण प्रसंगाचा काळ होता. ठाण्यावर सतत परकीय आक्रमणे होत होती. यातच नागार्जुनाचा अकाली मृत्यू झालेला दिसून येतो. या धामधुमीचा परिणाम आपल्याला संजाण मंडलावर दिसून येतो. शिलाहारांचा आता संजाण मंडलावर ताबा उरलेला दिसत नाही. प्रस्तुत दान मोढ वंशाच्या महामंडलेश्वर विज्जलदेव याने दिलेले आहे. तो स्वतःस 'श्रीमोढकुलकमलकलिकाविकाशभास्कर' असे म्हणतो. विज्जलदेव शिलाहार राजांप्रमाणे स्वतःस महामंडलेश्वर म्हणतो. परंतु आपल्या सम्राटाचे नाव तो देत नाही. राष्ट्रकूट सत्ता लयाला गेल्यावर शिलाहारांनी ज्या पद्धतीने आपले स्थान निश्चित केले अगदी तसेच या विज्जलदेवाने केलेले दिसते.

माघ संक्रांतीच्या पर्वावर कणद्द गावाच्या उत्पन्नातून सिरीदीक याचे दान दिले आहे. हा बहुधा एखादा कर असावा. हा गाव कवतिक मठिकेच्या अखत्यारीत होता. यातून मिळणारे उत्पन्न गृहस्थ बहुधर आणि कनुक तसेच स्वाध्यायक महादेव आणि लक्ष्मीधर यांना देण्यात येणार होते. हे चारही लाभार्थी कौतुक मठिकेशी संलग्न होते.

५. मोढ घराण्यातील विज-राणक याचा लेख (शक संवत ९७५/१३ नोव्हेंबर १०५३)

कौतुक मठिकेशी संबंधित शेवटचा लेख शक संवत ९७५ मधील मोढ घराण्यातील विज-राणक याचा आहे. प्रस्तुत लेखाचा उद्देश्य केनस गावातून मिळणारा ३ द्रम्म शिरीदिक नावाच्या कर रकमेचे दान करणे हा आहे. केनस गाव कौतुक मठिकेच्या अखत्यारीत होता. रकमेतून दान दिलेल्या पंचवीस ब्राह्मणांच्या भोजनाची सोय होणार होती. या लेखात राजाचे नाव विजा, विज्जा आणि विजला असे विविध प्रकारे लिहिलेले आहे. त्याला महामंडलेश्वर, महासमन्ताधिपती, तगरपुरपरमेश्वर आणि पंचमहाशब्द या पदव्या देखील देण्यात आल्या होत्या. या सर्व पदव्या शिलाहार राजांनी वापरलेल्या होत्या. ठाण्यात या काळात मुम्मुणी राजा होता. परंतु मोढ राजांच्या दोन्ही लेखांमध्ये शिलाहारांचा उल्लेख येत नाही.

अशा रीतीने संजाण मंडलामध्ये सुमारे १२५ वर्षे एका विशिष्ट ठिकाणी भगवती, दशमी आणि विष्णू यासारख्या देवतांची मंदिरे आणि त्यांच्याशी संलग्न मठिकांचा समूह अस्तित्वात होता. प्रस्तुत ताम्रपटांचा संच चिंचणी येथे सापडला होता. मात्र या मंदिरांचा आणि मठांचा निश्चित ठाव ठिकाणा सांगता येत नाही.

संजाणच्या राज्यपालांनी, मग ते अरब असो किंवा एतद्देशीय, या मंदिरे आणि त्यांच्याशी संलग्न मठिकांची दैनंदिन देखभाल, त्याच्याशी सलग्न स्वाध्यायिक आणि ब्राह्मणांची भोजन व्यवस्था यासाठी दाने दिली. केनस आणि कणद्द गावांचे उत्पन्न याला जोडून दिले. काही गृहस्थ आणि स्वाध्यायिक हे या मठिकांशी कायमचे संलग्न होते तर काही विद्वान ब्राह्मण त्यांना भेट देत असत. अण्णैय याच्या मठिकेचा उल्लेख फक्त पहिल्या लेखात येतो. तर कौतुकाच्या कवतिक मठिकेचा उल्लेख ८६ वर्षाहूनही अधिक काळ पुढील चार लेखांत सतत दिसून येतो. सत्तेत बदल होत गेले, मांडलिक बदलत गेले मात्र कौतुक मठिकेला मिळणारे दान सातत्यपूर्ण आणि कायम राहिले.

संदर्भ

१. Sircar D C, Rashtrakuta Charters from Chinchani, EI-XXXII, No. 4 (1. Grant of the time of Indra III, Shaka 848, 2. Grant of the time of Krishna III) and Three Grants from Chinchani, EI-XXXII, No. 5 (1. Grant of Chamundaraja, Subordinate of Chhinturaja, Shaka 956, 2. Grant of Vijjala and 3. Grant of Vijala (Vija or Vijja Shaka 975)

२. Sircar D C, Rashtrakuta Charters from Chinchani, EI-XXXII, No. 4 (1. Grant of the time of Indra III, Shaka 848)

प्रकरण ६

झंझ आणि बारा शिव मंदिरांची आख्यायिका

नवीन पुराभिलेखांचे महत्त्व अनन्यसाधारण असतेच. अनेकदा उपलब्ध पुराभिलेखांचा पुन्हा साकल्याने अभ्यास केल्यावर अनेक नवीन तथ्ये आपल्यासमोर येतात. राजा झंझ याच्याबाबतही असेच घडले आहे. पारंपारिकरित्या त्याने बारा शिवमंदिरे बांधली अशी मान्यता आहे. परंतु श्रीस्थानकाच्या शिलाहारांच्या ताम्रपटांचा पुन्हा एकदा परामर्श घेतल्यानंतर काही वेगळी तथ्ये आपल्यासमोर येतात.

* * * * * *

राजा झंझ याची कारकीर्द

झंझ हा ठाण्यातील शिलाहारांच्या घराण्याचा पाचवा ज्ञात शासक होता. शिलालेखांमध्ये नोंदवलेल्या वंशावळीनुसार तो राजा वप्पुवन्नाचा मुलगा होता. झंझ याची कारकीर्द समजण्याकरता आपल्याकडे आजतागायत कोणताही ताम्रपट, शिलालेख अथवा नाणी उपलब्ध नाहीत. त्यामुळे मंदिर बांधणी संबंधात कोणताही समकालीन पुरावा उपलब्ध नाही. पुराव्याअभावी त्याचा अचूक कार्यकाळ सांगणे देखील कठीण आहे. परंतु पारंपारिकरित्या अनंत आळतेकर आणि वा वि मिराशी यांनी ज्या राजांबाबत काहीही माहिती उपलब्ध नाही त्यांना सर्वसाधारणपणे प्रत्येकी वीस वर्षांचा काळ मान्य केलेला आहे. ठाण्याच्या शिलाहार राजवंशातील प्रथम कपर्दी, वप्पुवन्न, झंझ, गोग्गी, प्रथम वज्जड आणि द्वितीय वज्जड या राजांचे आजतागायत कोणतेही ताम्रपट अथवा शिलालेख उपलब्ध नाहीत. त्यांचे अस्तित्व त्यांच्या घराण्यातील उत्तराधिकारी राजांच्या फक्त ताम्रपटांतील वंशावळीवरून सिद्ध होते. आळतेकर आणि मिराशी यांनी सुचवलेला त्यांचा कार्यकाळ हा प्रत्यक्षात तसाच आहे हे मानण्याची गरज नाही. मात्र वंशावळीवरून त्यांचे एकमेकांशी असलेले नाते स्पष्टपणे सिद्ध होते. अनंत आळतेकर यांनी झंझ याची इसवी सन ९८८ – १००८ अशी राज्यवर्षे अनुमानित केली आहेत. वा वि मिराशी यांनी देखील हीच वर्षे कायम ठेवली आहेत .

अल मसुदी याचा दाखला

पुराभिलेखीय साधनांमध्ये नसला तरी एका अरब प्रवाश्याच्या प्रवासवर्णनात आपल्याला झंझ याच्याबद्दल माहिती मिळू शकते. अल मसुदियाली उर्फ अबू अल-हसन अली इब्न अल-हुसैन इब्न अली अल-मसुदी (सु. इसवी सन ८९६ -सप्टेंबर ९५६) हा एक अरब इतिहासकार आणि भूगोलकार होता. याने 'मुरुज अध-धाहब वा मादीन अल-जव्हार (सोन्याचे कुरण आणि रत्नांच्या खाणी) या आपल्या प्रदीर्घ ग्रंथात इतिहास आणि वैज्ञानिक भूगोल यांची सांगड घातली आहे. इसवी सन ९१६ मध्ये त्याने लिहिले आहे,' सामूर (चौल) येथे राज्य करणाऱ्या राजपुत्राला झंझ म्हणत. ('Le Prince qui y régnait alors s'appelait Djandja'). इतिहासकारांचा असा अनुमान आहे की बहुधा हा शिलाहार राजा झंझ याचा उल्लेख असावा.

झंझ याच्या राज्याची व्याप्ती

कोणत्याही पुराव्याच्या अभावी आपल्याला झंझ याच्या राज्याची व्याप्ती कुठे आणि किती होती याबद्दल निश्चित अनुमान करणे शक्य नाही. ताम्रपटातील उपलब्ध वंशावळीवरून हा श्रीस्थानकाच्या शिलाहार राजघराण्यातील पाचवा राजा होता. तो वप्पुवन्न याचा मुलगा होता. त्याच्या नंतर त्याचा धाकटा भाऊ गोग्गी हा राजा झाला. आधी विषद केल्याप्रमाणे या तिघांच्याही कारकिर्दीबद्दल काहीही माहिती उपलब्ध नाही. परंतु या काळात इतर राजवंशाचे ताम्रपट उपलब्ध आहेत. त्यावरून झंझ याच्या समकालीन आणि शेजारी राज्यांचा आढावा घेता येतो. श्रीस्थानकाचे शिलाहार हे या काळात राष्ट्रकूटांचे मांडलिक म्हणून कार्यरत होते. त्यामुळे राष्ट्रकूटांशी संबंधित काही ताम्रपटांतून आपल्याला श्रीस्थानकाच्या शिलाहार राज्याची तत्कालीन व्याप्ती समजून घेता येते.

उत्तर कोकणच्या पूर्वेला नाशिकजवळील गोवर्धनाभोवतीचा प्रदेश परमार राजा उपेंद्र याने जिंकला होता असे पुराभिलेख सूचित करतात. नवसारी ताम्रपटातील नोंदीनुसार, राष्ट्रकूट राजा द्वितीय इंद्र याने उपेंद्राचा पराभव करून गोवर्धनाभोवतीचा परिसर मुक्त केला. बहुधा दहाव्या शतकाच्या सुरुवातीच्या दशकांत लगतचा पुणे आणि अहमदनगर परिसर थेट राष्ट्रकूट राजांच्या ताब्यात होता. उत्तर कोकणच्या उत्तरेस संजाण मंडल होते. या काळात या भागात राष्ट्रकूटांनी ताजिक अरबांना मांडलिक म्हणून नेमले होते. दक्षिणेस चंद्रपूर-बलीपघट्टणच्या द्वितीय अवसर आणि इंद्रराजा या शिलाहारांचे राज्य होते. दुर्दैवाने याही राजांची ओळख आपल्याला दक्षिण कोकणच्या ताम्रपटातील फक्त वंशावळी मधूनच मिळते.

अशा परिस्थितीत झंझ याने बांधलेल्या बारा शिव मंदिरांच्या आख्यायिकांचा मागोवा घ्यायचा आहे. याचा दाखला म्हणून मान्यवर इतिहासकार श्रीस्थानकाच्या शिलाहारांच्या ताम्रपटातील एका श्लोकाचा पुरावा देतात. परंतु तपास करता आपल्या असे लक्षात येते की विविध इतिहासकार वेगवेगळ्या शिलाहार राजांच्या वेगवेगळ्या ताम्रपटातील हा श्लोक उधृत करत आहेत. विद्वानांनी सर्व ताम्रपटांचा सर्वंकश अभ्यास न करता एखाद्या विशिष्ट ताम्रपटातील एखादा विशिष्ट श्लोकच पुरावा म्हणून दिला आहे. या श्लोकाचा उगम आणि त्याचे विश्लेषण करण्याचा प्रयत्न झालेला नाही. श्रीस्थानकाच्या शिलाहारांच्या ताम्रपटाचा ढाचा हा अपराजित याच्या काळापासून निश्चित झाला होता. अनंत आळतेकर यांनी फक्त प्रथम अनंतदेव याच्या खारेपाटण ताम्रपटाचा पुरावा दिला आहे. हा ताम्रपट इसवी सन १८८० मध्ये के टी तेलंग यांनी वाचला होता. वा वि मिराशी म्हणतात;'... त्याने बारा ज्योतिर्लिंगांच्या ठिकाणी शिवाची बारा मंदिरे बांधली आणि त्यांना स्वतःचे नाव दिले. त्यापैकी एकही आता अस्तित्वात नाही.' हे विधान पडताळून पाहायला हवे.

खालील तक्त्यामध्ये श्रीस्थानकाच्या शिलाहारांच्या विविध उपलब्ध ताम्रपटांमधील झंझ राजाच्या वर्णनाचा समग्र आढावा घेण्यात आला आहे. यामुळे आतापर्यंत दुर्लक्षित केलेली एक अतिशय महत्त्वाची वस्तुस्थिती समजण्यास मदत होईल.

श्रीस्थानकाच्या शिलाहारांच्या ताम्रपटातील झंझाबद्दलचे उल्लेख

राजा	ताम्रपट	श. सं.	इ. स.	तपशील
छद्वैदेव	प्रिन्स ऑफ वेल्स	कालोल्लेख विरहीत	सु. ९१०-९३०	...यानंतर झंझ होता, ज्याची जगभरात सतत प्रशंसा केली गेली, जो सर्व गुणवत्तेने संपन्न होता. इंद्राप्रमाणे तो त्याच्या लष्करी गुणांसाठी प्रसिद्ध झाला. (CII-VI, No. 4, Verse 23)
अपराजित	जंजिरा १	९१५	२० ऑगस्ट ९९३	वप्पुवन्नापासून झंझ नावाचा एक सुप्रसिद्ध मुलगा जन्मला. याने आपल्या कुटुंबाचा मोठा उत्कर्ष केला. चतुर्मुख ब्रह्मासुद्धा त्याच्या गुणांचे वर्णन करण्यास असमर्थ होता. यानंतर गोग्गीराजा या त्याच्या सुविख्यात लहान भावाने राज्य केले. याने आपल्या बाहुबलाने शक्तिशाली शत्रूंचा पराभव केला, याचे सामर्थ्य सुविख्यात होते. झंझापेक्षा त्याचे गुण दुप्पट होते. त्याने नागांवर विजय प्राप्त केला. अशा रीतीने त्यांने 'इर्माडी (धाकटा) झंझ' असे नाव प्राप्त केले. (CII-VI, क्र. ५, श्लोक २०)
अपराजित	जंजिरा २	९१५	२० ऑगस्ट ९९३	वरील प्रमाणे (CII-VI, क्रमांक ६, श्लोक २०)
अपराजित	भादान	९१९	२४ जून ९९७	वप्पुवन्न याला झंझ हा सुप्रसिद्ध पुत्र झाला. याने आपल्या घराण्याचा लौकिक वाढविला. (CII-VI, क्र.७, श्लोक १७)
अरिकेसरी	ठाणे	९३९	६ नोव्हेंबर १०१७	त्याचा मुलगा (वप्पुवन्न याचा) हा नामवंत झंझ होता. (CII-VI, क्र. ८, श्लोक ७)
छित्तराज	**कल्याण**	**९४१**	**१७ सप्टेंबर १०१९**	**ज्याने शिवाची बारा मंदिरे उभारली, त्यांना आपले नाव दिले. ही मंदिरे धार्मिक लोकांसाठी जणू स्वर्गाचा मार्ग प्राप्त करण्याकरता जणू पायऱ्याच बनले होते. (श्लोक ९)**
छित्तराज	भोईघर	९४६	३ सप्टेंबर १०२४	ज्याने शिवाची बारा मंदिरे उभारली, त्यांना आपले नाव दिले. ही मंदिरे धार्मिक लोकांसाठी जणू स्वर्गाचा मार्ग प्राप्त करण्याकरता जणू पायऱ्याच बनल्या बनले होते.
छित्तराज	पनवेल	९४७	२३ नोव्हेंबर १०२५	अपूर्ण ताम्रपट
छित्तराज	भांडूप	९४८	२८ ऑक्टोबर १०२६	त्याचा मुलगा (वप्पुवन्न याचा) हा नामवंत झंझ होता. (CII-VI, No.9, Verse 6)

राजा	ताम्रपट	श. सं.	इ. स.	तपशील
छित्तराज	दिवेआगार	९४९	२६ डिसेंबर १०२७	त्यानंतर झंझ राजा होता. (CII-VI, क्र.१०, श्लोक ४)
छित्तराज	बर्लिन म्युझियम	९५६	५ एप्रिल १०३४	त्याचा मुलगा (वप्पुवन्न याचा) हा नामवंत होता. वप्पुवन्न याला झंझ हा गुणवान पुत्र झाला. या नामवंत झंझाने सर्वांना चंद्राप्रमाणे आनंद दिला आणि जसे सूर्य सर्व अंधार दूर करतो तसे त्याने ज्याने सर्व दोष नष्ट केले. ज्याने शिवाची बारा मंदिरे उभारली, त्यांना आपले नाव दिले. ही मंदिरे धार्मिक लोकांसाठी जणू स्वर्गाचा मार्ग प्राप्त करण्याकरता जणू पायऱ्याच बनल्या बनले होते. (CII-VI, क्र. ११, श्लोक ८)
छित्तराज	चिंचणी	९५६	१५ सप्टेंबर १०३४	छित्तराजाच्या सामंतचा लेख
नागार्जुन	ठाणे	९६१	२७ ऑगस्ट १०३९	त्याचा मुलगा (वप्पुवन्न याचा) हा नामवंत होता वप्पुवन्न याला झंझ हा गुणवान पुत्र झाला. या नामवंत झंझाने सर्वांना चंद्राप्रमाणे आनंद दिला आणि जसे सूर्य सर्व अंधार दूर करतो तसे त्याने ज्याने सर्व दोष नष्ट केले. ज्याने शिवाची बारा मंदिरे उभारली, त्यांना आपले नाव दिले. ही मंदिरे धार्मिक लोकांसाठी जणू स्वर्गाचा मार्ग प्राप्त करण्याकरता जणू पायऱ्याच बनले होते. (CII-VI, क्र.१३, श्लोक ७)
मुम्मुणी	ठाणे	९७०	२० फेब्रुवारी १०४९	तत्रैव (CII-VI, क्र. १४, श्लोक ८)
मुम्मुणी	प्रिन्स ऑफ वेल्स	९७१	१५ ऑगस्ट १०४९	तत्रैव (CII-VI, क्र.१५, श्लोक ८)
प्रथम अनंतदेव	खारेपाटण	१०१६	९ जानेवारी १०९५	तत्रैव (CII-VI, क्र.१९, श्लोक ८)
महाकुमार केशीदेव	ठाणे	१०४२	२४ ऑक्टोबर ११२०	तत्रैव (महाकुमार केशीदेव याचा ठाणे ताम्रपट, श्लोक ८)
प्रथम अपरादित्य	वडवली	१०४९	२१ ऑक्टोबर ११२७	तत्रैव (CII-VI, क्र. २०, श्लोक ८)
कुमार विक्रमादित्य	पन्हाळे	१०६१	९ डिसेंबर ११३९	तत्रैव (CII-VI, क्र. २३, श्लोक ८)
मल्लिकार्जुन	पन्हाळे	१०७३	३ फेब्रुवारी ११५१	तत्रैव (मल्लिकार्जुन याचा पन्हाळे ताम्रपट, श्लोक ८)

छद्वैदेव ते छित्तराज यांच्या ताम्रपटांतून दिसणारे झंझाचे वर्णन

छद्वैदेव याचा लेख

छद्वैदेव याच्या प्रिन्स ऑफ वेल्स म्युझियम ताम्रपटामध्ये आपल्याला झंझाबद्दल सर्वप्रथम पुराभिलेखीय उल्लेख सापडतो. छद्वैदेव हा राष्ट्रकूट राजा तृतीय कृष्ण याचा मांडलिक होता. प्रस्तुत ताम्रपट हा कालोल्लेख विरहित आहे. परंतु तृतीय कृष्ण (इसवी सन ९३९-९६७) याची कारकीर्द पाहता छद्वैदेव दहाव्या शतकामध्ये अस्तित्वात होता असे मानण्यात येते (सु. इसवी सन ९६५-९७५).

शिलाहारांच्या ताम्रपटातील वंशावळीनुसार झंझ याच्यानंतर त्याचा भाऊ गोग्गी (सु. इसवी सन ९३०-९४५) राजा झाला. बहुधा झंझ याला वारस नसावा किंवा त्याचा अल्पवयात मृत्यू झाला असावा. गोग्गी नंतर त्याचा मुलगा प्रथम वज्जड राजा झाला (सु. इसवी सन ९४५-९६५). पुन्हा एकदा प्रथम वज्जड याच्यानंतर त्याचा भाऊ छद्वैदेव हा सत्तेवर आला. अशा रीतीने झंझ हा छद्वैदेव याचा चुलता होता. छद्वैदेव याला झंझ याचा प्रत्यक्ष सहवास लाभला असण्याची शक्यता नाकारता येत नाही. याची कारकीर्द त्याने प्रत्यक्ष अनुभवली असावी. असे असताना छद्वैदेव याने आपल्या चुलत्याचे वर्णन ताम्रपटातील श्लोकात पुढील प्रमाणे केले आहे. '...यानंतर झंझ होता, ज्याची जगभरात सतत प्रशंसा केली गेली , जो सर्व गुणवत्तेने संपन्न होता. इंद्राप्रमाणे तो त्याच्या लष्करी गुणांसाठी प्रसिद्ध झाला'. वरील पार्श्वभूमी समजून घेता छद्वैदेव याने झंझ याच्या मंदिर बांधणीबद्दल काहीच उल्लेख केलेला दिसत नाही हे महत्वाचे आहे. झंझ याने बारा शिवमंदिरांच्या बांधणीचा प्रकल्प सुरू केला असता तर छद्वैदेव याने या भव्य प्रकल्पाची नोंद निश्चितच घेतली असती. इंद्रासारख्या शौर्याबद्दल आणि गुणांबद्दल छद्वैदेव आपल्या चुलत्याची स्तुती करतो हे लक्षात घेणे फार महत्वाचे आहे. छद्वैदेव याच्यानंतर त्याचा पुतण्या आणि वडील बंधू प्रथम वज्जड याचा मुलगा अपराजित राजा झाला.

अपराजित याचे लेख

अपराजित हा श्रीस्थानकाच्या शिलाहार राजवंशातील एक सामर्थ्यशाली राजा होता. मागील प्रकरणात त्याबद्दल सविस्तर विवेचन केलेले आहेच. याचे तीन ताम्रपट उपलब्ध आहेत जंजिरा १, जंजिरा २ आणि भादान. या ताम्रपटांद्वारे अपराजित याच्या सर्व उत्तराधिकाऱ्यांच्या ताम्रपटांचा ढाचा ठरून गेला. झंझ हा अपराजित याचा चुलत पितामह होता. सर्व बाबतीत आपल्या कारकिर्दीचा छाप सोडणाऱ्या या राजाने झंझाचे वर्णन काय केले आहे हे पाहणे महत्त्वाचे ठरते. जंजिरा १ आणि २ या ताम्रपटांत त्याने पुढील शब्दात झंज याचे वर्णन केले आहे, '.....वप्पुवन्नापासून झंझ नावाचा एक सुप्रसिद्ध पुत्र जन्मला. याने आपल्या कुटुंबाचा मोठा उत्कर्ष केला. चतुर्मुख ब्रह्मासुद्धा त्याच्या गुणांचे वर्णन करण्यास असमर्थ होता. ...यानंतर गोग्गीराजा या त्याच्या सुविख्यात लहान भावाने राज्य केले. याने आपल्या बाहुबलाने शक्तिशाली शत्रूंचा पराभव केला, याचे सामर्थ्य सुविख्यात होते. झंझापेक्षा त्याचे गुण दुप्पट होते. त्याने नागांवर विजय प्राप्त केला. अशा रीतीने त्यांने 'इर्माडी (धाकटा) झंझ' असे नाव प्राप्त केले.' तर भादान ताम्रपटात यापेक्षाही त्रोटक वर्णन आले आहे. 'वप्पुवन्न याला झंझ हा सुप्रसिद्ध पुत्र झाला. याने आपल्या घराण्याचा लौकिक वाढविला.' जे दोन राजे झंझ याचे समकालीन होते, कदाचित झंझ याची प्रत्यक्ष कारकीर्द त्यांनी अनुभवलेली होती त्या छद्वैदेव आणि अपराजित यांनी बारा शिवमंदिर बांधणीच्या आख्यायिकेबद्दल काहीही वर्णन केलेले नाही. दोन्ही राजांच्या बाबतीत हा केवळ योगायोग म्हणता येणार नाही.

अरिकेसरी याचा लेख

अपराजिताच्या पश्चात त्याचा मोठा मुलगा द्वितीय वज्जड आणि नंतर धाकटा मुलगा अरिकेसरी राजा झाला. द्वितीय वज्जड याची कारकीर्द समजून घेण्याकरता अद्याप कोणताही पुरावा उपलब्ध नाही. त्यामुळे याचा कोणता ताम्रपट असल्यास आणि त्यात

त्याने झंझ याचे काय वर्णन केले होते याबद्दल भाष्य करता येत नाही. अरिकेसरी याच्या ठाणे ताम्रपटातील सातव्या श्लोकात पुन्हा एकदा झंझ याच्याबद्दल एक त्रोटक उल्लेख आहे. अपराजित याच्या भादान ताम्रपटापेक्षाही कमी शब्दांत त्याने झंज याचे वर्णन केले आहे. 'त्याचा मुलगा (वप्पुवन्न याचा) हा नामवंत झंझ होता' इतकेच वर्णन त्यात आले आहे. द्वितीय वज्जड याचा भविष्यकाळात काही ताम्रपट उपलब्ध झाला तर यात जंजिरा ते ठाणे, ताम्रपटांसारखाच उल्लेख निश्चितच असणार आहे. काळ जसा जसा पुढे सरकत गेला तसतसा आधीच्या राजाने केलेले पूर्वजांचे वर्णन उत्तर काळातील राजे करत गेले. झंझ ते अरिकेसरी यांच्यामध्ये सुमारे १०० वर्षाचा काळ होता. या प्रदीर्घ काळामध्ये तीन राजांचे ताम्रपट उपलब्ध आहेत. परंतु यापैकी कोणीही झंझ आणि त्याची बारा शिवमंदिरे याबद्दल काहीही उल्लेख केलेला नाही. झंझ आणि त्याने बांधलेली बारा शिवमंदिरे याची आख्यायिका अशा परिस्थितीत कुठे जन्माला आली याचे उत्तर आपल्याला अलीकडे सापडलेल्या छित्तराजा याच्या कल्याण ताम्रपटात मिळते. इसवी सन २०१२ मध्ये सापडलेल्या ताम्रपटाची माहिती या आधीच्या विद्वानांना मिळणे शक्य नव्हते.

छित्तराजा याचे लेख

अरिकेसरी याच्यानंतर त्याचा पुतण्या आणि वडील बंधू द्वितीय वज्जड याचा मुलगा छित्तराज पुढील राजा झाला. अलीकडेच त्याचे कल्याण आणि पनवेल असे दोन नवीन ताम्रपट उपलब्ध झाले आहेत. त्यामुळे शक संवत ९४१-इसवी सन १०१९ ते शक संवत ९५६- इसवी सन १०३४ अशा कालावधीतील सात ताम्रपट उपलब्ध असल्याने छित्तराजा आता श्रीस्थानकाच्या शिलाहार राजांपैकी सर्वाधिक ताम्रपट उपलब्ध असलेला राजा ठरला आहे.

शक संवत ९४१ मधील कल्याण ताम्रपट अनेक बाबींमुळे वैशिष्ट्यपूर्ण ठरला आहे. याची चर्चा मागील प्रकरणात सविस्तरपणे केली आहेत आहेच. सुमारे इसवी सन ९३० च्या आसपास झंझ याची कारकीर्द संपली असावी. आळतेकर आणि मिराशी यांनी दिलेल्या अनुमानात्मक शासन वर्षानुसार हा अंदाज केला आहे. झंझ याच्या कारकिर्दीची अखेर आणि छित्तराजा याचा कल्याण ताम्रपट यात निदान एका शतकाचे अंतर निश्चितच असावे.

कल्याण ताम्रपटामुळे छित्तराजाचा शासन काल तब्बल सात वर्षांनी मागे जातो. झंझ आणि शिव मंदिरासंबंधी पहिला उल्लेख आपल्याला याच ताम्रपटात मिळतो. यातील श्लोक क्र. ९ मध्ये उल्लेख आहे, 'झंझ याने शिवाची बारा मंदिरे उभारली, त्यांना आपले नाव दिले. ही मंदिरे श्रद्धाळू लोकांसाठी जणू स्वर्गाचा मार्ग प्राप्त करण्याकरता जणू पायऱ्याच बनले होते'. पनवेल ताम्रपटाच्या केवळ एकाच पत्र्याचा फोटो उपलब्ध असल्याने आपल्या पूर्वजांसंबंधी उल्लेख करताना त्याने झंझाबाबत काय लिहिले आहे हे समजण्यास मार्ग नाही. मात्र या दोनच ताम्रपटांचा विचार न करता आपल्याकडे उपलब्ध असलेल्या सातही ताम्रपटांचा याबाबत विचार करणे जरुरी आहे. त्याचबरोबर श्रीस्थानकाच्या शिलाहारांच्या इतिहासातील अंबरनाथ येथील भव्य शिवमंदिर बांधणीचा प्रकल्प याच छित्तराजाने सुरू केला होता याचा विसर पडायला नको.

वरील तक्त्यावरून लक्षात येते की शेवटचा चिंचणी ताम्रपट वगळता उर्वरित सहा ताम्रपट छित्तराजा याने स्वतः प्रदान केलेले आहेत. या सहा ताम्रपटात देखील झंझ याबद्दल याच्याबद्दलचा उल्लेख वेगवेगळ्या पद्धतीने केलेला आहे. फक्त कल्याण, भोईघर आणि बर्लिन म्युझियम या तीनच ताम्रपटात शिवमंदिरांसंबंधी उल्लेख आहे. भोईघर ताम्रपट सुद्धा आता गहाळ झालेला आहे. परंतु हा ताम्रपट शोधून काढणाऱ्या श्री नातू यांनी त्यावरील मजकूर पाठ करून ठेवला होता. पनवेल ताम्रपट अपूर्ण आहे तर दिवेआगार आणि भांडूप ताम्रपटात झंझ हा वप्पुवन्न याचा मुलगा होता इतकाच त्रोटक उल्लेख आहे. चिंचणी ताम्रपट छित्तराजा याच्या चामुंडराजा या सामंताचा असल्याने त्यात शिलाहारांच्या पूर्वजांविषयी माहिती दिलेली नाही. पुढे इसवी सन १९४७ मध्ये मो ग दीक्षित यांनी त्यावेळेस उपलब्ध असलेल्या भांडुप आणि बर्लिन म्युझियम या ताम्रपटांच्या मजकुरावरून भोईघर ताम्रपटाच्या लेखाची पुनर्रचना केली. नातू यांनी त्यात ओळ क्रमांक २२ मध्ये 'स्वर्ग्गमार्ग्गोद्यातानां' हा शब्द असल्याचे सांगितले. त्यावरून दीक्षित यांनी हा राजा झंझ आणि शिवमंदिर याबाबतचा श्लोक असणार असे अनुमान प्रतिपादिले. पुढे वा वि मिराशी यांनी देखील हा श्लोक भोईघर ताम्रपटात समाविष्ट केला. या श्लोकाची दोन रुपे आपल्याला दिसतात. कल्याण

ताम्रपटातील संक्षिप्त रूप तर बर्लिन म्युझियम ताम्रपटातील पूर्ण श्लोक. यानंतर अलीकडे सापडलेल्या मल्लिकार्जुन याच्या पन्हाळे ताम्रपटापर्यंत पुढच्या प्रत्येक शिलाहार राजाच्या ताम्रपटात बर्लिन ताम्रपटातील हा पूर्ण श्लोक आढळून येतो.

- शंभोर्यो द्वादशापि व्यरचयदचिरात्कीर्तनानिस्वनाम्ना सोपानानी व मन्ये प्रणत तनुभृतां स्वर्ग्गमार्ग्गोद्यातानां (कल्याण ताम्रपट)
- तस्माज्जातस्तनूजो रजनिकर इवानदिताशेषलोक श्लाघ्य श्रीझंझराजो दिवसकर इव (ध्व)स्तनि शेषदोष। शंभोर्यो द्वादशापिव्यरचयदचिरात्कीर्तनानिस्वनाम्ना सोपानानीव मन्ये प्रणत तनुभृतां स्वर्ग्गमार्ग्गोद्यातानां (बर्लिन म्युझियम ताम्रपट)

भविष्यकाळात एखादा नवीन ताम्रपटात यापेक्षा नवीन माहिती मिळेपर्यंत आपल्याला याच तथ्यांवर विसंबून राहावे लागेल. आता आपल्यासमोर दोन महत्त्वाचे प्रश्न आहेत. झंझानंतर त्याच्या समकालीन उत्तराधिकाऱ्यांनी आपल्या ताम्रपटात शिवमंदिरांबाबतचा उल्लेख का केला नाही? शिवाची बारा मंदिरे बांधण्याचा हा विलक्षण उपक्रम त्याच्या निकटवर्तीयांनी दुर्लक्षित केला होता असे मानणे काहीसे कठीण आहे. याहूनही महत्त्वाचा प्रश्न म्हणजे सुमारे शंभर वर्षानंतर छित्तराजा याने झंझ आणि बारा शिवमंदिरांबाबत इतका विस्तृत लेख लिहिण्याचे कारण काय? त्याचबरोबर शिवमंदिर बांधणी करता त्याने आपल्या पूर्वजांपैकी झंझ याचाच उल्लेख का केला? झंझ याचा स्वतःचा मुलगा उत्तराधिकारी झाला नाही असा प्रवाद जर मांडला तर तोही योग्य होणार नाही. कारण अरिकेसरी याचाही स्वतःचा उत्तराधिकारी नव्हता. परंतु छित्तराजा या त्याच्या पुतण्याने त्याची योग्य दखल घेतलेली आपल्याला दिसून येते. छित्तराजाने सुरू केलेला अंबरनाथ शिव मंदिराच्या बांधणीच्या प्रकल्प त्याच्या धाकट्या भावाच्या काळात पूर्ण झाला. त्याबाबतचा शिलालेख आपल्याला मुम्मुणीच्या काळातच दिसून येतो (महामंडलेश्वरमछि(च्छि) त्तराजदेवस्य भवन संपादितम् – शक संवत ९८२-इसवी सन १०६०). तर अशी ही बारा मंदिरे जर त्याच्या स्वतःच्या काळात बांधून पूर्ण झाली नसली तर त्याच्या उत्तराधिकाऱ्यांनी हे कार्य निश्चित पूर्णत्वास नेले असते आणि त्याबाबत पुराभिलेखीय पुरावा उपलब्ध असता. या सर्व प्रश्नांची उत्तरे अतिशय निकडीची असली तरीही आपल्याला उपलब्ध ताम्रपटातून त्याचे निश्चित कारण सांगता येत नाही. मात्र झंझ आणि त्याच्या बारा मंदिरांबद्दल भाष्य करताना वरील मुद्दे लक्षात घेणे अतिशय निकडीचे आहे.

छित्तराजाने झंझासंबंधीच्या श्लोकात मंदिरासाठी कीर्तन हा शब्द वापरलेला दिसून येतो. पुढील काळात हाच शब्द कायम राहिलेला आपल्याला दिसतो. दिनेशचंद्र सरकार यांनी कीर्तनाची व्याख्या देताना असे म्हटले आहे की कीर्तन म्हणजे एखादे मंदिर किंवा एखाद्या व्यक्तीला कीर्ती मिळवून देणाऱ्या देणारे एखादे कार्य किंवा गोष्ट. बहुधा हे मंदिरच असते.

झंझ याची ओळख पटवून देताना आपल्यासमोर अजूनन एक झंझ दिसून येतो. महासामंत कान्हरदेवाच्या लट्टलापुर ताम्रपटात (शक संवत ९४१-८ एप्रिल १०१९) एका झंझाचा उल्लेख येतो. छित्तराजाने आपला कल्याण ताम्रपट याच वर्षी जरी केला होता. कान्हरदेव हा राष्ट्रकूट वंशातील असल्याचा दावा करणाऱ्या एका उत्तरकालीन सामंत राष्ट्रकूट घराण्यातील होता. कल्याणीच्या चालुक्य घराण्याने राष्ट्रकूटांचा पराभव केल्यानंतर अशी राष्ट्रकूट वंशाचा दावा करणारी काही सामंत घराणी काही काळ टिकून होती. हा कान्हरदेव यापैकीच एक होता.

या ताम्रपटात कान्हरदेव आपल्या अधिपतीचे नाव देत नाही. परंतु ताम्रपटाचा काळ बघता या काळात कल्याणीचा चालुक्य राजा द्वितीय जयसिंह याचे राज्य असावे. प्रस्तुत ताम्रपटात आपल्या पूर्वजांची वंशावळ देताना कान्हरदेव याने झंझ याचा उल्लेख केला आहे. तो प्रथम भाम्माह याचा पुत्र होता. भाम्माह याने या घराण्याची स्थापना केली होती. शशिकांत धोपाटे यांनी इसवी सन सु. ९७३-९९० असा या झंझाचा कार्यकाळ नमूद केला आहे. तर शिलाहारांच्या वंशावळीत झंज याला इसवी सन ९१० ते ९३० असा कार्यकाळ सुचवण्यात आला आहे. मांडलिक घराणे असूनही त्यांनी तत्कालीन सामर्थ्यशाली राजघराण्यांशी आपले वैवाहिक संबंध प्रस्थापित केले होते. झंझ याची बहिण जाकव्वा हिचा विवाह कल्याणीचा चालुक्य राजा द्वितीय तैलप याच्याशी झाला होता. आणि झंझ याची मुलगी लच्छी हिचा विवाह यादव राजा तृतीय भिल्लम याच्याशी झाला होता. यादव राजा ऐरामदेव

याच्या अश्वी ताम्रपटात तिचा उल्लेख 'झंझराजतनया श्रीलस्थीयव्वा' असा केलेला आहे. अनंत आळतेकर यांनी हे दोन झंझ वेगवेगळे होते हे अचूक ओळखलेले आहे. वा वि मिराशी सुचवतात की हा झंझ शिलाहार वंशातील झंझाचा नातू असावा आणि तो सत्तेवर न आल्याने पुढील वंशावळीत त्याचा उल्लेख आलेला नाही. परंतु या विधानाची पुष्टी करता येत नाही. (CII-VI, पृ. xi)

राजा झंझ आणि बारा शिवमंदिरांची कथा हा शिलाहार राजवंशाच्या इतिहासातील एक गूढ प्रश्न आहे. याचा उगम शिलाहारांच्या ताम्रपटांत असल्याने त्यांच्या सर्व उपलब्ध पुराभिलेखांचा आढावा घेऊन याचा परामर्श घेण्याचा प्रयत्न केला आहे. छित्तराजाचा कल्याण ताम्रपट प्रदान होईपर्यंत अशी कथा प्रचलित नव्हती असे स्पष्ट दिसून येत आहे. झंझ याच्या कारकिर्दीच्या आसपास असणारे समकालीन उत्तराधिकारी यांनी याबद्दल का भाष्य केले नाही आणि अशी कोणती घटना घडली ज्यामुळे सुमारे शंभर वर्षांनी छित्तराजाने झंझ आणि शिवमंदिरा बाबत केलेले विधान याचे आज तरी समाधानकारक उत्तर पुराभिलेखातून मिळत नाही.

संदर्भ

१. Altekar A S, The Shilaharas of Western India, op. cit, p. 404

२. Bhandarkar R G, Rashtrakuta Copper Plate Grants from Navasari-B in Journal of Bombay Branch of Royal Asiatic Society, Vol-18, 1892, p. 259

३. Dhopate S G, Lattalapura Copper Plate Grant of Kanharadeva, op. cit, pp. 153-161

४. Dhopate S. G. & Rupali Mokashi, छित्तराजा याचा नवा ताम्रपट, op. cit and Dhopate S. G. & Rupali Mokashi, Kalyana Copper Plates of Shilahara King Chittaraja (1019 CE) op. cit

५. Dikshit M G, Selected Inscriptions from Maharashtra, op. cit, No. 36, pp. 32-45

६. Gai G S, Asvi Plates of Yadava Airamadeva, Shaka 1020, No. 31, Verse 5, in EI-36, pp. 252-253

७. Kish George, A Source Book in Geography, Harvard University Press, 1978, p. 207

८. Sircar D C, Indian Epigraphical Glossary, Motilal Banarasidass, Delhi, 1966, p. 158

९. Telang K T, A New Silara Copper Plate Grant, in IA- 9, 1880, p. 36

१०. Account of the Tamba Patra Plates Dug Up at Baroda in Goojrat with facsimile and Translation in The Journal of the Asiatic Society of Bengal, Vol-X, April 1839 (new series), pp. 292-303.

११. Collection D'ouvrages Orientaux Publiée par la societe Asiatique, Volume II, Chapter XVIII, p. 85

प्रकरण ७

जैतुगीचा शोध

रानवड, छत्रपती शिवाजी महाराज वस्तुसंग्रहालय आणि चांजे या तीन शिलालेखांच्या आधारे सोमेश्वर हा श्रीस्थानकाच्या शिलाहार राजवंशाचा शेवटचा राजा होता असे समजले जाते. परंतु वसई जवळ सांडोर या गावी रेलबाव नावाच्या एका तळ्याजवळ एक कोरीव शिळा सापडली होती. यावरील कोरीव लेखामुळे जैतुगी नावाच्या एका राजाचा शोध घेणे आवश्यक ठरले आहे.

* * * * * *

ठाण्यातील शिलाहारांच्या इतिहासात असे नमूद केले आहे की या घराण्याचा शेवटचा राजा सोमेश्वर होता. रानवड (२५ मार्च १२५९), छत्रपती शिवाजी महाराज वस्तुसंग्रहालय (१६ फेब्रुवारी १२६०) आणि चांजे (१२ एप्रिल १२६०) या शिलालेखांद्वारे सोमेश्वर याची शासनवर्षे समजून येतात. इसवी सन १२६० नंतर सोमेश्वर याचे अस्तित्व दिसून येत नाही.

या काळात ठाण्यावर यादव आक्रमणांची तीव्रता वाढू लागली होती. यादवांच्या आक्रमणापुढे टिकून राहणे सोमेश्वराला हळूहळू कठीण होत चालले होते. यादव राजा कृष्णाचा सेनापती मल्ल याने उत्तर कोकणावर स्वारी केली (CII-VI, p. xx). यासाठी वा वि मिराशी यांनी History and Culture of Indian People-Vol V, Struggle for Empire या ग्रंथातील संदर्भाच्या आधार घेतला आहे. मात्र मूळ ग्रंथ तपासून पाहता मजुमदार यांनी ही माहिती देताना कोणताही संदर्भ दिलेला नाही हे विशेष. मल्लाने विजयाचा दावा केला असला तरी शिलाहार अजून काही काळ तग धरून राहिले. तथापि, कृष्णाचा भाऊ आणि उत्तराधिकारी यादव राजा महादेव याचा हल्ला जीवघेणा ठरला. त्याच्या प्रचंड गजदलाने शिलाहारांचा पराभव केला. महादेवाने सोमेश्वराचा समुद्रापर्यंत पाठलाग केला बहुधा येथे झालेल्या भीषण नाविक युद्धात त्याचा मृत्यू झाला असावा. बोरिवली जवळील एक्सार येथे असलेल्या वीरगळींवर नाविक युद्धाची शिल्पे चित्रीत केली आहेत. परंतु त्यावर कोरीव लेख नसल्याने या युद्धांबाबत निश्चिती करता येत नाही. वा वि मिराशी यांच्या मतानुसार हे युद्ध इसवी सन १२६५ च्या सुमारास झाले असावे.

ठाण्यासह संपूर्ण उत्तर कोकण आता देवगिरीच्या यादवांच्या ताब्यात होते. या प्रांताचा कारभार पाहण्यासाठी यादवांनी आपले राज्यपाल नेमले होते. त्यांच्या काही ताम्रपट आणि शिलालेखांवरून आपल्याला याची निश्चिती करता येते. मात्र महादेव याच्या काळातील कोकणातील कोणत्याही यादव राज्यपालाचा लेख अजून प्राप्त झालेला नाही. आपल्याला सर्वप्रथम राजा रामचंद्रदेव याच्या कारकीर्दीतील अच्युत याचा शक संवत ११९४- इसवी सन १२७२ मधील ठाणे ताम्रपट सापडतो. तो गौतम गोत्रातील मुधुगीचा मुलगा होता. या ताम्रपटात ठाणे शहरापासून ५ मैलांवर असलेल्या वाउला गावात बत्तीस ब्राह्मणांना दिलेल्या दानाची नोंद आहे. या तपशिलावरून शिलाहारांच्या श्रीस्थानक या राजधानीवर यादवांचा पूर्ण ताबा होता हे दिसून येते. परंतु शक संवत ११८८-सु. १२६६ मधील एका शिलालेखामुळे आपल्याला या काळातील इतिहास पुन्हा एकदा पडताळून पाहावा लागतो.

सांडोर शिलालेखाचा शोध

इसवी सन १८८२ मध्ये बॉम्बे प्रेसिडेन्सीच्या गॅझेटियरनुसार, ही शिळा वसईपासून तीन मैल उत्तरेस सांडोर येथे रेलबाव नावाच्या तलावाजवळ सापडली होती. या शिळेची लांबी ४.४" आणि १.१" रुंदी आणि ८" जाडी होती. त्याच्या उजवीकडे आणि डावीकडे सूर्य आणि चंद्र आहे. मध्यभागी एक मंगल कलश आहे. तळाशी गध्देगाळाचे शिल्प कोरलेले आहे. हा कोरीव लेख आता मुंबईतील छत्रपती शिवाजी महाराज वस्तुसंग्रहालयात ठेवण्यात आला आहे. भगवानलाल इंद्रजी यांनी यावरील कोरीव लेखाचे वाचन केले असावे. बॉम्बे प्रेसिडेन्सीच्या गॅझेटियरमध्ये या शिलालेखाची प्रथम नोंद झाली असली तरी शिलालेखाचे वाचन आणि यथादृष्ट प्रतीचे तपशील दिलेले नाहीत. गॅझेटियरमध्ये शिलालेखाचा फक्त एक संक्षिप्त सारांश प्रकाशित केला गेला. यानंतर अनेक पुराभिलेखतज्ज्ञांनी या लेखाचे वाचन करण्याचा प्रयत्न केला आहे. इसवी सन १९४१ मध्ये ह धि सांकलिया आणि एस सी उपाध्याय यांनी एपिग्राफिया इंडिका मध्ये 'An Inscription of Jaitugi, Shaka Era 1188' हा शोध निबंध प्रकाशित केला. इसवी सन १९४७ मध्ये मो ग दीक्षित यांनी आपल्या 'दिवेआगार येथील शिलालेख' या लेखात प्रस्तुत शिलालेखाचा थोडक्यात उल्लेख केला. इसवी सन १९६६ मध्ये वा वि मिराशी यांनी हा 'Identification of King Jaitugi' लेख प्रसिद्ध केला. ह धि सांकलिया आणि एस सी उपाध्याय यांनी सर्वप्रथम प्रस्तुत लेखाचे संपूर्ण वाचन प्रसिद्ध केले. मात्र कुणीही या लेखाची यथादृष्ट प्रत उपलब्ध करून दिलेली नाही. सांकलिया-उपाध्याय यांनी शिलालेखाच्या सापडलेल्या स्थळाची कोणतीही दखल घेतली नाही. 'तो कोठून आला हे माहीत नाही, पण तो मुंबईच्या आसपासचा असावा.' असे विधान त्यांनी केले आहे. मिराशी आणि दीक्षित यांनी त्याच वस्तुस्थितीचा पुनरुच्चार केला. यामुळे तथ्यांची विशेषत: तारखांमधील तफावतीची पडताळणी करणे कठीण झाले आहे. सांकलिया-उपाध्याय यांनी दिलेल्या शिलालेखाच्या वीस ओळी पुढीलप्रमाणे आहेत,

१. श्री स्वस्ति स(श)कु(क) संवत ११८८ क्षय संव

२. च्छरे माघवदि १५ बुधे अद्ये ----------स(म)

३. स्त राजावली समलंकृत महाराजाधिरा

४. ज रायपितामह कोंकणचक्रवर्ती श्री

५. जैतुगीदेवरायकल्याणविजयराज्ये

६. महामात्य श्रीउदैप्रभू महासां(धि)विग्रही

७. माइनायक श्रीकरणी चंदप्रभु जस

८. जिनायक नागसू(र) आस्थान अधिष्ठान

९. ---------- महावादि प्रतिपाठी ---------

१०. -------------- ये -------- राज्ये श्रीज्ञेपर ग्रामांतर ---------

११. नदि क्षेत्रे --------

१२. पक ----------। नम --------- आचंद्रार्कक्षितिपर्वत

१३. वईदेव ज्योतीषनाम्ने ब्राह्मणा(य)

१४. ---------- सोदकपुर्व्वकं प्रदत्तां । --------

१५. ------------ श्री ---------- उत्तरे ------------------- बंदी

१६. -------- परित -------- स्वसीमापर्यंत

१७. ---------- क ----------- म ----------- त ----------------

१८. -------- (सोदकपू)र्व्वक प्रदत्ता

१९. ---------

२०. --------

दानाचे तपशील

बॉम्बे प्रेसिडेन्सीच्या गॅझेटियर अनुसार ब्राह्मण ज्योतिषी खेईदेव याला दान दिले गेले. सांकलिया आणि उपाध्याय यांनी दिलेल्या वाचनानुसार, जैतुगी राजाने ब्राह्मण ज्योतिषी वाईदेवाला दान दिले. शिलालेखाच्या खंडित स्थितीमुळे दानाचे इतर सर्व आवश्यक तपशील नष्ट झाले आहेत. प्रस्तुत लेखात जैतुगी याने वाईदेव या ब्राह्मण ज्योतिषाला काही जमीन दान दिल्याचा उल्लेख आहे. यानिमित्ताने शिलाहारांच्या कोरीव लेखात दिसून येणाऱ्या ज्योतिषांबद्दल भाष्य केल्यास अवास्तव ठरणार नाही. अपरादित्य याच्या चांजे शिलालेखात (शक संवत १०६०-३ जानेवारी ११३९) चांडीजा गावातील एक फळबाग वादू येथील ज्योतिषांना देण्यात आली होती. हे दान मुरु क्षेत्री (रायगड जिल्ह्यातील मुरुड) येथून सूर्यग्रहणाच्या पवित्र पर्वाच्या निमित्ताने देण्यात आले होते. शिलाहार राजांनी अनेकदा ज्योतिषांना दान दिल्याचे यावरून दिसून येते.

अमात्यांचा उल्लेख

प्रस्तुत लेखात महामात्य श्री उदयप्रभू, महासंधिविग्रहक मैनायक, श्रीकर्णी चंदप्रभू आणि जसजी नायक यांची नोंद आहे. इतर अधिकाऱ्यांचे तपशील, जर नोंदवलेले असले, तर ते नष्ट झाले आहेत. प्रस्तुत लेखाचा काळ जर शक संवत ११८८ असा मानला तर सोमेश्वराच्या काळातील काही अमात्य प्रस्तुत राजाच्या काळातही कार्यरत असल्याची शक्यता नाकारता येत नाही. सोमेश्वराच्या कारकिर्दीतील शेवटच्या चांजे शिलालेखात (शक संवत ११८२-इसवी सन १२६०) माईनाक हा संधीविग्रहक होता. प्रस्तुत लेखात महासंधिविग्रहक मैनायक याचा उल्लेख येतो. दोन्ही लेखांमधील सहा वर्षांचे अंतर लक्षात घेता हा बहुधा एकच व्यक्ती असावा. श्रीस्थानकाच्या शिलाहारांच्या अनेक लेखक कोरीव लेखांमध्ये प्रशासकीय अधिकाऱ्यांच्या पदोन्नती झालेल्या आपल्याला दिसून येतात. सांकलिया-उपाध्याय यांनी त्यांच्या वर्तमान शिलालेखाच्या वाचनात चंद (द्र) प्रभू यांना श्रीकर्णी म्हणून ओळखले आहे. सांकलिया-उपाध्याय यांनी रानवड शिलालेखात चंद(द्र) प्रभू हा श्रीकर्णी होता असे म्हटले आहे. पण वा वि मिराशी यांनी रानवड शिलालेखात हे नाव दादप्रभू असे वाचले आहे.

बॉम्बे प्रेसिडेन्सीच्या गॅझेटियर अनुसार खेईदेव/वाईदेव याला सांडोर परिसरातील निवाई परीसरातील एक बाग दान दिली होती. एका राजपथाचा देखील उल्लेख आहे मात्र सांकलिया-उपाध्याय यांच्या वाचनामध्ये या दोन्ही स्थळांचा उल्लेख येत नाही. दोन्ही लेखांमध्ये मात्र नागपूरचा उल्लेख येतो. नागपूर हे वसई किल्ल्याच्या पूर्वेस दोन मैलावर असलेले नागाव असावे.

लेखाची कालनिश्चिती

प्रस्तुत सांडोर शिलालेखाची तारीख निश्चित करणे हा यातील मुख्य मुद्दा आहे. यामुळे जैतुगीची ओळख पटवणे आणि श्रीस्थानकाच्या शिलाहारांच्या घराण्यातील त्याचे स्थान निश्चित करणे सोयीचे होईल. बॉम्बे प्रेसिडेन्सीच्या गॅझेटियर मध्ये ही तारीख ''बुधवार, माघ अमावस्या, शक ११७७' अशी नोंदवली आहे. हा दिवस स्नान आणि दान-पुण्यासाठी विशेष महत्त्वाचा आहे. गॅझेटियर मध्ये संवत्सराचा उल्लेख नाही. परंतु शक संवत ११७७ मध्ये राक्षस संवत्सर दिसून येते. सांकलिया-उपाध्याय यांनी बाकी सर्व तपशील तसेच ठेवून शक संवत मात्र ११८८ असे नोंद केले आहे. (२६ जानेवारी १२६६) या बदलाचे कारण समजून येत नाही. बहुधा त्यांच्याकडे उपलब्ध असलेल्या यथादृष्ट प्रतीवरून ही तारीख देण्यात आली

आहे. ह धि सांकलिया यांनी 'Six Shilahara Inscriptions in the Prince of Wales Museum' हा लेख लिहिताना बॉम्बे गॅझेटियरचा वापर केला होता. या सहा शिलाहारांच्या लेखांमध्ये सांडोर शिलालेखाचा उल्लेख नाही. बॉम्बे गॅझेटियर आणि सांकलिया-उपाध्याय यांनी दिलेल्या कालनिश्चिती मधील तफावत मो ग दिक्षित यांनी निदर्शनास आणून दिली होती. त्यांनाही पडताळणीसाठी यथादृष्ट प्रत उपलब्ध झाली नाही. मुळात दिक्षित यांचा लेख दिवेआगार येथील तृतीय अनंतदेव याच्या श्रीराम या मांडलिकाने दिलेल्या काही दानाबद्दल असल्याने दीक्षित यांनी सांडोर शिलालेखाबद्दल अधिक भाष्य केलेले नाही.

कालनिश्चिती बाबत अनिश्चितता

'क्षय' या संवत्सराचे वाचन करताना देखील सांकलिया-उपाध्याय यांनी अनिश्चितता व्यक्त केली आहे. उपलब्ध अक्षरवाटिकेची सुद्धा बरीच धूप झाल्याचे त्यांनी म्हटले आहे. "क्ष" हे अक्षर दिसत असल्याने हे संवत्सर 'क्षय' असल्याचे ते म्हणतात. दुसरे अक्षर वाचण्यास त्यांनी असमर्थता दर्शविली आहे. कालनिश्चिती मधील अनिश्चितता वा वि मिराशी यांनी देखील आपल्या 'Identification of King Jaitugi' या लेखात व्यक्त केली आहे. 'शक संवत ११८८ योग्य आहे' हे सांकलिया-उपाध्याय यांचे गृहीतक प्रमाण धरून भाष्य केले आहे. जैतुगीची ओळख पटवण्याकरिता आता शक संवत ११७७ आणि शक संवत ११८८ अशा दोन्ही शक्यता उपलब्ध पुराव्यांच्या निकषावर पडताळून पाहायला हव्यात.

शक संवत ११७७?

बॉम्बे गॅझेटियर मध्ये नोंद केल्याप्रमाणे शक संवत ११७७ ही शक्यता गृहीत धरल्यास जैतुगी हा तृतीय अनंतदेव आणि सोमेश्वर यांच्यामधील शिलाहार राजा ठरतो. तृतीय अनंतदेव याचा दिवेआगार हा शेवटचा शिलालेख शक संवत ११७६-इसवी सन १२५४ मधील आहे. सोमेश्वराचा पहिला रानवड शिलालेख हा शक संवत ११८१-इसवी सन १२५९ मधील आहे. त्यामुळे इसवी सन १२५४ आणि इसवी सन १२५९ मधील काळात जैतुगीने राज्य केले अशी एक शक्यता मांडता येते.

शिलालेखावर उपलब्ध असलेल्या लेख कोरायाच्या जागेवर शब्द मर्यादेचे बंधन येते. ताम्रपटाप्रमाणे शिलालेखांमध्ये राजघराण्याची वंशावळ येऊ शकत नाही. यामुळे जैतुगीचे तृतीय अनंतदेव किंवा सोमेश्वर यांच्याशी काही नाते संबंध असल्यास समजू शकत नाही. जैतुगी याचा काळ शक संवत ११७७ च्या सुमारास मानल्यास तो यादव राजा महादेव आणि सोमेश्वर यांच्याही आधी असला पाहिजे. याच कारणाने हेमाद्रीच्या राजप्रशस्तीमध्ये त्याचा उल्लेख येत नाही. हा तिढा सुटण्यासाठी महामात्य झंपडप्रभू यांच्या प्रदीर्घ कार्य काळाचा उपयोग करून घेता येतो.

शक संवत ११८८?

बॉम्बे प्रेसिडेन्सीचे ठाणे जिल्हा गॅझेटियर हे कॅम्पबेल याने इसवी सन १८८२ मध्ये प्रकाशित केले होते. सांकलिया-उपाध्याय तसेच मिराशी यांचे शोध निबंध अनुक्रमे इसवी सन १९४१ आणि इसवी सन १९६६ मध्ये प्रकाशित झाले होते. तारीख वगळता उर्वरित सारे तपशील दोन्ही लेखात मान्य केलेले आहेत. या लेखाची यथादृष्ट प्रत कुठेही उपलब्ध नाही. प्रस्तुत शिलालेखाचे छायाचित्र सर्वप्रथम Shilaharas of Thane या पुस्तकात प्रकाशित झाले आहे.

जैतुगी याच्या पदव्या अलीकडेच प्रकाशित झालेल्या तृतीय अनंतदेव याच्या किरवली शिलालेखाप्रमाणे आहेत. जर गॅझेटियर मधील शक संवत ११७७ मान्य केले तर त्या काळातील संवत्सर राक्षस असे होते. सांकलिया-उपाध्याय यांनी क्षय या संवत्सराचे वाचन 'क्ष' अक्षरावर आधारित केले आहे. पुढील अक्षर वाचण्यास असमर्थता दर्शविली आहे. हे तथ्य पाहता असेच गृहीतक रा'क्ष'स या संवत्सराबाबत देखील मांडता येईल.

महादेव आणि सोमेश्वर यांच्यातील युद्ध इसवी सन १२६५ च्या सुमारास झाले असे अनुमान गृहीत धरले तर यानंतर काही काळ शिलाहार राज्य तग धरून होते ही शक्यता आहेच. जैतुगी हा सोमेश्वराचा उत्तराधिकारी असू शकतो. महादेव याच्या काळातील कोकणातील कोणत्याही यादव राज्यपालाचा लेख अजून प्राप्त झालेला नाही. आपल्याला सर्वप्रथम रामचंद्रदेव याच्या कारकीर्दीतील अच्युत याचा शक संवत ११९४- इसवी सन १२७२ मधील ठाणे ताम्रपट सापडतो.

महामात्य झंपडप्रभू

शिलालेखांवरून असे सूचित होते की द्वितीय केशिदेव याने किमान ३६ वर्षे दीर्घकाळ राज्य केले. चौधरपाडा लेखात वर्णन केल्याप्रमाणे तो द्वितीय अपरादित्य याचा मुलगा होता. मांडवी (शक संवत ११२५-१८ जानेवारी १२०४) आणि चौधरपाडा (शक संवत ११६१-२४ जानेवारी १२४०) या दरम्यान द्वितीय केशिदेव याने राज्य केले असावे. महामात्य झंपडप्रभू याचा महामात्य म्हणून पहिला संदर्भ द्वितीय केशिदेव (शक संवत ११६१-२४ जानेवारी १२४०) याच्या चौधरपाडा शिलालेखात येतो. हा केशिदेवाच्या कारकिर्दीतला शेवटचा ज्ञात शिलालेख आहे. झंपडप्रभू याने केशीदेवाच्या मंत्रिमंडळात कधी प्रवेश केला हे निश्चित सांगता येत नाही. याबाबत द्वितीय केशिदेवाचा उपलब्ध शिलालेखांचा आढावा घ्यावा लागेल.

द्वितीय केशीदेव याचा मांडवी शिलालेख अत्यंत त्रोटक आणि भग्न आहे. यात महामात्य लक्ष्मीधर प्रभू याचा उल्लेख आहे. या लेखातील राजाचे नाव पूर्णपणे नष्ट झाले आहे. अक्षी हा सुद्धा एक भग्न लेख आहे. हा लेख प्रदान करणाऱ्या राजाची ओळख आणि लेखाचा काळ यांच्यामध्ये दीर्घकाळापासून वाद आहे. या लेखात महाप्रधान भईजू याचा उल्लेख आहे. चौधरपाडा हा शिलालेख उत्तम स्थितीत आहेच परंतु यात द्वितीय केशीदेवाच्या सर्व मंत्रिमंडळाचे उल्लेख सुस्थितीत सापडतात. हा लेख स्वतः द्वितीय केशीदेवाने प्रदान केला होता. मांडवी आणि अक्षी लेख हे अनुक्रमे सोम ठाकूर आणि प्रधान अघोर यांनी केलेल्या दानांची नोंद होती, ज्यात त्यांनी शासक म्हणून केशीदेवाचा उल्लेख केला होता.

महामात्य झंपडप्रभू याचा पुढील उल्लेख अलीकडे उपलब्ध झालेल्या शक संवत ११७० मधील किरवली शिलालेखात दिसून येतो. हा लेख तृतीय अनंतदेव याचा आहे. यापूर्वी या राजाचा फक्त दिवेआगार शिलालेख (शक संवत ११७६-९ जुलै १२५४) उपलब्ध होता. वर उल्लेख केलेल्या मांडवी आणि अक्षी शिलालेखाप्रमाणे दिवेआगार शिलालेख देखील तृतीय अनंतदेव याच्या राम मांडलिक याने दिलेल्या दानाची नोंद घेणारा होता.

यानंतर पुन्हा एकदा झंपडप्रभू आपल्याला सोमेश्वराच्या रानवड (२५ मार्च १२५९), छत्रपती शिवाजी महाराज वस्तुसंग्रहालय शिलालेख (१६ फेब्रुवारी १२६०) आणि चांजे (१२ एप्रिल १२६०) शिलालेखांमध्ये महाअमात्य पदावर दिसून येतो. हे शिलालेख असे सूचित करतात की झंपडप्रभू याने सलग तीन शिलाहार राजे द्वितीय केशीदेव, तृतीय अनंतदेव आणि सोमेश्वर यांची किमान २१ वर्षे सेवा केली. जैतुगीच्या सांडोर लेखात मात्र पूर्णपणे नवीन मंत्रिमंडळ दिसून येते. यात महामात्य श्री उदयप्रभू याचा उल्लेख आहे. झंपडप्रभू याची कारकीर्द सलग २१ वर्षे होती. जैतुगी याच्या लेखाचे शक वर्ष ११७७ होते असे गृहीतक तपासून पाहता त्यात झंपडप्रभू हा महामात्य असायला हवा होता.

जैतुगी, यादव राज्यपाल?

ज्याच्या शिलालेखाबद्दल इतका उहापोह चालला आहे तो राजा जैतुगी कोण होता याचा विचार होणे आवश्यक आहे. सांकलिया-उपाध्याय यांच्या मते तो सोमेश्वराच्या उत्तराधिकारी होता. त्यांच्या मतानुसार यादव वंशातील आमण या राजाने काही काळ सत्ता ताब्यात घेतल्यामुळे रामचंद्र याला महादेवानंतर तत्काळ राजा होता आले नाही. यादवांमधील या राजकीय अस्थैर्याचा फायदा घेऊन जैतुगीने काही काळ अल्पकाळ सत्ता उपभोगली असावी. त्याने महाराजाधिराज, रायपितामह आणि कोकणचक्रवर्ती या श्रीस्थानकाच्या शिलाहार राजांनी भूषवलेल्या पदव्या सांडोर शिलालेखात नमूद केल्या आहेत.

शक संवत ११९४-इसवी सन १२७२ ते शक संवत १२३३-इसवी सन सु. १३११ या ३९ वर्षांच्या काळात आपल्याला रामचंद्र देव याचे चार राज्यपाल उत्तर कोकणामध्ये दिसून येतात. पैकी रामचंद्रदेव याच्या ठाणे ताम्रपटातील (शक संवत ११९४-२ मार्च १२७२) अच्युत नायक हा पहिला होता. ठाणे येथील मुस्लीम दफनभूमीत खोदकाम करताना अच्युत नायकाचा ठाणे ताम्रपट आणि कृष्णदेवाचा अंजूर ताम्रपट सापडले. ठाणे ताम्रपट प्रथम डब्ल्यू एच वाथेन यांच्या निदर्शनास आला. त्याने ब्राह्मण पंडिताच्या मदतीने जर्नल ऑफ रॉयल एशियाटिक सोसायटी (खंड-II) मध्ये त्याचे वाचन प्रकाशित केले. ठाणे ताम्रपट यानंतर गहाळ झाला आहे. शक संवत १२१२- इसवी सन १२९१ मधील रामचंद्रदेव याच्या अंजूर ताम्रपटात कृष्णदेव याने आपला राजा रामचंद्रदेव याच्या कल्याणाकरिता अंजुर गाव दान दिल्याचा उल्लेख आहे. कृष्णदेव याने 'श्रीराम (रामचंद्रदेव) याच्या आज्ञेवरून सकल कोकण मंडळावर राज्य करीत असल्याचा' उल्लेख केला आहे ('श्रीरामानुज्ञया सकलकौंकणधरामंडलमनुशासता श्रीकृष्णदेवेन'). रामचंद्रदेव याच्या काळातील शेवटचा शिलालेख हा शक संवत १२३३-इसवी सन १३११ मधील आहे. या लेखात त्याने कोकणचा राज्यपाल म्हणून जाईदेवाची नियुक्ती केल्याचे वर्णन आहे. या लेखात रामचंद्रदेव याला 'श्रीमत प्रौढप्रतापचक्रवर्ती महामंडलेश्वर सकलसैन्याधिपती पश्चिमसमुद्राधिपती रामदेव' असे म्हटले आहे तर जाईदेव याला 'रामदेवेन निरोपितम कोकण अधिकारी श्री जाईदेव' असे संबोधिले आहे. यापैकी कोणत्याही राज्यपालास जैतुगीसारख्या शाही पदव्या घेणे शक्य नव्हते. यावरून जैतुगी हा निश्चित यादवांचा राज्यपाल नव्हता हे सिद्ध होते.

मिराशी यांनी 'Identification of King Jaitugi' या लेखात जैतुगी हा शिलाहार वंशातील नसून माहिमचा स्वतंत्र राजा असल्याचे म्हटले आहे. त्यांनी रामचंद्रदेव याच्या पुरुषोत्तमपुरी ताम्रपटाचा (१५ सप्टेंबर १३१०) संदर्भ दिला आहे. यामध्ये त्याने माहीमच्या एका शक्तिशाली राजाचा पराभव केल्याची नोंद आहे. हाच जैतुगी असावा असे त्यांनी अनुमान केले आहे. हे विधान पडताळून पाहायला हवे. पुरुषोत्तमपुरी ताम्रपटाचा काळ शक वर्षे १२३२-१५ सप्टेंबर १३१० आहे. आमण याने महादेव आणि रामचंद्रदेव यांच्या दरम्यान सुमारे एक वर्ष राज्य केले. महादेवाचा कोकण प्रांतामध्ये कितपत जम बसला होता याची आपल्याला कल्पना येत नाही. महादेवाचे राज्यपाल आपल्याला कोकणामध्ये दिसून येत नाहीत. सोमेश्वराच्या मृत्यूनंतर महादेव आणि आमण यांच्या कारकिर्दीचे ठाण्यावर काय राजकीय पडसाद उमटले हे सांगणे शक्य नाही. रामचंद्रदेव शक संवत ११९३-इसवी सन सु. १२७१ यावर्षी राजा झाला. वा वि मिराशी यांच्या मतानुसार जर सोमेश्वराचा मृत्यू इसवी सन १२६५ मध्ये घडून आला असेल तर भविष्यकाळात काही नवीन पुरावे प्राप्त होईपर्यंत जैतुगी याची कारकीर्द शक संवत ११८८ ते ११९३ पर्यंत असू शकते. प्रस्तुत ताम्रपटातील सतराव्या श्लोकात रामचंद्र देवाने माहीमच्या राजाला पराभूत केल्याचा एक त्रोटक उल्लेख आहे. ('पृथुतरमहिमा माहिमेंद्रः परास्तः') या माहीमच्या राजाची ओळख पटवणे कठीण आहे. कारण या युद्धात माहीमच्या राजाचे नाव दिलेले नाही. जैतुगीने स्वतःस 'रायपितामह कोकण चक्रवर्ती' अशा पदव्या घेतल्या होत्या. त्याने स्वतःला माहीमचा राजा कधीच म्हटले नाही. इसवी सन १२७१ मध्ये सत्ता ताब्यात घेतल्यावर रामचंद्र देव याने दुसऱ्याच वर्षी आपल्याला अच्युत नायक हा कोकणचा राज्यपाल म्हणून नियुक्त केलेला दिसून येतो. पुढे रामचंद्र देव स्वतःस पश्चिमसमुद्राधिपती म्हणताना दिसतो. यावरून त्याचे कोकणावरील प्रभुत्व तर दिसून येतेच पण ही पदवी कायम श्रीस्थानकाच्या शिलाहार राजांनी घेतलेली दिसून येते. जैतुगीचा पराभव करून रामचंद्राने पूर्ण कोकण आपल्या ताब्यात घेतले होते का हे समजण्यास तूर्तास तरी मार्ग नाही. मात्र हेही सत्य आहे की जैतुगी नंतर शिलाहार राजवंशाचा कोणताच मागमूस दिसून येत नाही.

जैतुगी, यादव राजा?

यादव राजवंशामध्ये जैतुगी नावाचे दोन राजे दिसून येतात. पैकी प्रथम जैतुगी हा पाचवा भिल्लम याचा मुलगा आणि उत्तराधिकारी होता. कडेलवाडा शिलालेख (शक संवत १११४) हा त्याच्या कारकीर्दीतला पहिला शिलालेख आहे. याच्या कारकीर्दीतील बहुतांश लेख विजापूर जिल्ह्यातील आहेत. तसेच याने कधीही शिलाहार राजांप्रमाणे कोकण चक्रवर्ती ही पदवी धारण केली नव्हती. तसेच प्रस्तुत शिलाहार कालीन जैतुगीशी त्याचा काळ जुळत नाही. द्वितीय जैतुगी हा द्वितीय सिंघण याचा मुलगा होता आणि त्याचा मृत्यू आपल्या वडिलांच्या कारकिर्दी दरम्यानच झाला होता.

वा वि मिराशी आपल्या 'Identification of King Jaitugi' लेखात जैतुगी हा शिलाहार राजा नसल्याचे नमूद करतात. त्यांच्या मतानुसार या नावाचा कोणताही राजा शिलाहार राजवंशांच्या वंशावळीत दिसून येत नाही. हे कारण सयुक्तिक दिसत नाही कारण कपर्दी, छद्वैदेव, छित्तराजा, मुम्मुणी आणि नागार्जुन ही नावे सुद्धा वैशिष्ट्यपूर्ण आहेत. त्यांनी महादेवाच्या राजवटीच्या शेवटच्या वर्षांत राजकीय बंडखोरीची शक्यता नाकारली आहे. ते म्हणतात शक संवत ११८७ आणि शक संवत ११९० दरम्यान यादव राजा महादेव याचे लेख कोल्हापूर, चित्रदुर्ग आणि बिजापूर जिल्हा येथे दिसून येतात. परंतु उपरोक्त नमूद केलेली प्राप्ती स्थळे उत्तर कोकण आणि ठाणे यापासून खूप दूरवर आहेत. याचाच अर्थ अल्पकाळाकरता जैतुगीने निश्चित राज्य केले असावे.

हेमाद्रीच्या चतुर्वर्गचिंतामणी या ग्रंथातील राजप्रशस्ती या प्रकरणातील उल्लेखानुसार यादव राजा महादेव याने सोमेश्वर याचा नाविक युद्धात मृत्यू घडवून आणला हे तथ्य आता सर्वमान्य आहे. या धामधुमीच्या काळात शिलाहारांचा दक्षिण कोकणावरील ताबा संपलेला दिसून येतो. येथे चालुक्य घराण्यातील राजांनी आपली सत्ता प्रस्थापित केल्याचे काही ताम्रपटांवरून निश्चितपणे दिसून येते. याबद्दल पुढील प्रकरणांमध्ये सविस्तर चर्चा होईलच.

जैतुगी, यादव राजपुत्र?

ब्रह्मानंद देशपांडे यांनी असे प्रतिपादन केले आहे की सांडोर शिलालेखात नमूद केलेला जैतुगी हा तृतीय जैतुगी असावा. हा महादेवाचा मुलगा असावा आणि आपल्या आज्याचे नाव त्याला दिले असावे. प्राचीन प्रथेप्रमाणे नवीनच ताब्यात घेतलेल्या शिलाहार राज्याचा सांभाळ करण्यासाठी त्याला राज्यपाल म्हणून नेमले असावे. यामुळेच त्याने शेवटचा शिलाहार राजा सोमेश्वर याच्या सर्व पदव्या प्राप्त करून घेतल्या असाव्यात. परंतु हा तर्क मान्य करता येत नाही. कारण राज्यपाल म्हणून राजपुत्रांची नियुक्ती ही बाब काही नवीन नाही. परंतु राज्यपाल म्हणून कार्यरत असणाऱ्या राजपुत्रांनी कधीही शाही पदव्या घेतलेल्या दिसून येत नाहीत. शिलाहारांच्या काळात महाकुमार केशीदेव आणि विक्रमादित्य यांचे उदाहरण आपल्यासमोर आहे. राज्यकारभार करताना काही दानपत्र दिले तर त्यात आवर्जून आपल्या पित्याचा सविस्तर उल्लेख केलेला असतो.

एच एस ठोसर यांनी 'Historical Geography of Maharashtra & Goa' या ग्रंथात जैतुगी बद्दलची माहिती 'PWM Inscription of Jaitugideva' अशी दिली आहे. त्यांनी मो ग दीक्षित यांच्या 'मराठी शिलालेख नवे पाठ' या लेखाचा थोडक्यात उल्लेख केला आहे. प्रस्तुत लेखात ठोसर यांनी सांडोर लेख आणि जैतुगीची माहिती दिली आहे का, याबद्दल शंका उपस्थित होते. PWM Inscription याचा अर्थ समजून येत नाही. बहुधा ते मो ग दीक्षित यांच्या एक मराठी शिलालेख याबद्दल माहिती विशद करत असावेत. त्यांनी वर्णन केलेला झापर या नावाची कोणताही व्यक्ती सांडोर शिलालेखात नमूद नाही. त्यांनी उल्लेख केलेल्या शिलालेखात महलई वली या गोणयाच्या मुलाने श्री हरेश्वर देवाला काही जमीन दान दिल्याचा उल्लेख आहे. असे असल्यास शिलाहार कारकिर्दीच्या सुरुवातीच्या काळातील हा शिलालेख आहे. या काळात बहुधा छित्तराजा राज्य करीत असावा. कारण या शिलालेखामध्ये राजाचे नाव दिलेले नाही. वरील सर्व तथ्ये आणि शक्यता पडताळून पाहता जैतुगी हा सोमेश्वरानंतर शेवटचा शिलाहार राजा होता असे दिसून येते.

राजा	शक संवत/ईसवी सन	शिलालेख
तृतीय अनंतदेव	२५ ऑक्टोबर १२४८	किरवली
तृतीय अनंतदेव	९ जुलै १२५४	दिवेआगार
जैतुगी	शक संवत ११७७ (बॉम्बे प्रेसिडेन्सीच्या गॅझेटियर अनुसार)	सांडोर
सोमेश्वर	२५ मार्च १२५९	रानवड

राजा	शक संवत/ईसवी सन	शिलालेख
सोमेश्वर	१६ फेब्रुवारी १२६०	छत्रपती शिवाजी महाराज वस्तुसंग्रहालय शिलालेख
सोमेश्वर	१२ एप्रिल १२६०	चांजे
महादेव याच्या नाविक युद्धात सोमेश्वर याचा मृत्यू	सु. इसवी सन १२६५	वा वि मिराशी यांचे अनुमान
जैतुगी	शक संवत ११८८ (सांकलिया-उपाध्याय अनुसार)	सांडोर
यादव महादेव	सु. इसवी सन १२६१-१२७०	---
यादव आमण	इसवी सन १२७०	एक वर्षे
यादव रामचंद्रदेव	इसवी सन १२७१-१३०८	---
रामचंद्रदेव-अच्युत नायक	२ मार्च १२७२	ठाणे ताम्रपट (कोकणातील पहिला राज्यपाल
रामचंद्रदेव-जाईदेव	सु. इसवी सन १३११	नाला गाव, सोपारा शिलालेख (कोकणातील शेवटचा राज्यपाल)

संदर्भ

१. Barnett Lionel D, Thana Plates of Ramachandra: Shaka 1194, in EI-XIII, No. 17

२. ed. Campbell James, Gazetteer of the Bombay Presidency, Vol-XIV, op. cit, p. 402

३. Deshpande Brahmanand, देवगिरीचे यादव, op. cit, p.73

४. Dhopate S G, Mokashi Rupali and Samel Pankaj, Chhatrapati Shivaji Maharaj Vastu Sangrahalaya Stone Inscription, op. cit

५. Dikshit M G, दिवेआगार येथील एक शिलालेख in Selected Inscriptions from Maharashtra (महाराष्ट्रातील काही प्राचीन ताम्रपट आणि शिलालेख), No.8, Bharat Itihas Samshodhak Mandal, Poona, Swiya Granth Mala, No. 67, 1947, pp. 87-88

६. ed. R C Majumdar, the History and Culture of Indian People-Vol V, Struggle for Empire, Bharatiya Vidya Bhavan, 2001, p.178

७. Mirashi V V, Identification of King Jaitugi in Studies in Indology, Vol-IV, Tara Publications, Varanasi, 1966, p. 162

८. Sankalia H D and Upadyaya S C, Six Shilahara inscriptions in the Prince of Wales Museum, in EI-XXIII, No. 43

९. Sankalia H D, A Stone Inscription of Yadava Ramachandradeva: Shaka 1222, in EI-XXIII, No. 44

१०. Sankalia H D and Upadhyaya S C, An Inscription of Jaitugi, Shaka 1188 in EI-XXVI, No. 16, pp. 127-130

११. Thosar H S, Historical Geography of Maharashtra and Goa, pub., The Epigraphical Society of India, Mysore, 2004, pp. 209-210 and p. 270

१२. Wathon, Translation of a Sanskrit Inscription on three Copper Plates found near Thanna in Salsette in Mr. Wathon's Translation of ancient Inscriptions, The Journal of Royal Asiatic Society of Great Britain and Ireland, Vol, V, No. 9, 1839, pp. 178-183

प्रकरण ८

दक्षिण कोकणातील चालुक्य राजा केदारदेव

कृष्ण आणि महादेवाच्या अधिपत्याखाली देवगिरीचे यादव श्रीस्थानकाच्या शिलाहारांच्या भूमीवर वारंवार आक्रमण करण्याचा प्रयत्न करत होते. ठाण्यातील शिलाहारांच्या वैभवाला ग्रहण लागले होते. राजा केळकर संग्रहालय (शक संवत ११८१-१ नोव्हेंबर १२५९) आणि तेरवण (शक संवत ११८२-२६ डिसेंबर १२६०) या ताम्रपटांमुळे आपल्याला दक्षिण कोकणावरील त्यांची पकड कमकुवत झालेली दिसून येते. या राजकीय अस्थैर्याचा फायदा चालुक्य वंशाचा राजा केदारदेव याला झालेला दिसून येतो.

* * * * * *

दक्षिण कोकणातील चालुक्य राजवंशाचा मागवा मागोवा

राष्ट्रकूट सत्ता नष्ट झाल्यावर झाल्यापासून श्रीस्थानकाच्या शिलाहार राजांना आपल्या अस्तित्वासाठी सतत संघर्ष करत राहावा लागला. कल्याणीचे चालुक्य, परमार, गोव्याचे कदंब आणि कोकण किनारपट्टी मधील अरब यांची ठाण्यावर सतत आक्रमणे होत राहिली. मात्र त्यांनी आपले अस्तित्व टिकवून धरले. मात्र तेराव्या शतकाच्या सुरुवातीस त्यांच्या राज्याला उतरती कळा लागली. देवगिरीचे राजे कृष्ण आणि महादेव यांनी शिलाहारांचे राज्य ताब्यात घेण्याचा सातत्याने प्रयत्न सुरू केला. शिलाहारांची राजकीय शक्ती कमकुवत झाली होती आणि त्यांच्या अधिपत्याखालील प्रदेश कमी होत होता. आता प्रश्न संघर्षाचा नाहीतर अस्तित्वाचा होता.

याचा विपरीत परिणाम दक्षिण कोकण मध्ये दिसून आला. प्रथम अपरादित्य याचे पुत्र विक्रमादित्य आणि मल्लिकार्जुन यांनी प्रणालक (पन्हाळे) येथून दक्षिण कोकणचा राज्यकारभार सांभाळल्याचे दिसून येते. हरीपालदेव याच्या मृत्यूनंतर मल्लिकार्जुन याने पुन्हा श्रीस्थानक हे आपले सत्ता केंद्र निश्चित केले. इसवी सन ११५६ ते इसवी सन १२६० या पुढील सुमारे १०० वर्षांच्या काळात द्वितीय अपरादित्य, द्वितीय केशीदेव, तृतीय अनंतदेव आणि सोमेश्वर असे चार शिलाहार राजे राज्य करताना दिसतात. जैतुगी बाबत विश्लेषण झाले आहेच. दुर्दैवाने फक्त शिलालेख उपलब्ध असल्याने आपल्याला त्यांच्या कारकिर्दीबद्दल मर्यादित माहिती मिळते. यातही अनेक लेख त्रोटक, भग्न आणि खाजगी स्वरूपाचे आहेत. शिलालेख हे सहसा त्याच्या मूळ स्थानाहून हलवले जात नाहीत. त्यामुळे एखाद्या राज्याची सीमा समजण्यासाठी शिलालेख हा एक महत्त्वाचा दुवा समजला जातो. या मान्यतेप्रमाणे उपरोक्त राजांचे शिलालेख आता आपल्याला ठाणे, वसई आणि भिवंडी परिसर आणि रायगड जिल्ह्यातील अक्षी, दिवेआगार येथे दिसून येतात. मग या काळात दक्षिण कोकण मध्ये काय परिस्थिती होती याकडे आपले लक्ष वेधले जाते.

सुदैवाने राजा केळकर संग्रहालय (शक संवत ११८१-१ नोव्हेंबर १२५९) आणि तेरवण (शक संवत ११८२) ताम्रपटांमुळे आपल्याला याबाबत निश्चित माहिती मिळण्यास मदत होते. सोमेश्वर याचे शेवटचे तीन शिलालेख शक संवत ११८१ आणि ११८२

या काळातील आहेत. अगदी याच दोन वर्षांमध्ये आपल्याला दक्षिण कोकण मध्ये चालुक्य वंशाच्या राजा केदारदेवाचे दोन ताम्रपट दिसून येतात आणि आपल्याला वरील प्रश्नाचे उत्तर समजून येते.

कोकणातील चालुक्य वंशाचा मागोवा

चालुक्य राजघराण्याच्या आपल्याला तीन चालुक्य महत्त्वाच्या शाखा दिसून येतात. पैकी प्राचीन चालुक्य राजघराण्याने कर्नाटकातील वातापी येथून इसवी सन ५४३-७५३ या दरम्यान राज्य केले. द्वितीय कीर्तिवर्मन (इसवी सन ७४६-७५३) हा वातापी चालुक्य घराण्याचा शेवटचा शासक होता.दंतिदुर्ग याने चालुक्यांचा पराभव केला आणि मान्यखेत येथे राष्ट्रकूट राजवंशाची स्थापना केली. इसवी सन ७५३-९८२ या काळात राष्ट्रकूटांचे वैभवशाली राज्य होते. चतुर्थ इंद्र हा राष्ट्रकूटांचा शेवटचा राजा होता (इसवी सन ९७३-९८२). द्वितीय तैलप याने याने दहाव्या शतकाच्या अखेरीस राष्ट्रकूट राजाचा पराभव करून कर्नाटकातील कल्याणी येथे चालुक्य राजवंशाची स्थापना केली. यांना कल्याणीचे किंवा पश्चिमी चालुक्य असे म्हणतात. यांनी सुमारे इसवी सन ९७५ – १२०० या दरम्यान राज्य केले. चालुक्यांची एक तिसरी ही शाखा होती. त्यांना पूर्वेकडील किंवा वेंगीचे चालुक्य असे म्हणतात. त्यांनी सातव्या ते बाराव्या शतकादरम्यान दक्षिण भारताच्या काही भागांवर राज्य केले. आपल्या कारकिर्दीस त्यांनी वातापीच्या चालुक्यांचे राज्यपाल म्हणून सुरुवात केली. त्यानंतर ते एक सार्वभौम सत्ता बनले. आंध्र प्रदेशातील वेंगी प्रांतावर त्यांनी इसवी सन ११३० ते इसवी सन ११८९ पर्यंत चोलांचे सरंजामदार म्हणून राज्य केले. या पार्श्वभूमीवर आपल्याला दक्षिण कोकणात दिसून येणाऱ्या चालुक्य वंशाचा मागोवा घ्यायचा आहे.

नेरूर ताम्रपट आणि मंगलेश व स्वामी यांच्यातील संघर्ष

सावंतवाडी जिल्ह्यातील कुडाळ तालुक्यातील नेरुर येथे सात ताम्रपटांचा संच सापडला होता. मेजर जनरल ले ग्रँड जाकोब यांनी एप्रिल १८४८ मध्ये यावर एक शोध निबंध प्रसिद्ध केला होता. यापैकी तिसऱ्या पत्र्यावर वातापी चालुक्यांचा राजा मंगलेश याच्या लष्करी पराक्रमांबाबत काही उल्लेख आले आहेत. त्यातील एका उल्लेखानुसार मंगलेश (सु. इसवी सन ५९२-६१०) याने 'चालिक्य' घराण्यातील स्वामी या राजाची हत्या केल्याचे नमूद केले आहे. या स्वामी राजाने अठरा युद्धांमध्ये विजय प्राप्त केला होता असे नमूद केले आहे. दुर्दैवाने त्याचे राज्य, राजधानी किंवा त्याबाबत अधिक काही माहिती या ताम्रपटात मिळत नाही. पुढे जे एफ फ्लीट यांनी नेरुर ताम्रपटावर पुन्हा भाष्य केले. त्यांना स्वामी राजाची ओळख पटवता आली नाही. फ्लीट यांनी प्रस्तुत ताम्रपटाचा काळ शक संवत ५०० नंतरचा असल्याचे म्हटले आहे. तसेच या ताम्रपटाची यथादृष्ट प्रत देखील उपलब्ध नाही. मात्र महत्त्वाची बाब अशी की मंगलेश आणि स्वामी हे दोन्ही चालुक्य कुलाशी संबंधित आहेत. परंतु या दोघांचे स्वतंत्र अस्तित्व दिसून येते. स्वामी हा वातापी चालुक्य कुलातील दिसून येत नाही. याचाच अर्थ चालुक्यांची एक स्वतंत्र धाकटी शाखा अस्तित्वात असावी असे अनुमान करता येते.

सत्याश्रय ध्रुवराज इंद्रवर्मन याचा गोवा ताम्रपट (शक संवत ५३२-सु. इसवी सन ६१०)

चालुक्यांसंबंधी पुढचा उल्लेख आपल्याला सत्याश्रय ध्रुवराज इंद्रवर्मन याच्या ताम्रपटात दिसून येतो. तीन ताम्रपटांचा हा संच गोव्यामध्ये एका पोर्तुगीज व्यक्तीला आपल्या शेतामध्ये खणताना सापडला. याला आपण गोवा ताम्रपट म्हणू शकतो. प्रस्तुत ताम्रपटात सत्याश्रय ध्रुवराज इंद्रवर्मन याने बप्पुरा या आपल्या पूर्वजाचा उल्लेख केला आहे. तसेच मांडलिक असलेल्या या सत्याश्रयाने चार मंडलांवरती विजयरेवतीद्वीप येथून राज्य केले असल्याचे म्हटले. आहे सत्याश्रयाने करेल्लीकाग्राम या खेटहार जिल्ह्यातील गाव दान दिल्याचे नमूद केले आहे. वरील वर्णनापैकी विजयरेवतीद्वीप हे रत्नागिरी जिल्ह्यातील वेंगुर्ल्याच्या दक्षिणेस असलेले रेडी असावे. करेल्लीकाग्राम आणि खेटहार यांची ओळख पटत नाही. प्रस्तुत ताम्रपटात सत्याश्रय कोणाचा मांडलिक होता याचा उल्लेख नाही. तेलंग यांनी हा राजा मंगलेश किंवा त्याचा पुतण्या द्वितीय पुलकेशी होता याबाबत

अनिश्चितता व्यक्त केली आहे. नेरूर ताम्रपटाप्रमाणे प्रस्तुत ताम्रपटात सत्याश्रयाच्या कुलाचा स्पष्ट उल्लेख येत नाही. परंतु वा वि मिराशी यांच्या मते विजयरेवतीद्वीप हे वातापी चालुक्यांच्या अधिपत्याखाली असल्याने तो चालुक्यांचा मांडलिक असावा. प्रथम पुलकेशी याची पत्नी दुर्लभदेवी ही सुद्धा बाटपुरा किंवा बाप्पुरा घराण्यातली होती. कदाचित सत्याश्रय ध्रुवराज इंद्रवर्मन आणि दुर्लभदेवी यांचा काही नातेसंबंध असावा. या दोन ताम्रपटांसंबंधी वा वि मिराशी यांनी केलेली काही विधाने पडताळून पाहायला हवी (CII-VI, pp. xxi-xxii). मंगलेश याने हत्या केलेल्या स्वामी याची राजधानी रेवतीद्वीप होती असा उल्लेख नेरुळ ताम्रपटात नाही. खरे पाहता नेरुर ताम्रपटात स्वामी याच्या राज्याचा किंवा राजधानीचा उल्लेख नाही. तसेच गोवा ताम्रपट सत्याश्रय ध्रुवराज इंद्रवर्मन आणि मंगलेश यांच्यातील नातेसंबंध प्रस्थापित करीत नाही. मिराशी यांनी गोवा ताम्रपटाचा काळ शक संवत ६१० असा दिला आहे. परंतु प्रत्यक्षात तो काळ शक संवत ५३२ आहे. ६१० हे शक संवताचे ग्रेगोरियन कालगणनेतील रूपांतर होते. सत्याश्रय हा रेवतीद्वीप येथून राज्य करणारा एक मांडलिक राजा होता. स्वामी आणि सत्याश्रय याच्यातील संबंध निश्चित सिद्ध करता येत नाही. परंतु वातापी चालुक्यांची ते धाकटी पाती असण्याचा संभव नाकारता येत नाही.

छत्तीगदेव याचा सोराब शिलालेख (इसवी सन ९६८)

द्वितीय कीर्तिवर्मन (इसवी सन ७४६-७५३) हा वातापी चालुक्य घराण्याचा शेवटचा शासक होता. राष्ट्रकूटांच्या आक्रमणामुळे त्याचे राज्य खिळखिळे झाले होते. अखेरीस दंतिदुर्ग या चालुक्यांच्या मांडलिकाने वातापी चालुक्यांचा पूर्ण पराभव केला आणि राष्ट्रकूट राज्याची स्थापना केली. विशाल राष्ट्रकूट साम्राज्याचा राज्यकारभार करण्यासाठी राष्ट्रकुटांनी ठिकठिकाणी आपले मांडलिक नेमले. यापैकी एक छत्तीगदेव होता. छत्तीगदेव याच्या सोराब शिलालेखात त्याला (इसवी सन ९६८) पारंपारिक चालुक्य पदव्या बहाल केलेल्या दिसून येतात. त्याच्या कदंब मांडलिकाने बनवासी १२००० प्रांतावर राज्य केले. जॉर्ज मोराईस यांच्या मतानुसार हा मांडलीक ईरिवबेडांगदेव असावा.

छत्तीगदेव याच्या बदलत्या राजकीय परिस्थितीचा आढावा घेणे आवश्यक आहे. राष्ट्रकूट साम्राज्य आता हळूहळू कमकुवत होऊ लागले होते. यामुळे काहीशी अस्थैर्याची परिस्थिती निर्माण झाली होती. राष्ट्रकूटांनीच नेमलेले सामंत राजे आता सत्तेसाठी संघर्ष करू लागले होते. द्वितीय तैलप हा असाच एक सामंत राजा होता. तो चालुक्य कुलातील होता. तारदावाडी १००० या कर्नाटकामधील बिजापूर तालुक्यावर त्याने राज्य केले होते. चतुर्थ इंद्र (इसवी सन ९७३-९८२) हा शेवटचा राष्ट्रकूट शासक होता. इसवी सन ९८२ च्या सुमारास त्याने चतुर्थ इंद्र याचा पूर्ण पराभव केला. या पराभवानंतर द्वितीय तैलप याने सल्लेखनाद्वारे आपले आयुष्य संपविले आणि राष्ट्रकूट घराण्याचा अंत घडून आला. ही परिस्थिती पाहता आपल्याला छत्तीगदेव याने इसवी सन ९६८ मध्ये शाही चालुक्य पदव्या कशा प्राप्त केल्या याचा अंदाज येऊ शकतो.

सोमदेव याचा कोल्हापूर शिलालेख

कोल्हापूरच्या महालक्ष्मी मंदिरात मिळालेल्या एका कालोल्लेखविरहित शिलालेखामध्ये आपल्याला चालुक्यांविषयी काही महत्त्वाची माहिती मिळते. हा शिलालेख केशवराव नरसिंग यांना महालक्ष्मी मंदिराच्या आवारात सापडला होता. या लेखात चालुक्य घराण्यातील चार राजांचा उल्लेख आहे. हे राजे म्हणजे कर्णदेव, वेतुगीदेव, सोमेश्वर आणि सोमदेव होते. या चालुक्य घराण्याची राजधानी बहुधा कोकणातील संगमेश्वर होती. बाळशास्त्री यांनी प्रस्तुत लेखातील अक्षर वाटिका दहा ते अकराव्या शतकातील असावी असा उल्लेख केला आहे. ग ह खरे यांनी मात्र मंदिरामध्ये हा शिलालेख सापडत नसल्याचा उल्लेख केला आहे. यामुळे त्यांनी या शिलालेखाचे अस्तित्वच नव्हते असे म्हटले आहे. परंतु अनेकदा शिलालेख दुर्लक्ष आणि निष्काळजीपणामुळे नष्ट झाले आहेत. (CII-VI, pp. 31-34) सध्या महालक्ष्मी मंदिराच्या परिसरात एक गद्धेगाळ शिलालेख आहे. तो मंदिराच्या भिंतीमध्ये स्थापित केलेला आहे. याच्या वरच्या बाजूला शिवलिंग आहे. त्याच्या दोन्ही बाजूस

नांगर आणि बैल यांचे शिल्प आहे. यावर देवनागरी लिपीत अकरा ओळी दिसतात. प्रस्तुत शिलालेखाची अद्याप अचूक ओळख झालेली नाही.

प्रस्तुत लेखाच्या सुरुवातीस राजा सोमदेव आणि राणी माणिक्यदेवी यांनी महालक्ष्मी देवीची आराधना केली आहे. हे राजघराणे संगमेश्वर येथे होते. परंतु या घराण्यातील कर्णदेव हा विजयपत येथे राज्य करत होता असे नमूद केले आहे. विजयपत हे पूर्वेकडील एक समृद्ध शहर होते असा उल्लेख आहे. या शहराची ओळख पटत नाही. शक संवत ५३२ मधील सत्याश्रय ध्रुवराज इंद्रवर्मन याच्या लेखात त्याने विजयरेवतीद्वीप येथून राज्य केल्याचा उल्लेख आहे. विजयपत हेच विजयरेवतीद्वीप होते का हे खात्रीशीरित्या सांगता येत नाही. तसेच सत्याश्रय आणि या लेखातील राजे यांचे कुळ एकच होते का याचीही निश्चिती करता येत नाही. सोमदेव यांच्या ध्वजावर सोनेरी वराहाचे चिन्ह होते असा उल्लेख आहे. हे चालुक्यांचे राजचिन्ह होते. सोमेश्वर आणि सोमदेव हे वेतुगीदेव याचे पुत्र होते. सोमदेव याने प्रस्तुत दान दिले आहे. त्याने देवी महालक्ष्मीच्या मध्यान भोजन समयी मोदकांच्या प्रसादाकरिता कुभार हा गाव दान दिला होता. श्रीशण शंभू याने सोमेश्वर याला हे दान देण्यास उद्‌युक्त केले होते. प्रस्तुत दानाचा लेखक विद्याधर पंडित हा होता. दान देते समयी हे घराणे कोकणातील संगमेश्वर येथून राज्य करीत होते. सोमदेवाने आपला आजा कर्णदेव याच्या निष्कलंक चारित्र्याबद्दल स्तुती केली आहे. त्याने अनेक यज्ञ केले, मोठ्या प्रमाणावर दानधर्म केला असा उल्लेख आहे. त्याने अविचारी क्षत्रियांना शिक्षा केली. एक महान सार्वभौम म्हणून त्याची प्रशंसा केली आहे. त्याने पंचमहाशब्दांचा मान मिळवला होता. तसेच त्याला नृसिंह ही पदवी होती.

इसवी सन १८७५ मध्ये व्ही एन मांडलिक यांनी संगमेश्वर महात्म्याची संहिता रॉयल एशियाटिक सोसायटीच्या बॉम्बे शाखेच्या जर्नलमध्ये प्रकाशित केली. ही संहिता त्यांना विष्णू मोरेश्वर केळकर यांच्याकडून मिळाली होती. याचे लेखक शेष होते. यामध्ये ९० श्लोक आहेत. यात शेषपुत्र, शक्तीकुमारक आणि इंदूकीर्ती यांची नावे कर्ण राजाचे पूर्वज म्हणून आली आहेत. कर्ण राजाने नाग आणि सिंघण या आपल्या भावांसहित कोल्हापूरहून संगमेश्वरला स्थलांतर केले. या महात्म्यामध्ये कर्ण राजाचा काळ शक संवत १०० असा दिला आहे. कोल्हापूर हे देखील त्यांचे मूळ स्थान नव्हते असे या महात्म्यात म्हटले आहे. परंतु मांडलिक यांनी त्यांच्या मूळ स्थानाबद्दल कोणतेही भाष्य केलेले नाही. कर्ण याने अनेक राजवाडे आणि मंदिरे बांधली. तसेच संगमेश्वर येथे एका जुन्या मंदिराचा जिर्णोद्धार केला असे वर्णन आहे. संगमेश्वर येथे त्याने कर्णेश्वर मंदिर बांधल्याचा उल्लेख आहे. आजही हे मंदिर अस्तित्वात आहे. या मंदिराच्या दैनंदिन कारभारासाठी धर्मपुरा, गुणवल्लीक देवानीमुचक, शिवानी, लवल, फणस, धमानी, कदंब आणि अंतरवली यांची नेमणूक केली. प्रस्तुत महात्म्यात त्याने कोल्हापूरचे महालक्ष्मीचे मंदिर बांधण्याचा देखील उल्लेख आहे. मात्र शक संवत १०० हा काळ मान्य होण्यासारखा नाही. हेत्री क्युसेन्स यांनी कर्ण आणि कर्णेश्वर मंदिराचे अस्तित्व मान्य केले आहे. मात्र ते म्हणतात की प्रस्तुत मंदिर इसवी सनाच्या आठव्या शतकातील आहे. पुढे त्यांनी उल्लेख केला आहे की संगमेश्वर ही अकराव्या किंवा बाराव्या शतकातील एका दानपत्रात नोंद केल्याप्रमाणे तत्कालीन चालुक्य नायकांची राजधानी होती. मात्र हे दानपत्र कुठले याचा उल्लेख ते करत नाहीत. अखेरीस केदारदेवाच्या राजा केळकर वस्तुसंग्रहालय आणि तेरवण ताम्रपटांमध्ये दक्षिण कोकणात चालुक्यांचे अस्तित्व असल्याचा निर्णायक पुरावा मिळतो.

चालुक्य राजा केदारदेव याचा राजा केळकर म्युझियम ताम्रपट (शक संवत ११८१-१ नोव्हेंबर १२५९)

पुण्यातील राजा केळकर म्युझियम मधील या ताम्रपटांचे वाचन शशिकांत धोपाटे यांनी केले होते. या संचामध्ये तीन ताम्रपट एका कडीमध्ये गुंफलेले आहेत. मात्र त्यावर राजमुद्रा दिसून येत नाही. या ताम्रपटात चालुक्य राजा केदारदेव याचे वर्णन आहे. केदारदेव याला पंचमहाशब्दांचा मान होता. तसेच त्याला महामंडलेश्वर आणि कल्याण पुराधिश्वर म्हणजेच कल्याणचा स्वामी असे म्हटले आहे. त्याच्या ध्वजावर सुवर्ण वराहाचे चिन्ह होते.

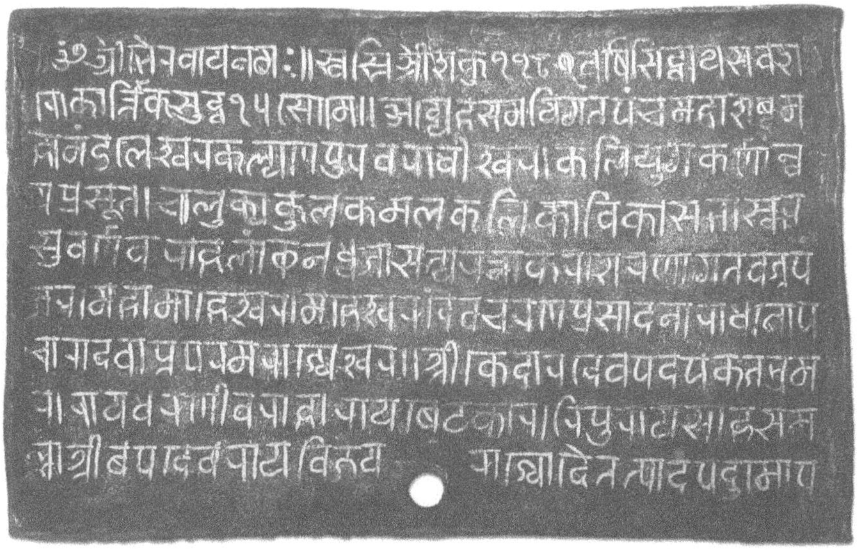

राजा केळकर म्युझियम ताम्रपट-१ अ

दानाचे तपशील

प्रस्तुत ताम्रपटात बंपदेवराय याचा मुख्यमंत्री पुलुहदहुतार ठाकुर याने दिलेले दान नोंदवले आहे. बंपदेवराय हा चालुक्य राजा केदारदेव याचा मांडलिक होता. पुलुहदहुतार ठाकुर याने बंपदेवराया याच्याकडून मरूलिंगी गाव प्राप्त केले आणि अकरा विद्वान ब्राह्मणांना त्यांच्या कुवतीप्रमाणे दान केले. दान दिलेल्या जमिनीचे मोजमाप तिथे उगवल्या जाणाऱ्या सुपारीच्या झाडांवर अवलंबून होते. मरूलिंगी गावाचा शोध घेताना रत्नागिरी जिल्ह्यातील संगमेश्वर तालुक्यातील मावळंगे हे गाव आपल्यासमोर येते. उपरोक्त वर्णन केलेल्या चालुक्य घराण्याचे संगमेश्वरशी असलेले संबंध पाहता मावळंगे हे अनुमान योग्य ठरावे. कार्तिक पौर्णिमा, सिद्धार्थ संवत्सर शक संवत ११८१ रोजी झालेल्या चंद्रग्रहण पर्वाच्या निमित्ताने हे दान दिले गेले (१ नोव्हेंबर १२५९). या दानाचा लेखक गोविंद होता. या दिवशी चंद्रग्रहण होते परंतु दानपत्रात दिल्याप्रमाणे तो सोमवार नसून शनिवार होता. अनेकदा अशा चुका ताम्रपटात दिसून येतात. यामुळे पूर्ण ताम्रपट बनावट मानण्याची गरज नाही.

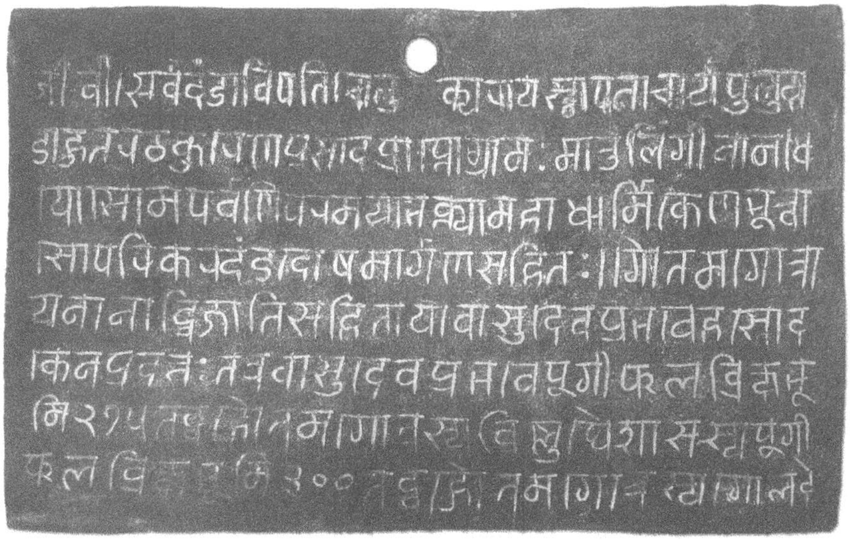

राजा केळकर म्युझियम ताम्रपट-१ ब

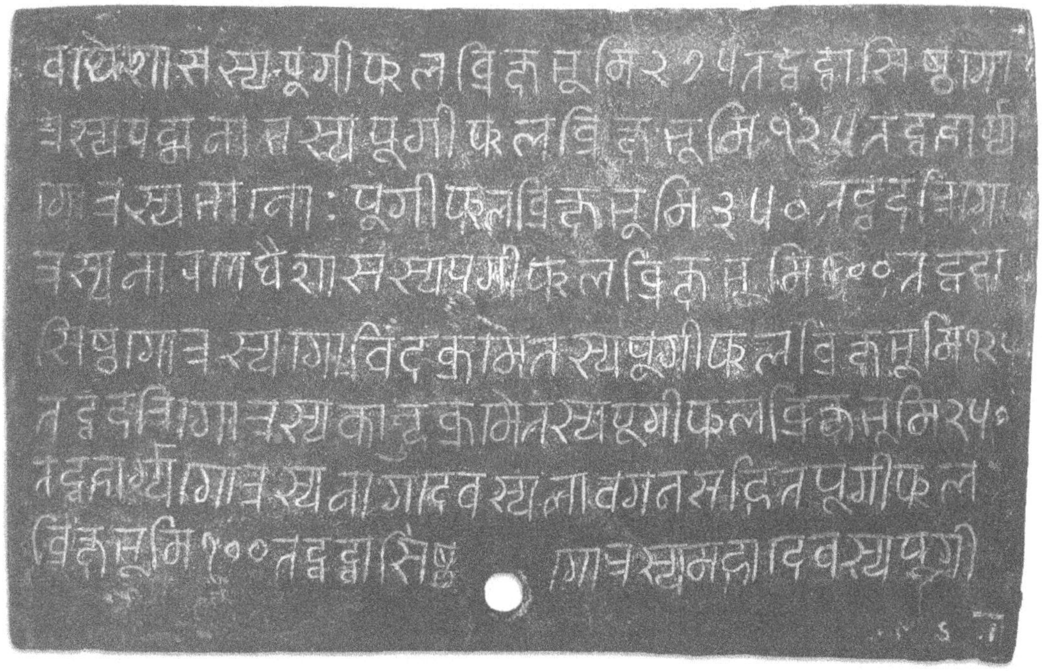

राजा केळकर म्युझियम ताम्रपट- २ अ

ब्राह्मण	गोत्र	हिस्सा
वासुदेव प्रभू	गौतम	३००
विष्णु घैशास	गौतम	३००
गोपाळदेव घैशास	गौतम	२१५
पद्मनाभ	वसिष्ठ	१२५
भानू	गार्ग्य	३५०
नरणा घैशास	अत्री	६००
गोविंदा क्रमविद	वसिष्ठ	१२५
कान्हू क्रमाविद	अत्री	२५०
नागदेव	अत्री गार्ग्य	१००
महादेव	वसिष्ठ	२००
केशव	वसिष्ठ	२००

राजा केळकर म्युझियम ताम्रपट- २ ब

चालुक्य राजा केदारदेव याचा तेरवण ताम्रपट (शक संवत ११८२-२६ डिसेंबर १२६०)

डब्ल्यू एच वॅथन यांनी सर्वप्रथम १८७१ साली रॉयल एशियाटिक सोसायटी ऑफ ग्रेट ब्रिटन आणि आयर्लंडच्या जर्नलमध्ये या ताम्रपटाचा सारांश प्रकाशित केला. प्रस्तुत उताऱ्यात चुका आहेत. या ताम्रपटांच्या वाचनामध्ये सुधारणा करून नंतर इसवी सन १८५२ मध्ये ले ग्रँड जेकब यांनी रॉयल एशियाटिक सोसायटीच्या जर्नल ऑफ बॉम्बे ब्रँचमध्ये पुनर्प्रकाशित केले. जेकबने तीन ताम्रपटांच्या यथादृष्ट प्रती तसेच लिप्यंतर दिले आहे.

तेरवण ताम्रपटाचा प्रवास

ताम्रपट ही स्थायी वस्तू नाही. त्यावरील माहिती ऐतिहासिक दृष्ट्या महत्त्वाची असते. परंतु हस्ते पर हस्ते या ताम्रपटाचा प्रवास कसा झाला हे पाहणे सुद्धा महात्वाचे ठरते. ले ग्रँड जेकब यांनी प्रस्तुत ताम्रपटाचा काही ठाव ठिकाणा दिलेला नाही. तसेच ताम्रपटाचे वजन, मोजमाप इत्यादी तपशील सुद्धा दिलेले नाहीत. अनेक वर्षानंतर इसवी सन २०१२ मध्ये अण्णा शिरगावकर यांनी 'शोध अपरांताचा' या पुस्तकात त्यांना हे ताम्रपट रत्नागिरी जिल्ह्यातील राजापूर तालुक्यातील तेरवण येथे सापडल्याचे नमूद केले आहे. शां भा देव यांनी देखील या ताम्रपटाबद्दल एक त्रोटक विधान केलेले आहे. ते म्हणतात तेरवण हे या ताम्रपटांचे प्राप्ती स्थळ आहे. सद्यस्थितीमध्ये या ताम्रपटाचा स्थाव ठिकाणा लागत नाही. माझे लक्ष या ताम्रपटपटाकडे वेधण्याचे कारण निराळेच होते. दाऊद दळवी यांनी आपल्या 'असे घडले ठाणे' या पुस्तकात प्रस्तुत ताम्रपटांच्या छायाचित्रांना 'शिलाहारांचे दानपत्र' असे म्हटले होते.

तेरवण ताम्रपट- १

राजा केळकर ताम्रपटाप्रमाणे प्रस्तुत दान देखील चालुक्य राजा केदारदेव याच्या कारकिर्दीत दिले गेले आहे. केदारदेव याला पंचमहाशब्द या पदवीने भूषविलेले आहे. तसेच राजा केळकर ताम्रपटाप्रमाणे त्याला महामंडलेश्वर आणि कल्याणपुराधिश्वर म्हणजेच कल्याणचा स्वामी म्हटलेले आहे. त्याच्या ध्वजावर सुवर्ण वराह आहे. केदारदेव याला कलियुगातील कर्ण, तसेच चालुक्य वंशाला कमळाच्या फुलाप्रमाणे प्रफुल्लित करणारा सूर्य, सत्याचा सागर, आश्रयाला आलेल्या शरणागतांचा स्वामी, परममाहेश्वर इत्यादी उपाध्या दिल्या आहेत. मांडलिक कावदेव हा राजा केदारदेव याचा मंत्री होता. केशव महाजनी हा धर्मनिष्ठ, विवेकी आणि कलेत निपुण म्हणून गौरविला गेला आहे.

दानाचे तपशील

पौष सप्तमी, शक संवत ११८२-रविवार, २६ डिसेंबर १२६० रोजी असलेल्या उत्तरायण संक्रांती निमित्त केशव महाजनी यांनी कावदेवाकडून तेरवाटक हे गाव मिळवले आणि भारद्वाज गोत्रातील इतर एकोणीस ब्राह्मणांसह ते केशवप्रभूंना दान केले. केशव प्रभू हा मुख्य लाभार्थी होते. कारण आठ कर्तव्यांचे पालन, गुन्हेगारांना शिक्षा करणे आणि दान दिलेल्या क्षेत्राच्या हद्दीत नैतिक दर्जा राखणे या केशवप्रभूंच्या जबाबदाऱ्या स्पष्टपणे नमूद केल्या आहेत.

रत्नागिरी जिल्ह्यातील राजापूर तालुक्यात तेरवण हे गाव तेरवाटक असावे. शूद्रांनी उपभोगलेली 'ह्यातशिवार' ही भूमी विमलेश्वर या देवतेला दान केली होती. विमलेश्वर मंदिराच्या परिसराजवळची जमीन भारद्वाज गोत्राच्या माधव प्रभू याला दिली होती. ही दाने जाल्हण राऊळ याचा मुलगा गोई राउळ याच्या उपस्थितीत दिली गेली होती. राजा केळकर ताम्रपटाप्रमाणे प्रस्तुत ताम्रपटाचा लेखक देखील गोविंद होता.

तेरवण ताम्रपट- २

ब्राह्मण	गोत्राचे नाव
केशव प्रभू	भारद्वाज
नागदे क्रमित	भार्गव
विठ्ठल घैशास	काश्यप
विठ्ठल घैशास	भार्गव
उकल घैशास	भारद्वाज
गोइंदा भट	गार्ग्य
सोमदे भट	अत्री
सोमदे क्रमित	वसिष्ठ
केशव भट	वसिष्ठ
माधव भट	काश्यप
वासुदेव भट	मुद्गल
पदुमना भट	वसिष्ठ
माधव भट	गार्ग्य
अच्युत भट	अत्री
वामन भट	काश्यप
नाराण भट	भारद्वाज
नाराण ठाकुर चौधरी	भारद्वाज
हरिदेव भट	भारद्वाज
तिकल भट	भार्गव

तेरवण ताम्रपट- ३

दोन्ही ताम्रपटांचा विचार करता असे लक्षात येते की राजा केदारदेव यांच्या काळात हे ताम्रपटांचे दान दिले गेले आहे. प्रत्यक्षात राजा केदारदेवाने हे दान दिलेले नसून त्याचे मांडलिक अनुक्रमे बंपदेवराय आणि कावदेव यांच्या दरबारातील मंत्र्यांनी दिलेल्या दानाची ही नोंद आहे. केदारदेव स्वतःस महामंडलेश्वर म्हणतो पण त्याचा स्वामी कोण हे समजत नाही. केदारदेवाबद्दल अधिक माहिती मिळत नाही. तसेच शक संवत ११८२ नंतर दीर्घकाळ दिसून येणाऱ्या चालुक्यांचे अस्तित्व ही दिसून येत नाही.

राजा केळकर वस्तुसंग्रहालय ताम्रपट	तेरवण ताम्रपट
शक संवत ११८१	शक संवत ११८२
सोमवार, १ नोव्हेंबर १२५९	रविवार, २६ डिसेंबर १२६०
भैरव याला नमन	-------
महामंडलेश्वर राजा केदारदेव	महामंडलेश्वर राजा केदारदेव
कार्तिक पौर्णिमा, सिद्धार्थ संवत्सर, शक संवत ११८१, चंद्रग्रहण	पौष सप्तमी, शक संवत ११८२ रोजी असलेल्या उत्तरायण संक्रांत
बंपदेवराय, राजा केदारदेव याचा मांडलिक	कावदेव, राजा केदारदेव याचा मांडलिक
पुलुहदहुतार ठाकुर, बंपदेवराय याचा मुख्यमंत्री	केशव महाजनी, कावदेव याचा मंत्री
मरुलिंगी-दान दिलेले गाव	तेरवाटक -दान दिलेले गाव
बंपदेवराय याच्याकडून गाव प्राप्त करून पुलुहदहुतार ठाकुर याने दान दिले	कावदेव याच्याकडून गाव प्राप्त करून केशव महाजनी याने दान दिले
दान प्राप्तकर्ते – अकरा ब्राह्मण	दान प्राप्तकर्ते -एकवीस ब्राह्मण, विमलेश्वर मंदिर
लेखक गोविंद	लेखक गोविंद

दक्षिण कोकण मधील चालुक्यांचा मागवा घेण्याकरता सहा पुराभिलेखांचा आधार घेतला गेला आहे.

१. चालुक्य राजा मंगलेश याचा नेरूर ताम्रपट आणि चालुक्य राजा स्वामी

२. सत्याश्रय ध्रुवराज इंद्रवर्मन याचा गोवा ताम्रपट (शक संवत ५३२)

३. छतिगदेवाचा शिलालेख (इसवी सन ९६८)

४. महालक्ष्मी मंदिर (कोल्हापूर) संगमेश्वराचा राजा चालुक्य सोमदेवाचा शिलालेख (कालोल्लेखविरहीत)

५. चालुक्य राजा केदारदेवाचा राजा केळकर वस्तुसंग्रहालय ताम्रपट (शक संवत ११८१-१ नोव्हेंबर १२५९)

६. चालुक्य राजा केदारदेवाचा तेरवण ताम्रपट (शक संवत ११८२-२६ डिसेंबर १२६०)

स्वतःला चालुक्य वंशाचे मानणाऱ्या या निरनिराळ्या राजांचे अस्तित्व आपल्याला सहाशे वर्षाहूनही अधिक काळ दिसून येते. त्यांच्या ध्वजावर सुवर्ण वराह हे चालुक्यांचे राजचिन्ह दिसून येते. तसेच काही राजांनी स्वतः कल्याणपुराधिश्वर ही पदवी घेतली आहे. मात्र त्यांचे वातापी किंवा उत्तरकालीन कल्याणीच्या चालुक्य घराण्याशी काय संबंध होता याचे नीट असे आकलन होत नाही. स्वामी, कर्ण, वेतुगीदेव, सोमेश्वर, सोमदेव आणि केदारदेव हे राजे चालुक्यांच्या वंशावळीमध्ये दिसून येत नाहीत. महालक्ष्मी मंदिरातील शिलालेख वगळता इतर ताम्रपटांमध्ये विस्तृत वंशावळीचे वर्णन आलेले नाही. त्यामुळे यांचा एकमेकांशी काही नातेसंबंध होता का यावरही भाष्य करता येत नाही. तसेच त्यांनी आपले राजधानीचे आणि मूळ स्थानही निरनिराळे नोंद केलेले आहे. तेरवण ताम्रपटात नोंद केलेला केदारदेव याचा मांडलिक कावदेव याची ओळख पटवण्याचा सुद्धा प्रयत्न करणे जरुरी आहे. हंगलच्या कदंब घराण्यामध्ये सुद्धा एक कावदेव दिसून येतो. तो मल्लीदेव याचा पुत्र होता आणि आपला काका रामदेवरस यानंतर हंगलचा राजा झाला. त्याने इसवी सन १२६० च्या सुमारास बनवासी प्रांतावर राज्य केले. त्याची कारकीर्द तब्बल पन्नास वर्षाहून अधिक होती. दोघेही समकालीन असले तरी दोन वेगळे व्यक्ती होते हे स्पष्ट आहे. एक कदंब राजा आहे आणि दुसरा महामंडलेश्वर केदारदेवाचा मांडलिक आहे. कदंब राजा कावदेव याचा इतर अनेक शिलालेखांमध्ये उल्लेख येतो. (EC-VIII, Nos. 302, 472, 503) कोणत्याही एकाच कोरीव लेखाचा अभ्यास आणि त्यावरून तर्क करणे हे सयुक्तिक ठरत नाही. विशिष्ट काळाचा आणि घटनांचा संदर्भ लागण्याकरता त्या काळातील उपलब्ध पुरावे आणि तत्कालीन राजकीय परिस्थितीचा आढावा घेणे योग्य ठरते. अगदी असेच या काळाबाबत करावे लागते.

दक्षिण कोकण मधील बदलती राजकीय परिस्थिती

आपल्याला विशेष करून रत्नागिरी आणि सिंधुदुर्ग जिल्ह्यांचा विचार करायचा आहे. दक्षिण कोकणच्या शिलाहारांच्या काळात या प्रांताला काही काळ स्थैर्य प्राप्त झाले होते. प्रत्यक्षात द्वितीय अवसर आणि शेवटचा रट्ट राजा याचे इसवी सन ९८८ ते १०१० या काळातील तीन ताम्रपट उपलब्ध आहेत. मात्र या तिन्ही ताम्रपटांमध्ये त्यांच्या पूर्वजांची विस्तृत माहिती मिळते. यावरून सणफुल्ल ते रट्टराजा असे दहा शिलाहार राजे दक्षिण कोकण मध्ये राज्य करीत होते असे दिसते. मिराशी यांनी अनुमानित केलेल्या काळाप्रमाणे इसवी सन ७६५ ते सुमारे इसवी सन १०२४ पर्यंत त्यांचे राज्य दिसून येते. हे राजे देखील राष्ट्रकूट यांचे मांडलिक होते. प्रथम कृष्ण याने सणफुल्ल याला दक्षिण कोकणचा राज्यपाल म्हणून नियुक्त केले होते. सणफुल्ल याची राजधानी आपल्याला माहीत नाही. मिराशींच्या अनुमानाने ती दक्षिण गोव्यामधील चंद्रपूर किंवा चांदोर असावी. नंतर बहुधा धम्मियाराने सिंधुदुर्ग जिल्ह्यातील कणकवली तालुक्यातील खारेपाटण अर्थात प्राचीन बलिपट्टण येथे नवीन राजधानी स्थापन केली असावी. सततच्या आक्रमणांपासून सुरक्षित राहण्यासाठी त्याने राजधानी बदलण्याचा निर्णय घेतला असावा. दक्षिणेतील या शिलाहार शाखेला सतत कोल्हापूरचे शिलाहार, हंगलचे कदंब आणि नंतर कल्याणीचे चालुक्य यांच्या आक्रमणांना तोंड द्यावे लागले. अखेरीस इसवी सन १०२४ मध्ये कल्याणीचा चालुक्य राजा जयसिंह याने दक्षिण शिलाहारांच्या घराण्याला पूर्णपणे पराभूत केले (CII-VI, pp. xxi-xxv). अशा रीतीने इसवी सन सुमारे ७६५ ते १०२४ या काळात आपल्याला दक्षिण कोकण मध्ये

स्वतंत्र चालुक्यांचे अस्तित्व दिसून येत नाही. या काळात काही स्वतंत्र चालुक्य घराणी स्थानिक नायक किंवा मांडलिक यांच्या स्वरूपात आपले अस्तित्व राखून राहिली असावीत.

भोज हा कोल्हापूरच्या शिलाहार शाखेचा शेवटचा राजा होता. कशेळी (२७ जून ११९१) आणि कुतापूर (१८ डिसेंबर ११९१) हे त्याचे शेवटचे दोन ताम्रपट आहेत. त्याने राजापूर तालुक्यातील कशेळी गाव दान दिल्याचा उल्लेख आहे. यानंतर यादव राजा सिंघण याने पन्हाळा काबीज केला आणि कोल्हापूरच्या शिलाहारांचे अस्तित्व संपुष्टात आले. यानंतर दक्षिण कोकण मधील श्रीस्थानकाच्या शिलाहारांची राजकीय भूमिका समजून घेणे अत्यंत महत्त्वाचे ठरते. सुदैवाने अनेक ताम्रपटातील सविस्तर पुराव्यांमुळे दक्षिण कोकण मधील बदलती राजकीय परिस्थिती स्पष्टपणे समजून येते.

दरम्यान, उत्तर कोकणातील अरिकेसरी, छित्तराजा, नागार्जुन, मुम्मुणी, प्रथम अनंतदेव आणि प्रथम अपरादित्य यांनी दक्षिण कोकणात निर्माण झालेली पोकळी भरून काढली. छित्तराज याची आई राणी पद्मलदेवी हिच्या भोईघर व्यवस्थापत्रात (शक संवत ९४६-३ सप्टेंबर १०२४) आपल्याला चिपळूणहून आलेल्या करहाटक ब्राह्मणांच्या व्यवस्थेसंबंधी काही प्रशासकीय नियम दिले आहेत. त्यांना पाणाड (रायगड जिल्ह्यातील अलिबागजवळील पोयनाड) विषयातील करादांड आणि कोलपल्लीका ही गावे या गावांमध्ये स्थायिक करायचे होते. वा वि मिराशी यांच्या म्हणण्यानुसार चिपळूण गावाची ओळख पटवण्यामध्ये काहीतरी गल्लत होत असावी. कारण या काळात दक्षिण कोकणच्या शिलाहारांचे तेथे राज्य होते. परंतु दक्षिण कोकणच्या शिलाहारांचा शेवटचा ताम्रपट शक संवत ९३२ मधील आहे. (रट्टराजा याचा बलिपट्टण ताम्रपट) आणि भोईघर व्यवस्थापत्र शक संवत ९४६ मधील आहे. शक संवत ९३२ नंतर आपल्याला दक्षिण कोकणच्या शिलाहारांचा कोणताही पुरावा मिळत नाही. त्यामुळे दरम्यानच्या काळात श्रीस्थानकाच्या शिलाहारांनी या प्रांतावर आपला ताबा मिळवला असण्याची शक्यता नाकारता येत नाही.

याचा सबळ आणि स्पष्ट पुरावा आपल्याला प्रथम अनंतदेवाच्या खारेपाटण ताम्रपटात मिळतो. (शक संवत १०१६-९ जानेवारी १०९५) हे ताम्रपट रामचंद्र देसाई यांना रत्नागिरी जिल्ह्यातील खारेपाटण येथे सापडले होते. बलीपट्टण किंवा खारेपाटण ही दक्षिण कोकणच्या शिलाहारांची राजधानी होती. प्रथम अनंतदेव याला आपल्या कारकिर्दीच्या सुरुवातीस सत्ता संघर्ष करावा लागला होता. 'दायादवैरीव्यसन' असे त्याचे वर्णन केलेले दिसून येते. या गृहयुद्धाचा फायदा घेऊन कदंब आणि यवनांनी कोकणावर हल्ले केले होते. परंतु अनंतदेवाने त्या सर्वांचा समाचार घेऊन आपला राज्य विस्तार थेट गोव्यापर्यंत वाढवलेला दिसतो. प्रस्तुत ताम्रपटात त्याला निःशंकलंकेश्वर ही पदवी दिलेली आहे. यातील लंका ही दक्षिणेतील श्रीलंका नसून गोवा असे समजले जाते. तसेच त्याला कोकण चक्रवर्ती ही म्हटले आहे. प्रस्तुत ताम्रपटातील दानाचे स्वरूप लक्षात घेता दक्षिण कोकण वर या काळापर्यंत श्रीस्थानकाच्या शिलाहारांनी आपला पूर्ण ताबा मिळवला होता हे स्पष्ट होते. बलीपट्टणच्या भाभणश्रेष्ठी आणि धणामश्रेष्ठी या दोन व्यापाऱ्यांना त्याने काही व्यापारी सवलती दिल्या होत्या. समुद्री व्यापार करणारे हे संपन्न व्यापारी कुटुंब होते. त्यांची जहाजे आणि खलाशी जेव्हा उत्तर कोकण मधील श्रीस्थानक, नागपूर, शूर्पारक आणि चेमूल्य या बंदरामध्ये ये-जा करतील तेव्हा त्यांना करमाफी जाहीर केली होती. हे दोन्ही भाऊ प्रथम अनंतदेवाच्या मंत्रिमंडळात महाप्रधान आणि महासंधीविग्रहक अशा उच्च पदावर सुद्धा कार्यरत होते. म्हणजेच ठाण्यात वास्तव्य करून त्यांचा बलिपट्टणपर्यंत समुद्री व्यापार सुद्धा होता.

अनंतदेवानंतर त्याचा मुलगा प्रथम अपरादित्य किंवा अपरार्क हा राजा झाला. ताम्रपटातील उल्लेखानुसार त्याला महाकुमार केशीदेव, कुमार विक्रमादित्य आणि मल्लिकार्जुन अशी तीन मुले होती. केशीदेव याचा बहुधा अकाली मृत्यू झाला असावा. आपल्या हयातीतच अपरादित्य याने आपल्या राज्याचे उत्तर कोकण आणि दक्षिण कोकण असे विभाजन केले होते. उत्तर कोकणची राजधानी श्रीस्थानक होती. तर दक्षिण कोकणची राजधानी प्रणालक किंवा पन्हाळे होती. ठाण्यावर स्वतः प्रथम अपरादित्य त्याचे राज्य होते. तर प्रणालक प्रांत त्याने विक्रमादित्य याच्याकडे सोपवला होता. रत्नागिरी जिल्ह्यातील दापोली तालुक्यामध्ये प्रणालक किंवा पन्हाळे आहे. याच ठिकाणी विक्रमादित्य (शक संवत १०६१-९ डिसेंबर ११३९) आणि मल्लिकार्जुन

(शक संवत १०७३) यांचे ताम्रपट सापडले आहेत. प्रथम अपरादित्य याने हे विभाजन कधी केले याबाबत भाष्य करता येत नाही. परंतु विक्रमादित्य याच्या शासनाचा निश्चितपणे शक संवत १०६१ मध्ये शेवट झाला. मल्लिकार्जुनाच्या ताम्रपटात नोंद केलेले दान त्याच्या शासन वर्षाच्या बाराव्या वर्षी देण्यात दिल्यात आल्याचे म्हटले आहे. हे वर्ष शक संवत १०६१ असे येते. मल्लिकार्जुन याचा चिपळूण स्तंभलेख शक संवत १०७८-२४ एप्रिल ११५६ या काळातील आहे. यादरम्यान उत्तर कोकणामध्ये सत्ता बदल झालेला दिसून येतो. शक संवत १०७० ते १०७६ या काळात आपल्याला हरिपालदेव याचे चार शिलालेख उत्तर कोकणात सापडतात. म्हणजेच ठाण्यात प्रथम अपरादित्य याचा मृत्यू झालेला असून त्याच्यानंतर हरिपालदेव राजा झालेला दिसतो. हरिपालदेवाचा या सर्वांशी काय नातेसंबंध होता हे सांगता येणे शक्य नाही. म्हणजेच काही काळ ठाण्यामध्ये हरिपाल देव आणि प्रणालक येथे मल्लिकार्जुन स्वतंत्रपणे राज्य करीत होते. लवकरच याही राजकीय परिस्थितीमध्ये बदल झालेला दिसतो. शक संवत १०७६ नंतर हरिपालदेवाचा कोणताही शिलालेख उपलब्ध नाही. अचानक शक संवत १०८३-१७ जानेवारी ११६२ मध्ये आपल्याला आतापर्यंत फक्त दक्षिण कोकणात असलेल्या मल्लिकार्जुनाचा वसई येथे एक शिलालेख सापडतो. मल्लिकार्जुन याने निश्चितपणे श्रीस्थानक आता आपल्या ताब्यात घेतलेले दिसते. दोघांमध्ये एखादे युद्ध होऊन त्यात हरीपाल देवाचा मृत्यू झाला आणि त्यानंतर हा बदल झाला किंवा हरीपालदेवाच्या मृत्यूमुळे प्रथम अपरादित्याने केलेले हे विभाजन आपोआपच संपले हे समजण्यास मार्ग नाही. यानंतर द्वितीय अपरादित्य, द्वितीय अनंतदेव, द्वितीय केशीदेव, तृतीय अनंतदेव आणि शेवटचा सोमेश्वर या सर्वांचे फक्त शिलालेख उपलब्ध आहेत आणि त्यांची प्राप्ती स्थळे ही निश्चितपणे फक्त उत्तर कोकणात दिसून येतात. शिलालेख हे एखाद्या राज्याची सीमा समजण्याचे उत्तम साधन आहे असे मानले तर मलिकार्जुनाच्या शक संवत १०७८-२४ एप्रिल ११५६ च्या चिपळूण स्तंभालेखानंतर आपल्याला श्रीस्थानकाचे शिलाहार दक्षिण कोकण मध्ये दिसून येत नाहीत. याच राजकीय अस्थैर्याचा फायदा दक्षिण कोकण मधील चालुक्य घराण्याला मिळाला असणार.

चालुक्य राजा केदारदेवाचा राजा केळकर वस्तुसंग्रहालय ताम्रपट आणि तेरवण ताम्रपट यांचा काळ अनुक्रमे शक संवत ११८१ आणि शक संवत ११८२ असा आहे. उत्तर कोकणात सोमेश्वराची हीच शेवटची शासन वर्षे आहेत. म्हणजे या काळापर्यंत दक्षिण कोकणावर श्रीस्थानकाचा दावा पूर्णपणे संपलेला दिसून येतो. शक संवत १०७८ नंतर चालुक्यांनी दक्षिण कोकणात आपली सत्ता मजबूत करण्याचा प्रयत्न सुरू केला असणार. ही प्रक्रिया आता आपल्याला समजणे शक्य नाही. भविष्यात काही नवीन ताम्रपट उपलब्ध झाल्यास केदारदेवाच्या पूर्वजांवर पर्यायाने दक्षिण कोकणच्या चालुक्यांवर अधिक प्रकाश पडेल.

संदर्भ

१. Cousens Henry, Revised Lists of Antiquarian Remains in The Bombay Presidency and the native states of Baroda, Palanpur, Radhanpur, Kathiawad, Kachh, Kolhapur and the Southern Maratha Minor States (originally compiled by Jas Burgess), Archaeological Survey of India, 1897, pp. 201-202

२. Dalvi Daud, असे घडले ठाणे, Shrikrupa Publication, New Mumbai, 2010

३. Dhopate S G, A Kelkar Museum Copper Plate Grant, No. 18, Studies in Indian Epigraphy, (भारतीय पुराभिलेख पत्रिका), Journal of the Epigraphical Society of India, Vol-XXIX, 2003

४. Deo S B, महाराष्ट्र व गोवे शिलालेख – ताम्रपटांची वर्णनात्मक संदर्भ सूची, Maharashtra Rajya Sahitya and Samskruti Mandal, Mumbai, 1984, No. 404

५. Fleet J F, Mahakuta Pillar Inscription of Mangalesha in Sanskrit and Old Canarese Inscriptions, No. 185, IA- XIX, 1890, pp. 7-20

६. Fleet J F, Nerur Copper Plates of Chalukya King Mangalesha, Sanskrit and Old Canarese Inscriptions, Journal of Asiatic Society of Bengal, Volume 3 for January 1851, Part II, Issue No. 14, pp. 161-162 and Le Grand Jacob, Observations on Inscriptions on Copper Plates dug up at Nerur in the Kudal division of Sawantwadi state, Article IV in JASB, Vol-III for January 1851, p. 209

७. Mandlik V N, Samgameshvara Mahatmya and Liṅga Worship, Article II, Volme XI, Journal of Bombay Branch of Royal Asiatic Society, 1875, pp. 100-114

८. Moraes George, Kadamba Kula, op. cit, pp. 154-158

९. Le Grand Jacob, Observations on the three Copper Plate Charters granted respectively in AD, 933, AD 1261, AD 1391 with Facsimiles, Transcripts and Translations, Article IV, in the Journal of Bombay Branch of Royal Asiatic Society, Vol-IV, 1852, p. 105-106

१०. ed. Sampath M D, Topographical List of North Indian Inscriptions, pub., Director General, Archaeological Survey of India, New Delhi, 2001, p. 82

११. Sorab Inscription, Epigraphia Carnatica, Vol- VIII, No. 465, Kalleshvar Temple, Mangaluru

१२. Shastree Bal G, Seven Ancient Inscriptions in the Devanagari and Hala-Kanari characters, collected in the vicinity of Kolapur and translated into English, in the Journal of Bombay Branch of Royal Asiatic Society, July 1845, p. 263 and pp. 270-272

१३. Shirgaonkar Anna, शोध अपरांताचा, Bookmark Publication, Pune, 2012

१४. Telang K T, A new Chalukya Copper Plate with Remarks, in the Journal of Bombay Branch of Royal Asiatic Society, Vol-10, Old Series, pp. 365-366

१५. Wathon W H, Translation of an inscription transmitted from Concan, by Capy. Jervis & c. dated saka 1182, (or A D 1261) five hundred and sixty-five years anterior to the present time, No. 8 in Journal of the Royal Asiatic Society of the Great Britain and Ireland, Vol-5, No. 8, 1839, p. 177 Photograph of the third Plate Tervan Inscription of King Kedaradeva could not be traced.

प्रकरण ९

यादव ते पोर्तुगीज - ठाण्यातील सत्तांतर

तेराव्या शतकाच्या उत्तरार्धात ठाण्यातील शिलाहार सत्तेला उतरती कळा लागली. यादव राजा महादेव याने घनघोर नाविक युद्धात सोमेश्वर याचा पराभव केला. मिराशी यांच्या मते इसवी सन १२६५ च्या सुमारास झालेल्या या युद्धात त्याचा मृत्यू झाला. शक संवत ११८८-सु. इसवी सन १२६६ मध्ये आपल्याला जैतुगीचा लेख दिसून येतो. कदाचित काही काळ शिलाहारांनी यादव आक्रमण पुढे थोपवून धरण्याचा प्रयत्न केला असावा. इसवी सन १२७२-१३११ च्या दरम्यान आपल्याला रामचंद्रदेव याचे चार राज्यपाल उत्तर कोकणामध्ये दिसून येतात. यानंतर ठाण्यामध्ये झपाट्याने सत्ता बदल होत गेले. दिल्लीचे सुलतान, स्थानिक राजे, गुजरातचे सुलतान आणि अखेरीस ठाणे पोर्तुगीजांच्या ताब्यात गेले. पुराभिलेखांच्या आधारे ही सत्तांतराची प्रक्रिया समजून घेतली आहे

* * * * * *

कोकण देशात ठाणे आणि चंद्रपूर-बलीपट्टण येथे शिलाहारांच्या दोन शाखांनी राज्य केले. यापैकी दक्षिण कोकणच्या शिलाहारांची कारकीर्द सर्वात अल्पकाळ होती. धम्मियार याच्या काळात त्याने राजधानीचे चंद्रपूरहून बलीपट्टण येथे स्थलांतर केले. चंद्रपूर हे दक्षिण गोव्यातील चांदोर असावे. पट्टणकुडी ताम्रपटात त्याचा उल्लेख नाही. कालांतराने धम्मियार याने सुरक्षिततेच्या दृष्टीने रत्नागिरी जवळील खारेपाटण येथे राजधानी स्थलांतरित केली. प्राचीन काळात या भागाला या प्रदेशाला सप्तकोकण असे म्हणत असत. कल्याणीचा चालुक्य राजा द्वितीय जयसिंह जगदेकमल्ल याच्या मिरज ताम्रपटामध्ये दक्षिण कोकणच्या शिलाहारांचे राज्य इसवी सन १०१४ पूर्वी संपल्याचे नमूद केले आहे. या लेखातील ६४ व्या ओळीत नमूद केले आहे की सप्तकोकणची संपत्ती प्राप्त केल्यावर आम्ही आता कोल्लापूरच्या परिसरामध्ये तळ ठोकला आहे आणि यापुढे उत्तरेकडे दिग्विजय करायचा आहे. ओ पी वर्मा यांच्या मतानुसार यादवांनी दक्षिण कोकण ताब्यात घेतले होते. परंतु हे विधान फारसे सयुक्तिक वाटत नाही.

यादव राजा द्वितीय सिंघण (इसवी सन १२००-१२४६) याने कोल्हापूरच्या दिशेने आक्रमणांना सुरुवात केली होती. शक संवत १११३-इसवी सन ११९१ मधील द्वितीय भोज याचा कशेळी ताम्रपट हा कोल्हापूर शाखेच्या शिलाहारांचा शेवटचा ज्ञात ताम्रपट आहे. ओ पी वर्मा यांनी राजा द्वितीय भोज याची शासन वर्षे इसवी सन ११७५ ते १२१५ अशी दिली आहेत. द्वितीय सिंघण याच्या दरबारातील पराक्रमी सेनापती दंडनायक लक्ष्मीदेव याने इसवी सन १२१५ च्या सुमारास झालेल्या पन्हाळ्याच्या युद्धात शिलाहार राजा द्वितीय भोज याचा पराभव केला. पुष्पगिरी कालोल्लेखविरहीत कानडी लेखात या युद्धाबद्दल माहिती मिळते. या लेखात त्याने केलेल्या काही दानाची नोंद आहे. त्याला राजाचा उजवा हात असे म्हटले आहे. लक्ष्मीदेव याची कारकीर्द प्रदीर्घ होती. बहुधा त्याने द्वितीय जैतुगी या द्वितीय सिंघण याच्या पित्याच्या काळात देखील राज्यसेवा केली होती. या लेखात त्याला 'पश्चिमराय भोजदेवाचा पराभव करणारा' अशी पदवी आहे. इसवी सन १२१६ मधील गोरतळा शिलालेखात देखील दंडनायक लक्ष्मीदेवाला याच पदव्या दिल्या आहेत आणि कोल्हापूरच्या शिलाहारांवरील विजयासंबंधी गौरविण्यात आलेले आहे. कोल्हापूरच्या शिलाहारांवरील हा विजय निर्णायक असावा कारण द्वितीय सिंघण याच्या तिलवल्ली लेखामध्ये त्याला याच

विजयाबद्दल गौरविण्यात आले आहे. 'पन्हाळा येथे राहणाऱ्या सर्परुपी भोजाचा गरुडासमान पराक्रमी राजाने पराभव केला आहे' असे वर्णन या लेखामध्ये आहे.

कोल्हापूर शिलाहारांचा पराभव केल्यानंतर आता यादवांचे लक्ष श्रीस्थानकाच्या शिलाहारांकडे वळणे स्वाभाविक होते. देवगिरीचे यादव हे राष्ट्रकूट आणि पुढे कल्याणी चालुक्यांचे मांडलिक म्हणून उदयास आले होते. दृढप्रहरी (सु. इसवी सन ८६०-८८०) हा या राजघराण्याचा आपल्याला माहिती असलेला पहिला ऐतिहासिक शासक होता. त्याने नाशिक परिसरात आपल्या राज्याचा पाया घातला आणि पुढे पूर्वेकडे राज्यविस्तार केला. राजतरंगिणी मधील एका श्लोकानुसार पंचम भिल्लम (इसवी सन ११८५-११९३) याने सर्वप्रथम उत्तर कोकणावर आक्रमण केल्याचे दिसून येते. भिल्लमाने राजा अंतल याच्याकडून श्रीवर्धन शहर काबीज केले. ओ पी वर्मा सांगतात की हा श्लोक चतुर्वर्गचिंतामणीच्या व्रतखंड विभागात नोंदवला गेला आहे. ओ पी वर्मा आणि वा वि मिराशी या दोघांनीही या संदर्भाचा नेमका स्रोत दिलेला नाही. ओ पी वर्मा सांगतात की पंचम भिल्लम हा यादव घराण्यातील पहिला सामर्थ्यवान शासक होता. त्याने उत्तर कोकण आणि मध्य महाराष्ट्रात लक्षणीय विजय मिळवले. राजा अंतल याची ओळख पटणे शक्य नाही. या काळात द्वितीय अपरादित्य (इसवी सन ११७०-११९७) श्रीस्थानकचा राजा होता. रायगड जिल्ह्यातील श्रीवर्धन हा त्याच्या राज्याचा एक भाग होता. तृतीय तैल (इसवी सन ११५१-११६४) आणि चतुर्थ सोमेश्वर (इसवी सन ११८४-१२००) यांच्या काळात कल्याणीच्या चालुक्य सत्तेला उतरती कळा लागली होती. कलचुरी बिज्जल आणि पंचम भिल्लम यांना याचा फायदा झाला.

इसवी सन ११५६ नंतरच्या दक्षिण कोकणातील स्थानिक राजे

मल्लिकार्जुन आणि हरिपालदेव यांच्यातील विभाजनातून श्रीस्थानकातील शिलाहार राज्य नुकतेच उदयास आले होते. मल्लिकार्जुन याच्या शक संवत १०७८-इसवी सन ११५६ मधील चिपळूण स्तंभलेखानंतर आपल्याला श्रीस्थानकाच्या शिलाहारांचे दक्षिण कोकणात अस्तित्व दिसून येत नाही. यापुढील शिलाहारांचे सर्व शिलालेख ठाणे आणि मुंबई जिल्ह्यात दिसून येतात. जैत्र सामंत याचा जालगाव (शक संवत ११२४-इसवी सन १२०२) हा मराठी ताम्रपट या काळातील दक्षिण कोकणातील राजकीय परिस्थिती समजून घेण्याच्या दृष्टीने महत्त्वाचा आहे. या काळात ठाण्यावर द्वितीय अनंतदेव किंवा द्वितीय केशीदेव यांचे राज्य असावे.

रत्नागिरी जिल्ह्यात दापोडी जवळील जालगाव येथे इनामदार असलेल्या बर्वे यांच्या संग्रहात हा ताम्रपट होता. सध्या हा ताम्रपट मुंबईच्या छत्रपती शिवाजी महाराज वस्तुसंग्रहालयात संग्रहित आहे. या ताम्रपटाचे पहिले वाचन आणि प्रकाशन मो ग दीक्षित यांनी केले. या ताम्रपटात दोन पत्रे आहेत. हे पत्रे एका जाड कडीत अडकवलेले आहेत. या कडीवर एक इंच व्यासाची एक मुद्रा आहे आणि त्यावर एका योद्धाची प्रतिमा कोरलेली आहे. यावरील अक्षरवाटिका बाराव्या शतकातील इतर कोरीव लेखांप्रमाणे आहे. अनेक ठिकाणी पृष्ठमात्रेचा उपयोग केला गेला आहे. शेवटचा श्लोक वगळता सर्व ताम्रपट मराठी भाषेमध्ये आहे, हे वैशिष्ट्यपूर्ण आहे. या ताम्रपटात आठगाव, घोणसविरी, दुगी, सिरवली, कुद्रीकि आणि उंबरयली अशा गावांचा आणि सत्येश्वरदेव या देवस्थानाचा उल्लेख आहे. परंतु दीक्षित आणि तुळपुळे या दोन्ही विद्वानांनी इतर काही पुराव्यांच्या अभावाने यांची स्थाननिश्चिती करण्यास असमर्थता व्यक्त केली आहे. परंतु हा ताम्रपट दापोडी जवळ मिळाला आहे आणि या ताम्रपटात पोफळीच्या झाडासंबंधी स्पष्ट उल्लेख आहे. यावरून त्याचा कोकणची निश्चित संबंध होता हे सिद्ध होते. जालगाव ताम्रपटात जगदेव सावंताचा मुलगा (जगदेव सावंताचोपपुते-उपपुत्र?) जैत्र सावंत याने अग्रहाराची देणगी दिल्याची नोंद आहे. आठगाव नावाच्या प्रदेशावर जगदेवाचे राज्य होते. जैत्र सावंत आपल्या अधिपतीबाबत काहीही भाष्य करत नाही. तसेच जैत्र सावंत स्वतःला कोणत्याही मांडलिक उपाध्यासुद्धा लावत नाही. परंतु लेखात त्याचा प्रधान देऊगीनायक याचा उल्लेख आहे.

जैत्र सामंत याने आठगाव वेळितातील घोणसविरी अग्रहातील ३०० पोफळी आदी यक्षपालाकडून ३५ दामास घेऊन केशव प्रभू आणि त्याचे पुत्र यांच्या अनुमतीने मुद्गल गोत्राच्या नारायण घैसासाचा पुत्र गोविंद कवी यास दिले. जैत्र सामंत याचा भाऊ

लखुमिदेवकुवर, प्रधान देऊगीनायक आणि गावचे महाजन हे पोफळी प्रभुत्वाचे प्रतिपालक म्हणजे रक्षक होते. गावातील झाडांच्या पोफळीच्या उत्पन्नाचे १२० दाम सत्येश्वरदेव देवाच्या प्रवेशद्वारा करता जमवले गेले.

यावरून या काळात शिलाहार सत्तेला उतरती कळा लागलेले स्पष्ट दिसून येते. भविष्यात एखादा पुराभिलेख सापडल्यास यावर अधिक प्रकाश पडू शकेल. प्रस्तुत लेख इसवी सन १२०२ मधील आहे. इसवी सन १२४९ मध्ये आपल्याला चालुक्य केदारदेव याचा याचा ताम्रपट सापडतो. इसवी सन ११५६ नंतर दक्षिण कोकणामध्ये आजवर आपल्याला शिलाहारांचा कोणताही पुराभिलेख सापडलेला नाही. या शक्यता पाहता जैत्र सामंत हा तत्कालीन अस्थिर राजकीय परिस्थितीचा फायदा घेऊन स्वतंत्रपणे राज्य करीत होता किंवा दक्षिण कोकणातील चालुक्यांच्या अंमलाखाली प्रशासन करीत होता हे स्पष्टपणे सांगता येत नाही. जैत्र सामंत याचे अस्तित्वच दक्षिण कोकण मधील श्रीस्थानकांचे प्रभुत्व कमी झाल्याचे निर्देशक आहे.

यादवांची उत्तर कोकणावरील आक्रमणे

द्वितीय सिंघण याच्यानंतर त्याचा नातू कृष्ण हा राजा झाला (इसवी सन १२४७ – १२६०). त्याचा पिता जैतुगी याचा अकाली मृत्यू झाला होता. द्वितीय सिंघण हा तृतीय अनंतदेव याचा समकालीन होता. तृतीय अनंतदेव याचे दोनही शिलालेख उत्तर कोकणात दिवेआगार आणि वसई जवळ किरवली येथे सापडले आहेत. उत्तर कोकणात सुद्धा रांब मांडलिक हा कार्यरत दिसून येतो. याचाच अर्थ रायगड जिल्ह्यात सुद्धा आता मांडलिकांचे अस्तित्व दिसून येते. वा वि मिराशी यांनी 'History and Culture of Indian People-Vol V, Struggle for Empire' या ग्रंथातून राजा कृष्णाने सेनापती मल्लाच्या हाताखाली सैन्य पाठवले असा संदर्भ उद्‌त केला आहे. मल्लाने यशाचा दावा केला असला तरी, त्याचा कोणताही ठोस विजय झाला नाही. डी सी गांगुली यांनी या विधानाला पुष्टी देण्यासाठी कोणताही संदर्भ दिलेला नाही. व्ही जी खोबरेकर यांनीही वर उद्‌त केलेला हाच संदर्भ दिला आहे. मात्र, त्यांनी चुकीचा संदर्भ दिला आहे. यादव कृष्ण याच्या काळातील तासगाव ताम्रपटात (शक संवत ११७२-२० फेब्रुवारी १२५१) चंद्र आणि केशव या दोन भावांनी कलीदेवाचे मंदिर बांधण्याचा उल्लेख आहे. चंद्र याचा उल्लेख यादव सामंतांचा तिलक असा केला आहे. एका अलंकारपूर्ण श्लोकात कृष्ण हा 'कोकण भूपती आणि चंद्र हा चंद्रदेव' असल्याचा सांकेतिक उल्लेख आहे. प्रस्तुत श्लोक कोकणासंबंधी काही उल्लेख करत आहे. बहुधा चंद्र याने कोकणावर एखादी मोहीम केली असावी.

शक संवत ११७४-इसवी सन १२५२-५३ मधील मुनोली शिलालेखात यादव आक्रमणाचे पुढील दाखले मिळतात. हाळे कानडी मध्ये लिहिलेला हा शिलालेख बेळगाव जिल्ह्यातील मुनोली (मुनिवल्ली) किल्ल्यातील उदच्छव देवीच्या मंदिरात आहे. या लेखात राजा कृष्ण याला कंधार असे म्हटले आहे. 'कोकणच्या राजाच्या मनात भीतीची लहर पसरविणारा' असा राजा कृष्ण याचा उल्लेख आहे. यामध्ये कोकणच्या राजाचा स्पष्ट उल्लेख नाही. परंतु काळाचा उल्लेख पाहता हा शिलाहार राजा तृतीय अनंतदेव असावा.

यादव महादेव (इसवी सन १२६०-१२७०) याच्या काळात आक्रमणाची तीव्रता अधिक वाढू लागली. महादेव हा कृष्ण याचा धाकटा भाऊ होता. ममदापूर लेखात कृष्णाने महादेव याला आपला उत्तराधिकारी घोषित केले होते. चौदाव्या श्लोकात याबाबत 'जसा रामाचा लक्ष्मण, युधिष्ठिराचा अर्जुन तसा कृष्णासाठी महादेव' असे एक अतिशय उत्तम वर्णन आले आहे. परस्पर सामंजस्याने हा निर्णय झाला होता. महादेव याच्या काळेगाव ताम्रपटात (शक संवत ११८२-२९ ऑगस्ट १२६१) त्याच्या राज्याभिषेक समयी काळेगाव हे गाव ५० ब्राह्मणांना दान दिल्याचा उल्लेख आहे. शक संवत ११८२ मध्येच आपल्याला सोमेश्वराचा शेवटचा चांजे शिलालेख दिसून येतो. बहुधा त्याचे सत्ता ग्रहण (इसवी सन १२६०) आणि औपचारिक राज्याभिषेक सोहळा (इसवी सन १२६१) यामधील काळात शिलाहार राजा सोमेश्वरावर विजय मिळवला असावा.

शिलाहार-यादव संघर्षाचे वर्णन हेमाद्री याने चतुर्वर्गचिंतामणी या ग्रंथातील राजप्रशस्ती या प्रकरणात केलेले आहे. हेमाद्रीचे वर्णन रामचंद्र यादव याच्या ठाणे ताम्रपटात (शक संवत ११९४-इसवी सन १२७२) आले आहे. हेमाद्री हा कामदेव याचा पुत्र

होता. त्याने कृष्ण आणि महादेव या दोघांच्याही कारकीर्दीत महत्त्वाचे पद भूषवले होते. परिषेष खंडाच्या प्रस्तावनेत ही माहिती मिळते. हेमाद्रीने झाडीमंडळावर विजय प्राप्त करून हा प्रदेश यादव साम्राज्याला जोडला होता. त्याला समस्तहस्तीपाकअध्यक्ष म्हणजे गजदलाचा प्रमुख असे म्हटले आहे. तो आयुर्वेद रसायनाचा लेखक होता. अष्टांग हृदयावरील भाष्य, कैवल्यदीपिका, मुक्तफळावरील भाष्य आणि 'चतुर्वर्गचिंतामणी' या ग्रंथांचा देखील लेखक होता. सोमेश्वर आणि महादेव यांच्यातील घनघोर अशा जमीन आणि नाविक युद्धाचे वर्णन हेमाद्री याच्या राजप्रशस्ती मध्ये दिले आहे. या युद्धात यादवांनी मोठ्या प्रमाणावर गजदलाचा वापर केला होता. महादेवाने सोमेश्वराच्या पाठलाग समुद्रकिनाऱ्यापर्यंत केलेला दिसतो. सोमेश्वराने महादेवाचा कोप सहन करण्यापेक्षा समुद्रात प्राण अर्पण करणे स्वीकारले असा उल्लेख आहे.

हेन्री कुझिन्स यांच्या मते बोरिवली जवळील एक्सार येथे असणाऱ्या सात वीरगळांवर कोरलेली नाविक युद्धे आणि गजदलाची शिल्पे याच युद्धामध्ये धारातीर्थी पडलेल्या सैनिकांच्या स्मरणार्थ उभारली असावीत. त्यांनी यादव आणि शिलाहार यांच्यातील जमीन आणि समुद्र युद्धाचे वर्णन केले असले तरी ते कोणत्याही विशिष्ट युद्धाशी जोडण्याचे स्पष्टपणे टाळतात. या विधानातील प्रत्यक्ष पुराव्यापेक्षा संयोगाचा घटक अधिक आहे. या वीरगळांवर काही कोरीव लेख होते. परंतु आता ते पूर्णपणे नष्ट झाले आहेत. हे लेख जर वाचता आले असते तर या वीरगळांची आणि त्यावर अंकित केलेल्या युद्धाची अचूक ओळख पटली असती.

के जी कुंदनगार यांनी महादेव याचा शक संवत ११८३ मधील कोल्हापूर इर्विन कृषी संग्रहालय शिलालेख प्रसिद्ध केला होता. यशवंत रायकर यांनी आपल्या प्रबंधात देखील त्याचा उल्लेख केला आहे. यात महादेवाच्या लष्करी पराक्रमांचे वर्णन आहे. त्याने तेलंग राजाला गादीवर बसवले. माळव्याच्या राजाचा पूर्ण पराभव केला, गुर्जर राजासाठी जणू काही तो गजांकुश होता असे म्हटले आहे. यात कोकणासंबंधी एक महत्त्वाचा उल्लेख येतो. महादेवाने कोकण आणि कर्नाटकच्या राजांना सैरावैरा पळवून लावले असे त्यात म्हटले आहे. इसवी सन १२६० मध्ये सोमेश्वराचे शेवटचे दोन शिलालेख सापडतात. प्रस्तुत शिलालेख हा इसवी सन १२६१ मधील आहे. त्यामुळे यात वर्णन केलेला कोकणचा राजा हा सोमेश्वरच असणार. शक संवत ११८२-इसवी सन १२६० नंतर दक्षिण कोकणातील चालुक्य घराणे देखील आपल्याला पुन्हा दिसून येत नाही. महादेवाने या चालुक्यांचा देखील पराभव केला असावा. केदारदेव हा त्यांचा शेवटचा राजा दिसून येतो.

जैतुगीचा शक संवत ११८८-इसवी सन १२६६ मधील सांडोर शिलालेख महादेवाच्या आक्रमणानंतरही काही काळ शिलाहार राजे तग धरून होते असे दर्शवितो. सोमेश्वर आणि जैतुगी यातील संबंध स्पष्ट करता येत नाही. महादेवाने ठाण्यासह उत्तर कोकणावर विजय प्राप्त केला. सोमेश्वरही त्यात मारला गेला. परंतु उत्तर कोकणाच्या प्रशासनाकरिता महादेवाच्या काळातील कोणताही पुराभिलेख अद्याप तरी आपल्याला मिळालेला नाही. इसवी सन १२६० ते १२७० हा महादेवाचा कार्यकाळ आहे.

रामचंद्र देव याच्या काळातील उत्तर कोकणातील यादवांचे प्रशासन

इसवी सन १२७१ मध्ये आपला चुलत भाऊ आमण याची अल्पकालीन सत्ता संपून रामचंद्रदेव यादवांचा राजा झाला. पुरुषोत्तमपुरी ताम्रपटात (१५ सप्टेंबर १३१०) त्याने माहीमच्या शक्तिशाली राजाचा पराभव केल्याचे वर्णन आहे. या काळात शिलाहार सत्तेचा पूर्ण पराभव झालेला होता. मग हा माहीमचा राजा कोण? अशा स्थानिक राजसत्तांच्या उदयामुळे महादेवाला आपले राज्यपाल उत्तर कोकणात नेमता आले नव्हते का? परंपरेनुसार रामचंद्र देवाचा मुलगा भीमराज याने माहीम ही आपली राजधानी घोषित केली आणि ४४४ गावांना १५ महालांमध्ये विभाजित केले. कोणत्याही पुराभिलेखाच्या मार्फत प्रस्तुत तपशील पडताळून पाहता येत नाहीत.

रामचंद्र देवाचे अच्युत नायक, कृष्णदेव किंवा कान्हरदेव, जाईदेव आणि विस्वरदेव (ईश्वरदेव) असे चार राज्यपाल आपल्याला उत्तर कोकण मध्ये इसवी सन १२७२ ते सु. १३११ अशा एकोणचाळीस वर्षांच्या प्रदीर्घ काळात दिसून येतात. शक संवत ११९४-

२ मार्च १२७२ मधील ठाणे (वौला-ओवळा) ताम्रपटातून अच्युत नायक याची ओळख पटते. याला प्रस्तुत लेखात श्रीमान असे म्हटले आहे. ठाणे शहराच्या परिसरातील वौला (ओवळा) हे गाव त्याने बत्तीस ब्राह्मणांना दान केले. कृष्णदेव आणि जाईदेव यांच्या तुलनेत ही उपाधी फारच साधी आहे. त्यांच्या शिलालेखांच्या प्राप्तीस्थळांचा आढावा घेतल्यास ठाणे, भिवंडी, वसई आणि सोपाराभोवती कृष्णदेव-कान्हरदेव याचे प्रशासकीय क्षेत्र असल्याचे सूचित होते. जाईदेवाने बहुधा रायगड जिल्ह्यातील प्रदेशाचा कारभार पाहिला होता. कृष्णदेव आणि जाईदेव यांना महामंडलेश्वर, श्री कोकण अधिकर्ण, सकलकौंकणधरामंडल अनुशासता, सलकसैन्याधिपति आणि सर्वाधिकारि अशा उच्च पदव्या दिल्या होत्या.

कृष्णदेव किंवा कान्हरदेव याचा कालवार शिलालेख (शक संवत १२१०-२५ जानेवारी १२८९)

कृष्णदेव किंवा कान्हरदेव याच्या शक संवत १२१० मधील कालवार लेखात श्रीकृष्णवटीच्या पवित्र पर्वाच्या निमित्ताने मिरीदेशातील (कोकण) कालवाहर (कालवर) येथील एक शेत दान देण्यात आले. प्रस्तुत शिळा याच शेतात सापडली होती. दान दिलेल्या जमिनीला मधुक्रि असे म्हटले आहे. दानाची शाश्वतता स्पष्ट करण्यासाठी, काही अद्वितीय उदाहरणे उद्त केली आहेत. शिलालेखात असे म्हटले आहे की, 'इंद्र पर्जन्य वर्षेल, सूर्य चमकेल आणि जोपर्यंत हे तारांगण अस्तित्वात असेल तोपर्यंत दान टिकेल.' रामु याने हे शासन पत्र कोरलेले होते.

कान्हरदेव याचा ठाणे ताम्रपट (शक संवत १२१२- इसवी सन १२९१)

शक संवत १२१२ मध्ये कृष्णदेव किंवा कान्हरदेव याचा ठाणे ताम्रपट सापडतो. यामध्ये रामचंद्र देवापर्यंत सर्व यादव राजांची पारंपारिक स्तुती केलेली आहे. एकदेव पंडित याचा महामात्य तर चांगदेव याचा कोषाधिपती असा उल्लेख आहे. राजा रामचंद्राच्या उत्तम आरोग्य, कल्याण आणि समृद्धीसाठी कृष्णदेवाने चाळीस ब्राह्मणांना अंजोर (अंजूर) हे गाव दान केले. हे गाव भिवंडी तालुक्यात आहे. 'श्रीरामानुज्ञया सकलकौंकणधरामंडल अनुशासता श्रीकृष्णदेव' असे कृष्ण देवाचे वर्णन या ताम्रपटात केले आहे. या ताम्रपटात त्याला कान्हरदेव असे म्हटले आहे.

जाईदेव याचा अक्षी शिलालेख (शक संवत १२१३-९ मार्च १२९१)

जाईदेव याचा शक संवत १२१३ मधील अक्षी शिलालेख हा गद्धेगाळ प्रकारचा आहे. इसवी सन १२९१ मध्ये आपल्याला रामचंद्रदेवाचा तिसरा राज्यपाल दिसून येतो. या लेखात जयदेवाने कालिका देवीला अक्षी गावात काही दान दिले होते. प्रस्तुत गावात देवतेचे नाव आणि मंदिर याच नावाने आजही शिल्लक आहे. चौथ्या आणि पाचव्या ओळीत श्री ईश्वरदेव क्षत्रिय याचा उल्लेख आहे. परंतु यानंतर लेख भग्न झाल्यामुळे ईश्वरदेव याची ओळख पटवता येत नाही.

कान्हरदेव याचा कोपराड शिलालेख (शक संवत १२१९-२८ फेब्रुवारी १२९८)

कान्हरदेव याचा शक संवत १२१९ मधील कोपराड हा शिलालेख हा गद्धेगाळ प्रकारचा आहे. कोपराड हे वसई पासून दहा मैल उत्तरेस आहे. काळ बदलत होता. बदलत्या काळानुसार उत्तर कोकणातील यादवांची प्रशासकीय व्यवस्था बदलताना आपल्याला दिसून येते. कान्हरदेव याला सकलसैन्याधिपति, सर्वाधिकारि आणि महामंडलेश्वर अशा उच्च पदव्या देण्यात आल्या होत्या. या लेखात जालवापे या कोपराड जवळील गावाचे दान अधिकृत रित्या नोंदवण्यात आलेले आहे. मात्र दान कोणाला दिले याचा उल्लेख त्यात नाही. गावाच्या सीमांची नोंद करताना आगास जवळील एका मिजीगिती अर्थात मशिदीची नोंद आहे. कोपराडच्या आसपासचा प्रदेश महमुदच्या ताब्यात होता. त्याला लेखात प्रोस्ताहि असे म्हटले आहे.

कोपराड शिलालेख

१. स्वस्ति श्री सकु संवतु १२१९ वरिषे । हेमलंन संव

२. त्सरे फाल्गुन वदि १ सुक्रे अद्येह श्रीमत प्रोढप्रताप

३. चक्रर्वति श्रीरामचंद्रदेव विजयोदये: तत्पादपद्मो

४. पजिवि सलकसैन्याधिपति सर्वाधिकारि माहामं

५. डलेस्वर: श्रीकान्हरदेव तंनिरोपित अधिपाय

६. ता मुहुमद प्रोस्त्राहि: कट्रियपाटकप्रतिबध

चौल शिलालेख (शक संवत १२१३-२४ मार्च १२९८)

चौल येथे एक अतिशय भग्न अवस्थेतील शिलालेख सापडला होता. यातून फक्त काळ आणि रामचंद्रदेव याचे नाव समजून येते. लेखाच्या शेवटी पारंपारिक शापवचने आणि गद्धेगाळ कोरलेले आहेत. बाकी सर्व मजकूर नष्ट झालेला आहे. इतर शिलालेखांप्रमाणे यातही रामचंद्र देवाच्या राज्यपालाने दिलेल्या एखाद्या दानाची नोंद असावी. तसेच याआधी जाईदेव याचा शक संवत १२१३ मधील अक्षी शिलालेख सापडला आहे. बहुधा या लेखातही त्याचाच उल्लेख असावा. परंतु हे अनुमान आहे.

१. ओं स्वस्ति श्री सकु संवतु विलंब संछरे १२२० चै

२. त्र सुध ११ सोमे ------- श्रीमत्प्रौढप्रताप श्रीरामचंद्र

३. देव ------------------

जाईदेव याचा आगासन शिलालेख (शक संवत १२२२-८ ऑगस्ट १३००)

हा शिलालेख एका अज्ञात ठिकाणी मिळाला आहे. मुंबईतील छत्रपती शिवाजी महाराज वस्तुसंग्रहालयात त्याचे जतन करण्यात आले आहे. हा शिलालेख हा गद्धेगाळ प्रकारचा आहे. वि का राजवाडे यांनी सर्वप्रथम या शिलालेखाची दखल घेतली. शं गो तुळपुळे यांनी राजवाडे यांनी दिलेल्या टिपणीच्या आधारे आगासन (दिवा रेल्वे स्थानकाच्या जवळ, तालुका कल्याण, जिल्हा ठाणे) हे त्याचे प्राप्तीस्थळ म्हणून स्पष्ट केले आहे. प्रस्तुत लेखात सोमवार, श्रावण वद्य सप्तमी, शार्वरी संवत्सर, शक संवत १२२२ अशी तारीख दिली आहे (८ ऑगस्ट १३००). या लेखातील एक वैशिष्ट्यपूर्ण बाब म्हणजे जाईदेव या कोकणच्या राज्यपालाची नियुक्ती स्वतः रामचंद्रदेवाने केलेली नसून त्याचा अधिकारी श्री राणा रामदेव यांनी केलेली दिसून येते. राणा रामदेव हा महामंडलेश्वर, सकलसैन्याधिपती आणि पश्चिमसमुद्राधिपती होता असे नमूद केले आहे. जाईदेव याला 'रामदेवेन निरोपितम कोकण अधिकारी श्री जाईदेव' असे म्हटले आहे. तर रामचंद्रदेव याचा उल्लेख 'श्रीमत प्रौढप्रतापचक्रवर्ती श्री रामचंद्रदेव' असा आहे. ठाण्याच्या व्यावहारिकाला त्याच्या उत्तम सेवेबद्दल निरुलुके परिसरातील सुपाली गाव दान देण्यात आले होते. लेखात या व्यावहारिकाचे नाव दिलेले नाही. सुपाली गावाच्या पूर्वेस घारीवली गाव होते आणि उर्वरित तिन्ही बाजूस एक ओढा होता. सुपाली या गावाचा थांगपत्ता लागत नाही. मात्र घारीवली हे आगासन पासून चार किलोमीटर अंतरावर आहे.

आगासन शिलालेख

१. आ स्वस्ति श्रि सकु (शक) संवत् १२२२ सा (शा) र्वरीसंवक्क (त्स) रे | स्रा (श्रा)

२. वणवदि ७ सोमे | अद्येह श्रीमत्पौढप्रतापचक्रव-

३. र्तिश्रीरामचंद्रदेवविजयोदयो तत्पदपद्मोपजीवी (वि)-
४. महामंडलेस्व (श्व) रसकलसैन्याधिपतिपश्चिमस-
५. मुद्राधिपतिश्रि -------- | रामदेवेनं(न) निरोपितकोंकण
६. [अ]धिकारी (रि) श्रीजाइदेव ------ | न श्रीरामदेवा(व) रा-
७. ज्ये जंवले वीनवुनिकोंकणसंबंधठाणा चादठ
८. __ आ पै स्वाबहि घारचे आकृपाकरुंनिप्रसा-
९. दिदत्त निरुलुके संबंध | अलण बाहेग्रामसुप-
१०. ली | तस्य आघाटनान् | पूर्वे घारवलोग्रामु(म) | प
११. श्चिमें नदी | उत्तरें नदी | दक्षिणें नदी | एवं चतुरा -
१२. धि आघाटनान् | स(स्व)सीमापर्यंत तृणकाष्टोद-
१३. कोपेत स्ववृक्षमालानिधिनिक्षेसहित महा-
१४. दोषविवर्जित करुनिं चंद्रसूर्युतपेतं घरैसब-
१५. न्हिं वाहरेनपुत्रपौत्री भोगावा हागांडं | पालि-
१६. तापुठीन् | जो लोपी तेहाची माए गाढउ झंवें | मं-
१७. गलं माहाश्री सुभं भवतु ||

विस्वरदेव (ईश्वरदेव) याचा नाला (सोपारा) शिलालेख (शक संवत १२३३- सु. इसवी सन १३११)

प्रस्तुत लेखात कोकण मंडलाधिपती श्री विस्वरदेव याचा उल्लेख आहे. आठव्या ओळींमध्ये कान्हरदेव याचे नाव नमूद केलेले आहे. अक्षी शिलालेखात ईश्वरदेव क्षत्रिय याचा उल्लेख आलेला आहे. याच लेखात पुत्रे नावाचा एक शब्द आहे. परंतु त्याच्या पुढील लेख भग्न झालेला आहे. जाईदेव आणि ईश्वरदेव यांच्यामध्ये काही नातेसंबंध होता का हे सिद्ध करता येत नाही. हा कोकणातील रामचंद्रदेवाचा शेवटचा ज्ञात असलेला शिलालेख आहे. याच्यानंतर त्याचा मुलगा तृतीय सिंघण राजा झाला. ब्रम्हानंद देशपांडे यांनी राजा रामचंद्राचे शेवटचे ज्ञात वर्ष म्हणून इसवी सन १३११ चा उल्लेख केला आहे.

ब्रिटिश म्युझियमच्या संकेतस्थळावर रामचंद्रदेवाचे दोन शिलालेख दिसून येतात. पंकज समेळ यांनी हे शिलालेख निदर्शनास आणून दिले आहेत. यापैकी पहिल्या लेखाची प्रोफेसर किलहॉर्न यांनी नोंद केलेली आहे. या लेखाची यथादृष्ट प्रत त्यांना डॉक्टर बर्जेस यांनी पुरवली होती. किलहॉर्न यांनी प्रस्तुत लेखाच्या लेखाचा काळ रविवार, २८ ऑक्टोबर १२९६ असा दिला आहे. लेखाच्या पाचव्या ओळीत सूर्य पर्वणी किंवा सूर्यग्रहणाचा उल्लेख आहे. या लेखात उत्तर कोकणाबाबत काय माहिती होती हे सांगणे शक्य नाही. दुसरा शिलालेख गद्धेगाळ प्रकारचा आहे. या लेखाचे वाचन झालेले नाही. ब्रिटिश म्युझियमच्या संकेतस्थळावर त्याचा काळ शक संवत १२२१ असा दिला आहे. हा शिलालेख साष्टी येथे सापडल्याचे नमूद केले आहे.

रामचंद्रदेवाची कारकीर्द प्रदीर्घ असली तरी त्याला पराकोटीच्या विपरीत प्रसंगांना तोंड द्यावे लागले. इसवी सन १२९६ मध्ये अलाउद्दीन खिलजीने देवगिरीवर आक्रमण केले. या आधीच रामचंद्र देवाने उत्तर कोकणावर आपले प्रशासन स्थापित केले होते. शक संवत ११९४-२ मार्च १२७२ मधील ठाणे ताम्रपटात आपल्याला अच्युत या राज्यपालाचा उल्लेख दिसून येतो. रामचंद्रदेवाने खिलजीचे मांडलिकत्व स्वीकारले. यानंतर शक संवत १२३३- सु. १३११ पर्यंत आपल्याला रामचंद्रदेवाचे राज्यपाल उत्तर कोकणामध्ये कार्यरत दिसून येतात. रामचंद्रदेवाने कुठेही खिलजीचे मांडलिकत्व स्वीकारल्याचे या लेखांमध्ये दिसून

येत नाही. तसेच त्याच्या मांडलिकांनी देखील स्वतःस उच्च पदव्या घेतलेल्या दिसतात. हंबीरराव याच्या BARC शिलालेखात दिल्लीच्या सुलतानांचे मांडलिकत्व स्वीकारल्याचा उल्लेख दिसून येतो.

यादव साम्राज्याची अखेर

यादव घराण्याच्या अस्तानंतर कोकणातील बदलत्या राजकीय परिस्थितीचे मूल्यमापन करणे आवश्यक आहे. कुतुब-अल-दीन ऐबक याच्या (इसवी सन १२०६-१२१०) नेतृत्वाखालील मामलुकांनी दिल्ली सल्तनतीचा पाया घातला. सुलतान जलाल-उद-दीन खिलजी (इसवी सन १२९०-१३२०) याने त्याचा पुतण्या, जावई आणि पुढील सुलतान अल्लाउद्दीन खिलजी याच्या मदतीने एक मजबूत विस्तारवादी धोरण राबवले.

सुलतान जलाल-अल-दीन खिलजीच्या राजवटीत कारा प्रांताचा राज्यपाल असताना अल्लाउद्दीन खिलजीने इसवी सन १२९६ च्या सुमारास देवगिरीवर हल्ला केला. खिलजी सैन्याशी लढण्यासाठी पुरेशा सैन्याने सज्ज नसल्यामुळे, रामचंद्राने शरणागती पत्करली आणि मांडलिकपद स्वीकारले. काकतीय आणि होयसळांनी यादव साम्राज्याचा काही भाग काबीज केला आणि ते अजून कमकुवत केले.

रामचंद्रदेवाला शंकर, बल्लाळ आणि बिंब असे तीन पुत्र होते. रामचंद्रदेवानंतर त्यांचा मुलगा शंकर उर्फ सिंघण राजा झाला. इसवी सन १३१२ मध्ये अल्लाउद्दीनचा विश्वासू आणि सक्षम सेनापती मलिक काफूर याने देवगिरीवर हल्ला करून शंकराचे बंड लीलया मोडून काढले. आपल्या सुलतानाच्या ढासळत्या तब्येतीबाबत ऐकून मलिक काफूर दिल्लीला परतला. याचा फायदा घेऊन हरपालदेव, बहुधा रामचंद्रदेव याचा जावई आणि राघव नावाचा त्याचा मंत्री यांनी यादव सत्ता पुन्हा प्रस्थापित करण्याच्या एक शेवटचा प्रयत्न केला.

अल्लाउद्दीन खिलजीचा मुलगा आणि उत्तराधिकारी कुतुबुद्दीन मुबारक शाह (१३१६-१३२०) याने स्वतः इसवी सन १३१८ मध्ये देवगिरीकडे कूच केले. त्याने आपल्या फौजा समुद्रापर्यंत नेण्याचे आदेश दिले. अशा रितीने माहीम आणि साष्टीवर खिलजींनी ताबा मिळवला. खिलजींच्या वारंवार झालेल्या हल्ल्यांच्या अचूक तारखा काहीशा अनिश्चित राहिल्या.

अशा रीतीने देवगिरीच्या यादवांच्या गौरवशाली युगाचा अंत झाला. सुदूर उत्तरेकडील खिलजी सत्तेचा राजकीय बदल आता यादव साम्राज्यावर झाला. याचा थेट परिणाम केवळ राजकीय भवितव्यावरच नाही तर कोकणच्या सामाजिक आणि सांस्कृतिक जडणघडणीवरही झाला. आता दिल्लीमध्ये पुन्हा सत्ताबदल होत होता. गुलाम सेनापती खुसरू खान याने कुतुबुद्दीन मुबारक शाहचा खून केला. खुसरू खान जेमतेम दोन महिने सत्तेवर राहू शकला (इसवी सन १३२०). दिल्लीमध्ये आता यादवांना पराभूत करणाऱ्या खिलजी सत्तेची जागा तुघलकांनी घेतली होती. मलिक तुघलकाच्या नेतृत्वाखालील सरदारांच्या गटाने उठाव केला. मलिकने तुघलक वंशाचा संस्थापक म्हणून गियास-उद्दीन तुघलक (इसवी सन १३२०-१३२५) हे नवीन नाव धारण केले. त्याचा मुलगा आणि उत्तराधिकारी मुहम्मद बिन तुघलक (इसवी सन १३२५-१३५१) याने आपली राजधानी दिल्लीहून देवगिरीला हलवण्याचा प्रयोग केला. (इसवी सन १३२७-१३३५). सुलतान मुहम्मद बिन तुघलकचा चुलत भाऊ सुलतान फिरुझ शाह तुघलक याने इसवी सन १३५१-१३८८ या काळात राज्य केले. सुलतान मुहम्मद आणि फिरुझ यांची राजवट तुलनेने दीर्घ आणि स्थिर होती. त्यापैकी मुहम्मद बिन तुघलकने सुमारे आठ वर्षे देवगिरी येथे व्यतीत केली.

दिल्लीतील या सत्तापालटाचे कोकणवर झालेले परिणाम पुराभिलेखांच्या माध्यमातून समजून घेता येतात. बहामनी सल्तनतची स्थापना इसवी सन १३४७ मध्ये अलाउद्दीन बहमन शाह यांनी केली. तो दख्खनचा राज्यपाल होता आणि तुघलकांच्या वतीने कारभार पाहत असे. इसवी सन १३३६ मध्ये विजयनगर साम्राज्याची स्थापना संगम घराण्यातील प्रथम हरिहर आणि प्रथम बुक्क राया या बंधूंनी केली. यादव राजा रामचंद्रदेवाच्या शासनाशी संबंधित शेवटचा ज्ञात शिलालेख

इसवी सन १३११ मधील आहे. त्यानंतर हंबीरराव याचा रानवड-उरण शिलालेख (शक संवत १२८७- इसवी सन १३६६) हा उत्तर कोकणातील पुढील उपलब्ध शिलालेख आहे. उत्तर कोकणातील राजकीय भविष्यातील बदल समजून घेण्यासाठी हा पन्नास वर्षांचा काल अतिशय महत्त्वाचा आहे. दुर्दैवाने, यादवांकडून खिलजी आणि अखेरीस तुघलक यांच्याकडे सत्ता हस्तांतरण आणि कोकणातील राज्यकारभारातील बदल समजून घेण्यासाठी आजपर्यंत कोणतेही शिलालेख उपलब्ध नाहीत.

इसवी सन १३११ ते १३६६ दरम्यानचे उत्तर कोकण

देवगिरीच्या यादवांच्या पतनानंतर हंबीररावाचे शिलालेख उपलब्ध होईपर्यंत उत्तर कोकणचा इतिहास ऐतिहासिक साहित्याच्या तुटवड्यामुळे अतिशय धूसर आहे. युरोपियन व्यापारी आणि प्रवासी तसेच मिशनरी यांची प्रवासवर्णने या पाच दशकांतील ठाण्याची परिस्थिती समजून घेण्यास मदत करतात. वर नमूद केलेल्या काळात या सर्वांनी ठाणे शहराला भेट दिल्याचे नोंदी सांगतात.

प्राचीन काळापासून विविध युरोपियन आणि मध्यपूर्वेतील प्रवाशांनी ठाणे आणि उत्तर कोकणला भेट दिली आहे. नवव्या आणि दहाव्या शतकातील अरब व्यापाऱ्यांनी ठाण्याचे वर्णन 'उत्कृष्ट मार्ट' म्हणून केले आहे (अल बरुनी, १०२०, इलियट I-६६). बाराव्या शतकातील एक सुंदर शहर म्हणून इद्रिसी याने (इद्रिसी, ११३५, इलियट I-८९) तर तेराव्या शतकाच्या अखेरीस सागरी व्यापाराचे प्रमुख बंदर म्हणून मार्को पोलो याने ठाण्याचे वर्णन केले आहे (मार्को पोलो, १२९०, युल,II-३३०).

मिशनरी आणि प्रवाशांनी पाहिलेले ठाणे

कॉस्मास इंडिकोप्लेयुस्टेस (इसवी सन ६ वे शतक)

कॉस्मास इंडिकोप्लेयुस्टेस हा अलेक्झांड्रिया येथील ग्रीक संन्यासी आणि व्यापारी देखील होता. इसवी सन सहाव्या शतकात सम्राट जस्टिनियनच्या काळात त्याने भारतात प्रवास केला. तो कॅलियाना (कल्याण) येथील ख्रिश्चन वसाहतीची सुरुवातीची माहिती देतो. तो म्हणतो की 'कॅलियानाहून तांबे, शिसवी लाकूड आणि कपडे बनवण्यासाठी कापड यांची निर्यात होते. ते व्यवसायाचे एक उत्तम ठिकाण देखील आहे. भारतातील व्यापाराच्या चार सर्वात उल्लेखनीय ठिकाणांपैकी एक म्हणून त्याने कॅलियानाचे कौतुक केले. त्याने निरीक्षण केले की भारतातील इतर राजांप्रमाणे, कॅलियानाच्या राजाकडे देखील गजदळ होते. तो पर्शियन ख्रिश्चनांच्या चर्चबद्दल आणि पर्शियातून नियुक्त केलेल्या प्रेस्बायटर बद्दल नोंद करतो. तसेच टापरोबेन (श्रीलंका) बेटावर एक डेकन आणि संपूर्ण चर्चच्या विधीबद्दल भाष्य करतो. रेव्ह. अलेक्झांडर किड नैर्न यांच्या निरीक्षण केल्याप्रमाणे हा विधी श्रीलंका येथे होत असे, कॅलियान येथे नाही.

मुहम्मद अल इद्रीसी (इसवी सन सुमारे ११००-११६५)

मुहम्मद अल इद्रीसी (इसवी सन सुमारे ११००-११६५) हा एक अरब भूगोलशास्त्रज्ञ आणि सिसिलीचा नॉर्मन राजा दुसरा रॉजर याचा सल्लागार होता. त्याचा जन्म मोरोक्कोमधील सेउटा येथे झाला होता. त्याने मध्ययुगीन भूगोलासंदर्भात 'जगाच्या विविध प्रदेशांत जाण्यास उत्सुक असलेल्या व्यक्तीचे आनंदाचे भ्रमण' या नावाचा विस्तृत कोश लिहिला. याचा संपूर्ण अनुवाद फ्रेंच भाषेत एम. जॉबर्ट यांनी १८३६-१८४० मध्ये प्रकाशित केला. ठाण्याला भेट देणाऱ्या सुरुवातीच्या अरब प्रवाशांमध्ये याचा समावेश होतो. या काळात ठाण्यात शिलाहार राजा प्रथम अनंतदेव याचे राज्य होते. कोशाच्या आठव्या खंडात अरबी समुद्राच्या किनारपट्टीवर वसलेल्या बरुह (बरूच), सिंदापूर (सिनाबुर-गोव्यातील पारोरा नदीच्या किनाऱ्यावरील चांदोरे) आणि बाना (ठाणे) या शहरांचे वर्णन केले आहे. येथे जमा झालेली कानाची मुळे पूर्वेकडे व पश्चिमेकडे नेली जातात.

इद्रीसी म्हणतो, 'बाणा हे एका मोठ्या खाडीवरचे एक सुंदर शहर आहे, जिथे जहाजे नांगरतात आणि प्रवासास निघतात. शेजारच्या डोंगरांमध्ये काना आणि तबाशीर उगवतात. येथे जमा झालेली कानाची मुळे पूर्वेकडे व पश्चिमेकडे नेली जातात. वंशलोचन या औषधी पदार्थास पर्शियन मध्ये तबाशीर म्हणतात. शार्की जातीच्या बांबूच्या पोकळीत तयार होणाऱ्या मांसल भागापासून तबाशीर तयार करतात. गॅझेटियर मधील नोंदीनुसार ठाण्यातील कोळी आपल्या मुलांना तबाशीर- वंशलोचन हे पहिले ठोस घन अन्न देतात.

मार्को पोलो (इसवी सन १२७१ -१२९५)

मार्को पोलो या प्रसिद्ध व्हेनेशियन प्रवाशाने इसवी सन १२७१ -१२९५ च्या दरम्यान रेशीम मार्गाने आशियामधून प्रवास केला. युल (Chapter XXVII-Concerning the Kingdom of Tana) याने केलेल्या वर्णनानुसार मार्को पोलोच्या काळात ठाण्यावर एका हिंदू राजपुत्राचे राज्य होते. त्याने उत्तर कोकणाचा उल्लेख ताना असा केला आहे. यात असे म्हटले आहे की 'ताना हे पश्चिमेकडे असलेले एक आकाराने आणि सामर्थ्याने महान राज्य आहे. लोक मूर्तिपूजक आहेत, त्यांची स्वतःची भाषा आहे, आणि स्वतःचा राजा आहे. ते कोणालाही खंडणी देत नाहीत.' उत्तर कोकणातील राजा रामचंद्रदेव आणि त्याचे राज्यपाल यांचे कोरीव लेख या निरीक्षणाची पुष्टी करतात.

राशीद-उद-दीनचा 'Geographical Notices of India' (इसवी सन १२४७-१३१८)

राशीद अल दिन ताबीब हा राशीद अल दिन फदलुल्लाह हमदानी म्हणून ओळखला जाणारा इराणमधील एक प्रसिद्ध राजकारणी, इतिहासकार आणि हकीम होता. त्याला मंगोल सम्राट गझानने जामी अल-तवारीख लिहिण्यासाठी नियुक्त केले होते. यातील भारतासंबंधीचा मोठा भाग अल बरुनीच्या तहकिक इ हिंदमधून घेतला गेला आहे. रशीद अल दिन याने इसवी सन १३०० च्या सुमारासच्या ठाण्याचा एक संक्षिप्त संदर्भ उधृत केला आहे. तो म्हणतो की, गुजरात हा एक मोठा देश आहे आणि कंबाया, सोमनत, कांकण आणि ताना अशी अनेक शहरे त्याचा भाग आहेत. यूल सांगतात की कंकण आणि ताना (कोकण आणि ठाणे) ही नावे इतर प्रवासवर्णनांमध्ये देखील आढळतात. तथापि या संक्षिप्त संदर्भामध्ये समकालीन राजकीय परिस्थितीबद्दल काहीही उल्लेख नाही.

कार्टा कॅटलाना

कार्टा कॅटलाना हा इसवी सन १३७५ मध्ये बनवलेला एक मॅप्पामुंडी (मध्ययुगीन जगाचा नकाशा) होता. नकाशामध्ये नमूद केलेल्या विविध ठिकाणांच्या नावांपैकी एक नाव कोसिंटाया किंवा कोसिंटाना आहे. हे कोकण-ताना असू शकते. चौदाव्या शतकात हे आंतरराष्ट्रीय प्रवास नकाशावर ठाणे शहराने मिळवलेले स्थान दर्शवते. नकाशा बनवण्याचे वर्ष आपण समजून घेण्याचा प्रयत्न करत असलेल्या पाच दशकांच्या जवळपास आहे हे अधिक महत्त्वाचे आहे.

कम होरा उनडेसिमा

कम होरा उनडेसिमा ही इसवी सन १२३५ मध्ये कॅथोलिक चर्चच्या पोपने प्रदान केलेली सनद होती. फ्रान्सिस्कन आणि डोमिनिकन मिशनऱ्यांना पूर्वेला धर्मांतराचे कार्य करण्यासाठी करण्यासाठी प्रेरणास्त्रोत होते. भारत हा या पूर्वेकडील प्रदेशाचा एक भाग होता. ही सनद काही सुधारणांसकट पुढील काळात सहा वेळा पुन्हा प्रदान केली गेली. फ्रिअर ओडोरिको आणि फ्रिअर जोर्दूनास यांनी इसवी सन १३२१ ते १३२४ या काळात ठाण्यात वास्तव्य केले. उत्तर कोकणातील इसवी सन १३११ ते १३६६ ही पाच दशके समजून घेण्यासाठी त्यांची वर्णने महत्त्वपूर्ण ठरतात.

फ्रिअर जोर्दूनास याने केलेले ठाण्याचे वर्णन (इसवी सन १३११ ते १३६६)

पॅरिस येथील नॅशनल लायब्ररीच्या हस्तलिखित संग्रहात जोर्दूनासची दोन पत्रे सापडली आहेत. जानेवारी १३२४ मधील दुसऱ्या पत्रात जोर्दूनास याने ताब्रिझ ते कॅथे या प्रवासाचे वर्णन केले आहे. चार फ्रान्सिस्कन मिशनऱ्यांसह तो कोलंबम (बहुधा कुलम किंवा क्विलोन)च्या दिशेने सागरी मार्गाने निघाला. वाटेत वादळामुळे त्यांना ताना (ठाणे) येथे आश्रय घ्यावा लागला. येथे त्यांचे नेस्टोरियन मिशनऱ्यांनी स्वागत केले. दीव येथे आल्यानंतर, थॉमस, जेम्स, पीटर आणि डेमेट्रियस हे चार सहप्रवासी भाऊ इतर उपदेशक आणि सामान्य ख्रिश्चनांच्या उर्वरित गटापासून वेगळे झाले. पुढे हे भाऊ खुष्कीच्या मार्गाने ठाण्यात आले.

युसुफस (युसुफ) नावाच्या अलेक्झांड्रियाच्या सारसेनने त्यांना ठाण्याचा राज्यपाल मेलिचसमोर बोलावले. युसुफने मेलिचचा काहीसा सलोख्याचा दृष्टीकोन लक्षात घेतल्यावर, मेलीचकरवी त्यांना आगीत भस्मसात केले. अशा रीतीने जोर्दूनास सोपाऱ्यात धर्मोपदेशाचे काम करित असताना ठाण्यात मेलीचने थॉमस, जेम्स, पीटर आणि डेमेट्रियस यांचा वध केला. त्याने पोरोक्को (बरूच) शहरात सुमारे नव्वद लोकांना आणि ठाणे ते सोपारा दरम्यान पस्तीसहून अधिक लोकांना बाप्तिस्मा दिल्याचे त्याचे वर्णन सांगते. त्यानंतर जोर्दूनास ठाणे व परिसरात दोन वर्षांहून अधिक काळ थांबला. जोर्दूनासने आपल्या पत्रावर 'भारताच्या ज्या ठाणे शहरात माझे पवित्र बंधू शहीद झाले, येशूच्या १३२३ साली, जानेवारी महिन्यात आणि पवित्र शहीद फॅबियन आणि सेबॅस्टियन यांच्या स्मृतीदिनी स्वाक्षरी केली. या संक्षिप्त वर्णनामुळे तो सूचित करतो की जानेवारी १३२३ पर्यंत, ठाण्यावर मेलिच या मुस्लिम गव्हर्नरचे राज्य होते. युसूफ कदाचित त्याचा सहकारी होता. मेलिचची ओळख पटू शकत नाही. ती मलिक या नावाचे भ्रष्ट रूप असू शकते. हा काळ उत्तर कोकणातील खिलजींकडून तुघलकांकडे सत्ता परिवर्तनाचा काळ होता.

ओडोरिको याने केलेले ठाण्याचे वर्णन (इसवी सन १२८६ ते १३३१)

जेम्स ऑफ आयर्लंड या मिशनऱ्यासह फ्रिअर ओडोरिको याने इसवी सन १३१८ मध्ये इटलीमधील पादुआ येथून प्रयाण केले. होर्मुस येथून तो फ्रिअर जोर्दूनासप्रमाणे ठाण्याकडे निघाला. इसवी सन १३३० पर्यंत तो ठाणे शहरात होता. वर उल्लेख केलेल्या थॉमस, जेम्स, पीटर आणि डेमेट्रियस या चार शहिदांचे दफन ठाण्यात केले होते. फ्रिअर ओडोरिको याने 'रीलाशियो' या आपल्या प्रवासवर्णनात या शहीद बंधूंबद्दल काही आठवणी लिहिल्या आहेत. ओडोरिको याने ठाण्यातील दफनभूमी मधून त्यांच्या अस्थी गोळा केल्या. त्यांना झायटन (आग्नेय चीनमधील चु आन चौ) येथील फ्रान्सिस्कन कॉव्हेनंट येथे नेले. वरील वर्णनावरून स्पष्ट होते की जोर्दूनासने चार शहीद फ्रान्सिस्कन मिशनरींना ठाणे येथे दफन केल्यानंतर ओडोरिकोने ठाण्याला नक्कीच भेट दिली होती. ठाण्याहून ओडोरिको दक्षिणेकडे निघाला. सुमात्राच्या दिशेने सागरी प्रवास सुरू करण्यापूर्वी त्याने कालिकत, मलबार कोस्ट, कोचीन आणि क्विलोनला भेट दिली.

ओडोरिको इसवी सन १३३० च्या सुमारासच्या ठाण्याचे वर्णन करतो. तो म्हणतो, 'केवळ सुतळीने शिवून आणि लोखंडाचा वापर न करता बांधलेल्या जहाजातून प्रवास करत तो अठ्ठावीस दिवसांत ठाण्याला पोहोचला. अतिशय उत्तम असे हे शहर आहे. येथे अन्नधान्याचा भरपूर साठा आणि घनदाट झाडी आहे. ठाण्यातील रहिवासी मूर्ती पूजक आहेत ते अग्नी, सर्प आणि झाडे, वृक्षवल्ली यांची सुद्धा पूजा करतात. हा प्रदेश सारासेन्सच्या अधिपत्याखाली आहे. युद्धबळाच्या जोरावर त्याने हा प्रदेश मिळवला आहे. आता तो दिल्ली सल्तनतीचा मांडलिक आहे.

वरीलपैकी कोणत्याही प्रवाशाने त्यांच्या भेटीदरम्यान सत्ताधारी राजे किंवा इस्लामिक राज्यपालांच्या नावांचा उल्लेख केला नसला तरी इसवी सन १३११ ते १३६६ दरम्यानच्या उत्तर कोकणात सत्ता हस्तांतरणाचे संकेत मिळतात. ठाणे हे चौदाव्या शतकाच्या सुरुवातीचे एक बंदराचे शहर असल्याचे स्पष्ट होते. बहुतांश वेळात सागरी प्रवासी अनुकूल मान्सून वाऱ्यांची वाट पाहून श्रीलंकेला वळसा घालून भारताच्या पूर्वेस किंवा इंडोनेशियाच्या दिशेने जाताना खानबाया किंवा क्विलोन येथे जहाज बदली करत असत. मारियन ओ'डोहर्टी यांच्या मतानुसार ठाण्यापेक्षा क्विलोनचा वापर अधिक केला जात असे.

ॲक्ट ऑफ थॉमस या पारंपारिक ख्रिस्ती साहित्यानुसार इसवी सन ५२ च्या सुमारास केरळ मधील मुझिरीस येथे सेंट थॉमस याचे आगमन झाले. धर्मप्रसाराचे कार्य केल्यानंतर इसवी सन ७२ च्या सुमारास मायलापूर येथे त्याचा मृत्यू झाला. हा ख्रिस्ती धर्मप्रसाराचा सर्वात प्राचीन पुरावा होता. वर उल्लेख केलेल्या फ्रिअर ओडोरिको आणि फ्रिअर जोर्दूनास यांच्या प्रवासवर्णनांवरून तेराव्या शतकाच्या उत्तरार्धात तसेच चौदाव्या शतकापासून ठाण्यामध्ये नेस्टोरियन ख्रिस्ती समुदाय वास्तव्य करून होता हे स्पष्ट होते. तसेच या काळात अनेक डॉमिनिकन आणि फ्रान्सिसन धर्मगुरू ठाण्याच्या सभोवतालच्या परिसरात धर्मप्रसाराचे कार्य करताना आपल्याला दिसून येतात. मिशनऱ्यांच्या या कार्याच्या संदर्भात प्रस्तुत काळातील उत्तर कोकणच्या अधिक अभ्यास होणे गरजेचे आहे.

महिकावतीची बखर आणि पुराभिलेखांतील पुरावे

आपण शोध घेत असलेल्या या तीन दशकांच्या कालखंडावर प्रकाश टाकण्याकरता आपल्याकडे एक मध्ययुगीन बखर उपलब्ध आहे. उत्तर कोकणच्या मध्ययुगीन इतिहासावर प्रकाश टाकणाऱ्या महिकावतीच्या बखरीचे सहा भाग आहेत. हे भाग इसवी सन सुमारे १४४८ ते इसवी सन १६०० या विविध कालखंडादरम्यान लिहिले गेले. वि का राजवाडे यांच्या मते ही बखर विविध लेखकांनी हस्ते पर हस्ते लिहिता लिहिता अखेरीस वसईच्या वालजी पाटील यांनी तिला पूर्ण रूप दिले. राजवाडे पुढे म्हणतात या बखरीत केवळ साहित्यिक त्रुटीच नाही तर शक संवत तसेच विक्रम संवताची नक्कल करण्यातही मोठ्या चुका झाल्या आहेत.

बिंब कुटुंब, नागराशा कुटुंब आणि इस्लामी राज्यपाल निका मलिक आणि त्याचे नायते यांच्या अधीनस्थांनी उत्तर कोकण, विशेषत: मुंबई प्रदेशावर सत्ता गाजवल्याचा इतिहास या बखरीत मांडला आहे. महिकावतीची बखरचे लेखक केशवाचार्य यांनी उत्तर कोकणातील, विशेषत: इस्लामी आक्रमणांमुळे मुंबई प्रदेशातील अशांत परिस्थिती आणि सामाजिक संकटांचे स्पष्टपणे वर्णन केले आहे. "सर्व कोंकणप्रांत म्लेच्छानी आक्रमण करून, येथून तेथून चोहीकडे सर्वत्र म्लेच्छावर्णा खाली पृथ्वी बुडून गेली. वर्णावर्ण वोळख नाहीशी झाली स्वकुळाची वास्तपुस्त कोणाच्या गावी हि राहिली नाही. क्षत्रियांनी राज्याभिमान सांडिला, शस्त्रे सोडिली व केवळ कृषिधर्म स्वीकारुन कित्येक निव्वळ कुणबी बनले, कित्येकांनी कारकूनवृत्ती आदरिली, कांहिक सेवावृत्ति अंगीकारून निभ्रांत शुद्र ठरले, शाणी कित्येक नष्ट होऊन नामशेष हि राहिले नाहीत. बहुत आचारहीन झाले. गोत्र, प्रवर, कुळस्वामी, कुळगुरु ह्यांची बहुतेकांस आठवण हि राहिली नाही. अशी ह्या तीन शें वर्षात भ्रष्टता माजली व महाराष्ट्रधर्म अज्जी बुडाला."

बखरीतील राजकीय स्थितीच्या वर्णनावर राजवाडे पुढील शब्दात चिकित्सा करतात, 'पाचपंचवीस शिलालेख व ताम्रपट, अमदाबादच्या सुलतानांच्या काही तवारिखा व पोर्तुगीजांची काही टिपणें त्या पलीकडे बखरीत ज्या काळाचा व स्थळाचा इतिहास दिला आहे किंवा अनुमेय आहे तत्संबंधानें एक ही साधन अद्याप प्रकाशांत आणलेले नाही.......... हे राजे इतके कोनाकोपऱ्यांतील आहेत की उपलब्ध झालेल्या तुटपुंज्या बहिःप्रमाणांत त्यांचा उल्लेख न आढळल्यास तेवढ्याने संशयाच्या डोहांत गटंगळ्या खात बसण्याचे कारण नाही. प्रस्तुत बखरीच्या प्रकाशनाने पृथ्वी वरील एका चिमुकल्या टापूंतील राजकीय हालचाली पहिल्यांदा च उजेडांत येत आहेत. त्यांचा पडताळा शोधून काढिला पाहिजे.... आणि इतकें हि करून जर बहि:प्रमाणे बाहेर आलीं नाहींत, तर प्रस्तुत बखरीतील हकीकतीला बहिःप्रमाणांची पुष्टि मिळत नाहीं म्हणून हताश झाले पाहिजे.'

केशवाचार्याने कथन केलेले बिंब घराण्याचे वर्णन चंपानेर ८५ या गुजरातमधील पाटण प्रदेशाच्या प्रदेशाचा राजा गोवर्धन बिंब याचा धाकटा भाऊ प्रतापबिंब याच्या मुंबईतील आगमनापासून सुरू पासून होते. प्रतापबिंब याने पैठणचा राजा भौम किंवा भूम याच्या दरबारात दोन वर्ष आश्रय घेतला होता. भौम याने दोन वर्ष त्याच्या सैन्याचे पालन पोषण केले. शक संवत १०६० मध्ये प्रतापबिंब याने कोकणावर आक्रमण केले. बखर पुढे असेही म्हणते की प्रतापबिंब याने यशवंत शेलार किंवा शिलाहार याच्यावर आक्रमण केले आणि त्यात त्याचा मृत्यू झाला. अशा रीतीने शिलाहार राजावंशाचा शेवट झाला. उपलब्ध पुराभिलेखीय पुराव्यांच्या निकषावर हे वर्णन टिकत नाही. या काळात प्रथम अपरादित्य हा ठाण्याचा राजा होता. प्रथम अपरादित्यानंतर इसवी

सन १२६० पर्यंत तब्बल आठ राजांनी सलग ठाण्याहून राज्य केलेले आपल्याला माहित आहे. तसेच यशवंत नावाचा कोणताही शिलाहार राजा आजवर आपल्याला माहित नाही. एक शक्यता अशीही आहे की राजवाड्यांनी वर्णन केल्यानुसार यातील शक संवताच्या नोंदीमध्ये चूक असावी. प्रत्यक्षात अकराव्या शतकातील काळाचे हे वर्णन नसून सोमेश्वराच्या मृत्यूनंतर शिलाहार राज्याची जी वाताहात झाली त्या काळातील या घटना असाव्यात. जैतुगी सारख्या राजाने तग धरलेला आपल्याला सांडोर या शिलालेखातून दिसून येतोच.

बखरीतील वर्णनानुसार प्रतापबिंबानंतर तब्बल ६५ वर्षे महीबिंब याने राज्य केले. (शक संवत १०६९- शक संवत ११४७) महीबिंबानंतर त्याचा मुलगा केशवदेव सत्तेवर आला. केशवदेवाला वारस नव्हता. त्यामुळे त्याच्या मृत्यूनंतर शक संवत ११५९ मध्ये जनार्दन प्रधान याने सत्ता काबीज केली. शक संवत ११६३ च्या सुमारास घणदेवीच्या नागरशाने बिंब घराण्याचा अंत केला. वि का राजवाडे यांच्या मतानुसार उपरोक्त वर्णन हे प्रथम अपरादित्य याच्या काळातील राजकीय संघर्षाचे असावे. विक्रमादित्य आणि हरिपालदेव यांच्यामधील शिलाहार राज्याचे विभाजन या पार्श्वभूमीवर वरील घटना तपासून पहायला हव्यात असे त्यांचे विधान आहे. भविष्यकाळात अधिक पुरावे प्राप्त झाल्यास बिंब घराण्याची ऐतिहासिकता त्या तथ्यांच्या आधारावर तपासून पाहता येईल.

उत्तर कोकणात नागरशाचे आगमन

केशवाचार्यानंतर त्याचा मुलगा त्रिपुरकुमार सत्तेवर आला. मात्र शक संवत ११९३ मध्ये देवगिरीचा राजा रामदेवराय याच्याशी हात मिळवणी करून त्याच्या मामांनी त्रिपुरकुमार विरुद्ध उठाव केला. केशवाचार्य याच्या वर्णनानुसार शक संवत १२४१ पर्यंत पुढील तीस वर्षे कोकणात नागरशा याने राज्य केले. अल्लाउद्दीन खिलजी याच्या आक्रमणानंतर रामचंद्र देव याच्या चार मुलांपैकी बिंबदेव याने नागरशाचा पराभव करून मुंबई प्रांत आपल्या ताब्यात घेतला. इसवी सन १२९४ ते १३०३ पर्यंत त्याने महिकावती, साष्टी आणि मुंबईवर राज्य केले. त्याचा मोठा मुलगा प्रतापाशा याने इसवी सन १३०१ पासून मुंबई प्रदेशावर राज्य केले.

नागराशा आता चौल, पेण आणि पनवेल प्रदेश आपल्या ताब्यात राखून होता. प्रतापशाला देवगिरीतून कोणतीही लष्करी मदत मिळणार नाही हे ओळखून नागराशाचा मुलगा त्रिपुरकुमार याने मुंबईचा ताबा परत मिळवला. नागरशानंतर त्याचा नातू द्वितीय नागरशा सत्तेवर आला (इसवी सन १३३२-१३४८). या बखरीनुसार, लाहुरशा हा त्याचा मुलगा मुंबई प्रदेशावरील शेवटचा हिंदू शासक होता (इसवी सन १३४८-१३५७). या काळात मोहम्मद बिन तुघलकाने निका मलिक याची कोकणचा राज्यपाल म्हणून नियुक्ती केली. त्याने प्रशासनाची जबाबदारी स्थानिक नायते अधिकाऱ्यांवर सोपवली. अशा रीतीने महिकावतीच्या बखरीमध्ये राजकीय घटना आणि काळ यांची सरमिसळ दिसून येते.

कोकणातील राजा रामचंद्रदेव याचा यादव शेवटचा शिलालेख शक संवत १२३३ - सु. इसवी सन १३११ मधील आहे. त्यानंतर पुढील पासष्ट वर्षे आपल्याला उत्तर कोकणातील राजकीय परिस्थिती परिस्थितीवर प्रकाश टाकणारा कोणताही पुराभिलेख मिळत नाही. आधीच वर्णन केल्याप्रमाणे दिल्लीमध्ये खिलजींचे राज्य संपून तुघलकांची सत्ता आली होती. हंबीरराव नावाच्या एका स्थानिक राजाचे तीन शिलालेखांमुळे आपल्याला कोकण मधील नवीन राजसत्ता आणि त्यामुळे झालेली राजकीय सामाजिक आणि धार्मिक स्थित्यंतरे दिसून येतात.

राजा हंबीरराव

हंबीरराव याचे आतापर्यंत रानवड (उरण), नागाव आणि मुंबई असे तीन शिलालेख प्राप्त झाले आहेत. त्यांच्या प्राप्ती स्थळावरून हंबीररावाच्या राज्याची व्याप्ती उत्तर कोकण, ठाणे आणि मुंबई परिसरात होती हे निश्चित आहे. परंतु कालक्रमानुसार या

तीन शिलालेखांमध्ये फक्त तीन वर्षांचा काळ दिसून येतो. रानवड आणि नागाव हे दोन्ही शिलालेख इसवी सन १३६६ मधील आहेत तर मुंबईतील देवनार शिलालेख १३६७-१३६८ मधील आहे. सुदैवाने तीनही लेखांमध्ये मजकूर प्रदीर्घ मजकूर असल्याने तत्कालीन समाज, राजव्यवस्था आणि प्रशासन समजून घेता येते. नागाव शिलालेख हा त्याच्या कारकिर्दीतील सर्वात पहिला लेख आहे. वि भि कोलते यांनी डोंबिवली शिलालेखाबाबत लिहिताना वाघरण येथील हंबीररावाच्या शिलालेखाबद्दल एक त्रोटक उल्लेख दिलेला आहे. वाघरण हे गाव रायगड जिल्ह्यातील अलिबाग तालुक्यात आहे. मात्र याबाबत कोणतेही संशोधन, यथादृष्ट प्रत किंवा छायाचित्र उपलब्ध झाल्याने त्यावर अधिक भाष्य करता येत नाही.

कोण होता हंबीरराव?

हंबीरराव याच्या तीनही शिलालेखात त्याला पश्चिमसमुद्राधिपति आणि श्रीमत्यप्रौढिप्रतापचक्रवर्ति या पदव्यांनी संबोधले आहे. या पदव्या पूर्वी शिलाहार आणि यादव राजांनी भूषवलेल्या दिसून येतात. तसेच शिलालेख असल्याकारणाने त्याच्या पूर्वजांचे वर्णन येत नाही. परंतु या व्यतिरिक्त त्याच्या राजघराण्याचा विशिष्ट उल्लेख नाही. त्यामुळे त्याच्या घराण्याची ओळख पटवता येत नाही. त्याच्या तीनही शिलालेखात पश्चिमसमुद्राधिपति रायकल्याणविजयराज्ये, श्रीमत्यप्रौढिप्रतापचक्रवर्ति, महाराजाधिराज समस्त राजावली समलंकृत, माहाराजाधिराज श्री हंबि(रु)राऊँ अशा विविध प्रकारच्या पदव्यांचे वर्णन आले आहे.

राजा की मांडलिक?

परंतु अलीकडेच उपलब्ध झालेल्या मुंबईतील देवनार (BARC) येथे उपलब्ध झालेल्या शिलालेखामध्ये त्याने सुलतान पिरोज (फिरुझ) तुघलक याचे वर्चस्व मान्य केलेले दिसून येते. इसवी सन १३६७ च्या सुमारास त्याने फिरोज तुघलकाचे मांडलिकत्व मान्य केले असावे. या पश्चात त्याचे कोणतेही शिलालेख सध्यातरी उपलब्ध न झाल्याने त्याची कारकीर्द पुढे किती काळ चालली होती हे सांगता येणे शक्य नाही. भविष्यात वाघरण शिलालेखाबद्दल काही तपशील प्राप्त झाल्यास यावर प्रकाश पडेल.

पुराभिलेख हे बदलत्या काळातील सामाजिक, राजकीय आणि धार्मिक परिवर्तने समजण्याचे एक उत्तम साधन आहे. शिलाहार आणि यादव लेखात काळाचा उल्लेख करताना शक संवताचाच वापर झालेला आपल्याला दिसून येतो. मात्र हंबीरराव यांच्या तीनही लेखात पारंपारिक शक संवत्सराबरोबरच आता हिजरी कालगणनेचा वापर दिसून येतो. पूर्व मध्ययुगीन कोकणातील हिजरी कालगणनेचा पुराभिलेखातील हा सर्वात प्राचीन उल्लेख आहे. ही प्रथा कोकणात सुलतानशाहीच्या प्रवेशामुळे इस्लामी कालगणनेच्या लोकप्रियतेचा परिणाम होती किंवा तुघलक सुलतानांच्या अधिपत्याचा स्वीकार करण्याचा थेट परिणाम होता का, हे सांगता येत नाही.

क्रयपत्र - धर्माधिपत्र - शासनपत्र

प्रशासकीय दृष्ट्या आपल्याला तीनही लेखांमध्ये काही वैशिष्ट्यपूर्ण संबोधने दिसून येतात. तिन्ही शिलालेखांचा उद्देश वेगळा आहे. रानवड शिलालेखात उरणजवळील पडिवसे येथील समुद्रकिनारी काही जमिनीच्या विक्री कराराची नोंद आहे. या विक्री कराराला 'क्रयपत्र' असे संबोधित करण्यात आले आहे. नागाव शिलालेखाला 'धर्मादिपत्र' म्हटले आहे. डब्ल्यू. डिओडेरेट आणि शं गो तुळपुळे यांनी या शिलालेखाच्या उद्देशाचे वेगवेगळे वाचन दिले आहे. देवनार (बीएआरसी) शिलालेखाला 'शासनपत्र' असे म्हटले आहे.

अरिसिही प्रभू

राजा हंबीरराव याचे तीनही शिलालेख त्याचा मुख्यमंत्री (महाअमात्य) अरिसिही प्रभू याची नोंद करतात. त्याला 'सर्वव्यापरी' असेही संबोधले आते. 'तंनिरोपित' हा शब्द सूचित करतो की त्याची नियुक्ती स्वतः राजाने केली होती. रानवड आणि नागाव शिलालेखात त्याला 'राजाचा प्रधानु' असे म्हटले आहे. त्याचा सिहि प्रो असाही उल्लेख केला आहे. शैलेंद्र भांडारे यांच्या मते 'प्रो' हा प्रत्यय कदाचित 'पुरो' या संज्ञेपासून निर्माण झाला आहे. हे विधान वि का राजवाडे यांनी दिलेल्या स्पष्टीकरणावर आधारित आहे.

हासण नायक दलवै आणि त्याचे सहकारी

राष्ट्रकूट काळापासून उत्तर कोकणामध्ये ताजिक अरब राज्यपाल नेमण्याची परंपरा आपल्याला दिसून येते. राष्ट्रकूट राजा तृतीय इंद्र याच्या चिंचणी ताम्रपटात ताजिक सहियाराहाराचा मुलगा आणि संजाणचा राज्यपाल मधुमती सुगतिप (मुहम्मद सुबुक्ता याचे अरबी रुपांतर) याचा उल्लेख आहे. कदंब यांच्या ताम्रपटातील अरबांच्या उल्लेखाचे यापूर्वीच वर्णन आले आहे. कोपराड शिलालेखात कोपराडच्या आजूबाजूच्या प्रदेशाचा महमूद हा प्रशासक होता. त्याला प्रोस्ताहि म्हटले आहे. यादवकालीन शिलालेखांमध्ये या प्रशासकीय संज्ञा वारंवार आढळून येतात. महमूद ज्या भागाचा राज्यकारभार पहात होता तो भाग कान्हरदेव याच्या ताब्यात होता.

लवकरच आलु नाखवा आणि नासीररायसारख्या स्थानिक मुस्लिम राजांनी उत्तर कोकणावर राज्य केले. हंबीररावाच्या नागाव आणि देवनार (BARC) शिलालेखांवरून असे सूचित होते की मुस्लिम अधिकारी आता लष्करप्रमुख (दलपती/दलावई) सारख्या महत्त्वाच्या पदांवर विराजमान झाले होते. त्यांच्या हाताखाली कनिष्ठ प्रशासकीय तसेच लष्करी अधिकारी देखील होते.

कुसणाक हा हासण नायकाने नियुक्त केलेला (तंनिरोपित) अष्टागार प्रांताचा प्रशासक होता. देउप्रो हा हासण नायकाचा सेणवई (देऊप्रो सणवै) होता. देवनार (BARC) शिलालेखानुसार, हासण नायकाला मरोळच्या प्रशासकीय विभागात असलेले नानाळे हे गाव बक्षीस स्वरुपात मिळाले (मरोंल षापणे प्रतिबंद नानाळें ग्रामु--- हासण नाऐकाया बकशि देत). दुर्दैवाने भग्न शिलालेखामुळे, या गावाच्या सीमा, हासण नायकाचे विशेषाधिकार यासारखे पुढील तपशील गमावले गेले आहेत. भेट म्हणून दिलेले हे जमिनीचे दान (बकशि) त्याच्या चांगल्या सेवेच्या बदल्यात होते की त्याच्या तनख्यासाठी होते हे सांगता येत नाही.

कोकणातील मशिदींचे बांधकाम आणि देखभाल

बदलत्या राजकीय परिस्थितीमुळे उत्तर कोकणातील सामाजिक-धार्मिक जीवनात बदल घडून आले. स्थानिक मुस्लीम लोकसंख्येच्या वाढीसह, मशिदींची वाढती उदाहरणे तसेच त्यांच्या देखभालीच्या नोंदी आढळतात. हंबीररावाच्या नागाव शिलालेखात (इसवी सन १३६७-६८) चिचवळी (चिचावली) गावात मशीद (मिजिगिति) बांधल्याची नोंद आहे. त्यात अधिकारी कुसनाकू आणि देउप्रो यांच्यासह मुख्यमंत्री सिहाप्रो (सर्वव्यापारी, रायाचा प्रधान) याच्या नेतृत्वाखालील हंबीररावाच्या अधिकाऱ्यांच्या गटाने दिवाबत्तीची तरतूद केली आहे. सत्तर वर्ष आधी आगास (आगाशी) येथील एका मशिदीचा (मिजिगिति) उल्लेख यादव राजा रामचंद्र देव याच्या काळातील कोपराड शिलालेखात (शक संवत १२१९) दिसून येतो.

हंबीरराव आणि रानवड (उरण) शिलालेख (हिजरी युग ७६६-शक संवत १२८७-इसवी सन १३६६)

सध्या रानवड (उरण) येथील सिद्धिविनायक मंदिरात सिद्धिविनायकाच्या मूर्तीच्या मागे ही शिळा जतन केलेली आहे. एका विशिष्ट कोनात ठेवल्याने या शिलालेखाचे छायाचित्रण करणे अवघड झाले आहे. हा एक गद्धेगाळ प्रकारचा लेख आहे. यातील

भाषा मराठी आणि काळ १२ जानेवारी १३६६ असा आहे. हा शिलालेख हिजरी आणि शक या दोन्ही कालगणनेत नमूद केलेला आहे. हंबीररावाच्या नंतरच्या शिलालेखांमध्ये हा प्रघात आढळतो. शिलाहार राज्य लयाला जाऊन आता एक शतकाहून अधिक काळ उलटला होता परंतु उत्तर कोकणाची राजधानी श्रीस्थानक हीच होती. (श्रीस्थानक नियुक्त ठाणे कोंकण हंबिरुराऊ राज्यं त्र्कोती) (सर्वभा(रि) अरिसिहि प्रभु तंनिरोपित उरणे आगरे अधिकार्य)

शिलालेखात अरी-सिंहई-प्रभू, याचा मुख्यमंत्री असा चार वेळा उल्लेख आहे. 'महामात्य आणि सर्वभारी' अशा त्याच्या पदव्या आहेत. उरणच्या आसपासच्या भागाचा कारभार त्याने सांभाळला. प्रस्तुत शिलालेखाचा उद्देश उरणजवळील पडिवसे येथील समुद्रकिनारी असलेल्या जमिनीचे दान नोंदवणे हा आहे. शिलालेखाच्या शेवटी रमादेकांत उपाध्ये, कामकांत काउळे, महादू म्हातारा, पाडी म्यातारा, आईमाकाकुमालू म्हातारा इत्यादी साक्षीदारांची यादी आहे. महत्तर, म्हातारा यांचे म्हात्रे या आडनावामध्ये रूपांतर झाल्याचे दिसून येते. ही नावे ठाण्याच्या अनेक उत्तरकालीन शिलाहारांच्या शिलालेखांमध्ये आढळतात. स्वामीदेवभट वर्तक यांचेही नाव नोंदवलेले आहे परंतु भाषेच्या अस्पष्ट स्वरूपामुळे त्याचा संदर्भ निश्चित करता येत नाही. मो ग दीक्षित यांनी या शिलालेखाचे छायाचित्र दिलेले नाही.

रानवड (उरण) शिलालेख

१. ओं स्वस्ति श्री ईजरत ७६६ सकुसावतु १२७८ विश्वासु सवं
२. त्सरे अन्तर्गत माघ शुध प्रतिपदापुर्वकं समस्तराजावळिसळंकित
३. स्त्रिठिशुर्कनाणुये राजसां पश्चिमसमुद्राधिपतिरायंकल्लाणविजयराज्ये
४. श्रीस्थानक नियुक्त ठाणे कोंकण हंबिरुराऊ राज्यं त्र्कोती महा अमात्या
५. सर्वभा अरिसिहि प्रभु तंनिरोपित उरणे आगरे अधिकार्य ईत्यादि विव-
६. व्वर्तक तस्मिनकाळे प्रवर्तमाने सति त्र्कयपत्रांगमभिलिक्षते यथा उ-
७. रण आगरें पडविसे ग्राम वास्ततव्य तस्मिं तटे परक्षेत्र सिमुकंतासुत आ
८. जळकेळि समुद्रिं अरिसिही प्रभु सयुक्ता त्र्कयें दश सवृक्षमाळाकुळस्व-
९. सिमापर्यंत पर्वमुनिगंधाभ्यांतरग्रह छरिगण समेत्यं राहाट ६ निरंमि
१०. वाडित्र्कमें आ जळ कंति सिहिप्रभु त्र्कये ६ शनम्यो परित्र्कया-मयतेच्या
११. व्रिविसेम ठाकरे सिअईनाकाइनेंयि आरि शतं द्राम आजळ कं नारो
१२. कृपातळिं क्रोनि त्र्को-या अंत्राक्ष स्वामिदेवभट वर्त्तक माईदेकंतमळ
१३. .... डि विठळे मठ पडविसे माईदेकं नयियकं रविजक तथा ज्यळउं म्हा
१४. ळे कामकंत काउळे रामदेकंतं उपाध्ये, कान्हुराअतुमं म्हतारा, माहादु
१५. म्हंतारा पदि म्यतारा आईमककुमाळु म्हतारा ....
१६. .... प्रात पुण्यार्था लिखितं मा
१७. हादेवे हं मिळी ल तेहेवां ही पाडारि सिहीप्रभु भियवळि अठि पतां २
१८. धरमकार्यांत सोळा जागी घातळी--उपजु ....
१९. ममकंम परिक्षीजां तवं वमसभुवान | याहं कर छम्मोम्मीमंम

२०. धर मोही पाळति .....श्री. श्री.......

२१. ....

२२. ....

हंबीरराव आणि नागाव शिलालेख (हिजरी युग ७६९-शक संवत १२८९ - इसवी सन १३६७-६८)

नागाव येथील भीमेश्वर मंदिराच्या पायऱ्यांमध्ये ही शिळा बसवली आहे. सुरुवातीच्या तीन ओळींनंतर शिलालेखाची भाषा मराठी आहे. शिलालेखातील मजकुराला 'धर्माधिपत्र' असे म्हटले आहे. कुलाबा गॅझेटियरने सर्वप्रथम या शिलालेखाचा उल्लेख केला आहे. नंतर वि का राजवाडे यांनी त्याचे वाचन केले. डब्ल्यू. डिओडेरेट यांनी या शिलालेखाचे वाचन आणि इतर तपशील १९२८ मध्ये प्रकाशित केले. शं गो तुळपुळे यांनी या शिलालेखाचे अंतिम वाचन केले. डब्ल्यू. डिओडेरेट आणि शं गो तुळपुळे यांनी दिलेल्या वाचनात तफावत आढळून आली आहे, त्यावर पुढे चर्चा केली जाईल.

इतर दोन शिलालेखांप्रमाणेच याही लेखात हिजरी आणि बृहस्पती संवत्सर या दोन्ही कालगणनांमध्ये ही तारीख नोंदवली गेली आहे हे लक्षात घेणे महत्वाचे आहे. हंबीररावाच्या अधिपत्याखालील भागाला खास 'ठाणे कोकण' असे संबोधले जात असे. इसवी सन १३४० च्या सुमारास कोकणाला भेट देणारा इब्न बतूता देखील या भागाला 'कोकण-ताना' असेही म्हणतो. प्रस्तुत लेखातही यादव राजांप्रमाणे हंबीररावाला 'श्रीमत्यप्रौढिप्रतापचक्रवर्ति माहाराजाधिराज' या पदव्या देण्यात आल्या आहेत. त्याला 'ठाणे नियुक्त' असेही म्हटले आहे. जर हंबीररावाला यादव राजांप्रमाणे पदव्या दिल्या गेल्या आहेत तर त्याला ठाण्याकरिता नियुक्त केले गेले आहे असे का बर म्हटले गेले असावे? त्याला ठाण्याकरता नियुक्त करणाऱ्या व्यक्तीचे नाव प्रस्तुत लेखात दिलेले नाही. एका वरिष्ठ व्यक्तीने अशी नियुक्ती करायची असते कोणीही स्वतःची विशिष्ट क्षेत्राचे प्रशासक म्हणून नियुक्ती करू शकत नाही.

डब्ल्यू. डिओडेरेट याच्या मते सिहीप्रो याने काही आगरी व्यक्तींच्या समूहाकरिता केलेल्या एका विश्वस्त मंडळाची नोंद करणे हा आहे. या व्यक्तींवर काही बागांच्या देखभालीची जबाबदारी होती. त्यांना झाडे लावायची होती. डिओडेरेट यांनी पुढे सुचवले की हे धर्मादाय दान असल्याने ते भीमेश्वर मंदिराच्या पायऱ्यांवर नोंदवले गेले. मंदिरातील फळे, पाने आणि फुले देवतेच्या पूजेसाठी वापरायची होती. तुळपुळे यांच्या मते शिलालेखात दोन कृत्यांची नोंद आहे. चिचावळी गावात मशिदीचे (मिजिगिती) बांधकाम आणि त्यात दिव्यांची तरतूद मुख्यमंत्री सिहि प्रो (सर्वव्यापारी, रायाचा प्रधानु), आठगर (अष्टागर) चे प्रभारी अधिकारी यांच्या नेतृत्वाखालील हंबीररावांच्या अधिकाऱ्यांच्या गटाने केल्याची पहिली नोंद आहे. सिहि प्रोचे नियुक्त अधिकारी कुसानकू आणि हासण नायक (हासणनाक) चे सेनापती देउप्रो यांचा ही समावेश होता.

दुसऱ्या कृत्यात सिहि प्रोने नागवे आगर येथून कातिळवाडी आणि नरडे कावळे यांच्याकडून एक भाटाळी या दोन फळबागा प्रत्येकी १६० द्रम आणि ४० द्रम इतक्या किमतीला विकत घेतल्या. त्याने एकूण २०० द्रम स्थानिक तिजोरीत (कोश) जमा केले. ही रक्कम पुढे स्थानिक आगरींमध्ये वितरीत केली गेली जे कदाचित पूर्वीचे अष्टागराचे मालक होते (बाळगोळिं वाटूनि घेतल्या). वर उल्लेखिलेले भूखंड सिहिप्रो याला विकण्यात आले. कारण त्यांचे आता कोणी वारस नव्हते. यानंतर शिलालेखात नमूद केलेल्या व्यवहारांची साक्ष करण्याची जबाबदारी संबंधित अठरा साक्षीदारांची होती. असे शिलालेखात नमूद करण्यात आले आहे. हा सिहप्रोचा 'धर्म' होता, जो सर्वांनी पाळला पाहिजे. (हामु समथि प्रतिवा) (कोण्हि दातारू ठमटेळित गुंती करि तर समथिं आगरिचांई समग्रि प्रतिपावे वा(रवं) हामु सिहि प्रोचा नितीरु समथि आगरिचांई समग्रि प्रतिपावे) यावरून शिलालेखाचे शीर्षक 'धर्माधिपत्र' असे स्पष्ट होते. तत्कालीन प्रचलनाप्रमाणे जमिनीच्या चतु:सीमा पुढीलप्रमाणे नमूद केल्या होत्या.

पुर्व दिसे नाउ म्हातारेआचि वाडि – पूर्वेला नाउ म्हाताराची वाडी

उतरदिसे चोरलेवाडि – उत्तरेस चोरलेवाडि

पषसिम दिसे पठिआरवाडि – पश्चिमेस पठिआरवाडि

दसिण दिसे कोणिष्ठिआचि वाडि – दक्षिणेस कोणिष्ठिआचि वाडि

म्हैरू महामदा, दाऊवर आया आणि हाजी दाऊवर आया ही स्थानिक मुस्लिम लोकांची नावे आहेत. त्यांचा साक्षीदार म्हणून उल्लेख आहे. यांच्यावर सिहि प्रोने बांधलेल्या मशिदीच्या देखभाल आणि दिवाबत्तीची जबाबदारी सोपवलेली दिसते. हा शिलालेख केवळ कोकणातील मुस्लिम समाजाचे वास्त्यव्य दर्शवत नाही तर मशिदीचे बांधकाम आणि देखभाल यासारख्या मुस्लिम परंपरा तसेच पुरातन मराठी शिलालेखातील जमेत-लोकसंख्या यासारख्या अरबी शब्दांचे मिश्रण देखील दर्शविते. हे उत्तर कोकणातील बदलत्या काळाचे खरे निदर्शक मानले जाऊ शकते.

नागाव शिलालेख

१. छ स्वस्ति श्री हिजरत ७६९ सकु संवतु १२८९ पळवंग संवसरे आद्येअ

२. श्रीमत्यप्रौढिप्रतापचक्रवर्ति माहाराजाधिराज श्रीहंबिरुराओ

३. ठाणें कोकण राज्यं क्रोति सत्ये तस्मिन काळे प्रवर्तमाने धरमादि

४. पत्र ळिखिते यथा सर्वव्यापारि सिहि प्रो तंनिरोपित आठागर आधि

५. कारिआ कुसनाकु हासणनाकाचा सैणवे देउप्रो पहोन्ह वेळित सं

६. मंध चिचावळित्रामपैकि तेथिळ मिजिगिति सिहि प्रो केळि तेथे मरंगी

७. द्या ळावेआळागी आठागरसमंध मुष्य नागवे आगरुपैकि कातळवाडि

८. १ नारदे कवळिआपैकि भाटाळि १ उभै वाडिआ २ ससिम फळभोगास

९. हिते श्रीरायाजा प्राधानु सिहि प्रो विकति (रि) सडाउनि चिचावळियेचिये मिजिगि

१०. तिवर मीघा तळिया कातिळवाडी विक्रिता द्रामा १६० नारदे कवळिआ जि

११. ये भाटाळैये विक्रिता द्रम ४० उभै वाडिआ २ विक्रिता दामा सतें २००

१२. हे दाम वरतकु कोश कवळिआ मुष्य करुनि समथि आगरियां समागित

१३. डिळि धाकुटा बाळगोपाळिं वाटूनि घेतळे आठी आघाटातु वाहनाहि वाडि

१४. आ दातारें हिन करूनि जाळिआ म्हाणौनि समथि आगरिचां सहानि व्रि

१५. किळि ते गुति कैवाह सोडवुनि सिहि प्रो ळागौनि वाडिआ विकिळिआ हे

१६. वाडिआ कोण्हि दातारू ठमटेळित गुंती करि तर समथिं आगरिचांई समाग्रि प्रतिपाळावे

१७. वा(रवें) हा धरमु सिहि प्रोचा नितीचरु समथि आगरिचांई समाग्रि प्रतिपाळावे

१८. (वा)डिआचि जमेति सवारा जेतुकें आगर सोई झाडांते पावे तेतुकें आगारेचेआ प्र

१९. झाडाचेंचि रोपउवा वाडि सीहिप्रो सासनविषये भोगवावि हा धरमु समथि प्र

२०. तिपाळावा आघाटाणें पुर्व दिसे नाउ म्हातारेआचि वाडि उतरदिसे चोरलेवाडि पष

२१. सिम दिसे पठिआरवाडि दसिण दिसे कोणिष्ठिआचि वाडि ऐसि आघटणें चि

२२. आरि निवारति आदिपाळक वरतकु कोश कवळिआ पोगुनाकु रामदेओ

२३. वेद म्हातारेआचा धरमुदेओ विभु म्हातारेआचा वाउरे पैकि कावंदेओ कपाटे

२४. आ अधोयारि सोम्हाळ म्हातारा राउत नागदेओ भाई दार्शु जसदे सेठि

२५. साकु म्हातारा वाइदेओ कावंदे म्हातारा सवद म्हातारा गोरु म्हातारा सा

२६. जकार सोमदेओ जोनदेओ वारैकरु वरतकु भुपळ पाटैळु नाभळा पाटैळु नाभळा पाटैळु

२७. वैजकरु हे जन १८ मुष्य करुनि समथिं प्रतिपाळावे अप्राशे सासि ना

२८. गावु जमतेपैकि म्हैरु माहामदु दाउवार आया हाजि दाउवार आया

हंबीरराव आणि देवनार (BARC) शिलालेख (हिजरी युग ७६९-शक संवत १२९०-इसवी सन १३६७)

हंबीररावाचा तिसरा आणि शेवटचा उपलब्ध शिलालेख भाभा अणुसंशोधन केंद्र, देवनार, मुंबईच्या परिसरात सापडला. कालांतराने त्याचे वाचन प्रकाशित करण्यात आले. शैलेंद्र भांडारे यांनी प्रस्तुत शिलालेखाचे समीक्षात्मक मूल्यमापन केले आहे. ही शिळा तिरपी तुटलेली आहे. या कारणास्तव कोरीव लेखाचा एक महत्त्वाचा भाग नष्ट झाला आहे. त्यामुळे हा लेख गद्धेगाळ प्रकारचा होता का हे सांगता येणे शक्य नाही. मात्र उर्वरित नागरी लेख अतिशय सुस्पष्ट कोरलेला आहे. लेखाची भाषा मराठी आहे. रानवड आणि नागाव लेखाप्रमाणेच प्रस्तुत लेखातही काळाचे उल्लेख हिजरी युग तसेच शक संवतात दिलेला आहे. (इजरत ७६८ रविलऔअल चंदु १० (रबी-उल-अव्वाल चांद्र महिन्याचा दहावा दिवस). शैलेंद्र भांडारे यांनी निदर्शनास आणून दिले आहे की रविलऔल हे रबी-उल-अव्वल महिन्याचे स्थानिक रूप आहे. शक संवतात मंगळवार, कार्तिक शुद्ध बारा, १२९० असा काळ नोंदवला आहे. शैलेंद्र भांडारे यांनी या दोन्ही तारखांचे ग्रेगोरियन कालगणनेत रुपांतर करताना होणारी तफावत निदर्शनास आणून दिली आहे. हिजरी युगानुसार ही तारीख २ नोव्हेंबर इसवी सन १३६७ तर शक संवतानुसार २४ ऑक्टोबर १३६८ अशी येते. लेख भग्न अवस्थेत असला तरी अवशिष्ट मजकुरातील उत्तर कोकणातील तत्कालीन राजकीय परिस्थितीचे उत्तम आकलन होते. हंबीरराव याला माहाराजाधिराज श्री हंबि(रु)राऊँ असे संबोधिले आहे. तसेच या लेखात त्याला फक्त माहाराजाधिराज म्हटले आहे. रानवड आणि नागाव लेखाप्रमाणे त्याला प्रौढप्रतापचक्रवर्ति अथवा पश्चिमसमुद्राधिपति म्हटलेले नाही. तुघलक सुलतान फिरुझ शाह (इसवी सन १३०९-१३८८) याचे हंबीरराव याने पत्करलेले मांडलिकत्व हे कारण असावे. हंबीरराव याला सुलतान फिरुझ तुघलक याचा 'तत्पादपद्मोपजीवि' म्हटले आहे. तर फिरुझ तुघलक याला 'श्री' ही उपाधी असून तो 'ढिलि' (दिल्ली) वर राज्य करीत आहे असा उल्लेख आहे (पातसाह श्रीसुलतानुं पेरोजसाहा ढिलि राज्यें करोति). लेखातील मजकुरानुसार त्याला शासन पत्र म्हटले आहे. ओळ क्र. ८-९ मध्ये 'मरोंल षापणे प्रतिबंद नानाळें ग्रामु १ दत्तां ----- दलवै हांसण नाऐकांया बकशि देत' असा उल्लेख आहे. याचा अर्थ हासण नायक जो हंबीरराव याच्या सैन्याचा दलवई म्हणजेच सेनापती होता, त्याला मरोळ प्रशासकीय विभागातील नानाळे नावाचे एक गाव बक्षीस मिळाले. या लेखात काही गावांचे उल्लेख आहेत. ही गावे आजही त्याच नावाने मुंबईमध्ये अस्तित्वात आहेत.

मरोळ

मरोळ हे मुंबईचे उपनगर आहे. त्याला प्रस्तुत लेखात षापणे म्हणजेच प्रशासकीय विभाग असे म्हटले आहे. महिकावतीच्या बखरीत ज्या विविध स्थळांची नावे दिली आहेत त्यापैकी एक मरोळ आहे. बिंब राजाने स्थापन केलेल्या बिंबस्थानामध्ये १५ महाल आणि ९ गावे समाविष्ट होती. एका महालाला मरोळ म्हणत. रखमाजीराव, हंबीरराव, कान म्हातार्याचा मुलगा, कुंद म्हात्रा,

जिवाजी यांना 'देसले किंवा देसये' म्हणून बखरमध्ये संबोधिले आहे. रखमाजीरावांनी मरोळ खापणे, त्यात बावीस गावांचा समावेश केला. रखमाजीरावांच्या अखत्यारीत २२ गावांचे मरोळ खापणे होते.

नानाळे

बक्षीस दिलेल्या गावाचे नाव नानाळे होते. राजवाडे यांनी महिकावतीच्या बखरीच्या प्रस्तावनेत मरोळ मधील ६६ गावांच्या महसूलसंबंधी एक यादी दिली आहे. त्यात क्रमांक ३४ मध्ये नानाळेचा उल्लेख आहे. भाभा अणुसंशोधन केंद्राचा विस्तार करताना हे गाव कदाचित ताब्यात घेतले गेले.

देवनार

प्रस्तुत लेखात ज्या साक्षीदारांची नावे नोंदवली आहे त्यापैकी एकाचे नाव देवनारेकरू असे आहे. ही व्यक्ती देवनार येथे राहणारी असावी.

या लेखात साष्टीच्या प्रशासनासंबंधी काही महत्त्वपूर्ण उल्लेख आढळतात. सासठी किंवा साष्टी याचे प्राचीन रूप अभ्यंतरषटषष्टी म्हणजेच ६६ गावांनी युक्त प्रदेश असे होते. श्रीस्थानकाच्या शिलाहारांच्या अनेक लेखांमध्ये अभ्यंतरषटशषष्टीचा उल्लेख आहे. राजा मुम्मुणी याच्या ठाणे ताम्रपटात मुलुंद (मुलुंड) आणि वोरियल या गावांचा अभ्यंतरषटशषष्टीमध्ये समावेश होता असा उल्लेख आहे. दिनेशचंद्र सरकार यांच्या मते खंपणक म्हणजे एक छोटा प्रशासकीय विभाग होता. मात्र या लेखातील सर्वात महत्त्वाचा उल्लेख म्हणजे राजा हंबीरराव राज्य करीत असलेल्या प्रदेशास 'ठाणेकोंकणमाहीमबिंबस्थान' असे म्हटले आहे. महिकावतीच्या बखरीमध्ये दिलेल्या संदर्भाला यामुळे स्पष्ट पुष्टी मिळते. व्ही बी कोलते यांनी नासिररायाच्या अंधेरी शिलालेखातील राज्याचे वर्णन 'वेळाउळ-महाहिंदोस्ताने' असे केले आहे. शैलेंद्र भांडारे यांच्या मतानुसार हा शब्द 'माहीमबिंबस्थान' असा असावा. या लेखात सासाठी म्हणजेच साष्टी प्रदेशातील अधिकाऱ्यांकरता एक आदेश नोंदविला आहे. मरोलकरू देसिला, देसिला देउ ठाकुरू, देवनरेकरू राउं म्हाता(रा) यांना साक्षी म्हटले आहे. या उपरही अजून काही नावे असण्याची शक्यता होती मात्र हा मजकूर आपण कायमचा गमावला आहे.

देवनार (BARC) शिलालेख

शैलेद्र भांडारे यांनी प्रस्तुत लेखाचे वाचन पुढील प्रमाणे दिले आहे.

१. ॐ ॥ स्वस्ति श्री इजरत ७६९ सालिवाहन शकु सवंतु १२९० वर्षी किलक सवंस
२. रे । रविलऔअल चंदु १० कार्तिक सुद्ध १२ भोमे पातसाह श्री सुलतानुं पेरोज
३. साहा ढिलि राज्यें करोति तत्पादपद्मोपजीवि । माहाराजाधिराज श्री हंबि(रु)
४. राॐ। ठाणेकोंकणमाहिमेबिंबस्थानें राज्यं करोति सत्ये तस्मिन काले (प्रव)
५. र्त्तमाने सासन पत्र लिष्यते यथा तंनिरोपित सर्ब व्यापारि सिह प(र)..
६. हरदे प्रो तथा ()गारिए हरदे प्रो सासठी वलिस्वा[/स्था]धिकारिआ (ये)...
७. वलि । मरोंल षापणे प्रतिबंद नानाळें ग्रामु १ दत्तां धि(प)...
८. ह दलवै हांसण नाऐकांया बकशि देत ॥ श्री हं(बि)...
९. लावें दलवै षांभु कराया जातपर्यांत षावें ग्रामु हे[/दे]...

१०. अत्रार्थसाक्ष ॥ मरोलकरू देसिला उंब...

११. देसिला देउ ठाकुरू । तथा देसिला (सो?)...

१२. करू जोक्ष x रू x सारकरू यां...

१३. देवनरेकरू राउं म्हाता(रा)...

१४. x म्हातारा मा...

१५. रू पा...

नासिरराय, हामा राणा, आलुनाका राणा आणि अंधेरी शिलालेख (शक संवत १२९९-हिजरी युग ७७९-इसवी सन १३७७)

हंबीरराव याच्या इसवी सन १३६७ मधील देवनार (BARC) शिलालेखानंतर पुढची दहा वर्षे कोणताही कोरीव लेख उपलब्ध नाही. आजवर आपण उत्तर कोकणातील राष्ट्रकूट, शिलाहार, कदंब आणि हंबीरराव सारख्या स्थानिक राजांनी नियुक्त केलेले इस्लामी अरब अधिकारी पाहिले आहेत. परंतु आता सर्वप्रथम इसवी सन १३७७ मध्ये हामा राणा याचा मुलगा आलुनाका राणा या मुसलमान स्थानिक राजाची माहिती मिळते. हा शिलालेख १९६९ साली मुंबईच्या उपनगरातील अंधेरीच्या तेली गल्लीमध्ये खोदकाम करताना सापडला. हा परिसर पूर्वी गुंदवली म्हणून ओळखला जात असे. व्ही बि कोलते यांनी या लेखाचे वाचन केले. आता या शिलालेखाचा ठावठिकाणा मिळत नाही.

शिलालेखात नोंदलेली तारीख रविवार,भाद्रपद वद्य १२, पिंगळ संवत्सर, शक संवत १२९९ आहे. तसेच नवीन प्रथेप्रमाणे हिजरी युग ७७९ म्हणून नोंदवले गेले आहे. ही तारीख रविवार, ३० सप्टेंबर १३७७ अशी आहे. शिलालेखाच्या जीर्ण अवस्थेमुळे लेखाचा उद्देश निश्चित करता येत नाही. हंबीररावाप्रमाणे याही लेखात नासिररायाने आपल्या घराण्याबद्दल कुठलीही माहिती दिलेली नाही. त्याला फक्त ठाणे कोकणचा राजा (श्रीमत ठाणें कोंकण (स)मस्तभुवनाश्रयश्रिप्रिथिविवल्लभमहाराजाधीराजश्रीनासिरुराऐ) असे म्हटले आहे. हंबीरराव याच्या देवनार (BARC) लेखात 'ठाणे कोकण माहीम आणि बिंबस्थान' असा अतिरिक्त उल्लेख सापडतो.

कोण होता नासिरराय?

हे लक्षात घेणे महत्वाचे आहे की सुलतान फिरुझ इसवी सन १३८८ मध्ये त्याच्या मृत्यूपर्यंत दिल्लीतून राज्य करत होता. सुलतान फिरुझने त्याचे पुत्र फतेह खान आणि जफर यांना सह-शासक म्हणून नियुक्त केले होते. फतेह खान याचा मृत्यू इसवी सन १३७६ मध्ये झाला आणि जफर याचा मृत्यू हिजरी युग ७७३ -इसवी सन १३७६ मध्ये झाला. जफर आपल्या वडिलांसोबत संयुक्तपणे राज्य करत असताना, सुलतान फिरुझचा धाकटा मुलगा मुहम्मद खान वजीर म्हणून नियुक्त झाला. महादी हुसेन यांच्या मतानुसार २२ ऑगस्ट १३८७ रोजी सुलतान फिरुझने त्याचा सर्वात धाकटा मुलगा मुहम्मद याच्या नावाने राज्यत्याग केला. त्यांच्या नावावर संयुक्त नाणीही जारी करण्यात आली होती. २० सप्टेंबर १३८८ रोजी सुलतान फिरुझचा मृत्यू झाला. तुघलक सल्तनत अराजकतेत बुडाली. नासिर-उद-दीन महमूद शाह (इसवी सन १३९४ – १४१३) हा तुघलक घराण्याचा शेवटचा सुलतान होता.

व्ही बी कोलते यांच्या मते प्रस्तुत लेखातील नासिर राय हा तुघलक सुलतान मोहम्मद खान उर्फ नासिर हाच होता. ते पुढे म्हणतात इसवी सन १३७१ किंवा १३७६ मध्ये झफरच्या मृत्यूनंतर सुलतान फिरुझ तुघलक याने बहुधा राज्यकारभाराची धुरा मोहम्मद खान यांच्यावर सोपवली. कोलते पुढे असे सुचवतात की त्याच्या अधिकृत राज्याभिषेकानंतर नव्हे तर त्याचा मोठा

भाऊ जफरच्या मृत्यूनंतर त्याने नासीर हे नाव धारण केले. त्यामुळे 'ठाणे कोकणचा राजा' म्हणून ज्या राजाचा उल्लेख केला गेला तोच मुहम्मद खान उर्फ नसीर आहे.

या प्रकरणात शक्यतांचा भार खूप मोठा आहे. राजवंशाच्या उपलब्ध स्त्रोतांकडून या गृहितकांची पुष्टी करणे आवश्यक आहे. सुलतान फिरुझ याच्या कारकीर्दीच्या शेवटच्या काळात तुघलक सत्ता कमकुवत झाली होती. याचा फायदा घेऊन उत्तर कोकणामध्ये एखाद्या स्थानिक राजाचा उदय झाला असण्याची शक्यता नाकारता येत नाही. हंबीरराव याच्या देवनार लेखात 'सुलतान पिरोज याने दिल्लीहून राज्य केले' असा स्पष्ट उल्लेख आहे. तसा उल्लेख प्रस्तुत लेखात नाही. नासिरराय याचे वर्णन 'श्रीमत ठाणें कोंकण (स)मस्तभुवनाश्रयश्रिप्रिथिविवल्लभमहाराजाधीराजश्रीनासिरुराऐ' असे केले आहे. शैलेंद्र भांडारे यांनी कोलते यांनी सुचविलेल्या '(मा)हाहिंदा(दो)स्ताने' याला 'महि/माहिबिंबस्थाने' असा पर्याय सुचविला आहे. ही शक्यता मान्य केली तर दहा वर्षांच्या फरकाने देवनार (BARC) आणि अंधेरी हे दोन्ही शिलालेख ठाणे, कोकण, माहीम तसेच बिंबस्थान यांचा उल्लेख करतात. परंतु देवनार शिलालेखात हंबीरराव हा ठाणे कोकण माहीम तसेच बिंबस्थान यावर राज्य करत होता असा स्पष्ट उल्लेख आहे. परंतु प्रस्तुत लेखातील सहाव्या आणि सातव्या ओळीत नासिरराय याने कोकण प्रदेशावर राज्य केल्याचा उल्लेख आहे. तर नवव्या ओळीत भांडारे यांनी सुचवल्याप्रमाणे वेळाउळ महि/माहिबिंबस्थान हा उल्लेख येतो. सहसा, राजाच्या नियंत्रणाखालील क्षेत्र स्वतंत्रपणे दोन ठिकाणी नमूद केले जात नाही. ठाणे - कोकण या विस्तृत प्रदेशाचा उल्लेख झाल्यानंतर पुन्हा माहीम बिंबस्थान या विशिष्ट स्थानिक भूभागाचा उल्लेख करण्याचे प्रयोजन काय? तसेच नासिर राय याला दिलेल्या पदव्या या हंबीरराव प्रमाणे स्थानिक राजाच्या आहेत. दिल्लीतील सुलतान असता तर त्याचा ठाणे-कोकणचा राजा असा संक्षिप्त उल्लेख करता येणार नाही. यावरून नासिरराय हा ठाणे कोकणचा राजा होता आणि हामा राणाचा मुलगा आलू नाकु राणा हा माहीम बिंबस्थानावर नेमलेला त्याचा एकनिष्ठ सेवक (तत्पादपद्मोपजि(जी)वि) असावा.

आलु नाकु राणा

आलु नाकु राणा याची ओळख नासिरराय याचा एकनिष्ठ सेवक (तत्पाद्मोपजि(जी)वि) अशी केली आहे. त्याच्या वडिलांचे नाव हामा राणा असे आहे. परंतु या व्यतिरिक्त त्यांच्या घराण्याची कोणतीही ओळख दिलेली नाही. हामा राणा देखील माहीम बिंबस्थानावर राज्य करीत होता का याची माहिती उपलब्ध नाही. प्रस्तुत लेखानंतर सुमारे अठरा वर्षानंतर प्रदान केलेल्या डोंबिवली या उपनगरात सापडलेल्या एका शिलालेखात आलू नाकु राणा याचा पुन्हा एकदा उल्लेख सापडतो.

हामा राणा हा आलु नाकु याचा मुलगा होता. हामा राणा हा समस्तसैन्याधिपति होता. आलु नाकु याने त्याची नियुक्ती केली होती. श्री जाकर महमद (मुहम्मद) हा हामा राणाचा मुलगा होता. त्याची दलाधिपती (सशस्त्र सेना प्रमुख) म्हणून नियुक्ती करण्यात आली होती. समसैन्याधिपति आणि दलाधिपति या सैन्यामधील दोन विविध पदव्या होत्या. मंत्रीपरिषद (मंत्रीवर्ग) हा शब्द असला तरी शिलालेखाच्या उपलब्ध भागात फक्त नागदे प्रो याचे नाव शिल्लक आहे. तो करणाधिपती होता.

महिकावतीच्या बखरीत नायते राजांचा उल्लेख आहे. त्यात अबू नाखवाने बारा वर्षे राज्य केल्याचे नमूद केले आहे. त्यानंतर त्याचा मुलगा पणी सावंत सत्तेवर आला. त्यानंतर पणी सावंत याचा मुलगा हंबीरखान याने कोकणावर राज्य केले. (आता नाईत्या रायाची कुळि सांगेन ।। आबु नाखवे कोकणि राज्य केले वरुषे १२ ।। तयाचा पुत्र पाणि सावंत ।। तेण्हे राज्य केले वरुषें १३ ।। त्याचा पुत्र हंबीरखान तेणे राज्य केले वरुषें २७ ।।) पुराभिलेख मात्र सुचवतात की हंबीरराव याने आलु नाकु याच्या आधी निदान दहा वर्षे तरी राज्य केले. तर बखर म्हणते की अबू नखवा हा हंबीरखानाचा आजोबा होता. शिलालेखांमध्ये नोंदवलेल्या त्यांच्या ओळखीची पुष्टी करण्यासाठी अधिक पुराव्याची आवश्यकता आहे. शिलालेख हंबीरराव आणि आलु नाकु यांच्यातील संबंधांची खात्री करण्यासाठी कोणतेही संकेत देत नाहीत.

अंधेरी शिलालेख

१. स्वस्ति श्रीशकन्रिपकाळाति(ती)त संवसरेषु द्वाद
२. ससु नवनवत्यधि(के)षु । यअत्रंकितोपि । सा
३. ळिवाण १२९९ वर्तमानं पिंगळसंवसरांतर्ग
४. त ईजरत ७७९ भाद्रपदमासे क्रिष्णपक्शे द्वाद
५. स्यां तिथौ रविदिने अस्यां सके छवंछरमास
६. पक्षादिसु पु(पू)र्वायां तिथौ अद्येह श्रीमत ठाणें
७. कोंकण (स)मस्तभुवनाश्रयश्रिप्रिथिविव
८. ल्लभमहाराजाधीराजश्रीनासिरुराऐ विजय
९. राज्योदये वेळाऊळ(मा)हाहिंदा(दो)स्ताने (महि/माहिबिंबस्थाने?) राज्यं क
१०. रोति तत्पादपद्मोपजि(जी)वि आळुनाकराणासुतहा
११. माराणा वर्तमाने तंनिरोपितः। (स)समस्तसैन्याधि
१२. पति हांमणनाकासुत श्रीजकरमाहा(म)द दळ(ळा)धि
१३. पतौ मंत्रीवर्ग नागदेप्रोसमश्रीकरणाधिपतौ
१४. ------------------------दे प्रो ऐवं-----------------------

आलु नाकु राणा आणि डोंबिवली शिलालेख (शक संवत १३१८-हिजरी युग ७८९-इसवी सन १३९६)

ही शिळा शांताबाई काळू दगुजीच्या बागेत सापडली होती. सध्या ती डोंबिवली येथील मानपाडा येथे गावदेवी मंदिराबाहेर आहे. व्ही बी कोलते यांनी प्रस्तुत लेखाचे वाचन केले आहे. हा गद्धेगाळ प्रकारचा लेख आहे. त्यावर तेरा ओळी कोरलेल्या आहेत. या लेखास शासन पत्र असे म्हटले आहे. लेखाची भाषा संस्कृत आणि मराठी असे मिश्र आहे. वर नमूद केलेल्या आणि डोंबिवली शिलालेखात काही साम्य दिसून येते. लेखात इस्लामी हिजरी कालगणना तसेच शक संवत या दोन्ही प्रकारे काळाचे वर्णन केले आहे.

या लेखात शिरवली गावाचे दान नोंद केले आहे. शिरवली हे आठगाव म्हणजे आठ गावांच्या समूहापैकी एक होते. आलु नाकु राणा याने शिरवली हे जसवंत दलवयी (जसवंतु दलवैआ) याला दान दिलेले दिसून येते. त्याला 'अवसरिया' किंवा सर्वात विश्वासू म्हटले आहे. उत्तर कोकणात राज्य अधिकाऱ्यांना दान देण्याची शिलाहारकाळापासून प्रदीर्घ परंपरा आहे. प्रथम अनंतदेव याच्या खारेपाटण ताम्रपटात बलीपट्टणातील (खारेपाटण) भाभण श्रेष्ठी आणि धणाम श्रेष्ठी दोन सागरी व्यापारी बंधूंना सीमाशुल्कात सवलत देण्यात आली होती. ते फक्त व्यापारी सुद्धा प्रथम अनंतदेवाचे महाप्रधान आणि महासंधीविग्रहक असे महत्त्वाचे अधिकारी देखील होते. याशिवाय हाना नाखुआ याचा उल्लेख आहे. त्याला राजाने मुख्यमंत्री (सर्वव्यापारी) या पदावर नियुक्त (तंनिरोपित) केले होते. तसेच कणि(र्णि)क पोमलप्रो आणि आवलप्रो यांचेही उल्लेख आहेत. लेखाच्या शेवटी पारंपारिक संस्कृत शापवचने कोरलेली आहेत.

इसवी सन १३८८ मध्ये फिरोझ तुघलकाची सत्ता संपुष्टात आली. दिल्लीमध्ये अनागोंदीची स्थिती होती. फिरोझ तुघलकच्या मृत्यूनंतर सहा वर्षांनी इसवी सन १३९४ मध्ये दुसरे गृहयुद्ध सुरू झाले. तुघलक राजवंशातील शेवटचा सुलतान नसीर-उद्दीन

महमूद शाह याने इसवी सन १३९४ ते १४१३ पर्यंत राज्य केले. इसवी सन १३९८ मध्ये तैमूरने दिल्लीवर आक्रमण करून शहर उद्ध्वस्त केले. प्रस्तुत शिलालेख या अनागोंदीच्या काळातील आहे. दख्खनमध्ये बहामनी सुलतान दुसरा मुहम्मद (इसवी सन १३७८-१३९७) याच्या एकोणीस वर्षांच्या दीर्घ कारकिर्दीनंतर ताजुद्दीन फिरोझ शाह (इसवी सन १३९७-१४२२) सिंहासनावर आरूढ झाला. विजयनगर राज्यात दुसरा हरिहर याचे शासन इसवी सन १३९९ मध्ये संपले.

आवहमल महाराजाधिराज श्री आलु नाकु राणा

या लेखात फक्त आवहमल महाराजाधिराज श्री आलु नाकु राणा याचा उल्लेख आहे. एकोणीस वर्षांपूर्वीच्या अंधेरी शिलालेखात देखील याचा उल्लेख आहे. अंधेरी शिलालेखात त्याचा उल्लेख नासिररायाचा एकनिष्ठ सेवक (तत्पादपद्मोपजि(जी)वि) असा केला आहे. एकोणीस वर्षांच्या अवधीत त्याच्या राजकीय हुद्यामध्ये लक्षणीय फरक घडून आलेला दिसून येतो. नासिरराय याचे पुढे काय झाले हे माहीत नाही. परंतु अंधेरी शिलालेखात आलु नाकु याचा कोणीही अधिपती दिसून येत नाही. आता आलु नाकु यालाच महाराजाधिराज म्हटले आहे. आवहमल याचा अर्थ महान योद्धा असा होतो. कल्याणीच्या चालुक्य राजांनी ही पदवी अनेकदा भूषविली होती. परंतु यानंतर आलु नाकु याने फक्त ठाण्यावर (ठाण(णे) राज्यं करोति) राज्य केल्याचा उल्लेख आहे. यापूर्वीच्या लेखातील कोकण माहीम आणि बिंबस्थान यांच्या उल्लेख केलेला दिसत नाही. वर उल्लेख केलेल्या राजकीय अनागोंदीच्या परिस्थितीचा फायदा घेऊन आलु नाकु याने आपल्याकरिता राजकीय फायदा मिळवलेला दिसून येतो.

डोंबिवली शिलालेख

१. (स्वस्ति) श्री : सकु १३१८ ईजरत ७८९ आहवामल

२. माहाराजाधिराज श्रीआलु नाकु राणा

३. ठाण(णे) राज्यं करोति तंनिरोपित सर्वव्यापारी

४. हाना नाषु(खु)आ कणि(र्णि)क पोमलप्रो आवलप्रो

५. हदेवं प्रव्वर्तमाने साशनपत्र लिष्य(ख्य) ते यथा

६. कां मा रा वि ए (क) रमण आठग (वा) मध्ये ना शि

७. रवली ग्रामु श्रिआलुनाकराऐ अवसरि

८. आ(या) जसवंतु दलवैआ (लागौ)नि दत्त:

९. स्वदत्तं वा प्रदत्तं वा यो हरेत वसुंधरां (।) षठि (ष्टि)

१०. र्व(व)र्षसहक्षा(स्त्रा)णि विष्टायां जायते (कृ)मि: (।।)

११. मम वंशे परिच्छिणे (न्ने) य(य:) कन्चि(श्चि)त नृपतिर्भवे

१२. त्त (त्।त) स्याहं करल (ग्रोस्मि) मम दत्तं त्व पाल्ल(ल्य)

१३. ताम् ।। ।। सुभं भवतु ।। मंगलमस्तु: ।।

संगम वंशातील दुसरा देवराय याचा रामगड शिलालेख (शक संवत १३४८-११ सप्टेंबर १४३६)

हा शिलालेख अण्णा शिरगावकर यांनी शोधला होता. ही शिळा सिंधुदुर्ग जिल्ह्यातील मालवण तालुक्यातील रामगड येथे सापडली होती. हा गद्धेगाळ प्रकारचा लेख आहे. ही शिळा सध्या ठाण्याच्या प्राच्य विद्या संस्थेमध्ये ठेवलेली आहे. शशिकांत धोपाटे यांनी

यावरील कोरीव लेखाचे वाचन केले आहे. डोंबिवली शिलालेखानंतर तीस वर्षांच्या अवधीने आपल्याला हा शिलालेख कोकणात सापडतो. कोकणचा इतिहासातील राजकीय स्थित्यंतरे आपल्याला या शिलालेखातून दिसून येतात. हंबीरराव सारख्या स्थानिक राजांचा आणि नासीरराय व आलु नाकु यासारख्या मुसलमान राजांचा काळ आता लोटला होता. दक्षिण कोकण आणि गोवा आता विजयनगर साम्राज्याचा भाग होते.

या शिळेवर एकूण २२ ओळी कोरलेल्या आहेत. पैकी दहा ओळी संस्कृत मध्ये तर पंधरा ओळी मराठी भाषेत आणि नागरी लिपीमध्ये कोरलेल्या आहेत. शशिकांत धोपाटे यांच्या मते दक्षिण कोकण मधील विजयनगर साम्राज्याचा हा पहिलाच मराठी शिलालेख आहे. लेखाच्या सुरुवातीस गणेशाचे नमन आहे. लेखाची तारीख ११ सप्टेंबर १४३६ अशी आहे. या दिवशी विजयादशमीचा सण होता. या लेखात संगम घराण्याचा दुसरा देवराय (इसवी सन १४२४-१४४६) या राजाचे वर्णन आहे. इसवी सन १४२४-२५ पर्यंत दुसरा देवरायाने त्याचा पिता प्रथम विजय याच्याबरोबर संयुक्तपणे राज्य केले.

दुसरा देवरायाने त्रिंबक गोसावी याला गोव्याच्या राज्यपाल (तं निरोपित गोवे राज्य कारी श्री त्री (त्रयं) बक गोसावी) नेमले होते. तुलसी दमगळे याचे देखील नाव नमूद केलेले आहे. लेखाच्या शेवटी संस्कृत मध्ये आशीर्वचने कोरलेली आहेत. आणि गद्धेगाळाचे शिल्प शापवचनाचे प्रातिनिधिक आहे. हा शिलालेख असे सूचित करतो की पंधराव्या शतकाच्या सुरूवातीस, उत्तर कोकण हे दिल्ली आणि गुजरातचे सुलतान आणि त्यांचे मुस्लिम राज्यपाल याच्या अधिपत्याखाली होते. तर दक्षिण कोकण आणि गोवा विजयनगर साम्राज्याच्या एका भाग होते. उत्तर कोकणातील चौदाव्या शतकातील शिलालेखांचा प्रमुख भाग बनलेल्या हिजरी दिनदर्शिकेचा वापर या शिलालेखात स्पष्टपणे दिसत नाही.

दुसरा देवराय याचा रामगड शिलालेख

१. ॐ श्री गणाधिपतये नमः | नमस्तुंगः शिरहः (श) चुं -
२. बि चंद्र चामर, चारवे त्रैलोक्य नगर आरंभ मूळ
३. स्तंभाय शांभवे ||1|| हरेर लीला वराहस्य दंशट्रा दं
४. डाः स पातु वहः | हेमाद्रि कळशो यत्र धात्री च्छ
५. त्रः श्रीयं दधौ ||2|| स्वस्ति श्री शालिवाहा (ह) न शकु (क)
६. वर्ष १३४८ वर्त्तमान पराभव संवत्सर आश्वा (व)
७. युज शु १० बु | विजया (य) नगरे सिंहासनी (ने) देवरा -
८. या महाराज राज्य कारिता तं निरोपित गोवे राज्य
९. कारी श्री त्री (त्रयं) बक गोसावी समवेत (श्री) श्री (मद) ११
१०. तुळसी (दमगळे) वेळावळे समस्त नगरीये
११. नीदत शासनाचा क्रुमैसा | तुर (कु)--
१२. मा दुकाळे ---- डुबु गेले आसता
१३. आम्ही तुम्हास बोलाउ धाडीले ते बेळा
१४. तुम्ही आम्हासि साधक बाधक मिळणीस
१५. केलेय | आम्ही एथलु वस्तिकारु तुम्हा
१६. ताळोवरी - गाडीची चौडी (हवग) दिग

१७. नंतिहोळ होवावी या कारणे तुम्हास मि

१८. रासि अनिदाण विधसमान्य गळी (दिले)

१९. तुम्ही औडी वस्ती करुन सुखी असा

२०. वेजे । सामान्यो यं धर्म सेर्तु नृपाणां का

२१. ळे (ले) काळे (ले) पाळ (ल) नीयो भवद्भिः सर्वाने

२२. तान भाविनः पाथिवेन्द्रान | भूयो भूयो याचते राम

२३. चंद्रः ||3|| दान पालर्नोय मध्ये दानात चर्य्यो

२४. नुपालनामं | दाना स्वर्गं आवाप्नोति पालना

२५. त अच्युत (तं) पदमं (म) ||4|| अविघ्नं अस्तु

ठाण्याची लढाई - ठाणे आणि माहीम-मुंबईसाठी बहामनी आणि गुजरात सल्तनत यांच्यातील संघर्ष (इसवी सन १४२२)

फिरिश्ता हा पर्शियन दरबारी इतिहासकार होता. तो दख्खनमध्ये स्थायिक झाला होता (इसवी सन १५६०-१६२०). त्यांच्या लेखांवरून उत्तर कोकणातील, विशेषतः ठाणे, माहीम आणि मुंबईतील अस्थिर राजकीय परिस्थितीची कल्पना येते. इसवी सन १३९६ मध्ये, मुझफ्फर शाहने स्वतःला गुजरातचा स्वतंत्र राजा म्हणून घोषित केले. त्याचा नातू पहिला अहमद शाह (इसवी सन १४११-१४४४), गुजरातचा पुढचा सुलतान झाला. इसवी सन १४३२ मध्ये सुलतान अहमद शाहने त्याचा मुलगा फतेह खान याचा विवाह माहीमच्या रायाच्या मुलीशी केला.

इसवी सन १४२२ मध्ये माहीमचा राज्यपाल कुतुब खानच्या मृत्यूची बातमी कळताच अहमद शाह अल वली या बहामनी सुलतानाने आपले सैन्य तेथे पाठवले. त्यावर, सुलतान अहमद शाह याने त्याचा धाकटा मुलगा जफर खान याला मलिक इफ्तिकार खानच्या नेतृत्वाखालील सैन्यासह पाठवले. सैन्याचे दोन भाग करण्यात आले, एकाने रस्त्याने कूच केले आणि उर्वरित ठाणे शहर पुन्हा ताब्यात घेण्यासाठी सतरा जहाजांतून निघाले. ठाण्याचा किल्ला मलिक इफ्तिकारखानाने काबीज केला. मलिक-उत-ताजूर हा बहामनी सुलतानाने नेमलेला राज्यपाल होता. कडवा प्रतिकार केल्यावर मलिक-उत-ताजूर माहीमहून मुंबई बेटावर माघारला. बहामनींनी ख्वाजा जहाँ आणि राजकुमार महमूद खान यांच्या नेतृत्वाखाली कुमक पाठवली. ठाणे येथे घनघोर युद्ध झाले. त्यात बहामनींचा पराभव झाला. अशा रीतीने ठाणे आणि माहीम हे बेट गुजरातच्या ताब्यात राहिले. सोने, चांदी आणि उत्कृष्ट मलमल अहमदाबादला युद्ध लूट म्हणून नेण्यात आली.

या एतद्देशीय सत्ता संघर्षात आता पोर्तुगीजांचे आगमन झाले होते. अरबी सागरावर आपला ताबा राखण्याकरता लवकरच त्यांना गुजरातच्या सुलतानाशी संघर्ष करावा लागला. इसवी सन १५०७ मध्ये चौल जवळ घनघोर नाविक युद्ध झाले. गुजरातच्या सुलतानाचे नौदल अतिशय प्रबळ होते. इजिप्तचा शेवटचा मामलुक राजा कान्सावा-अल-घवरी याने नियुक्त केलेला जेद्दाचा गव्हर्नर अमीर हुसैन आणि गुजराथचा सुलतान महमूद बेगडा याने नियुक्त केलेला जुनागढ आणि दीवचा राज्यपाल मलिक अयाज यांच्या अधिपत्याखाली हे नौदल सज्ज होते. पहिला पोर्तुगीज गव्हर्नर फ्रान्सिस्को अल्बुकर्क याचा मुलगा लोरेन्झो समुद्रात तीन दिवसांच्या लढाईनंतर मरण पावला. सुलतान महमूद बेगडा याने मलिक अयाज याला माहीमचा ताबा देण्याचा मनसुबा जाहीर केला. परंतु हा विजय अल्पकालीन ठरला. इसवी सन १५०९ मध्ये फ्रान्सिस्को अल्बुकर्क नाविक ताफ्यासह परत आला आणि आपल्या मुलाच्या पराभवाचा आणि अकाली मृत्यूचा बदला घेतला.

रायगड जिल्ह्यातील चौल हे बहामनी साम्राज्याचा भाग होते. सोळाव्या शतकाच्या सुरुवातीस येथे पोर्तुगीजांचा प्रभाव दिसू लागतो. इसवी सन १५१६ मध्ये त्यांना चौल येथे एक वखार बांधण्याची परवानगी मिळाली. इसवी सन १५२१ मध्ये त्यांनी कोरलई येथे किल्ला बांधला. अशा रीतीने कोकण किनारपट्टीवर हळूहळू पोर्तुगीज आपला ताबा मिळू लागले होते.

वसईचा तह आणि ठाण्याच्या सत्तेचे पोर्तुगीजांकडे हस्तांतरण

सुलतान बहादूर शाह (इसवी सन १५२६-१५३७) राजपूत, पोर्तुगीज आणि मुघल सम्राट हुमायून यांच्याविरुद्ध युद्धात व्यस्त होता. इसवी सन १५३४ मध्ये त्याने पोर्तुगीज गव्हर्नर नुनो दा कुन्हा याच्याशी शांतता करार केला आणि त्या बदल्यात ठाणे, कल्याण आणि चौलसह मुंबई व वसई बेटांवरील अधिकार संपुष्टात आणले. उत्तर कोकणची सत्ता पोर्तुगीजांच्या हाती हस्तांतरित झाली आणि उत्तर कोकणच्या इतिहासात एक नवीन पर्व सुरू झाले.

उत्तर कोकणातील यादवांच्या आणि दक्षिण कोकणातील चालुक्य यांचे कोरीव लेख

राजा	लेख	राजघराणे	शक संवत	इसवी सन	तपशील
कृष्ण	तासगाव	यादव	११७२	२० फेब्रुवारी १२५१	कोकणच्या राजाचा संदर्भ
कृष्ण	मुनोली	यादव	११७४	१२५२-५३	कोकणच्या राजाचा पराभव
केदारदेव	राजा केळकर वस्तुसंग्रहालय ताम्रपट	दक्षिण कोकणातील चालुक्य	११८१	१ नोव्हेंबर १२५९	दक्षिण कोकणातील चालुक्य शाखेचा राजा
केदारदेव	तेरवण ताम्रपट	दक्षिण कोकणातील चालुक्य	११८२	२६ डिसेंबर १२६०	दक्षिण कोकणातील चालुक्य शाखेचा राजा
सोमेश्वर	चांजे	शिलाहार	११८२	१२ एप्रिल १२६०	शेवटचा ज्ञात शिलालेख, यादव राजा महादेवाने पराभूत करून वध केला
महादेव	कोल्हापूर इर्विन कृषी संग्रहालय शिलालेख	यादव	११८२	सु. १२६०	कोकणच्या राजाच्या पराभवाचा संदर्भ
महादेव	काळेगाव	यादव	११८२	२९ ऑगस्ट १२६१	त्याच्या राज्याभिषेकाच्या समयी काळेगाव गावाचे दान
सोमेश्वर	चांजे	शिलाहार	११८२	१२ एप्रिल १२६०	सोमेश्वराचा शेवटचा ज्ञात शिलालेख
जैतुगी	सांडोर	शिलाहार	११८८	२६ जानेवारी १२६६	शेवटचा शिलाहार राजा
रामचंद्रदेव	ठाणे ओवळे ताम्रपट	यादव	११९४	२ मार्च १२७२	अच्युत, कोकणचा पहिला यादव राज्यपाल
रामचंद्रदेव	कालवार	यादव	१२१०	२५ जानेवारी १२८९	महामंडलेश्वर कोकण अधिकर्ण कान्हरदेव

श्रीस्थानकाचे शिलाहार

राजा	लेख	राजघराणे	शक संवत	इसवी सन	तपशील
रामचंद्रदेव	ठाणे अंजूर ताम्रपट	यादव	१२१२	१२९१	कृष्णदेव, कोकणचा यादव राज्यपाल
रामचंद्रदेव	अक्षी	यादव	१२१३	९ मार्च १२९१	जाईदेव
अलाउद्दीन खिलजी	----	खिलजी	-----	१२९६	देवगिरीवर हल्ला
रामचंद्रदेव	ब्रिटीश म्युझियम	यादव	१२१८-१२१९	-----	प्राप्तीस्थळ अज्ञात
रामचंद्रदेव	कोपराड	यादव	१२१९	२८ फेब्रुवारी १२९८	कान्हरदेव
रामचंद्रदेव	चौल	यादव	१२२०	२४ मार्च १२९८	जाईदेव ?
रामचंद्रदेव	ब्रिटिश वस्तू संग्रहालय	यादव	१२२१	सु. १२९९	वाचन झालेले नाही (प्राप्ती स्थळ साष्टी)
रामचंद्रदेव	आगासन	यादव	१२२२	८ ऑगस्ट १३००	जाईदेव, कोकणचा यादव राज्यपाल
अलाउद्दीन खिलजी	----	खिलजी	---	----	मलिक काफूरचा देवगिरीवर हल्ला
रामचंद्रदेव	पुरुषोत्तमपुरी ताम्रपट	यादव	१२३२	१५ सप्टेंबर १३१०	माहीमच्या राजाचा पराभव
रामचंद्रदेव	नाला गाव, सोपारा शिलालेख	यादव	१२३३	सु. १३११	कोकण मंडलाधिपति श्री विश्वरदेव (ईश्वरदेव)
हरिहर आणि प्रथम बुक्का राय	संगम घराण्याचे संस्थापक	विजयनगर	ई. स. १३३६	-----	----
अलाउद्दीन बहामन शाह	बहामनी घराण्याचे संस्थापक	बहामनी	ई. स. १३४७	-----	----

प्रवास वर्णनांमधील 'कोकण-ताना'

कॉस्मास इंडिकोप्लेयुस्टेस	६ वे शतक
मुहम्मद अल इद्रीसी	११००-११६५
रशीद अल दिन	१२४७-१३१८
मार्को पोलो	१२७१-१२९५
कम होरा उनडेसिमा	१२३५
कार्टा कॅटलाना	१३७५
फ्रिअर ओडोरीको	१२८६-१३३१
फ्रिअर जोर्दुनास	१३११-१३६६

हंबीरराव याचे शिलालेख

रानवड	नागाव	देवनार (BARC)
श्री हंबीरराऊ	श्री हंबीरराऊ	(श्री हंबि(रु)राऊँ)
हिजरी युग ७६६-शक संवत १२८७-विश्ववसु संवत्सर- माघ शुद्ध प्रतिपदा- इसवी सन १३६६	हिजरी युग ७६९- शक संवत १२८९- प्लवंग संवत्सर - इसवी सन १३६७-६८	हिजरी युग ७६९- शक संवत १२८९ - इसवी सन १३६७-६८
हिजरी आणि शक संवत	हिजरी आणि शक संवत	हिजरी आणि शक संवत
पश्चिमसमुद्राधिपति रायकल्याणविजयराज्ये	श्रीमत्प्रौढिप्रतापचक्रवर्ति महाराजाधिराज समस्त राजावली समलंकृत	माहाराजाधिराज श्री हंबि(रु)राऊँ
----------	----------	पातसाह श्री सुलतानुं पेरोज साहा ढिलि राज्यें करोति
श्रीस्थानक नियुक्त	----------	----------
----------	----------	'पाद-पद्म-उपजीवी'
ठाणेकोकण राज्यं क्रोति	ठाणेकोकण राज्यं क्रोति	ठाणेकोकणमाहिमबिंबस्थाने राज्यं करोति
(तंनिरोपित) महाअमात्य सर्वभा(रि) अरिसिहि प्रभु, याच्या नावाची चार वेळा पुनरावृत्ती होते.	(तंनिरोपित)सर्वव्यापारि सिहि प्रो (प्रभु), श्रीरायाजा(चा) प्रधानु	(तंनिरोपित) सर्ब व्यापारि सिह प(र), श्रीरायाजा प्राधानु सिहि प्रो
------------	हासण नायक	हासण नायक दलवै
------------	तंनिरोपित कुसणाक (हासण नायकाने नियुक्त केलेले अष्टगारा प्रांताचे प्रशासक)	------------
------------	हासणनाकाचा सैणवे देउप्रो	हासणनाकाचा सैणवे देउप्रो
क्रयपत्र	धर्मादिपत्र	सासण(शासन) पत्र
उरणजवळील पडिवसे येथे समुद्रकिनारी असलेल्या काही जमिनीचे विक्रीपत्र.	१. सिहि प्रो याने केलेले मशिदीचे बांधकाम (मिजिगिति) दिवाबत्तीची सोय (मरंगी द्या) २. सिहि प्रोने नागवे आगर येथून कातिळवाडी आणि नरडे कावळे यांच्याकडून एक भाटाळी खरेदी केली	मरोंल षापणे प्रतिबंद नानाळें ग्रामु--- हासण नाऐकाया बकशि देत ग्रामु १ दत्ता मरोल खापणे प्रतिबंद

-------	विश्वस्त मंडळी –कवळीचा पोगुनाक रामदेव वेद म्हाताऱ्याचा धरमुदेव, विभु म्हाताऱ्याचा कांवदेव, सोम्हाळ म्हातारा, राउत नागदेव, भाई दार्षु, जसदे(व) सेठी, साकु म्हातारा, वाईदेव, कावंदे म्हातारा, सवद म्हातारा, गोरु म्हातारा, साजकार सोमदेव, जोनदेव वारीकर, वरतक भूपळ, पाटील नाभळा, पाटील वैजकरू आणि म्हैरु माहामद, दाउवार आया, हाजी दाउवार आया	---------
साक्षी - कामकंत काउळे, रामदेकंत उपाध्ये, कान्हुराएतुमं म्हातारा, महादु म्हंतारा, पिद म्यतारा, आईमककुमाळु म्हातारा	-----------	भग्न शिलालेख

उत्तर कोकणचे स्थानिक राजे

राजा	लेख	घराणे	शक संवत	हिजरी युग	इसवी सन
हंबीरराव	रानवड-उरण	अज्ञात	१२८७	---	१३६६
हंबीरराव	नागाव	अज्ञात	१२८९	७६९	१३६७-६८
हंबीरराव	देवनार-BARC	अज्ञात	१२९०	७६९	१३६७-६८
नासीरराय	अंधेरी	अज्ञात	१२९९	७७९	१३७७
आलु नाकु	डोंबिवली	अज्ञात	१३१८	७८९	१३९६
कुतुब खान	माहीमचा राज्यपाल	-----	-----	-----	१४२२
दुसरा देवराय	रामगड	विजयनगर	१३५८	-----	११ सप्टेंबर १४२६
अहमद शाहचा मुलगा फतेह खान याचा माहीमच्या रायाच्या मुलीशी विवाह	-----	गुजरातचे सुलतान	-----	-----	१४३२
चौल येथे पोर्तुगीज वखार	-----	-----	-----	-----	१५१६
कोरलाई, चौल येथे पोर्तुगीज किल्ल्याचे बांधकाम	-----	-----	-----	-----	१५२१
बहमनी राज्याचे विघटन	-----	-----	-----	-----	१५२७
वसईचा तह, पोर्तुगीज सत्तेची सुरुवात	-----	-----	-----	-----	१५३४
वसईचा तह चिमाजी आप्पांचा विजय	-----	पेशवे	-----	-----	१७३९

संदर्भ

१. Altekar, A. S., Part VIII, The Yadavas of Seunadesha in Yazdani G, The Early History of the Deccan, parts 7–11, 515-74, Oxford University Press, London, 1960, pp. 552-556

२. Barnett Lionel, Miraj Plates of Jayasimha II, A.D. 1024 in EI-XIII, No. 34

३. Barnett Lionel D., Thana Plates of Ramachandra: Saka 1194, EI-Vol. XIII, no. 17

४. Bhandare Shailendra, भाभा अणुशक्ती अनुसंधान केंद्र, देवनार येथे सापडलेला महाराजाधिराज हंबीररावाचा शिलालेख आणि त्याचे महत्त्व, सजग, Year 1, volume 1, October -December 2019, pp. 84 - 101

५. Bhandarkar R G, Early History of The Dekkan Down to the Mohamaden Conquest, Chuckervertty Chatterjee & Co., Ltd, Calcutta, 1928, Appendix C-Introduction to Hemadri's Vratakhanda Rajaprashasti, pp., 268-275

६. Bhoir Ramakant R., Latest Inscription of Ramchandra Yadava (विस्वरदेव (ईश्वरदेव) याचा नाला (सोपारा) शिलालेख), Proceedings of the Indian History Congress, Vol. 63, 2002, pp. 247-250

७. ed. Campbell James, Gazetteer of the Bombay Presidency, Volume I- Pt. 2, History of the Konkan Dakhan and Southern Maratha Country under Government Orders, Article No. I, Rev. Nairne Alexander, History of the Konkan, op. cit, p. 29

८. ed. Campbell James, Gazetteer of the Bombay Presidency, Volume I- Pt. 2, History of the Konkan Dakhan and Southern Maratha Country under Government Orders, Article No. I, Rev. Nairne Alexander, History of the Konkan, op. cit, p. 3

९. Chakravarti Ranabir, Candrapura/Sindabur and Gopakapattana: Two Ports on the West Coast of India (AD1000-1300), Proceedings of the Indian History Congress, 1999, Vol. 60, Diamond Jubilee, 1999, pp. 153-161

१०. Commissariat M. S., History of Gujarat, Longmans, Green & Co. Ltd., London, 1938, pp. 246-247

११. Cosmas Indicopleustes, Christian Topography, BOOK XI (A description of Indian Animals, and of the Island of Taprobane), 1897, pp. 358-373

१२. Cousens Henry, Medieval Temples of the Dakhan, Eksar Veergalas, The India Society, London, 1926, p., 21

१३. Deshpande Brahmananda, देवगिरीचे यादव, op. cit, p. 157

१४. Deoderet W., A Fourteenth Century Marathi Inscription, Bulletin of the School of Oriental Studies, University of London, Vol. 5, No. 1, 1928, p. 37-42

१५. Dhopate S.G., Vijayanagara Stone Inscription from Maharashtra, Studies in Indian Epigraphy, (भारतीय पुराभिलेख पत्रिका), Journal of the Epigraphical Society of India, Vol-XXVII, 2001, pp. 180-184

१६. Dikshit M G, The Ranvad (Uran) Inscription of the time of Hambirarao, Shaka 1287, Bombay University Journal, Vol-VIII, pt-IV, Mumbai, 1940

१७. Dowson John, The History of India by its Own Historians, The Muhammadan Period, (edited from the posthumous papers of Sir H M Elliot), Vol -I, London, 1867, pp.89-90

१८. Fleet J F, Sanskrit and old Canarese Inscriptions relating to the Yadava Kings of Deogiri, (Munoli Inscrption), edited from the originals, which translations, JBBRAS-XII, No. 4, Bombay, 1877

१९. Friar Jordanus, Mirabilia Descripta, The Wonders of the East, Haklyut Society, London, 1863, pp. x-xi,76

२०. Ganguly D C, Yadavas of Deogiri, Chapter VII, Gen. ed. Majumdar R C, History and Culture of Indian People-Vol V, Struggle for Empire, op. cit, p.192 and CII-VI, p. xx

२१. Gazetteer of the Bombay Presidency Vol-I-II, op. cit, p.27 (राजा भीमदेव)

२२. Husain Mahdi, Tughluq Dynasty, Thacker Spink & Co., Calcutta, 1933, p. 442

२३. K A Nilakanta Sastri and N. Venkata Ramanayya, Further Sources of Vijayanagara History Vol. I, University of Madras,1946, p. 94

२४. Khare G H, Tasgaon Plates of Yadava Krishna; Saka 1172 in EI-XXVII, No. 40

२५. Khobarekar V G, कोकणचा राजकीय इतिहास, Itihas Ramsbotham Mandal, Mumbai, 1997, p.14 and p. 29 fn no. 42

२६. Prof Kielhorn, List of Inscriptions of South India from about 500 AD, op. cit, No. 380

२७. Kolte V B, महाराष्ट्रातील काही ताम्रपट व शिलालेख, Maharashtra Rajya Sahitya ani Sanskriti Mandal, Mumbai, 1987, डोंबिवली येथील शिलालेख, No. 24, अंधेरी शिलालेख, No. 18

२८. Koparkar D G, Kalegaon Plates of Yadava Mahadeva, No.3 in EI-XXXII

२९. Kundangar K. G., Inscriptions in Northern Karnataka and the Kolhapur State, No. 19, Arya Bhanu Press, 1939, p. 90

३०. Mahalingam T. V., The Seunas of Devagiri (Munoli Inscrption) in R. S. Sharma (ed.). A Comprehensive history of India: A.D. 985-1206. Vol. 4 (Part 1). Indian History Congress, People's Publishing House, 1957, p. 39

३१. Munroe, Thackeray and Wathon, Mr. Wathon's Translation of Ancient Inscriptions (no. IX) Vol, V, no. 10, op. cit, 1839

३२. Munroe, Thackeray and Wathon, Mr. Wathon's Translation of Ancient Inscriptions (no. IX) in 'The Journal of Royal Asiatic Society of Great Britain and Ireland, Vol, V, Translation of a Sanskrit inscription on copperplates found near Thanna in Salsette, sent by Mr. Baille, 1839

३३. O'Doherty Marianne, Eyewitness Accounts of 'the Indies' in the Later Mediaeval West: (c. 1300-1500), unpublished doctor dissertation submitted to the University of Leeds, September 2006, p. 58 and p.53, fn. 26

३४. Pandit Suraj A, Dalal Kurush F, Dandekar Abhijit, Moghe Prachi A, Parab Vinayak, Karnik Mugdha D and Salunkhe Chandrakant, The BARC Inscription of Hambirarao (1368AD) in Journal of the Asiatic Society of Mumbai, Vol 88 New Series), 2014-15, pp., 81-96

३५. Raikar Yashavant, Yadavas of the Deccan and their times: A cultural history (Doctoral Thesis), Maharaja Sayajirao University of Baroda, 1964, p. 60

३६. Rajawade V K, महिकावतीची उर्फ माहीमची बखर, Varada Books, Pune, 1991 (second edition), p.8, p.24, p.77, p. 12, introduction, No. 257, p. 22, p. 32, p.63

३७. Gen. Editor, Sandesara B J, Mirat-i-Ahamadi, A Persian History of Gujarat, Gaikwad Oriental Series, (No. 146) Baroda, 1965, p. 32

३८. Sankalia H D, A Stone Inscription of Yadava Ramachandradeva: Shaka 1222, जाईदेव याचा आगासन शिलालेख, op. cit, pp. 281-282

३९. Seshan Radhika, The Port City of Chaul, Journal of Indian Ocean World Studies, 3, 2019, pp. 38-52

४०. ed. Scott Jonathan, History of the Rise of the Mahomedan Power in India till the year A D 1612 translated from the original Persian of Mahomed Kasim Ferishta, Vol-IV, Oriental Books Reprint Corporation, New Delhi, p. 4

४१. Sircar D C, Rashtrakuta Charters from Chinchani, in No. 4 in EI-XXXII and Three Grants from Chinchani, No. 5 in EI-XXXII

४२. Tulpule S G, प्राचीन मराठी कोरीव लेख, जैत्र सामंत याचा जालगाव लेख No. 18, जाईदेव याचा शक संवत १२१३ मधील अक्षी शिलालेख, No. 41, चौल शिलालेख, No. 44, नागाव शिलालेख, No. 55, Pune university, 1963

४३. ed. and tr. Yule Henri and Cordier Henri, The Travels of Marco Polo, Vol-II, Book 3, https://rb.gy/vmldrh, pp. 395-397

४४. Yule Henri, An Endeavor to Elucidate Rashiduddin's Geographical Notices of India, pub., Royal Asiatic Society of Great Britain and Ireland, 1863, p. 3

४५. ed. Yule Henry, Cathay and the way thither: Being a Collection of Medieval Notices of China, Hakluyt society, London, 1913, pp. 57-58, p. 76

४६. Venkataramayya M, Pushpagiri Inscription of the time of Yadava Singhana in EI-XXX, No. 8

४७. Verma O P, Yadavas and Their Times, Vidarbha Samshodhan Mandal, Nagpur,1970, p. 127

प्रकरण १०

शिलाहार राजे, कराडचे विद्वान ब्राह्मण आणि उत्तर कोकण

पुराभिलेखांच्या माध्यमातून तत्कालीन राजकीय परिस्थितीच नव्हे तर धार्मिक चालीरीती आणि समाजजीवन यांचे उत्तम आकलन होते. बहुतांश पुराभिलेखांची निर्मिती ही विविध धर्मांशी निगडित दिलेल्या दानांची योग्य नोंद करणे या कारणास्तव झाली होती. जमिनीचे दान आणि त्याद्वारे पुण्यार्जन ही भारतातील एक प्राचीन परंपरा होती. ताम्रपट आणि शिलालेखांच्या स्वरूपात दानाचा तपशील योग्यरित्या नोंदवणे हा त्याच्या प्रमाणीकरणाचा अविभाज्य भाग होता. देवता आणि मंदिरे यांना दिलेल्या दानासह विद्वान ब्राह्मणांना दिलेले भूदान हा देखील याच परंपरेचा एक अविभाज्य भाग होता. श्रीस्थानकाच्या शिलाहारांच्या ताम्रपटांमधून कराडचे विद्वान ब्राह्मण आणि कोकण यातील महत्त्वपूर्ण संबंध समजून घेता येतो.

* * * * * *

ठाण्याच्या शिलाहारांचे बहुतांश ताम्रपट हे जमीन, फळबागा आणि गावे यांच्या दानासंबंधी होते. परंपरेप्रमाणे त्यांची यथायोग्य नोंद करून ताम्रपटांची निर्मिती केली गेली. भोईघर आणि दिवेआगार यासारखे व्यवस्थापत्र स्वरूपाचे ताम्रपट दान दिलेल्या गावांच्या प्रशासकीय व्यवस्थेसंबंधी होते. दहाव्या शतकातील छित्तराजाच्या कल्याण ताम्रपटाचे वाचन करताना त्यात कराडच्या रांब पंडिताला सन्मानपूर्वक ठाण्याला बोलवून चौल प्रशासकीय विभागातील पोयनाड प्रांतातील एक गाव आणि एक फळबाग दान दिले गेले होते. यासंबंधी अधिक शोध घेता शिलाहार राजे, कराडचे विद्वान ब्राह्मण आणि उत्तर कोकण यामधील एक वैशिष्ट्यपूर्ण प्राचीन परंपरा समोर आली.

शिलाहार राजे, कराडचे विद्वान ब्राह्मण आणि उत्तर कोकण यातील संबंध समजून घेण्याआधी दानासंबंधी प्राचीन धर्मसाहित्यातील पूर्वपीठिका समजून घेणे आवश्यक आहे कलियुगात दान अर्पण करणे हे धार्मिक जीवनाचा प्रमुख पैलू म्हणून गौरवले गेले आहे. कृत युगात तपश्चर्या, त्रेता युगात ज्ञानप्राप्ती, द्वापार युगात यज्ञकर्म तर कलियुगामध्ये दान करणे हा धर्म सांगितला आहे. (तप: परं कृतयुगे त्रेतायां ज्ञानं उच्यते । द्वापरे यज्ञम एवाहुर दानम एकमं कलौ युगे ।। मनुस्मृती, १.८६) ऋग्वेदातील दानस्तुतीमध्ये दान दिल्याने मिळणारे पुण्य यावर सविस्तर भाष्य केले आहे. दानाबद्दलचा प्राचीन भारतीय साहित्यामध्ये मिळणारा हा सर्वात प्राचीन पुरावा आहे. महाभारतातील अनुशासन पर्व सांगते की देव आणि ब्राह्मण हे दोन प्रकारचे देव जेव्हा तृप्त होतात, तेव्हा यज्ञकर्त्याला स्वर्गीय जगात स्थान देतात. विद्वान ब्राह्मणाला दान केल्याने, ज्याप्रमाणे सुपीक जमिनीत बिया पेरल्यानंतर भरपूर पीक येते त्याप्रमाणे दाता पुण्य उत्पन्न करतो. वसिष्ठस्मृती मध्ये म्हटले आहे की गाय, जमीन आणि सरस्वती किंवा शिक्षण या दान वस्तू इतर कोणत्याही दान वस्तूंपेक्षा श्रेष्ठ आहेत आणि त्यांना 'अतिदान' असे म्हणतात (१२२.९-१०).

विविध स्मृती साहित्यांमध्ये जमिनीचे दान हे सर्वात पुण्यकारक आहे असे वारंवार सांगितले गेले आहे. त्याला 'अतिदान' असे म्हणतात. महाभारतातील अनुशासन पर्वामध्ये जमीन दान करण्याचे महत्त्व आणि त्याद्वारे दान करणाऱ्याला मिळणाऱ्या पुण्याबद्दल माहिती देणारा संपूर्ण अध्याय आहे (६२.२). वनपर्वानुसार "राजा पृथ्वीला त्याच्या नियंत्रणाखाली आणण्यासाठी जे

काही पाप करतो; हजारोंच्या संख्येने ब्राह्मण, भूमी आणि गायी देऊन यज्ञ करून तो त्यातून मुक्त होतो". याज्ञवल्क्य स्मृती म्हणते की भूमी दान केल्याने दात्याचा स्वर्गात गौरव होतो.

अर्थशास्त्रात दोन प्रकारच्या भूमीचे दान सांगितले आहे. यज्ञ करणारे ऋत्विक, अध्यात्मिक मार्गदर्शक, पुरोहित आणि वेदांमध्ये पारंगत यांना चिरस्थायित्वाकरिता प्रथम प्रकारचे दान दिले जाते. त्यांना पुरेशा प्रमाणात उत्पादन देणाऱ्या ब्रह्मदेय जमिनी दिल्या जातील. तसेच त्यांना कर आणि दंड यामधून मधून सूट दिली जाईल. अधीक्षक, लेखापाल, गोप, स्थानिक, पशुवैद्यकीय शल्यचिकित्सक (अनिकस्थ), वैद्य, घोडे-प्रशिक्षक आणि संदेशवाहक यांना देखील दुसऱ्या प्रकारच्या जमिनी दिल्या जातील. त्यांना ही जमीन विक्री किंवा गहाण ठेवण्याचा अधिकार नसेल (अर्थशास्त्र २.१.७)

इतके महत्त्वपूर्ण दान असल्याने त्याच्या दस्तऐवजीकरणाबाबतीत स्मृती ग्रंथांमध्ये अनेक नियम आहेत. याज्ञवल्क्य स्मृती अनुसार "जेव्हा राजा जमीन दान करतो तेव्हा त्याने भावी राजाच्या माहितीसाठी एक लिखाण करून ठेवावे. या लेखावर राजाच्या अधिकाऱ्यांची नावे किंवा स्वाक्षरी असली पाहिजे, तसेच दान देतेवेळी राजाचे सैन्य तळ असलेले ठिकाण आणि राणी किंवा राजमाता यांसारख्या राजस्त्रियांची नावे लिहिली गेली पाहिजेत" (याज्ञवल्क्य स्मृती १३.३१९-३२०).

प्राचीन भारतातील विविध राजघराण्यांच्या अनेक दानपत्रांमध्ये पुण्यार्जनासाठी विद्वान ब्राह्मणांना भूदान दिले गेलेले दिसून आले आहे. या प्रक्रियेतील अनेक पैलू समजून घेणे आवश्यक आहे. प्राचीन धार्मिक साहित्यामध्ये विद्वान ब्राह्मणांचे निकष तसेच त्यांची कर्तव्ये अत्यंत स्पष्टपणे मांडली आहेत. दान देण्यास योग्य अशा ब्राह्मणांची निवड या निकषावरच केली जात होती. आपल्या राज्यातूनच नव्हे तर परराज्यातून तसेच दूर दूरच्या ठिकाणाहून अशा विद्वान ब्राह्मणांना आपल्या राज्यात दान देऊन स्थायिक करण्याची ही प्राचीन परंपरा होती. यासंबंधीचे विविध तपशील सखोलपणे ताम्रपटांमध्ये कोरविले जात असत. भावी काळातील राज्यकर्त्यांना तसेच दान प्राप्त करणाऱ्यांच्या वंशजांकरिता हा लेख लिहिला जात असे.

अर्थशास्त्र सांगते की ब्राह्मणाचे कर्तव्य म्हणजे अध्ययन, अध्यापन, स्वतःसाठी आणि इतरांसाठी यज्ञकार्य करणे तसेच दान देणे आणि स्वीकारणे (अर्थशास्त्र १.३). अनेक प्राचीन ग्रंथांमध्ये याचा पुनरुच्चार करण्यात आला आहे. पतंजली महाभाष्यामध्ये उद्‌त करतात की , 'तप, वेदांचा अभ्यास आणि ब्राह्मण वंशात जन्म हे आवश्यक आहे, परंतु जो तप आणि वेद अभ्यासापासून रहित आहे तो केवळ नावापुरता ब्राह्मण आहे (महाभाष्य ११.२.६). ब्राह्मणाने केवळ वेदांचाच अभ्यास करावा, कारण तोच सर्वोच्च धर्म आहे तसेच पवित्र ज्ञानाची साधना ही ब्राह्मणाची तपस्या आहे असे मनूस्मृतीमध्ये विशद केले आहे (मनूस्मृती ४.१४७, ११.२३५). वेदांचे अध्यापन हा नेहमीच त्यांचा विशेषाधिकार होता (मनूस्मृती १०.१). छांदोग्य उपनिषदात असे म्हटले आहे की उद्दालक आरुणीने आपला मुलगा श्वेतकेतूला एका ब्रह्मचारी विद्यार्थ्याचे जीवन आचरण्यास सांगितले. कारण त्यांचे कुटुंब केवळ नावापुरतेच ब्राह्मण होते आणि आतापर्यंत त्यांच्यापैकी कोणीही स्वतःला वेदाभ्यासात वाहून घेतले नव्हते (६.१.१).

ब्राँकहोस्ट जोहान्स यांनी ब्राह्मणास दिक्षा करण्यासाठी आवश्यक संस्कार आणि विधी यांचे वर्णन केले आहे. केवळ ब्राह्मण वंशाचा दावा करून आदरणीय विद्वान ब्राह्मण म्हणून पात्र होण्यास पुरेसे नव्हते. प्राचीन ग्रंथांमध्ये वैदिक अभ्यास बंद करण्याला फटकारले आहे. अनुशासन पर्व असे सांगते की 'ज्याच्या कुटुंबात वेद आणि वेदी तीन पिढ्यांपर्यंत बंद केला जातो तो दुर्ब्राह्मण होतो (४.५२४).

उदरनिर्वाहाचे अत्यंत माफक साधन आणि मर्यादित प्रमाणात धान्य प्राप्त करणे हे ब्राह्मण गृहस्थासाठी अपेक्षित आदर्श होते. अनुशासन पर्वामध्ये दिलेल्या नियमांचे पालन करून जगणाऱ्या ब्राह्मण गृहस्थाच्या उदरनिर्वाहाच्या तोंड मिळवणी करता होणारा संघर्ष विशद करण्यात आला आहे (९५.१-८). त्यामुळे उदरनिर्वाहासाठी, प्रतिग्रह किंवा योग्य आणि निष्कलंक व्यक्तींकडून भेटवस्तू घेणे हे त्यांच्या उपजीविकेचे अनुज्ञेय साधन होते (HDS, २-१, पृ.,१११-११२, गौतम धर्मसूत्र-९.६३). ब्राह्मण असलेल्या श्रोत्रीयांच्या उदरनिर्वाहाची सोय करणे हे राजाचे कर्तव्य होते (गौतम धर्मसूत्र-१०.९). तांत्रिकदृष्ट्या, केवळ दुसऱ्याकडून काहीही घेणे म्हणजे प्रतिग्रह होत नाही. जेव्हा दात्याला दान दिल्याने पुण्यप्राप्ती होत असेल अशा दानालाच

परिग्रह असे म्हणतात (HDS, २-२, पृ., ८४२ मनु. -४.५). वेदांचा अभ्यास न केलेल्या ब्राह्मणाला दिलेल्या दानांमुळे दाता नरकात जातो. याबाबत स्मृतींमधील उल्लेख स्पष्ट आहेत (HDS, २-१, पृ.,११४, मनु., ४-१९२-१९३). अनुशासन पर्व सांगते की अयोग्य ब्राह्मणाला केलेले दान विझलेल्या अग्नीवर अर्पण करण्याइतके अप्रभावी असते (९०.४०-४१,४७). त्याचबरोबर विद्वान ब्राह्मणाला दान दिल्यास दानकर्त्याला स्वर्गप्राप्ती होईल असेही म्हटले आहे (शतपथ ब्राह्मण- ११.२.१०.६, मनु., ७.८६).

प्राचीन महाराष्ट्रातील भूदानाची परंपरा

महाराष्ट्रातील पुराभिलेखांमधून आपल्याला भूदानाची एक प्राचीन परंपरा दिसून येते. सम्राट अशोकाने आपल्या शिलालेखांमध्ये श्रमण आणि ब्राह्मणांबद्दल आदर व्यक्त केला आहे. परंतु त्याच्या राजाज्ञांमध्ये कुठेही दानाचा उल्लेख आहे नाही. राणी नागनिकेच्या नाणेघाटातील शिलालेखात आपल्याला महाराष्ट्रातील भूदानाचा पहिला ऐतिहासिक उल्लेख सापडतो. या लेखात राणी नागनिका आणि राजा सिरी सातकर्णी यांनी केलेल्या अन्वरंभणिय, अंगारिका, अश्वमेध आणि वाजपेय अशा विविध वैदिक यज्ञांची तपशीलवार नोंद आहे. या लेखात नमूद केलेली भूदाने या यज्ञांनंतर दिली गेलेली दक्षिणा होती. हा लेख अनेक ठिकाणी भग्न झालेला आहे त्यामुळे दान दिलेल्या गावांचे तपशील, नावे तसेच दान प्राप्त करणाऱ्यांची माहिती आपल्याला कधीच समजू शकणार नाही.

महाराष्ट्रातील क्षहरात क्षत्रप राजा नहपान याचा जावई उषवदात याचे लेख नाशिक येथील गुंफा क्रमांक १० आणि कार्ले लेणी येथे दिसून येतात. उषवदाताने पुण्यप्राप्ती करता केलेल्या विविध दानकृत्यांची माहिती नाशिक (मिराशी, क्र. ३८, ४०, ४३) आणि कार्ले येथील बौद्ध गुंफांमध्ये कोरून ठेवलेली आहे. गुंफा क्रमांक १० मधील लेखानुसार शासनवर्ष ४२ मध्ये (इसवी सन १२०-२१) त्याने ही गुंफा भिक्षू संघाला दान दिली. शासन वर्ष ४५ (इसवी सन १२३-१२४) मध्ये त्याने ७०००० कार्षापण आणि २०० सुवर्ण नाणी ब्राह्मणांना दान दिली होती. या दानाची घोषणा शासन वर्ष ४१ (इसवी सन ११९-१२०) मध्ये केली होती. याच गुंफेमधील अजून एका कोरीव लेखानुसार उषवदात याने ५००० कार्षापण आणि सोळा गावांचे दान देव आणि ब्राह्मणांना दिले होते. हा लेख भग्न असल्यामुळे त्यातील तारीख समजून येत नाही. याच गुंफेत पुन्हा एकदा या लेखाची पुनरावृत्ती दिसून येते. मलयांचा पराभव करून त्याने पुष्कर या पवित्र तीर्थक्षेत्री स्नान करून तीनशे कार्षापण आणि एक गाव बहुधा ब्राह्मणांना दान दिला होता. सोळा गावांचे ब्राह्मणांना केलेले दान आणि प्रतिवर्षी एक लक्ष ब्राह्मणांची भोजनाची सोय याबाबतचा लेख कार्ले चैत्यामध्ये आहे. अशा रीतीने नाशिक आणि कार्ले येथील चार शिलालेखांमध्ये सोळा गावांच्या दानाचा वारंवार उल्लेख आहे. दान केलेल्या गावांचा किंवा ब्राह्मणांचा मात्र कोणताही तपशील मिळत नाही. सातवाहनानंतर महाराष्ट्रामध्ये आभीरांचे राज्य होते. (CII-IV-I, p. xli) महाराष्ट्रातील नाशिक लेणी क्र. १० मधील एकमेव आभीर शिलालेख राजा माढरीपुत्र ईश्वरसेन याच्या कारकिर्दीतील आहे. त्यात विष्णुदता शकनिका (सु. इसवी सन २५०) हिने बौद्ध संघाला दिलेली देणगी नोंदलेली आहे. (LL ११३७).

उत्तरेतही भूदानाची परंपरा कायम होती. गुप्त राजांनी स्वतः काही जमीन दान दिल्याचे उल्लेख ताम्रपट किंवा शिलालेखात सापडत नाहीत. समुद्रगुप्त याच्या नालंदा आणि गया ताम्रपटात भूदानाचे काही उल्लेख मिळतात. मात्र हे दोन्ही ताम्रपट बनावट असावेत असा एक कयास आहे. मात्र त्यांच्या काळातील काही अधिकाऱ्यांच्या लेखांमधून ही परंपरा आपल्याला समजून घेता येते. प्रथम कुमारगुप्त याच्या (गुप्त संवत ९८- इसवी सन ४१६-४१७) कारकीर्दीतील गढवा ताम्रपटात काही ब्राह्मणांच्या अन्नछत्राला स्वतःचे पुण्य वाढवण्यासाठी १२ दिनार दान दिल्याची नोंद आहे (CII-III-क्र.१७). प्रथम कुमारगुप्त (गुप्त संवत ११३- इसवी सन ४३२-३३) याच्या धनैडह या ताम्रपटात एका गुप्त आयुक्ताने (अधिकारी) एक मूल्यवाप इतक्या मोजमापाची शेतजमीन विकत घेण्याकरता निवेदन ठेवले. प्रचलित दरानुसार त्याने ही जमीन विकत घेतली आणि वराहस्वामी नावाच्या सामवेदी ब्राह्मणास दान दिली (CII-III-क्र.१९). ताम्रपटाच्या शेवटी शाप आणि आशीर्वाद वचने कोरलेली आहेत. बुधगुप्त (गुप्त संवत १६३- इसवी सन ४८१-४८२) याच्या दामोदरपुरा ताम्रपटात महत्तर, विश्वास (लेखापाल) आणि कुटुंबी (शेतकरी) यांच्या

अध्यक्षतेखाली पलाशवृंदका प्रांताच्या अष्टकुल मंडळाने चंद गावाचे कुटुंबी यांना आपला निर्णय कळवला. चंद गावातील नाभिकाने एक कुल्यवाप इतकी पडीक जमीन काही ब्राह्मणांना वसवण्याकरता दोन दिनार इतकी रक्कम देऊन विकत घेण्याचा प्रस्ताव दिला होता. तो या मंडळाने मान्य केला (CII-III-क्र.३८). ताम्रपटाच्या शेवटी शाप आणि आशीर्वाद वचने कोरलेली आहेत.

स्मृती ग्रंथात सांगितल्याप्रमाणे, वाकाटक काळात महाराष्ट्रातील ताम्रपटांना त्यांचे पूर्ण स्वरूप देण्यात आले. वाकाटक हे उत्तरेतील गुप्तांचे समकालीन तर होतेच पण त्यांच्यात वैवाहिक संबंधही होता. गुप्त सम्राट द्वितीय विक्रमादित्य याची कन्या प्रभावती हिचा विवाह वाकाटक राजा द्वितीय रुद्रसेन याच्याशी झाला होता. गुप्त काळातील पुराभिलेखातून क्वचित दिसून येणाऱ्या भूदानांचे स्वरूप वाकाटक काळामध्ये बदललेले दिसते. वाकाटकांच्या नंदीवर्धन आणि प्रवरपूर अशा दोन्ही शाखांचे अनेक ताम्रपट अभ्यासाकरता उपलब्ध आहेत. वाकाटक राजांनी मोठ्या प्रमाणावर जमिनीची दाने तर दिलीच पण अतिशय तपशीलवारपणे त्यांची ताम्रपटात नोंद करून ठेवली आहे. मात्र दानाची तारीख नोंदवण्याची त्यांची पद्धत वैशिष्ट्यपूर्ण आहे. वाकाटक राजांनी आपापले शासन वर्ष वापरले आहे. कुठलीही एक विशिष्ट कालगणना वापरलेली नाही. त्यामुळे प्रत्येक राजाचा अचूक काळ ठरवणे थोडे कठीण जाते. वाकाटकांच्या ताम्रपटात इष्ट देवतांचे नमन, पूर्वजांची आणि मंत्रिमंडळाची माहिती तसेच दान देण्यात येणाऱ्या ब्राह्मणांची सर्व माहिती, दान दिलेल्या जमिनीचे किंवा गावाचे सविस्तर वर्णन आणि अखेरीस दानातून मिळणारे पुण्य आणि दान भंग केल्यास दिलेली शाप वचने सविस्तरपणे दिसून येतात. प्रभावतीचा मुलगा द्वितीय प्रवरसेन (सु. इसवी सन ४००-४१५) याने स्वतः मोठ्या प्रमाणावर ताम्रपट प्रदान केलेले दिसून येतात. यातील मजकुरावरून त्याने वीसपेक्षा अधिक गावे दान दिली असे दिसून येते (CII-V). या ताम्रपटांमध्ये आपल्याला दूरदेशीच्या विद्वान ब्राह्मणांना आपल्या राज्यात बोलावून भूदाने देऊन स्थायिक केल्याचे दिसून येते. द्वितीय प्रवरसेन याच्या बेलोरा ताम्रपटात राजा द्वितीय प्रवरसेन याने दूरदेशीच्या ब्राह्मणास वाकाटक राज्यात बोलावून स्थायिक केल्याचे पहिले उदाहरण दिसून येते. (CII-V-क्र. ४) त्याने प्रवरेश्वर षड्विंशती वाटक येथील ब्राह्मण रहिवासी सूर्यस्वामी याला असी या भुक्तीमध्ये वसलेल्या शैलपुराच्या विभागाचा (मार्ग) भाग असलेल्या महल्ल लाटाचे दान दिले.

द्वितीय प्रवरसेन जेव्हा विदर्भात राज्य करीत होता तेव्हा पालघर जिल्ह्याच्या परिसरात वाडा येथील एका शिलालेखात आपल्याला एका नवीन राजघराण्याची माहिती मिळते. ऐतिहासिक दृष्ट्या हा शिलालेख अतिशय महत्त्वाचा आहे. गॅझेट मधील नोंदीप्रमाणे वाड्याच्या ईशान्येस एक मोठं तळे आहे. याच परिसरात जव्हारच्या राजांचा एक महाल आणि खांडेश्वरचे प्राचीन मंदिर आहे. बहुधा याच परिसरातच ही शिळा सापडली असावी. सध्या मुंबईच्या छत्रपती शिवाजी वस्तुसंग्रहालयामध्ये ती संग्रहित आहे. के व्ही रमेश यांच्या मते यातील कोरीव लेखात शक संवत ३२२ असा स्पष्ट उल्लेख आहे. हा शिलालेख भोज - मौर्य धर्म्ममहाराज सुकेतूवर्मन याचा आहे. यात भावजीवक या ब्रम्हविद ब्राह्मणाचा उल्लेख आहे. मात्र विद्वान ब्राह्मण असूनही तो दानाचा लाभार्थी नाही. राजा सुकेतूवर्मन याने सुपीक जमिनी, बागा तसेच बारा पाद इतक्या मोजमापाची जमीन कोटेश्वर देवाला दान दिली होती. यापैकी बारा पाद मोजमापाची जमीन भावजीवक याच्या मालकीची होती. या जमिनीच्या विक्री संबंधी अधिक माहिती लेखात मिळत नाही. परंतु सुकेतूवर्मन याने त्याच्याकडून ही जमीन विकत घेऊन दान दिली असणार. अशा तऱ्हेचे उल्लेख पुढे शिलाहार काळात मिळतात. महाराष्ट्रातील ब्राह्मणांच्या मालकीच्या जमिनीचा हा प्राचीन उल्लेख आहे.

दूरदेशातून आलेल्या ब्राह्मणांना जमीन दान करण्याची आणि ताम्रपटाच्या रूपात आवश्यक तपशील दस्तऐवजीकरण करण्याची परंपरा त्रैकुटक राजांच्या राजवटीत चालू राहिली. ते स्वतःला 'अपरांताचे स्वामी' (अपरांतादिदेशपति) म्हणत असत. (व्याघ्रसेनाचा सूरत ताम्रपट - वर्ष २४१-इसवी सन ४९०- CII-IV-I, क्र. ९). त्रैकुटकांच्या मोजक्या उपलब्ध ताम्रपटांपैकी राजा दहरसेन याचा पारडी ताम्रपट सर्वात प्राचीन आहे. (वर्ष २०७-इसवी सन ४५७-CII-IV-I,क्र. ८) त्यात कपूरा येथील रहिवासी ब्राह्मण नन्नास्वामी याला अंतर मंडळी विषयात वसलेल्या कनियास तडकसारिका या गावाच्या दानाची नोंद आहे. इसवी सन १८३९ मध्ये डॉ. बर्ड यांनी शोधलेला त्रैकूटकांचा कान्हेरी ताम्रपट (शासन वर्ष २२५, CII-IV-I, क्र. १०) ते द्वितीय पुलकेशीचा

मेगुती टेकडीवरील एहोळे शिलालेख (इसवी सन ६३४) यामधील सुमारे शंभर वर्षाच्या काळात आपल्याला कोकणाचा इतिहास समजून घेण्यासाठी पुराभिलेखीय पुरावा सापडत नाही. शेवटचा वाकाटक राजा हरिषेण (इसवी सन ४७५-५००) याने त्रैकुटकांचा पराभव केला. कोकणावर बहुधा वाकाटकांचे राज्य नव्हते कारण त्यानंतर लवकरच वाकाटकांचेही राज्य लयाला गेले.

अशा रीतीने महाराष्ट्रात विद्वान ब्राह्मणांना जमिनीचे दान देण्याची आणि त्याबद्दलची सविस्तर नोंद ताम्रपटात करण्याची परंपरा कायम झाल्याचे दिसून येत आहे. आता एका वैशिष्ट्यपूर्ण परंपरेचा आपल्याला शोध घ्यायचा आहे ती म्हणजे कराड होऊन आलेल्या विद्वान ब्राह्मणांचा शोध. महाराष्ट्रातील सातारा जिल्ह्यातील कराड या शहराला प्राचीन परंपरा आणि इतिहास आहे. प्राचीन पुराभिलेखांमध्ये या शहराचा उल्लेख कर्हाटक, करहाडक, करहाटक, कऱ्हाट, कराहाट अशा विविध प्रकारे केलेला आहे. अलीकडेच भालेराव, खरे आणि रायरीकर यांनी पाचव्या - सहाव्या शतकातील एक अपूर्ण ताम्रपटाचा संच प्रसिद्ध केला गेला. यामध्ये कराडच्या भारद्वाज गोत्राच्या भूतस्वामी या ब्राह्मणास बेण्णा आणि घोटक नदीच्या दक्षिणेस असलेल्या बारा हात लांब घर आणि पन्नास निवर्तने जमीन दान दिल्याचा उल्लेख आहे. वर उल्लेख केलेले दान दानकर्त्याच्या सासऱ्याच्या अंतिम संस्काराच्या निमित्ताने दिले गेले होते. मात्र हा दानकर्ता कोण याची माहिती असलेल्या पत्रा अस्तित्वात नाही. प्रस्तुत दानाचे निमित्त शास्त्रसंमत असले तरी पुराभिलेखातील याचा उल्लेख वैशिष्ट्यपूर्ण आहे. तसेच वर उल्लेख केलेल्या नद्यांच्या भौगोलिक स्थानाची निश्चिती केल्यास त्या काळातील राजवंशाची माहिती समजू शकते.

उत्तर कोकणावरील महिष्मतीच्या कलचुरींची सत्ता बदामीचा चालुक्य राजा द्वितीय पुलकेशी याने संपवली (CII-IV-I p., xlvii). एहोळे लेखात (इसवी सन ६३४) त्याला नल, मौर्य आणि कदंब यांची काळरात्र असे म्हटले आहे. या सत्ताबदलाच्या पार्श्वभूमीवर विशेषतः कराडच्या ब्राह्मणांना दिलेल्या भूदानांचा शोध घ्यायचा आहे. शक संवत ५३५ मधील हैदराबाद ताम्रपटात द्वितीय पुलकेशी याने ज्येष्ठशर्मा याला दान दिल्याची नोंद आहे. तो चारही वेद आणि यज्ञादीकर्मे यामध्ये पारंगत होता. आपल्या विषयाच्या दृष्टीने महत्त्वाची बाब म्हणजे ज्येष्ठशर्मा हा तगर या येथील रहिवासी होता. शिलाहारांनी आपल्या लेखांमध्ये तगर म्हणजेच उस्मानाबाद जिल्ह्यातील तेर हे आपले मूळ स्थान मानले आहे (तगरपुरपरमेश्वर) (Kielhorn's List क्र. ९, नाईक आणि नाईक क्र.१०).

राष्ट्रकूट काळातील कराडच्या ब्राह्मणांना दिलेली दाने

कर्नाटकाच्या इतिहासात पुन्हा एकदा सत्ता बदल घडला. वातापीच्या चालुक्यांकडून आता राष्ट्रकूटांकडे सत्ता गेली. पालघर जिल्ह्यात मानोर येथे ताम्रपटांचे दोन संच सापडले होते. त्यापैकी पहिला संच वातापी चालुक्यांचा मांडलिक विनयादित्य मंगलरस याचा होता. (शक संवत ६१३- इसवी सन ६९१) कृष्णदेव यांनी त्याचे वाचन केले. दुसऱ्या संचाचे वाचन कालांतराने वा वि मिराशी यांनी केले. दुसरा मानोर ताम्रपट (शक संवत ६७१-७४९-५०) राष्ट्रकूट राजा दंतिदुर्ग (सु. इसवी सन ७१०-७५५) याच्या काळातील होता. दंतिदुर्ग याने मान्यखेट येथे राष्ट्रकूट साम्राज्याची स्थापना केली होती. मिराशी यांच्या मते दंतिदुर्ग याच्या काळातील हा शेवटचा ज्ञात ताम्रपट आहे. दंतिदुर्ग याला प्रस्तुत ताम्रपटात पंचमहाशब्दांचा मान दिला आहे. हा उल्लेख वैशिष्ट्यपूर्ण आहे कारण ही उपाधी सहसा मांडलिकांना दिली जाते. यात कोकणासंबंधी एक महत्त्वाचा उल्लेख दिसून येतो. ताम्रपटामध्ये नोंद केल्याप्रमाणे दंतिदुर्गाने अनिरुद्ध याची कोकण प्रांतावर राज्यपाल म्हणून नियुक्ती केली होती. अनिरुद्ध हा श्रीपुर येथून राज्य करीत होता. इसवी सन ८०० च्या सुमारास तृतीय गोविंद याने प्रथम कपर्दी याची कोकणावर आपला मांडलीक म्हणून नेमणूक केलेली दिसते. यानंतर उत्तर कोकणामध्ये शिलाहार हे राष्ट्रकूटांचे मांडलिक म्हणून कार्यरत दिसतात.

राष्ट्रकूट राजांनीही भूदानाची परंपरा कायम ठेवली होती. राष्ट्रकूटांच्या आजवर उपलब्ध असलेल्या लेखांपैकी दंतिदुर्ग याच्या सामानगड किल्ल्यात सापडलेल्या ताम्रपटात (शक संवत ६७५-इसवी सन ७५३) सर्वप्रथम कराड येथे राहणाऱ्या ब्राह्मणास दान दिल्याचा उल्लेख सापडतो. कोप्पारा-५०० च्या भुक्तीत देउलवाडा नावाच्या गावाचे दान कराहाटक येथील रहिवासी (करहाटक वास्तव:) भट्ट त्रिविक्रमाचा नातू आणि कृष्ण भट्टाचा मुलगा नारायणभट्ट याला दिले. तो बहवृच शाखा आणि वसिष्ठ

गोत्रातील होता. वेद आणि वेदांगात पारंगत म्हणून त्याची प्रशंसा केली आहे. त्याने अग्निहोत्र, बली आणि चरू यांसारखी कर्मे करणे अपेक्षित होते. त्याला भूमिच्छिद्रन्यायाचा विशेषाधिकार होता. चाट आणि भाट (अनियमित आणि नियमित सैन्य) यांना दान दिलेल्या गावात प्रवेश करण्यास मनाई होती.

प्रथम कृष्ण याचा तळेगाव ताम्रपट (२३ मार्च ७६८) हा गंग राजांचा पराभव केल्यावर त्यांची राजधानी मन्ननगर (मान्यपूर) येथून दिला होता. बी एल राईस यांनी हे ठिकाण कर्नाटकातील बंगलोर जिल्ह्यातील माने असे ओळखले आहे. हा कृष्ण याच्या कारकिर्दीतील पहिला ज्ञात ताम्रपट आहे. कृष्ण याने त्याचे माता-पिता आणि स्वतः यांचे पुण्यवर्धन करण्याकरता करहाट १०००० येथे राहणाऱ्या ब्राह्मणांना पुणक विषयातील भामरोपारा, अरालुवा, सिंदीग्राम आणि तडवळेसह कुमारीग्राम दान दिले. पुणक देशाच्या सीमा ओळखताना पूर्वेकडील आळंदियाग्राम आणि तिउराग्रामाचा उल्लेख केला आहे. ते सध्याच्या काळातील आळंदी आणि थेऊर म्हणून सहज ओळखता येतात. मुईला नदीचा, म्हणजे मुळा नदीचाही उल्लेख आहे. अशा प्रकारे, हे दान आठव्या शतकातील आळंदी आणि थेऊरसह एक विषय किंवा जिल्हा म्हणून पुण्याची प्राचीनता सिद्ध करते. प्रस्तुत दानातील दोन विशेष भाग भट्ट वासुदेव याच्यासाठी राखून ठेवले होते. वासुदेव याला 'अशेषवेदशास्त्रार्थविशारदाय' असे म्हटले आहे.

भोर राज्य संग्रहालयाच्या ताब्यात ध्रुव राजाच्या दोन ताम्रपटांचे दोन संच आहेत. अनंत आळतेकर यांनी या ताम्रपटांच्या संचांचे प्राप्ती स्थळ माहित नाही असे नमूद केले आहे. त्यातील पहिल्या लेखात (शक संवत ७०२-सु. इसवी सन ७८०) ध्रुव नीरा नदीच्या काठी तळ ठोकून असताना त्याने श्रीमाळाच्या (शिरवळ) विषयात लघुविंग हे गाव दान दिले असे नोंदवले आहे. दान प्राप्त केलेला वासुदेवभट्ट हा करहाडा येथील रहिवासी होता. तो दुर्गाभट्टाचा पुत्र होता आणि वेद आणि वेदांगांच्या निपुणतेसाठी आणि विवेचनासाठी प्रसिद्ध होता. (सांगोपांग वेदार्थतत्व विदुशे). या संचातील दुसरा ताम्रपट कल्याणीचा चालुक्य राजा सहावा विक्रमादित्य याचा मांडलीक खंब याचा होता. खंब हा तैलप्पाचा मुलगा आणि खंबाचा नातू होता (आजा आणि नातवाचे नाव एकसारखे आहे). एखाद्या राजाने दान दिलेल्या गावाचे कालांतराने काय होत असावे हे समजण्याकरता या ताम्रपटातील उदाहरण उत्तम आहे. शक संवत १००१-१८ मे १०७९ रोजी खंब याने विंग गावाचे दान दिले. वर उल्लेख केलेल्या ध्रुव याच्या ताम्रपटात देखील हाच गाव दान दिलेला दिसून येतो. इतर ब्राह्मणांच्या वतीने हे दान प्राप्त झालेल्या कुंभदेवभट्ट आणि गंगालदेव यांची नावे परिशिष्ट म्हणून कोरलेली आहेत. तेच गाव तीनशे वर्षांनंतर पुन्हा दान करण्यात आले आहे. दान प्राप्त करणारा व्यासभट्ट होता. तो काश्यप गोत्राचा होता. त्याने श्वेत यजुर्वेदाचा अभ्यास केला होता. तो कराडचे रहिवासी आणि चार प्रकारच्या शिक्षणात पारंगत होता. व्यासभट्टाला १०० निवर्तने जमीन मिळाली.

इसवी सन ८१० मधील तृतीय गोविंद याच्या एका नवीन ताम्रपटानुसार काश्यप गोत्र, शुक्ल यजुर्वेदाची माध्यंदिन शाखा यांचा अभ्यास करणाऱ्या व्यासभट्टाला शंभर निवर्तने मोजमापाच्या जमिनीचे दान दिले गेले. तो देखील कराडचा रहिवासी होता. संजाण मधील एका पारशी गृहस्थाने प्रोफेसर श्रीधर रामकृष्ण भांडारकर यांच्याकडे प्रथम अमोघवर्ष याचे ताम्रपट सुपूर्त केले. त्यांनी देवदत्त भांडारकर या आपल्या बंधूंना ते ताम्रपट वाचनाकरिता दिले. शक संवत ७९३-सु. इसवी सन ८७१ मधील प्रथम अमोघवर्ष याच्या प्रस्तुत ताम्रपटात मान्यखेत येथून आपले माता पिता आणि स्वतःच्या पुण्यार्जनासाठी बहवृच शाखेच्या चार ब्राह्मणांना दान दिले असा उल्लेख आहे. संजाणलगतच्या चोवीस गावांच्या गटातील झरीवल्लिका हे गाव या ब्राह्मणांना दान करण्यात आले. त्यांच्या कर्तव्यांमध्ये नियमितपणे बली, चरू, वैश्वदेव, अग्निहोत्र आणि अतिथीसंतर्पण यांचा समावेश होता. हे ब्राह्मण मूळचे कराडचे रहिवासी होते (करहडविनिर्गत). त्यांना सभूतपात्तप्रत्यय: (पथकर आकार), सधान्यहिरण्यादेय: (सुवर्ण आणि धान्यासह), सर्व्वराजकीयानामहस्तप्रक्षेपणीय (राजाशी संबंधित कोणत्याही अधिकाऱ्यांच्या हातून जप्त होऊ नये), भूमीछिद्रन्याय (दान दिलेली जमीन पहिल्यांदा सर्वप्रथम नांगरल्यानंतर देण्यात येणारा कर), सोद्रंगसपरिकर (जमीन कर), सोत्पद्यमानविष्टिक: (सक्तीच्या मजुरीचा अधिकार), सदण्डदशपराध: (दहा गुन्ह्यांच्या दोषांसाठी शिक्षेसाठी आकारलेल्या रकमेसह) , अचाटभाटप्रवेश (सैनिक आणि अधिकारी यांना दान दिलेल्या गाव किंवा जमिनीमध्ये प्रवेश करण्यास मनाई होती), पुत्रपौत्रान्वयक्रमोपभोग्य: (दानाचा उपभोग प्राप्त कर त्याचे पुत्र आणि पौत्र घेऊ शकत होते),

पूर्व्वप्रत्यब्रह्मदेवदायरहितोभ्यनंतरसिद्धाय (ब्राह्मण आणि देवतांना पूर्वी दिलेले दान वगळणे) हे विशेषाधिकार बहाल केले होते. दान प्राप्त केलेल्या ब्राह्मणांचे तपशील पुढील प्रमाणे आहेत.

नाव	पिता	आजोबा	गोत्र
नरसिंह दीक्षित	गोल षडांगविद	शविकुवर क्रमाविद	भारद्वाज
रक्षादित्य क्रमविद	गोविंदा भट्ट	भट्ट	भारद्वाज
त्रिविक्रम षडगविद	विष्णू भट्ट	दावडी गहियासाहस	वद्दमुख
केशवा गहियासहसा	गोवदित्य भट्ट	हरी भट्ट	वत्स

चतुर्थ गोविंद याचा गावरी ताम्रपट (शक संवत ८५१) अनेक प्रकारे अद्वितीय आहे. दोन राजघराण्यातील राजांनी एकाच ताम्रपटावर त्यांच्या देणग्या नोंदवल्याचं दुर्मिळ उदाहरण त्यात आहे. बहुधा परमार सियाकाने मान्यखेताचा पराभव केल्यावर मूळ ताम्रपट उत्तरेकडे नेण्यात आले असावेत. सियाकाचा मुलगा वाक्पती मुंज याने पूर्वीचा राष्ट्रकूट लेख नष्ट केल्यानंतर त्याच ताम्रपटांचा वापर केला. पहिल्या लेखात शक संवत ८५१ मध्ये चतुर्थ गोविंद याने चंद्रग्रहणाच्या पर्वनिमित्ताने राष्ट्रकूटांची राजधानी असलेल्या मान्यखेताच्या पश्चिम सीमेजवळ वसलेले पायलीपट्टण हे गाव विविध विद्या शाखांच्या एक हजार ब्राह्मणांच्या अन्नछत्राच्या सोयीसाठी दान दिले. यामध्ये मान्यखेताचे ३६० कर्नाटकी ब्राह्मण (मान्यखेत कर्नाटक प्रमुख ब्राह्मण), कण्व शाखेतील ३०० ब्राह्मण (वैदिक शाळा), कराहाटकातील २४० ब्राह्मण (करहाटकप्रमुखब्राह्मणां चत्वारिंशदिकं), चार चरणांचे ७२ ब्राह्मण आणि २८ सहस्रमान्य ब्राह्मण होते. वाक्पती मुंज याने विक्रम संवत १०३८-१६ ऑक्टोबर ९८१ मध्ये २६ ब्राह्मणांना वणिक गाव दान दिला. त्यापैकी बरेच मगध, बंगाल आणि आसाम सारख्या दूरच्या ठिकाणाहून आले होते. परमार राजाने त्यांना माळवा येथे पुनर्स्थापित केले. ब्राह्मण सर्वानंद हा मगधमधील कानोपा गावातून आला होता. त्याला दानातील आठ भाग तर मिळालेच पण ३१ डिसेंबर ९८६ मध्ये दिलेले तिसरे दान फक्त त्यानेच प्राप्त केले. यावरून काही विशिष्ट विद्वान ब्राह्मणांना दानाचा अधिक हिस्सा मिळत असे हे स्पष्ट होते. तसेच दानपत्रही त्यांच्याकडे राखण्याचा मान दिला जात असे.

शक संवत ८८०-८ मार्च ९५९ मधील तृतीय कृष्ण याचे ताम्रपट कराड येथील एका जुन्या व मोडकळीस आलेल्या घराच्या पायाखाली सापडले. या दानामध्ये कऱ्हाट विषयातील कानकेम गावाच्या देणगीची नोंद आहे. सर्व शैवसिद्धांतांमध्ये पारंगत असलेले एक महान तपस्वी (महातपस्विने) गगनशिव यांना हे दान मिळाले. ते करहाट येथील ईशानशिवाचे शिष्य होते. ईशानशिव हे वालकेश्वर संस्थानाचे प्रमुख होते आणि करजखेट गावातून स्थलांतरित झाले होते. याचा अर्थ असाही होऊ शकतो की ते करजखेट येथील मठाच्या वंशाचे होते. या ठिकाणी राहणाऱ्या तपस्वींच्या देखभालीसाठी (आसन आणि कपडे) दान देण्यात आले.

शक संवत ९६०-सु. इसवी सन १०३८ मधील तृतीय कृष्ण याच्या कोल्हापूर ताम्रपटात अलतागे ७०० जिल्ह्यातील रिक्कटी हे गाव देवभट्टाचा मुलगा, यौतभट्टांचा नातू आणि आत्रेय गोत्रातील रामदेवभट्ट यांचा पणतू गोविंदभट्ट याला दान दिल्याची नोंद आहे. गोविंदभटाची 'वेद वेदांग पारगाय' म्हणून स्तुती केली आहे. त्याचे कुटुंब कुरेग्राम (कोरेग्राम) येथून कर्हाटक विषय येथे स्थलांतरित झाले होते (कऱ्हाट विषयांतर्गत कुरेग्रामा विनिर्गत). के जी कुंदनगार, कोल्हापूरच्या ईशान्येला सतरा मैल अंतरावर असलेल्या रिक्कटीला रुकडी म्हणून ओळखतात. त्यामुळे, त्याचे मूळ गाव आणि दान दिलेले गाव यांच्यातील अंतर फारसे नव्हते. अलतागे हे कोल्हापूरच्या ईशान्येला सुमारे १७ मैलांवर वसलेले आहे.

रिक्कटी गावाच्या चतु:सीमा पुढीलप्रमाणे आहेत

पूर्व - सिरिग्राम आणि मलिग्राम

पश्चिम- येरुरेज आणि चोक

उत्तर- मुंडसागे

दक्षिण – कोडोवली आणि सिनेवाटा

राष्ट्रकूट राजांकडून जमीन दान मिळालेले कराडचे विद्वान ब्राह्मण

लेख	राजा	शक संवत	इसवी सन	ब्राह्मण
सामानगड	दंतिदुर्ग	६५७	७५३	नारायणभट्ट
तळेगाव	प्रथम कृष्ण	----	२३ मार्च ७६८	कराडचे ब्राह्मण आणि भट्ट वासुदेव
भोर	ध्रुव निरुपम	७०२	सु. ७८०	वासुदेवभट्ट
नवीन ताम्रपट	तृतीय गोविंद	---	८१०	व्यासभट्ट
संजाण	अमोघवर्ष	७९३	८७१	नरसिंह दीक्षित
				रक्षादित्य क्रमविद
				त्रिविक्रम षडगविद
				केशवा गहियासाहस
गावरी	चतुर्थ गोविंद	८५१	सु. ९२९	कराहाटकातील २४० ब्राह्मण
कराड	तृतीय कृष्ण	८८०	८ मार्च ९५९	महातपस्वी गगनशिव
कोल्हापूर	तृतीय कृष्ण	८८२	९६०	गोविंदभट्ट

श्रीस्थानकाच्या शिलाहार राजांनी विद्वान ब्राह्मणांना दिलेली भूदाने

छद्वैदेव याने प्रथम वज्जड या आपल्या वडील बंधूने दिलेल्या दानाची नोंद प्रिन्स ऑफ वेल्स म्युझियम (सु. इसवी सन १० वे शतक) या ताम्रपटात केली आहे. हा ताम्रपट कालोल्लेखविरहित आहे. त्यात सर्वप्रथम ब्राह्मण छाडदेव याला दिलेल्या दानाची नोंद आहे. श्रीस्थानकाच्या शिलाहारांच्या ताम्रपटांच्या आढावा घेता फक्त अपराजित, छित्तराजा आणि त्याचा धाकटा भाऊ मुम्मुणी यांनी आपली काही दाने कराडच्या ब्राह्मणांना विद्वान ब्राह्मणांना दिली होती. विद्वान ब्राह्मणांना दिलेल्या या दानांची संख्या कमी असली, तरी राष्ट्रकूट दानांपेक्षा ही दाने अधिक विस्तृत आणि तपशीलवार आहेत.

२० ऑगस्ट ९९३ रोजी अपराजित याने एकाच दिवशी करहाट येथून आलेल्या काश्यप गोत्र ऋग्वेद शाखेच्या हरिदेवाचा पुत्र कोलम याने आपले माता पिता आणि स्वतःच्या पुण्यार्जनासाठी सूर्यग्रहण पर्वाच्या निमित्ताने दोन निरनिराळी दाने दिली. कोलम हा पुढचा मूळचा कराडचा रहिवासी असला तरी तो पुणक देशातील खेटक येथे रहात होता. दुसऱ्या लेखात अपराजिताने त्याला श्रीस्थानक येथे आमंत्रित करून १४०० गावांच्या पुरी कोकणातील चिक्खलाड विषयातील विहाले भागातील पलच्छऊच्छिका हे गाव दान दिले. दोन्ही ताम्रपट जंजिरा गावात सापडले होते. आता ते बडोदा वस्तूसंग्रहालयात संग्रहित आहेत.

पलच्छऊच्छिका गावाच्या चतु:सीमा पुढीलप्रमाणे आहेत

पूर्व - मानेचोली गावाची विरका (पडीक जमीन)

पश्चिम - मज्जीग्रामाची सीमा

उत्तर - मज्जीग्रामाची सीमा

दक्षिण - कोटिलेवल्लीची सीमा

कोलम याला हे दान भोग भाग, वृक्ष (मोहाची झाडे वगळता), लाकूड, गवत आणि पाणी, दहा गुन्ह्यांसाठी दंड आकारण्याचा अधिकार, सर्व उत्पादने, पुत्रहीन व्यक्तींची मालमत्ता,अविवाहित मुलींवरील गुन्ह्यांसाठी आकारलेल्या दंडासहित प्राप्त झाले होते. यापूर्वी देव आणि ब्राह्मण यांना दिलेल्या दानांवर त्याचा अधिकार नव्हता. या गावांमध्ये राजाचे शिपाई आणि अधिकारी यांना प्रवेश करण्यास मनाई होती. हे दान करमुक्त होते. निपुत्रिकांच्या संपत्तीवर त्याला हक्क सांगता येणार होता. अशा प्रकारे, सूर्य आणि चंद्र असेपर्यंत स्वतः नांगरण्याचा किंवा इतरांना नांगरण्याची परवानगी देण्याचा कोलम याचा अधिकार सुनिश्चित केला गेला. भविष्यात या अनुदानाचे कोणाकडूनही उल्लंघन होणार नाही याबाबत सक्त ताकीद दिली होती. या दानपत्राचा लेखक कायस्थ उद्दाम होता. वर उल्लेख केल्याप्रमाणे २० ऑगस्ट ९९३ याच दिवशी अपराजित याने कोलम याला दुसरे दान दिले. १४०० गावांचा समावेश असलेल्या पुरी कोकणातील पाणाड विषयातील (जिल्हा) सालाणक गावातील चमेलेवाखडीजवळील एका फळबागेचे दान दिले गेले.

फळबागेच्या चतु:सीमा पुढीलप्रमाणे आहेत

पूर्व- राजपथ

पश्चिम- ब्राह्मण सिहपैय्याची फळबाग

उत्तर-राजपथ

दक्षिण - ब्राह्मण उपाध्याय रुद्राची फळबाग

या पुराभिलेखांवरून विद्वान ब्राह्मण अनेकदा स्थलांतरे करीत असलेले दिसून येत आहेत. अशी अनेक उदाहरणे पुढे दिसून येतील. दान प्राप्त झाल्यानंतर लाभार्थींना काही कर्तव्याचे पालन करायचे असते. दैनंदिन जीवनात अध्ययन,अध्यापन, बलि, चरू, वैश्वदेव आणि अग्निहोत्र हे विधी करायचे असतात. तसेच येणाऱ्या पाहुण्यांचे स्वागत आणि त्याला नेमून दिलेल्या उत्पन्नातून परिवाराचे पालन पोषण करायचे असते. दोन्ही ताम्रपटांमध्ये कोलम याला समान फायदे प्राप्त झाले होते. दोन्ही ताम्रपटांचा लेखक कायस्थ उद्दाम होता. मात्र दोन्ही ताम्रपटात नमूद केलेले महाअमात्य अनुक्रमे अम्मणैय आणि केशपार्य असे वेगवेगळे होते. याचे एक कारण असे असावे की दान देणाऱ्या राजा दानाची तारीख आणि दान प्राप्त करणारा ब्राह्मण एकच असला तरी त्याला दिलेली दोन्ही दाने राज्याच्या वेगवेगळ्या भागात होती. पहिले दान चिक्खलाड या विषयात (जिल्ह्यात) तर दुसरे दान पाणाड विषयात होते. बहुधा या दोन्ही प्रांतांवर निरनिराळे प्रशासक होते.

यापूर्वीच नमूद केल्याप्रमाणे कल्याण ताम्रपटाचे वाचन करताना या विषयाकडे सर्वप्रथम लक्ष वेधले गेले. कल्याण येथे मे २०१२ मध्ये छित्तराजाच्या ताम्रपटाचा शोध लागला होता. जामदग्न्य वत्स गोत्रातील रूपमैय्य याचा मुलगा, विद्वान ब्राह्मण रांब पंडित याला चंद्रग्रहण पर्वाच्या निमित्ताने छित्तराजाने एक गाव व फळबाग दान दिले. हे दान प्राप्त करण्याकरता त्याने करहाट ते श्रीस्थानकपट्टण असा प्रवास केला. रांब पंडित याला जंजिरा ताम्रपटांमध्ये वर्णन केल्याप्रमाणे सहा धार्मिक कर्तव्यांचे पालन करायचे होते. कोकुमवदभुग्राम हे दान केलेले गाव आणि कवलीपाटक आराम (फळबाग) चेमुल्य दिग्भागाच्या पाणाड विषयात होते.

गाव आणि फळबागेच्या चतु:सीमा पुढीलप्रमाणे आहेत

कोकुमवदभुग्राम

पूर्व- शिवलिग्राम

पश्चिम - देईक्षेत्र

उत्तर - तालिकाग्राम

दक्षिण- मणिरेग्राम

कवलीपाटक आराम

पूर्व- गुरुगुतुविहारिका – प्रतिबध्द आराम

पश्चिम - मलिमामासक्त आराम

उत्तर - लाला भिवाण तडाग

दक्षिण- माधव (वैद्य) आराम

मुरुड तालुक्यातील भोईघर येथे श्री नातू यांना एक ताम्रपट सापडला होता. सध्या त्याचा ठावठिकाणा लागत नाही. नातू यांनी ताम्रपटावरील लेख आत्मसात करून घेतले होते. त्यामुळे या लेखाचे वाचन शक्य झाले. हा ताम्रपट अनेक बाबींमध्ये वैशिष्ट्यपूर्ण आहे. ३ सप्टेंबर १०२४ रोजी छित्तराजाने हा ताम्रपट प्रदान केला होता. मात्र हे पारंपारिक दानपत्र नव्हते. त्यावरील लेखाच्या अनुसार याला व्यवस्थापत्र असे म्हणतात. राजमाता पद्मलदेवी हिने आपला पुत्र छित्तराजा याच्या संमतीने ही आज्ञा प्रदान केली होती. तिचे लेखन जोउपैय या लेखकाने केले होते. पद्मलदेवी ही द्वितीय वज्जड याची पत्नी आणि छित्तराज, नागार्जुन आणि मुम्मुणी यांची माता होती. शक संवत ९७५-२२ जुलै १०५३ मधील मुम्मुणी याच्या कारकिर्दीतील दिवेआगार व्यवस्थापत्र देखील राणी पद्मलदेवीचीच आज्ञा आहे. एकोणतीस वर्षांच्या अवकाशाने असलेल्या या दोन ताम्रपटांमुळे राणी पद्मलदेवी हिची शिलाहारांचा राज्यकारभार आणि कर व्यवस्था यामधील सतर्कता दिसून येते. दान दिलेल्या जमिनी आणि फळबागांचे व्यवस्थापन कसे होते हे आपल्याला त्यातून समजते. भोईघर ताम्रपटात चिपळूणच्या काही ब्राह्मणांना रायगड जिल्ह्यातील अलिबाग तालुक्यातील पोयनाड येथील करदांड आणि कोलपल्लीका गावात फळबागा दिल्याचा उल्लेख आहे. हे ब्राह्मण मूळचे कराडचे होते (चिपलूण करहाटक कोटक्रम(विद्) इत्यादिना). या व्यवस्थापत्रात दान प्राप्त झालेल्या ब्राह्मणांबद्दल काहीही माहिती नाही.

फळबागांमधील शंभर पोफळीवर चार द्रम्म कर असावा. नारळ, फणस ,आंबा आणि चाफा ही फळबागेत किंवा गावाबाहेरील जंगलात असलेली असलेली झाडे करमुक्त होती. सुरामंड किंवा मोहाची झाडे फळबागेत किंवा गावाबाहेरील जंगलात असली तरीही राजाच्या मालकीची समजावी. तसेच फळे उत्पन्नाच्या विक्रीच्या प्रसंगी व्यापाऱ्याला शेकडा तीन (त्रिक शत) असा विक्रीकर द्यावा लागेल. राजमाता पद्मलदेवी हिच्या इच्छेवरून या गावात स्थायिक केलेल्या कराड-चिपळूणच्या ब्राह्मणांना सुपारीवरच्या करामध्ये काही प्रमाणात सवलत देण्यात आलेली दिसते. तथापि, हे लक्षात घेतले पाहिजे की सर्वाधिक कर उत्पन्न देणारी सुरमंडाची (मोह) झाडे सरकारी मालकीची होती. असाच नियम श्रीस्थानकाच्या शिलाहारांनी मिठागारांबाबत लावलेला दिसून येतो.

२३ नोव्हेंबर १०२५ रोजी छित्तराजाने काश्यप गोत्रातील विश्वगोविंदमैय्य याचा मुलगा आणि बहवृच शाखेचा विद्वान ब्राह्मण (परम ब्राह्मण) विद्याविभूपैय्य यांना पाणाड विषयातील दिसलांगग्राम दान दिले. दान स्वीकारण्याकरता विद्याविभूपैय्य याने कराहाटक ते श्रीस्थानक असा प्रवास केला. सर्व ताम्रपटांमध्ये दान प्राप्त झालेल्या ब्राह्मणांना दिलेले विशेष अधिकार आणि त्यांची कर्तव्ये सारखीच असतात. प्रस्तुत पनवेल ताम्रपटाचा एकच पत्रा रवींद्र रामदास यांनी उपलब्ध करून दिलेला होता. त्यामुळे या दानासंबंधी अधिक माहिती देता येणे शक्य नाही. याबाबत मागील प्रकरणांमध्ये विस्तृत चर्चा केली आहे.

श्रीस्थानकाच्या शिलाहारांच्या सर्व ताम्रपटांपैकी सर्वात विस्तृत आणि बहुविध माहितीने समृद्ध असा ताम्रपट म्हणजे राजा मुम्मुणी याने दिलेला ठाण्याचा ताम्रपट (२० फेब्रुवारी १०४९) होय. इसवी सन १९५६ मध्ये ठाणे येथील जिल्हा कचेरी आणि चर्च यांच्या मधल्या जागेत काही खोदकाम करताना हे ताम्रपट सापडले होते. सध्या हे ताम्रपट मुंबईच्या छत्रपती शिवाजी महाराज वस्तुसंग्रहालयात संग्रहित आहेत. प्रस्तुत लेखात दोन स्वतंत्र दानांचा उल्लेख आहे. दोन्ही दानांमध्ये चंद्रग्रहणाच्या पर्वावर कराडच्या ब्राह्मणांना दान दिल्याचा उल्लेख आहे. आपली पट्टमहाराणी पद्मै हिच्या पुण्यार्जनासाठी ही दाने दिली गेली (स्वकीयपट्टमहाराज्ञीश्रीपद्मैराज्ञ्या श्रेयोर्त्थं).

ठाणे ताम्रपटातील पहिल्या दानाचे तपशील

लेखाच्या पहिल्या भागात वरेटिका विषयातील एकसाल, भुतवली, वडवली, आसलग्राम, उंबरवली आणि अजून एक (नाव नष्ट झाले आहे) अशा सहा गावांचे दान नोंदवलेले आहे. दान दिलेल्या गावांच्या उत्पन्नातून मिळणारे प्रति घरटी एक द्रम्म अशी घरपट्टी आणि कुमारगद्याणक यातून ब्राह्मणाला आपापला दानाचा समान हिस्सा मिळणार होता. मात्र महत्त्वाची बाब अशी की नारायण पंडित आणि दिवाकरैय या दोघांना मात्र प्रत्येकी दोन भाग मिळणार होते. सर्व ब्राह्मण करहाट अर्थात कराडचे होते. परंतु नारायणभट्ट याला कर्नाट असे म्हटले आहे. म्हणजे दान प्राप्त करतेवेळी तो कराडला असला तरी मूळचा कानडी होता. दान प्राप्त केलेले सर्व ब्राह्मण ऋग्वेदात पारंगत होते. आर्थिक स्वरूपात मिळालेल्या या दानातून त्यांना षटकर्मे आणि आपल्या परिवाराचे पालन पोषण करायचे होते. दान दिलेल्या गावांच्या चतुःसीमा पुढीलप्रमाणे आहेत

एकसाल

पूर्व- उलासा नदी (उल्हास)

पश्चिम- सियाली वस्तीजवळील गोम्मार्ग

उत्तर- अश्वत्थ वृक्ष आणि गोम्मार्ग

दक्षिण - पवाहा नदी

या गावातून अन्नधान्य, गृह उपकर आणि प्रति घरटी कुमारगद्याणक उत्पादनातून एकूण ४४५ द्रम्म उत्पन्न झाले होते.

भुतवली

पूर्व-विराक (पडीक जमीन)

पश्चिम - एक टेकडी

उत्तर- विराक (पडीक जमीन)

दक्षिण - एक टेकडी

या गावातून अन्नधान्य, गृह उपकर आणि प्रति घरटी कुमारगद्याणक उत्पादनातून एकूण २२३ द्रम्म उत्पन्न झाले होते.

वडवली

पूर्व-अश्वत्थ आणि पिंपरी वृक्ष

पश्चिम - विराक (पडीक जमीन)

उत्तर- पवहा नदी

दक्षिण-उच्छदेवीचे मंदिर असलेली टेकडी

या गावातून अन्नधान्य, गृह उपकर आणि प्रति घरटी कुमारगद्याणक उत्पादनातून एकूण २६९ द्रम्म उत्पन्न झाले होते.

आसलग्राम

पूर्व – वडवली गावातील विराक (पडीक जमीन)

पश्चिम -पर्वत

उत्तर - विराक (पडीक जमीन)

दक्षिण - विराक (पडीक जमीन)

या गावातून अन्नधान्य, गृह उपकर आणि प्रति घरटी कुमारगद्याणक उत्पादनातून एकूण ५४८ द्रम्म उत्पन्न झाले होते.

उंबरवली

या गावातील एका शेताच्या महसुलातून एकूण ५० द्रम्म उत्पन्न झाले होते.हे गाव मधु पंडित या ब्राह्मणाच्या मालकीचे होते. या गावाच्या चतु:सीमा निर्दिष्ट केलेल्या नाहीत.

एक गाव (नाव नष्ट झाले आहे)

पूर्व- एकसला गावातील गोम्मार्ग

पश्चिम- नागेश्वर देवाचे मालकीचे पिंपरिका क्षेत्र आणि एक राजमार्ग

उत्तर-गोम्मार्ग

दक्षिण-पवहा नदी

घंटेश्वराच्या क्षेत्रातून तसेच गृह उपकर आणि प्रति घरटी कुमारगद्याणक उत्पादनातून एकूण ४८ द्रम्म उत्पन्न झाले होते.

मुम्मुणी याच्या ठाणे ताम्रपटातील पहिल्या दानाचा तपशील

ब्राह्मण	पिता	गोत्र	शाखा
नारायण पंडित	तिक्कपैय्य	जमदग्नी वत्स	ऋग्वेद
रांब पंडित	तिक्कपैय्य	जमदग्नी वत्स	ऋग्वेद
लक्ष्मीधर पंडित	तिक्कपैय्य	जमदग्नी वत्स	ऋग्वेद
कर्नाटक केशवभट्ट	---	जमदग्नी वत्स	ऋग्वेद
गोपती पंडित	रांब पंडित	जमदग्नी वत्स	ऋग्वेद
धारेश्वर पंडित	माधव भट्ट	जमदग्नी वत्स	ऋग्वेद
कर्नाटक नारायणभट्ट	गोवर्धनभट्ट	गार्ग्य	ऋग्वेद
चक्रपाणिभट्ट	द्रोणभट्ट	कपी	ऋग्वेद
माधव ज्योतिर्विद	दामुपैय्य	आत्रेय	ऋग्वेद
वांबदेव भट्ट	रिसियप्पभट्ट	आत्रेय	ऋग्वेद
वावलय्या	दामुपैय्य	कश्यप	ऋग्वेद
दिवाकरैय	सिद्धपैय्य	भारद्वाज	ऋग्वेद
जनार्दन	वेवला षडांगविद	कश्यप	ऋग्वेद
वांबण	तिक्कपैय्य	आत्रेय	ऋग्वेद

ताम्रपटांमधील मजकुराचा बारकाईने अभ्यास केल्यास अनेक नवीन तपशील लक्षात येतात. रांब पंडितांचा दोनदा उल्लेख आहे. कल्याण ताम्रपटात दान प्राप्त केलेल्या ब्राह्मणाचे नाव देखील रांब पंडितच होते. थोडे बारकाईने पाहिल्यास या दोन व्यक्ती वेगळ्या होत्या हे निश्चित करता येते. कल्याण ताम्रपटातील पंडिताचे नाव रुपमैय्य होते. तर प्रस्तुत दानात तिक्कपैय्य हे नारायण, रांब आणि लक्ष्मीधर या तीन मुलांचे वडील होते असे दिसते. दुस-यांदा रांब पंडिताचा उल्लेख गोपती पंडिताचा पिता म्हणून केला जातो. दोन्ही कल्याण आणि ठाणे या दानांमध्ये तीस वर्षांचे अंतर असल्याने आणि दोन्ही लेखांमध्ये जमदग्नी वत्स हे रांब पंडिताचे गोत्र म्हणून नमूद केल्यामुळे हा रांब मात्र एकच असू शकतो. ठाणे ताम्रपटात त्याचा मुलगा गोपती यांनी दान स्वीकारलेले दिसून येते.

माधव ज्योतिर्विद याने देखील प्रस्तुत दान प्राप्त केले होते. ठाण्याच्या शिलाहारांच्या ताम्रपटात अनेकदा ज्योतिषांना दान दिल्याचे दिसून येते. भादान ताम्रपटात शनिवारविजय हे अपराजिताच्या विशेषणांपैकी एक होते. काही ब्राह्मण हे ज्योतिषशास्त्रामध्ये देखील पारंगत दिसून येतात. चांजे लेखाप्रमाणे ३ जानेवारी ११३९ रोजी प्रथम अपरादित्य याने सूर्यग्रहणाच्या प्रसंगी मरूक्षेत्र (मुरुड) येथील चान्दिजे गावातील एक फळबाग वादू ज्योतिषी याला दान दिले. मरुत्क्षेत्र येथील चान्दिजे गावातील एक फळबाग वादूज्योतिषी याला दान दिली होती.

या दानाच्या निमित्ताने जमा झालेल्या महसुलाचा एक भाग म्हणून कुमारगद्याणक हा एक महत्त्वाचा उल्लेख दिसून येतो. त्याचा उल्लेख द्रम्म याच्या व्यतिरिक्त केलेला आहे. कुमारगद्याणक याचा उल्लेख काही गढवाल लेखांमध्ये येतो. किलहॉर्न यांनी त्याचे स्पष्टीकरण दिलेले नाही. अर्थात सर्व गढवाल लेख प्रस्तुत लेखाच्या नंतरच्या काळातील आहेत. वा वि मिराशी स्पष्ट करतात की गद्याण हे सोन्याचे नाणे होते. त्याचे वजन ४८ रत्ती किंवा ८५ ग्रेन्स होते. त्यांच्या मते कुमारगद्याणक हे एका राजपुत्राच्या जन्माच्या निमित्ताने दिलेली भेट होती. अशा रीतीने कुमारगद्याणक या संज्ञेचे कोणतेही समाधानकारक स्पष्टीकरण मिळत नाही.

उंबरवलीची विशेष नोंद घेणे आवश्यक आहे. हे गाव मधू पंडित या ब्राह्मणाच्या मालकीचे होते. संपूर्ण गावांचा महसूल ब्राह्मणांकडे सोपवला जात असताना, या गावातच एका शेताच्या महसुलातून ५० द्रम्माची अल्प रक्कम दान केली जात असे. शिलाहारांच्या इतर कोरीव लेखातही अशाच प्रकारे गावांची खाजगी मालकी नोंदलेली आहे. भांडुपच्या शिलालेखात छित्तराजाने नोऊर (नाहूर) गावात शेत खरेदी केल्याची नोंद आहे. हे शेत वोडणीभट्ट याच्या मालकीचे होते. यावरून तात्विक दृष्ट्या सगळी जमीन राजाच्या मालकीची असली तरी प्रत्यक्षात मात्र खाजगी मालकी हक्क दिसून येतो. अगदी राजाला देखील रक्कम प्रदान करून ही जमीन विकत घेऊन मगच दान देता येत असे दिसून येते.

ठाणे ताम्रपटाच्या दुसऱ्या भागात अभ्यंतरशटषष्टी आणि सुर्पारकशटषष्टी विषयातील काही गावांतील पिकाचे उत्पादन वावैलक ब्राह्मणांना दिल्याचे नमूद केले आहे. वावैलक याचा अर्थ नीटसा स्पष्ट होत नाही. सात ब्राह्मणांनी हे दान प्राप्त केले होते. नन्नपैय्य वगळता सर्व ऋग्वेदात पारंगत होते. दाद्दपैय्य आणि नन्नपैय्य मध्यदेश आणि पुरी येथून आले होते. वाप्पैय्य, दामुपैय्य, नागदेवैय, गोविंदैय आणि लोकपैय्य हे करहाटक (कराड) येथून श्रीस्थानक येथे आले होते.

ठाणे ताम्रपटातील दुसऱ्या दानाचे तपशील

महाब्राह्मण दद्दपैय्य

दद्दपैय्य मध्यदेशातून आला होता. तो गार्ग्य गोत्र आणि ऋग्वेद शाखेतील विद्वान ब्राह्मण (महाब्राह्मण) ब्रह्मनायकाचा मुलगा होता. याचा आणि याच्या पित्याचा महाब्राह्मण असा केलेला गौरव महत्त्वाचा आहे. याही आधी आपण पाहिले आहे की दान प्राप्त केलेल्या ब्राह्मणांच्या समूहातील काही ब्राह्मणांना विशेष अधिकार त्यांच्या कुवतीनुसार प्राप्त झालेले होते. कोठरवेधी शेताच्या महसुलातून त्याला २० द्रम्म आणि अभ्यंतरशतषष्टीमध्ये वसलेल्या मुलुंड (मुलुंद) गावातून १.५ मुटका तांदूळ मिळाले. या शेताच्या हद्दीत वसलेल्या घरांमधून दद्दपैय्य यांना घरपट्टी देखील मिळाली. मुंबई महानगरपालिकेतील नाहूर आणि मुलुंड या उपनगरांचा प्रस्तुत ताम्रपटातील उल्लेख महत्त्वाचा आहे. सुमारे एक हजार वर्षानंतर देखील आजही ही गावे याच नावाने अस्तित्वात आहेत. तिथे घेण्यात येणारे तांदळाचे उत्पादन हाही एक महत्त्वाचा उल्लेख आहे. कोठरवेधी शेताच्या चतु:सीमा पुढीलप्रमाणे आहेत

कोठरवेधी शेत

पूर्व - खैरोंढा शेत

पश्चिम- देवी वौलथाईच्या मालकीचे कुसुंबी शेत

उत्तर-ब्राह्मण तिक्कंबैय याच्या मालकीचे शेत

दक्षिण-बटू (ब्राह्मण) केशव याच्या मालकीचे शेत

ब्राह्मण वाप्यैय्य

वाप्यैय्य हा वसिष्ठ गोत्रातील ब्राह्मण ढालनाचा मुलगा होता आणि तो ऋग्वेद शाखेचा होता. त्याने सहा वेदांगांवर प्रभुत्व मिळवले होते (षडंगविद). वाप्यैय्य इतर चार ब्राह्मणांसह कराहाट येथून आला होता. अभ्यंतरशटषष्टी विषयात वसलेल्या वोरियाला गावात त्याला तीन शेतं मिळाली. वाडा शेतातील महसूलातून त्याला ३६ द्रम्म मिळाले. येथे वसलेल्या वोरियाला गावातील उपरोक्त वर्णन केलेल्या शेतांमधून पिकवलेले ३.७५ मुटका किंवा मुदा (एक मोजमाप) तांदूळ मिळाले.

वाडा शेताच्या चतु:सीमा पुढीलप्रमाणे आहेत

वाडा शेत

पूर्व- खानुवाडा गावातील शेताची पडीक जमीन (ऊकास) , एक अभित्थ वृक्ष

पश्चिम- काधेवली गावाला जोडलेली वस्ती (पल्लिका)

उत्तर- ब्राह्मण दौपैयाचे शेत (वावक)

दक्षिण- विराक (पडीक जमीन)

वाप्यैय्य याला वोरीयल गावातील निहूर शेतातील महसुलातील १८ द्रम्म आणि तेथील तांदुळाच्या उत्पादनातून १.५ मुटका आणि १० कुटपा धान्य मिळाले. निहूर शेताच्या चतु:सीमा पुढीलप्रमाणे आहेत

निहूर शेत

पूर्व - माने गाव

पश्चिम- कुरण (गोप्रचार:)

उत्तर- चिंचेचे झाड (चिचा वृक्ष)

दक्षिण- गोम्मार्ग

वाप्यैय्य याला वाऊलपोंढा शेतात उत्पादन झालेल्या तांदळापैकी एक मुटका आणि पाच कुटप पेक्षा कमी तांदूळ तसेच नऊ द्रम्म मिळाले. वाऊलपोंढा शेताच्या चतु:सीमा पुढीलप्रमाणे आहेत

वाऊलपोंढा शेत

पूर्व - विष्णू नारायणाचे शेत (वावक)

पश्चिम- कुटूंबिक पाम्बुवाची बाग

उत्तर-खानुवाला शेत (क्षेत्र)

दक्षिण-निहुरा शेत (क्षेत्र)

वाप्यैय्य याला वाडा, निहुर आणि वाऊलपोंढा शेतांच्या परिसरातील घरपट्टीचे महसूल द्रम्म रूपात मिळाले.

ब्राह्मण दामुपैय्य

दामुपैय्य हा काश्यप गोत्र आणि ऋग्वेद शाखेतील ब्राह्मण ऋषिपैय्याचा मुलगा होता. दामुपैय्य याला चार शेतांतून १२२ द्रम्म मिळाले आणि या शेतात उत्पादन झालेल्या तांदळापैकी ४ मुटका आणि या शेतांच्या परिसरातील घरपट्टीचे महसूल आकारलेले द्रम्म तसेच चार घरेही मिळाली. त्याला मिळालेल्या चार शेतांचे तपशील पुढील प्रमाणे आहेत.

दोन पोंढा शेते

सुर्पारकशटषष्टी विषयात बृहद-अडणिका येथे दोन पोंढा शेते होती. त्यांच्या चतु:सीमा पुढीलप्रमाणे आहेत ईशान्य ते आग्नेय – पिंपळाचे झाड (अश्वत्थ), वटवृक्ष (न्यग्रोध), चिंचेचे झाड (चिचा), खदिरा वृक्ष आणि पडीक जमीन.

दक्षिण- वामकडी क्षेत्र आणि सिंघल द्विपशेत

पश्चिम- जमिनीत सीमारेषा निश्चित रोवलेल्या दगडांची रांग

उत्तर- मधू शेत, दोन तोरणी शेते

दामुपैय्य याला सुर्पारकशटषष्टी विषयात बृहद-अडणिका येथे दोन तोरणी शेते मिळाली. त्यांच्या चतु:सीमा पुढीलप्रमाणे आहेत

पूर्व-नानेवापा शेत आणि वेदवापा शेत

पश्चिम-आधीच वापरात असलेला धबधबा

उत्तर- भाभोंडा शेत

दक्षिण-राजमार्ग

दामुपैय्य याला मणी, मधुकच्छ आणि उत्तरेश्वर या तीन शेतांतील उत्पन्नातून ५० द्रम्म आणि एक घर मिळाले. या शेतांच्या चतु:सीमा पुढीलप्रमाणे आहेत

मणी शेत

सुर्पारकशटषष्टी विषयातील लघु-अडणिका येथे मणी शेत होते.

पूर्व-खांदिवली गाव

पश्चिम-वरसुंधा शेत

उत्तर- खांदिवली गाव

दक्षिण-जांबुवती शेत

मधुकच्छ शेत

सुर्पारकशटषष्टी विषयातील लघु-अडणिका येथे मधुकच्छ शेत होते.

पूर्व-चोली शेत

पश्चिम-वेंदरी दलदल

उत्तर-छोटा प्रवाह

दक्षिण- वेंदरी दलदल

उत्तरेश्वर शेत

सुर्पारकशटषष्टी विषयातील लघु-अडणिका येथे उत्तरेश्वर शेत होते.

पूर्व-टेंभा

पश्चिम-गोम्मार्ग

उत्तर - धरण

दक्षिण-गोम्मार्ग

दामुपैय्य याला तीन घरे आणि कुसुंभोली,उत्तरेश्वर, पिंपळवापा शेत आणि चनेवती या अजून चार शेतांमधून मिळणाऱ्या उत्पन्नातून ८० द्रम्म मिळाले.

कुसुंभोली शेत

खानूवाडा गावातील कुसुंभोली शेत हे सुर्पारकशटषष्टी विषयात वसलेले होते. या शेताच्या सीमा दिलेल्या नाहीत.

उत्तरेश्वर शेत

पूर्व-मधु वृक्ष

पश्चिम-खारा प्रवाह आणि खारी जमीन

उत्तर- वटवृक्ष आणि पूर्वी व्यापलेली जमीन

दक्षिण-कुसुंभोली हे सरकारी शेत

पिंपळवापा शेत

पूर्व- उल्लेख नाही

पश्चिमेकडील वटवृक्ष आणि कुसुंभोलीचे शेत

उत्तर-पूर्वीच्या मालकीचा धबधबा आणि लहान टेकडी

दक्षिण - उल्लेख नाही

चनेवती शेत

पूर्व- गोम्मार्ग

पश्चिम- खारी नदी आणि खारी जमीन

उत्तर- कुसुंभोली शेत

दक्षिण-गोम्मार्ग

त्याला अजून एका शेताचा उकासाही मिळाला. या शेताचा ठावठिकाणा दिलेला नाही. मात्र त्याच्या चतु:सीमा पुढीलप्रमाणे आहेत

पूर्व-अग्रवेधी शेत

पश्चिम-धरणाची टाकी

उत्तर-तलावती शेत

दक्षिण-अर्धपाद क्षेत्र आणि चारिका (लहान खंदक)

ब्राह्मण नागदेवय्य

नागदेवैय्य हा करहाट येथून आलेला ऋग्वेद शाखा आणि काश्यप गोत्रातील ऋषिपैय्य याचा पुत्र होता. त्याला काही शेतांतील घरांवर गृह उपकर म्हणून आकारण्यात आलेल्या द्रम्मासह पाच शेतांच्या महसुलातून १०० द्रम्म मिळाले. त्यापैकी दोन थापडा शेते आणि दोन सालियपा शेते सुर्पारकशटषष्टी विषयातील पेढाळा गावात होती. या शेतांच्या चतु:सीमा पुढीलप्रमाणे आहेत.

दोन थापडा शेते आणि दोन सालियपा शेते

पूर्व-भंबानिवाह शेत

पश्चिम-धरण

उत्तर-देईयला शेत

दक्षिण- सरकारच्या मालकीचे तिसरे थापाडा शेत

जालूवोंढा शेत

पाचवे शेत जालूवोंढा शेत म्हणून ओळखले जात असे. या शेताच्या सीमा खालीलप्रमाणे आहेत

पूर्व-तखाळ्याचे शेत

पश्चिम-कोनवौरोंढा शेत

उत्तर-खानू शेत

दक्षिण-लहान टाकी

ब्राह्मण गोविंदैया

गोविंदैय्या हा कराहाट येथून स्थलांतरित ऋग्वेद शाखा आणि जमदग्न्य वत्स गोत्रातील महिधरैया याचा पुत्र होता. देईयला, कवडोच्छी शेत आणि कणी शेतांतील घरांवर गृह उपकर म्हणून आकारण्यात आलेल्या द्रम्मासह तीन शेतांच्या महसुलातून त्याला १०० द्रम्म मिळाले.

देईयला शेत

हे शेत सुर्पारकशटषष्टी विषयात पेढाळा गावात वसले होते. या शेताच्या सीमा खालीलप्रमाणे आहेत

पूर्व- सरकारी मालकीचे दियाळा शेततळे

पश्चिम- देईयला शेताशी जोडलेला एक उकासा

उत्तर-खोज्जाच्या मालकीचे शेत

दक्षिण-सलियापा शेत खोज्जा वडाळ्याचे आहे

कवडोच्छी शेत आणि कणी शेत

ही शेते सुर्पारकशटषष्टी विषयातील पेढाळा गावात होती. या शेतांच्या चतु:सीमा पुढीलप्रमाणे आहेत.

पूर्व-टेकडीचा दंतछिडा

पश्चिम-टेकडी

उत्तर-छोटी टाकी

दक्षिण-राजमार्ग

ब्राह्मण नन्नपैय्य

नन्नपैय्य हा कराहाट येथून स्थलांतरित झालेल्या भारद्वाज गोत्र आणि गोभिला शाखेच्या मधुवलैय्य याचा पुत्र होता. तो पुरीहून आला होता. त्याला दोन पेढला शेतांतील घरांवर गृह उपकर (घरपट्टी) म्हणून आकारण्यात आलेले द्रम्म आणि शेत महसुलातून १०० द्रम्म मिळाले.

दोन पेढला शेते

ही शेते सुर्पारकशटषष्टी विषयातील पेढाळा गावात होती. या शेतांच्या चतु:सीमा पुढीलप्रमाणे आहेत.

पूर्व-गोम्मार्ग

पश्चिम- टाकी

उत्तर- सरकारच्या मालकीचे उकासा

दक्षिण-जालूवोंढा शेत आणि कोनवौरोंढा शेत

ब्राह्मण लोकपैय्य

लोकपैय्य हा कराहाट येथून स्थलांतरित काश्यप गोत्र आणि ऋग्वेद शाखेतील वावनैय याचा मुलगा होता. माझीलावाव, अधवैल आणि कच्चा या शेतांतील घरांवर गृह उपकर (घरपट्टी) म्हणून आकारण्यात आलेल्या द्रम्मांसह तीन शेतांच्या महसुलातून त्याला ३०० द्रम्म मिळाले.

माझीलावाव शेत

हे शेत सुर्पारकशटषष्टी विषयातील पेढाळा गावात होते. या शेताच्या चतु:सीमा पुढीलप्रमाणे आहेत

पूर्व- जोगेश्वरभट्टाचे शेत

पश्चिम-जोगेश्वरभट्टाचे शेत

उत्तर-मधुचे झाड आणि या शेताशी जोडलेला जमिनीचा तुकडा

दक्षिण-कदंब वृक्ष

अधवैल शेत

हे शेत सुर्पारकशटषष्टी विषयातील पेढाळा गावात होते. या शेताच्या चतु:सीमा पुढीलप्रमाणे आहेत

पूर्व- ब्राह्मणाला दान केलेले शेत

पश्चिम-एक पर्वत

उत्तर-चणेवेधी शेत

दक्षिण-एक पर्वत

कच्चा शेत

हे शेत सुर्पारकशटषष्टी विषयातील विरार गावातील उप्पलपल्लीका या खेड्यात आहे.

पूर्व-कच्चा शेताचा सरकारच्या मालकीचा एक भाग

पश्चिम- मधु वृक्ष

उत्तर- डोंगरावरून आलेला पाण्याचा धबधबा

दक्षिण- वरळी गावाचा पाण्याचा धबधबा

हे दान प्राप्त करणारे ब्राह्मण मध्यदेश, पुरी तसेच कराड अशा विविध ठिकाणचे आहेत. कराडमधून निवडलेला ब्राह्मणांचा गट पहिल्या दानापेक्षा वेगळा आहे. जरी शिलाहारांनी ऋग्वेदात पारंगत असलेल्या ब्राह्मणांना विशेष महत्व दिले असले तरी नन्नपैय्य हा सामवेदात पारंगत होता. प्रस्तुत दुसऱ्या दानातही अनेक महत्त्वाच्या तपशिलांची नोंद झालेली आहे. मुटका आणि मुद्दा ही अन्नधान्याची मोजमापे प्रदेश विशिष्ट होती (तद्विशयमानेन). श्रीस्थानकातील धान्याच्या मोजमापासाठी कल्लिवनमानेनचा संदर्भ आहे. ज्यावरून असे सूचित होते की कल्लीवन, म्हणजेच नाशिक जिल्ह्यातील कळवण येथे प्रचलित मोजमाप श्रीस्थानकात वापरले जात होते. पहिल्या दानातील मुलुंड आणि नाहूर यांचा जसा उल्लेख होता तसा दुसऱ्या दानात आता विरार या उपनगराचा उल्लेख येतो. दुसऱ्या दानात नमूद केलेली शेती आणि गावे साष्टी आणि सोपारा परिसरातील होती. त्यांच्या चतु:सीमा आपल्याला तत्कालीन भूभागाची भौगोलिक रचना समजण्यास मदत करते. सरकारी शेती तशीच खाजगी शेती अस्तित्वात होती. मंदिरे, विविध स्थानिक प्रजातीची झाडे, दलदल, खाजण तसेच पाणी जिरवण्यासाठी असलेली धरणे यांचे महत्त्वपूर्ण उल्लेख आहेत. अगदी सातवाहन काळापासून खाजगी शेतांना विशिष्ट नावे देण्याची परंपरा देखील आपल्याला दिसून येते. ठाणे ताम्रपटासारखी विस्तृत माहिती आपल्याला दुसऱ्या कुठल्याही शिलाहार ताम्रपटातून मिळत नाही.

मुम्मुणी याच्या ठाणे ताम्रपटातील दान प्राप्त केलेल्यांचे तपशील

ब्राह्मण	पिता	मूळ गाव	गोत्र	शाखा
दद्दपय्य	ब्रह्मनायक	मध्यदेश	गार्ग्य	ऋग्वेद
वापय्य	धालन षडांगविद	कराहाट	वसिष्ठ	ऋग्वेद
दामुपैय्य	रिसिपैय	कराहाट	कश्यप	ऋग्वेद
नागदेवैय	रिसिपैय	कराहाट	कश्यप	ऋग्वेद
गोविंदैय	महिधरैय	कराहाट	जमदग्न्य -वत्स	ऋग्वेद
नन्नपैय्य	मधुवलैया	पुरी	भारद्वाज	गोभिल सामवेदी
लोकपैय्य	वाबनैय	कराहाट	कश्यप	ऋग्वेद

मुम्मुणी याच्या ठाणे ताम्रपटातील दुसऱ्या दानाचा तपशील

नाव	दान दिलेली शेते	गाव	विषय	द्रम्म रुपात महसूल	घरपट्टी
महाब्राह्मण दद्दपय्य	कोठरवेधी	मुलुंद	अभ्यंतरशटषष्टी	२०	घरपट्टी
वाप्यैय	वाडा	वोरियला	अभ्यंतरशटषष्टी	३६	----
----	निहुरा	वोरियला	अभ्यंतरशटषष्टी	१८	----
----	वऊलापोंढा	वोरियला	अभ्यंतरशटषष्टी	९	----
दामुपैय्य	२ पोंढा शेते	बृहद-अडणिका	सुर्पारकशटषष्टी	१२२	----
----	२ तोरणी शेते	बृहद-अडणिका	सुर्पारकशटषष्टी		----
----	मणी	लघु- अडणिका	सुर्पारकशटषष्टी	५०	----

नाव	दान दिलेली शेते	गाव	विषय	द्रम्म रुपात महसूल	घरपट्टी
----	मधुकच्छ	लघु- अडणिका	सुर्परकशटषष्टी		----
----	उत्तरेश्वर	लघु- अडणिका	सुर्परकशटषष्टी		----
----	---	खानुवाडा	सुर्परकशटषष्टी	८०	----
----	कुसुंभोली	---	सुर्परकशटषष्टी	----	----
----	चनेवटी	---	सुर्परकशटषष्टी	----	----
----	उकासा	---	सुर्परकशटषष्टी	----	----
नागदेवैय्य	2 थापाडा	पेढला	सुर्परकशटषष्टी	१००	घरपट्टी
----	2 सालियापा	पेढला	सुर्परकशटषष्टी	----	----
----	जालुवोंडा	----	सुर्परकशटषष्टी	----	----
गोविन्दैय्य	देईयला	पेढला	सुर्परकशटषष्टी	१००	घरपट्टी
----	कवडोची	पेढला	सुर्परकशटषष्टी	----	----
नन्नपैय्य	पेढला	पेढला	सुर्परकशटषष्टी	१००	घरपट्टी
----	पेढला	पेढला	सुर्परकशटषष्टी	----	----
लोकपैय्य	माझीलवावा	पेढला	सुर्परकशटषष्टी	३००	घरपट्टी
----	अधवैल	विरार गावातील उप्पलपल्लीका खेडे	सुर्परकशटषष्टी	----	----
----	कच्चा शेत	विरार गावातील उप्पलपल्लीका खेडे	सुर्परकशटषष्टी	----	----

शक संवत ९१५ – ९७० इसवी सन या पन्नास वर्षांच्या काळातील शिलाहार राजांनी कराडच्या विद्वान ब्राह्मणांना दिलेल्या दानाचे तपशील

ताम्रपट	राजा	ब्राह्मण	श.सं.	ई. स.	गोत्र -शाखा	दानाचे तपशील
जंजिरा -१	प्रथम अपरादित्य	कोलम	९१५	९९३	काश्यप ऋग्वेदी	पलच्छऊच्छिका पल्लिका (गाव)
जंजिरा – २	प्रथम अपरादित्य	कोलम	९१५	९९३	काश्यप ऋग्वेदी	फळबाग
कल्याण	छित्तराज	रांब पंडित	९४१	१०१९	जमदग्नी वत्स	कोकुमदवहग्राम आणि कवलीपाटक आराम (फळबाग)
भोईघर	छित्तराज	-----	९४६	१०२४	----	व्यवस्थापत्र
पनवेल	छित्तराज	विद्याविभुपैय	९४७	१०२५	काश्यप	दिसलांग ग्राम

ताम्रपट	राजा	ब्राह्मण	श.सं.	ई. स.	गोत्र -शाखा	दानाचे तपशील
ठाणे पहिले दान	मुम्मुणी	नारायण पंडित	९७०	१०४९	जमदग्नी वत्स	एकसला, भुतवली , वडवली, असलग्राम, असलग्रामाजवळचे गाव आणि उंबरवली
		रांब पंडित			जमदग्नी वत्स	
		लक्ष्मीधर पंडित			जमदग्नी वत्स	
		कर्नाटकी पंडित			जमदग्नी वत्स	
		गोपती पंडित			जमदग्नी वत्स	
		धारेश्वर पंडित			जमदग्नी वत्स	
		नारायण भट्ट			गार्ग्य	
		चक्रपाणी भट्ट			कपी	
		माधव ज्योतिर्विद			आत्रेय	
		वांबदेव भट्ट			आत्रेय	
		वावलय्य			कश्यप	
		दिवाकरैय			भारद्वाज	
		जनार्दन			कश्यप	
		वांबण			आत्रेय	
ठाणे दुसरे दान	मुम्मुणी	वाप्पैय्य	९७०	१०४९		
		दामुपैय्य				
		नागदेवैय				
		गोविंदैय				
		लोकपैय्य				

राष्ट्रकूट काळापासून सुरू असलेली कराडच्या विद्वान ब्राह्मणांना दान देण्याची परंपरा तत्कालीन इतरही राजवंशांनी सुरू ठेवलेली दिसून येते. इसवी सन १०९८ मधील अश्वी ताम्रपटात सेऊण देशावर राज्य करणाऱ्या ईरमदेव याचे दान नोंद केले आहे. हा द्वितीय सेऊणचंद्र याचा मुलगा होता आणि कल्याणीच्या चालुक्य राजा सहावा विक्रमादित्य याचा मांडलिक होता. नर्मदा नदीच्या किनाऱ्यावरील नर्मदापूर येथून हे दान दिले गेले होते. कराहर येथील एकतीस ब्राह्मणांना सेऊणदेश (खानदेश) येथील श्रीनगर १००० मधील संगमनेर ८४ मधील कोकणेग्राम हे गाव दान दिले होते. कुकल पंडित हा या गटाचा प्रमुख होता. कराहर हे करहाटक उर्फ कराडचे एक प्राचीन रूप होते हे ओळखता येते.

कोल्हापूर येथील शिलाहार घराण्यातील द्वितीय भोज या राजाच्या काळातील कोल्हापूर ताम्रपटात कराडच्या ब्राह्मणांसंबंधी एक महत्त्वाचा उल्लेख दिसून येतो. तसेच तत्कालीन पाठशाळांच्या परंपरा समजून घेता येतात (CII-VI, No. 58 & 59). अव्याहतपणे सुरू असलेल्या या पाठशाळांमधून अनेक शतके विद्वान ब्राह्मणांची परंपरा निर्माण होत होती. प्रस्तुत ताम्रपटात दोन दानपत्र नमूद केले आहेत. परंतु दोन दानांमध्ये आठ वर्षांचे अंतर आहे. हे शिलालेख कोल्हापूरच्या महालक्ष्मी मंदिराच्या आवारातील पंडितराव यांच्या घराचा पाया खणताना सापडले होते. आता त्यांना कोल्हापूरच्या टाऊन हॉलमध्ये ठेवले आहे.

पहिले दान उत्तरायण संक्रांतीच्या निमित्तने शक संवत ११०४-२५ डिसेंबर ११८२ मध्ये देण्यात आले. दान देते समयी राजाचा वालवड येथे तळ होता. आपल्या राज्याच्या भरभराटीसाठी आणि समृद्धीसाठी त्याने हे दान दिले होते. लोकणयक हा सहवासी ब्राह्मण आणि त्याची पत्नी पौमकौवा यांनी एक मठ आणि अन्नछत्र बांधले होते. याचा ठावठिकाणा नमूद केलेला नाही. राजा भोज याने दिलेल्या दानाचे तपशील पुढील प्रमाणे आहेत.

१. सहवासी ब्राह्मण लोकण नायकाने बांधलेल्या उमा महेश्वराच्या मठासाठी धान्याचे कोठार
२. आदित्यभट्ट आणि जनार्दनभट्ट हे सहवासी ब्राह्मण आणि प्रभाकर घैसास आणि वासियाण घैसास हे करहाटकचे ब्राह्मण यांना चार 'पांढरी घरे' ? दिली गेली. या ब्राह्मणांचे वर उल्लेख केलेल्या उमा माहेश्वर मठात वास्तव्य होते.
३. देवपूजेसाठी फुलांची बाग
४. पणतुरगे-गोल्ल मधील सेलेयावाडा गावातील एक शेत आणि पांदरणा गावात ब्राह्मणांना अन्न पुरवण्यासाठी एक घर दिले गेले
५. सर्व करमुक्त असलेले २२५ वापराकांचे एक शेत आणि १२ हात मापाचे घर देवाच्या पंचविधी पूजेसाठी आणि मठ चांगल्या स्थितीत ठेवण्यासाठी दिले गेले. हे शेत लोकण नायक याने काश्यप गोत्रातील नेमण आणि लक्ष्मण यांच्याकडून विकत घेतले होते.

द्वितीय भोज याने दुसरे दान प्रणालक दुर्ग (पन्हाळा किल्ला) येथे असताना दिले होते (शक संवत १११२-२५ डिसेंबर ११९०). या दानामध्ये लोकण नायक, सहवासी ब्राह्मण यांनी बांधलेल्या मठात राहणाऱ्या उपरोक्त नमूद केलेल्या चार ब्राह्मणांसाठी एडेनाड विषयात वसलेल्या कोप्परवाडा (कोल्हापूर पासून सात मैलावरील कोपरवाडा) गावात ५५० वाप्यक मोजमापाची शालीखला (तांदळाचे शेत), निवासस्थान आणि एक खडवलक अंगण समाविष्ट होते. हे ब्राह्मण आदित्यनाथ आणि लक्ष्मीधर भट्ट, सहवासी ब्राह्मण आणि 'कर्हाटक' ब्राह्मण प्रभाकर घैसास आणि वासियाण घैसास होते. अमृतेश्वराच्या पंचविधी पूजेसाठी, सहवासी ब्राह्मणांना भोजन देण्यासाठी, महालक्ष्मी देवीला दिवसातून पाच वेळा नैवेद्य देण्यासाठी आणि मठाची दुरुस्ती करण्यासाठी हे दान देण्यात आले होते.

तिसरे दान लोकण नायकाचा पुत्र कलियण नायक याने दिले. (तारीख अनिश्चित असल्याने इसवी सन ११९१ किंवा ११९२) त्याची आई पौमाकव्वा हिने स्थापन केलेल्या अन्नछत्रात ब्राह्मणांना अन्न देणे हा या दानाचा उद्देश होता. तळुरगेखोल्यातील पौवा अग्रहारातील महाजनांनी उपलब्ध करून दिलेली काही खद्दीय जमीन वर उल्लेख केलेल्या त्याच चार ब्राह्मणांना देण्यात आली. लखुमण घैसास याने आपली ही जमीन महाजनांना विकली.

चौथे दान देखील कलियण नायक याने दिले (सु. शक संवत १११५). चौथ्या दानाची नोंद करताना त्यातील संवत्सराचा अंक कोरायचा राहून गेला आहे. कलियण नायक याने मयिमकौवा हिच्या मालकीच्या वृत्तीतून ही जमीन खरेदी केली. ती सामवेद शाखेच्या सोमेश्वर भट्टाच्या मुलीची मुलगी होती. या दानाचा उल्लेख उद्देश वेद पाठशाळेत शिकणाऱ्या विद्यार्थ्यांच्या भोजनासाठी होता. या तपशीलातून दोन महत्त्वाचे पैलू लक्षात येतात पहिलं म्हणजे प्राचीन काळातील स्त्रियांचे मालमत्तेचे अधिकार आणि दुसरे म्हणजे वेदपाठ शाळांचे अस्तित्व.

कराडचे प्राचीनत्व

राष्ट्रकूट काळापासून कल्याणीच्या चालुक्य काळापर्यंत अव्याहतपणे साडे चारशे वर्षे विद्वान ब्राह्मणांची परंपरा जपणाऱ्या कराडचे प्राचीनत्व तपासून पाहणे महत्त्वाचे ठरते. पौराणिक कथांनुसार, कोलासुर या राक्षसाच्या मेहुण्याने कराडवर राज्य केले. देवी महालक्ष्मीने असुर कोलासुराचा वध केला होता. श्रीकरहाटक महात्म्यानुसार, करहाटक महाक्षेत्र कृष्णा आणि कोयना

नद्यांच्या संगमावर आहे, ज्याला 'प्रीतिसंगम' म्हणून ओळखले जाते. सभापर्वामध्ये असे म्हटले आहे की सहदेवाने दूत तैनात करून कराहाटक ताब्यात घेतले आणि त्यांच्याकडून कर वसूल केला. त्यांनी कराहाटक येथील रहिवाशांना 'पाषांडम' असे संबोधले. हा संदर्भ सूचित करतो की कराहाटकमध्ये बौद्ध धर्माच्या अनुयायांची वस्ती होती. कराड येथील आगाशिव बौद्ध लेण्यांच्या अस्तित्वावरून ही वस्तुस्थिती सिद्ध होते. पुरातत्त्वाच्या आधारे पहिल्या शतकातील एक ब्राह्मी शिलालेखात गोपालाचा मुलगा संघमित्र याने गुंफा भेट दिल्याची नोंद आहे. (गोपालपुतस संघमित्रस लेण देयधम- LL, No. 1184) संघमित्राचे वास्तव्य ठिकाण माहीत नाही. भारहूत स्तुपावर कोरलेले चार दानलेख करहाटक येथे राहणाऱ्या व्यक्तींचे आहेत. (CII-II-II, Bharhut Inscriptions, p. xxx) लेखांच्या अक्षरवाटिकेवरून पुराभिलेखतज्ज्ञ ब्यूहलर यांनी त्यांचा काळ इसवी सन पूर्व १५० असा ठरवला आहे. करहाटक येथील नेगमांचे दान (LL, No. ७०५), करहाटक येथील अय भूतक याचे थभा (स्तंभ) दान (LL, No. ७६३), करहाटक येथील सामिक याचे थभा (स्तंभ) दान (LL, No. ७६७) आणि करहाटक येथील उत्तरागिधिक याचे थभा (स्तंभ) दान (LL, No. ७६७).

रायगड जिल्ह्यातील माणगाव जवळ असलेल्या कुडा लेण्यांमध्ये कराडच्या दोन व्यक्तींचे दान लेख कोरलेले आहेत. महिक नावाचा लोहाराने एक लेणे दान दिले (करहाकडस लोहवाणियियस महिकस देयधंमं लेण-(LL, No.१०५५) आणि आणि स्वत:ला करहाकटीया म्हणवणाऱ्या एका स्त्रीचे ही दान येथे कोरलेले आहे (LL, No.८९१). या तपशिलांवरून असे सूचित होते की पूर्व ऐतिहासिक काळात कराड हे व्यापारी आणि कारागीर असलेले एक महत्त्वाचे शहरी केंद्र म्हणून उदयास आले होते. येथील सधन रहिवासी दूरवर असलेल्या भरहुत स्तूप आणि कुडा लेण्यांच्या बांधकामासाठी वित्तपुरवठा करू शकत होते. दहाव्या शतकाच्या उत्तरार्धातही कराड हे एक समृद्ध केंद्र होते. करहाटचा 'हेड-नाडू' प्रांत 'नाक' किंवा भरभराटीचा भाग म्हणून ओळखला जात असे. 'विभवानीकनिधी' हे विशेषण पुढे करहाटकाची भरभराट सूचित करते.

इसवी सनाच्या चौथ्या शतकात सातारा, सांगली, कोल्हापूर आणि बेळगाव या प्रदेशांचा मिळून बनलेल्या कुंतल देशाचा करहाटक ४००० हा एक भाग होता (CII-VI, p. xxv). मानपुर (माण तालुका, सातारा जिल्हा) येथून राज्य करणाऱ्या प्राचीन राष्ट्रकूट राज्यातील सातारा प्रदेशाची ती राजधानी होती (सु. इसवी सन ३७५-५५०) या घराण्याचा संस्थापक राजा माणक याच्या नावावरून शहराचे नाव पडले. हे राजे स्वतःस कुंतलेश्वर म्हणत असत.

द्वितीय पुलकेशी याच्या राजवटीत वातापीच्या चालुक्यांनी कराड आपल्या ताब्यात आणले. अनेक पुराभिलेख करहाटकावरील चालुक्यांचे राजकीय सिद्ध करतात. इसवी सन ५९८ मधील चालुक्य राजा विनयादित्य याच्या पाली ताम्रपटामध्ये एलापूर गावातील एक वाटिका दान दिल्याचा उल्लेख आहे. हे गाव करहाटक विषयातील कोपुरा ५०० मध्ये स्थित होते. इसवी सन ७०३ मधील विजयादित्य याच्या रायगड ताम्रपटात एका ब्राह्मणाला करहाटक येथील मरीवसती या विजय शिबिरातून दान दिल्याचा उल्लेख आहे. इसवी सन ७१० मधील विजयादित्य याच्या सातारा ताम्रपटात कृष्णा नदीच्या काठावरील करुवा गाव आणि करहाट येथील पंचवीस निवर्तने मापाचे पटिका नावाचे शेत भानुदेव शर्मन याला दान दिले असा उल्लेख आहे. करहाटनगर येथे कुमार विक्रमादित्य तळ ठोकून असताना त्याच्या विनंतीवरून हे दान देण्यात आले.

राष्ट्रकूट काळातील कराड आणि तेथील विद्वान ब्राह्मण याबाबत आधीच सविस्तरपणे चर्चा झाली आहे. सिंद हे कर्नाटकातील राष्ट्रकूटांचे मांडलिक घराणे होते. दावणगेरे शिलालेखात सिंदांच्या उत्पत्तीचा पौराणिक किस्सा आहे. शिव आणि सिंधू यांचा मुलगा राजा सैंधव याला सांगण्यात आले की करहाट हे योगपीठ त्यांचे निवासस्थान आहे. त्याने आपल्या बाहूच्या बळावर तेथील राज्यकर्त्यांना हुसकावून लावत ते ताब्यात घेतले. अशा प्रकारे, सिंद घराण्याचे वंशज सैंधवांना त्यांचा पूर्वज मानतात आणि करहाट हे मूळ स्थान मानतात (EC-XI, Dg. No. 43). इसवी सन ९६५ मधील सिंद राजा आदित्य वर्मन याच्या एका अपूर्ण शिलालेखामध्ये तो कुंतल देशावर राज्य करीत असल्याचे नमूद केले आहे. करहाट हा कुंतल देशाचा एक भाग होता. दहाव्या शतकाच्या अखेरीस, सिंदांचे कराहाटवरील नियंत्रण संपले आणि ते कर्नाटकात गेले. कर्नाटकात स्थायिक असले तरी सिंदांनी कराड हे त्यांचे मूळ ठिकाण म्हणून लक्षात ठेवले होते.

बेलगुट्टीचे सिंद हे कर्नाटकातील कल्याणी चालुक्यांच्या अधिपत्याखाली राज्य करणारे मांडलिक घराणे होते. बेलगुट्टी हे कर्नाटकातील दावणगेरे जिल्ह्यातील होनाली तालुक्यात वसलेले आहे. त्यांचे शिलालेख करहाट हे त्यांचे मूळ ठिकाण असल्याचे सूचित करतात. छत्तरस हा चालुक्य राजा कुमार विक्रमादित्य सहावा याचा प्रमुख मांडलिक होता. इसवी सन ११०६ मध्ये तो सत्तेवर आला. त्याच्या पूर्वजांनी कधीही न मिळवलेल्या मोठ्या पदव्या त्याला दिल्या गेल्या होत्या. निलध्वज (सिंदांचा ध्वज), समाधिगत पंचमहाशब्द आणि महामंडलेश्वर या व्यतिरिक्त त्याला 'कर्हाटपुराचे वरदान स्वामी' म्हणूनही ओळखले जाते. द्वितीय ईश्वरदेव हा या घरातील सर्वात महत्वाचा राजा होता. कलचुरी बिज्जलाचा मांडलिक म्हणून त्याने महत्त्वाची भूमिका बजावली. (इसवी सन ११६५ आणि ११७५ ज्ञात तारखा). तो स्वतःचे वर्णन 'करहाट पुरावराधीश्वर' (कराड या सर्वोत्तम नगराचा स्वामी) असे करतो. हे विशेषण त्याचे मूळ ठिकाण सूचित करते आणि कराडवरील त्याचे वास्तविक राज्य सूचित करत नाही. कोकण आणि कोल्हापूरच्या शिलाहारांनी घेतलेले 'तगरपुरावराधिश्वर' हे विशेषण या संदर्भात लक्षात घेतले पाहिजे. आदित्यवर्मनच्या उत्तराधिकाऱ्यांची नोंद नसल्यामुळे इसवी सन १०१२ पर्यंत सिंदांनी कराडवरील ताबा गमावला असे मानले जाऊ शकते.

मिराशी यांच्या मते शिलाहारांच्या कोल्हापूर शाखेची पहिली राजधानी करहाट होती, पण नंतर ती कोल्हापुरात हलवण्यात आली. मिरज शिलालेख (इसवी सन १०५८) हा कोल्हापूरच्या शिलाहार शाखेतील पहिला लेख राजा मारसिंह याचा होता. त्याचा पिता गोंक याने करहाट आणि कुंडी विषय तसेच मैरिंजा (मिरज) देश आणि कोकण देशाच्या विस्तृत भागावर राज्य केले. विक्रमांकदेवचरितानुसार, कल्याणीचा चालुक्य राजा सहावा विक्रमादित्य याचा विवाह शिलाहार राजकुमारी चंद्रलेखा किंवा चंदलदेवीशी झाला होता. करहाट येथील शिलाहार राजाची मुलगी अशी तिची ओळख होती. हा राजा मारसिंह असण्याची शक्यता आहे.

अशा प्रकारे, दंतिदुर्गाचा सामनगड लेख (इसवी सन ७५३) ते द्वितीय भोज याचा कोल्हापूर शिलालेख (इसवी सन ११९०) या ४३७ वर्षांच्या कालावधीत कराडच्या २७४ पेक्षा अधिक विद्वान ब्राह्मणांना आणि काही शैव आचार्यांना राष्ट्रकूट आणि शिलाहार घराण्यातील राजांनी सातत्याने आमंत्रित केले होते. त्यांना विविध जमिनींचे दान मिळाले. कराडपासून दूर असलेल्या भागांतील स्थलांतरामुळे या ब्राह्मणांचे त्यांचे कुटुंब आणि आश्रितांसह स्थलांतर आणि पुनर्वसनाचा झाले. स्थलांतराच्या या दीर्घ प्रक्रियेच्या परिणाम समजून घेणे आवश्यक आहे.

करहाटकचे ब्राह्मण ते कऱ्हाडे ब्राह्मण

कराडे ब्राह्मण ही प्रामुख्याने महाराष्ट्र, गोवा आणि उत्तर कर्नाटकातील ब्राह्मणांची एक महत्त्वाची पोटजात आहे आहे. इतर जातींच्या उगमाच्या अनेक पौराणिक कथा प्रचलित आहेत. मात्र कराडे ब्राह्मण त्यांचे मूळ कराहाटक या प्राचीन भौगोलिक प्रदेशात शोधतात. जॉन विल्सन यांनी १८७७ मध्ये लिहिलेल्या त्यांच्या 'Indian Castes' या पुस्तकात असे सुचवले आहे की, 'कराहतक किंवा कराडे यांना साताऱ्याच्या दक्षिणेला सुमारे पंधरा मैलांवर कृष्णा आणि कोयना नद्यांच्या संगमाजवळील कऱ्हाड शहरापासून त्यांचे नाव मिळाले आहे.'

एन्थोव्हेनने वांशिक सर्वेक्षणात म्हटले आहे की १९०१ च्या जनगणनेच्या सर्वेक्षणानुसार बॉम्बे प्रेसिडेन्सीमध्ये ३२४२६ कराडे ब्राह्मण होते (१६८१३ पुरुष आणि १५६१३ महिला). त्याने कराडे यांच्या वंशाचा उगम क्षहरात क्षत्रप नहपान याच्या घराण्याशी जोडला होता. त्याच्या नाण्यांवरील बाण आणि वज्र चिन्हाची तुलना त्याने 'परशुरामाने कोकणात फेकलेल्या बाणांशी' केली. हे गृहितक नक्कीच मान्य करता येणार नाही.

व्ही व्ही आठल्ये म्हणतात की 'कराडे यांना कोकणात राहून 'कराडे ब्राह्मण' हे नाव मिळाले. नंतर ते एकतर कोकणातच राहिले किंवा इतरत्र स्थलांतरित झाले'. हे स्पष्टीकरण समाधानकारक नाही. तसेच, ते पुराभिलेखांचा वापर करत नाहीत. पी. के गोडे यांनी लिहिलेल्या 'The Origin and Antiquity of the Caste-name of the Karahataka or Karad Brahmins' मध्ये

देखील काही त्रुटी आहेत. सुरुवातीच्या परिच्छेदात कराडे ब्राह्मणांची इसवी सन ९३० पासून १९६९ पर्यंतची सविस्तर माहिती देण्यात आली आहे. त्यातून एक प्रश्न निर्माण होतो की इसवी सन ९३० का? याचे समर्थन करता येत नाही कारण कराडमधील ब्राह्मणाला दिलेल्या सर्वात प्राचीन दानाची नोंद दंतिदुर्गाच्या सामनगड ताम्रपटात (इसवी सन ७५३) आहे. सामनगड शिलालेख जे एफ फ्लीटने इसवी सन १८८२ मध्ये प्रकाशित केला होता. त्यामुळे गोडे यांनी हा लेख प्रकाशित केला तेव्हा तो अभ्यासासाठी उपलब्ध होता. पी के गोडे यांनी पुढे टिप्पणी केली की कशेळी ताम्रपटातील शिलालेखात कऱ्हाडे ब्राह्मणांचे संदर्भ आहेत. त्यांनी सुचवले की कऱ्हाडे ब्राह्मणांनी अकराव्या शतकापासून दक्षिण कोकणात वास्तव्य केले असावे. ही विधाने विसंगतींनी भरलेली आहेत. कोल्हापूरचा शिलाहार राजा द्वितिय भोज याच्या कशेळी ताम्रपटावर (२७ जून ११९१) दोन नोंदी कोरल्या आहेत. पहिला आणि मूळ शिलालेख नागरी-संस्कृतमध्ये आहे ज्यात कशेळी गावातील बारा ब्राह्मणांसाठी आवश्यक न शिजलेले अन्नधान्य गोविंदभट्टांच्या हातावर पाणी ओतून दान देण्याची तरतूद आहे. तो बहुधा या गटाचा प्रमुख असावा. या शिलालेखात कराडचा कोणताही ब्राह्मण किंवा कराड असा उल्लेख नाही. या दानातील सर्व प्राप्तकर्ते कशेळी गावचे रहिवासी होते. अकराव्या शतकापूर्वीच राष्ट्रकूट आणि शिलाहार राजांनी दिलेल्या दानांद्वारे विद्वान ब्राह्मण कोकणातील विविध भागात स्थलांतरित झाले. गोडे पुढे नमूद करतात की कराडमधील विद्वान ब्राह्मणांचा सर्वात जुना संदर्भ राष्ट्रकूट राजा चतुर्थ गोविंद याच्या दानात आहे. हे विधान पूर्णपणे सदोष आहे. हा ताम्रपट गावरी ताम्रपट म्हणून ओळखला जात होता, ज्याची या आधीच सविस्तर चर्चा केली आहे. हा ताम्रपट सर्वात जुना पुरावा नव्हता. गोडे यांनी १६५० नंतरच्या कागदोपत्री पुराव्यावर लक्ष केंद्रित केले आहे. तोपर्यंत कऱ्हाडे ही पोटजात पक्की झाली होती. कऱ्हाडे पोटजातीची उत्पत्ती समजण्याकरिता त्यांनी फक्त राष्ट्रकूट आणि द्वितीय भोज यांच्या पुराभिलेखांचा उल्लेख केला आहे, जो अपुरा आहे. वाय आर गुप्ते यांनी तृतीय गोविंद याच्या एका ताम्रपटाचा (२३ एप्रिल ८१०) संदर्भ दिला आहे. यात दान प्राप्तकर्त्यांपैकी एक ब्राह्मण, व्यासभट्ट कराडहून आला होता. ते पुढे सुचवतात की याच काळापासून कराड शहरातील ब्राह्मण 'कराडे ब्राह्मण' म्हणून ओळखले जाऊ लागले. हे मत एखाद्या पोटजातीच्या निर्मितीसाठी पुरेसे नसल्याचे दिसते.

या सर्वांनी आपले मत काही निवडक पुराभिलेखांच्याच आधारे मांडलेले दिसून येत आहे. हा दृष्टिकोन योग्य नाही. या संदर्भातील सर्वात महत्त्वाचा पुराभिलेखिय पुरावा द्वितीय भोज याच्या कोल्हापूर शिलालेखात (इसवी सन ११९०) दिसतो. आदित्यनाथ, लक्ष्मीधर भट्ट, प्रभाकर घैसास आणि वासियाण घैसास या चार ब्राह्मणांनी दान प्राप्त केले होते. म्हणून आदित्यनाथ आणि लक्ष्मीधर भट्ट यांना सहवासी ब्राह्मण आणि प्रभाकर घैसास आणि वासियाण घैसास यांना 'कर्हाटक' ब्राह्मण म्हटले आहे. या आधीच्या सर्व राष्ट्रकूट आणि शिलाहार पुराभिलेखांत त्यांचा उल्लेख कराहाटक येथून आलेले ब्राह्मण असा केलेला आहे. बाराव्या शतकातील या लेखावरून या काळापर्यंत त्यांची पोटजात निर्माण व्हायची प्रक्रिया सुरू होत होती असे दिसून येते. वा वि मिराशी यांनीही असेच अनुमान केले आहे. अर्थात मिराशी यांनी याकरता फक्त शिलाहारांचे लेख विचारात घेतले होते. अशा रीतीने बाराव्या शतकाच्या उत्तरार्धापर्यंत कराडमधून स्थलांतरित होऊन विविध जमिनी व आर्थिक दाने मिळविणारे विद्वान ब्राह्मण कराडे ब्राह्मण पोटजाती म्हणून एकत्र येत होते. अशाच रीतीने शिलाहारांच्या दानपत्रांतून कायस्थ हे एक प्राचीन काळापासून अस्तित्वात असलेले पद न रहाता एक जात म्हणून अस्तित्वात येत होती हे दिसून येते.

प्रथम अमोघवर्ष याच्या संजाण ताम्रपटात (इसवी सन ८७१) एक संदर्भ सापडला आहे. त्यात दानाचा लेखक, न्यायाधीश (धर्माधिकरण) आणि सेनाभोगिका गुंधवला याचा उल्लेख वत्सराजाचा मुलगा म्हणून केला जातो. त्याचा जन्म वालभ कायस्थ कुटुंबात झाला असा उल्लेख आहे (वालभकायस्थवंशजातेन). त्याच सुमारास शिलाहार राजा अपराजिताच्या दोन जंजिरा ताम्रपटांमध्ये (शक संवत ९१५) नोंद आहे की त्यांचा लेखक चक्कय होता. त्याचीही ओळख 'कायस्थ कुटुंबात जन्म झालेला' अशी केली आहे. काही काळानंतर, द्वितीय अपरादित्य याच्या परळ शिलालेखाचा लेखक (इसवी सन ११८७) चालिग पंडित हा देखील 'कायस्थ कुटुंबात जन्मलेला' असे म्हटले आहे. अशा प्रकारे, बाराव्या शतकच्या उत्तरार्धात कायस्थ, एक प्राचीन अधिकाराचे पद आता एक जात म्हणून राज्य यंत्रणेत दिसून येते. या संदर्भात विस्तृत विवेचन Shilaharas of Thane या पुस्तकात केले आहे.

कराडची वेदाभ्यासाची दीर्घ परंपरा

४३७ वर्षांच्या कालावधीत कराडच्या २७४ पेक्षा अधिक विद्वान ब्राह्मणांना निरनिराळ्या राज्यात निमंत्रित करून दान दिल्याचे आपण पाहिले आहे. कराडच का? या प्रश्नाचे उत्तर जाणून घेणे महत्त्वाचे आहे. कराड या गावाचे प्राचीनत्व पुराभिलेखांच्या माध्यमातून आपण आधीच पाहिले आहे. दान प्राप्त करणारे विद्वान कराड या गावातूनच नव्हे तर कराड विषयातून देखील आलेले आहेत. प्राचीन काळात विषय म्हणजे एक मोठा प्रदेश किंवा जिल्हा. वेदाभ्यासाची एक प्राचीन आणि सातत्यपूर्ण परंपरा कराडला असल्याशिवाय हे शक्य नव्हते. वैदिक ज्ञान शिकण्याची परंपरा आजही समकालीन महाराष्ट्रात टिकून आहे. यात वैयक्तिक आणि संस्थात्मक शिक्षणाचा समावेश होतो. लारीओस बोरायीन यांनी आधुनिक महाराष्ट्रातील या प्राचीन शिक्षण परंपरेचा आढावा घेतला आहे. कराड येथील श्री वेदशास्त्र विद्या संवर्धन मंडळ व सातारा जिल्ह्यातील इतर संस्थांचा विशेष उल्लेख करता येईल.

यासंदर्भात राष्ट्रकूट राजा तृतीय कृष्ण याच्या कराड ताम्रपटामध्ये (इसवी सन ९५८) आपल्याला फक्त एकच संदर्भ सापडतो. दान प्राप्त करणारे आचार्य गगनशिव एक महान तपस्वी (महातपखिने) आणि सर्व शैवसिद्धांतांमध्ये पारंगत होते. या लेखात करहाट येथील त्याचे गुरू ईशानशिव यांचा देखील उल्लेख आहे. ते वालकेश्वर मठाचे प्रमुख होते आणि मुळचे करजखेट येथून कराडला येथून कराडला स्थलांतरित झाले होते. अशा रीतीने कराड येथीलच शैव सिद्धांत पंथाच्या मठातून ईशानशिव आणि आचार्य गगनशिव अशी अशी गुरु शिष्य परंपरा आपल्याला दिसून येते. मात्र ही किती काळ टिकली आणि असे अजून किती मठ तेथे होते याच्याबद्दल भाष्य करता येत नाही. या काळातील इतर काही ताम्रपट अभ्यासल्यास आपल्याला अशा प्रकारच्या शैव मठांची परंपरा दिसून येते. दक्षिण कोकणचा शिलाहार राजा रट्ट याच्या खारेपाटण ताम्रपटात (शक संवत ९३०-इसवी सन १००८) एक उल्लेख आहे. वा वि मिराशी म्हणतात की सुमारे एकशे पंचवीस वर्षांपूर्वी (इसवी सन १८४७ च्या सुमारास) रत्नागिरी जिल्ह्यातील देवगड तालुक्यातील खारेपाटण येथे एका ब्राह्मणास हे ताम्रपट मिळाले होते. मात्र त्याच्या ठावठिकाण्याबद्दल काहीच उल्लेख नाही. रट्टराजा हा राष्ट्रकूटांची वंशावळ देतो. ठाण्याच्या शिलाहारांप्रमाणेच हे घराणे देखील राष्ट्रकूटांचे मांडलिक होते. तैलप याने राष्ट्रकूटांचे राज्य लयाला नेल्याचे त्याने म्हटले आहे. हे दान देतेवेळी त्याने तैलप याचा मुलगा सत्याश्रय याचे मांडलिकत्व स्वीकारले होते. येथे आपल्याला ठाणे आणि दक्षिण कोकणच्या शिलाहांमधील फरक दिसून येतो. अपराजित याने राष्ट्रकूट राज्य नष्ट झाल्याचा खेद व्यक्त केला आहे. ठाण्याच्या शिलाहारांनी कधीही कल्याणीच्या चालुक्यांचे मांडलिकत्व मान्य केले नाही. या ताम्रपटात देखील मत्तमयूर शाखेच्या शैवाचार्यांची गुरु शिष्य परंपरा दिसून येते. रट्टराजा याने शैव आचार्यांच्या संप्रदायाच्या कर्करोणी शाखेचा आचार्य अंबोजशंभू याचा शिष्य आणि रट्ट राजा याचा गुरू आत्रय याला अव्वेश्वर देवाची पंचोपचार पूजा, मंदिराची दुरुस्ती आणि तपस्वी त्यांचे शिष्य तसेच अतिथी आणि विद्वान यांच्याकरिता तीन गावे दान दिली होती.

शक संवत ९८२- इसवी सन १०६१ मधील मुम्मुणी याच्या अंबरनाथ मंदिरातील शिलालेखात राजगुरू णाभात आणि लघुराजगुरू विलंडशिवभट्टषकाण पैवयक यांचे उल्लेख आहेत. हे शैवसिद्धांत पंथाचे आचार्य असावेत. मल्लिकार्जुन याच्या वसई शिलालेखात (शक संवत १०८३) राजगुरू वेदशिव याचा उल्लेख येतो. शिलालेखातील जागेच्या मर्यादांमुळे वेदशिव याच्याबद्दल अधिक माहिती मिळत नाही.

विशेष अधिकार प्राप्त ब्राह्मण

मोठ्या प्रमाणावर दान प्राप्त करणाऱ्या या विद्वान ब्राह्मणांची निवड कशा पद्धतीने होत असे हे मात्र समजत नाही. विविध धर्मशास्त्रे एकमताने सांगतात की केवळ ब्राह्मण कुटुंबात जन्म घेतल्याने ब्राह्मणांना उच्च दर्जा मिळणार नाही. त्यासाठी वेदांचा अभ्यास अत्यावश्यक होता.अनेक ताम्रपटांमध्ये त्यांचे वेदाभ्यासातील प्राविण्य दर्शविणाऱ्या क्रमविद, गहियासाहस, महातपखिने,

वेदवेदांगेतिहासपुराणव्याकरणमीमांसातर्कनिरुक्तविद्यापारंगत, अशेशवेदशास्त्रार्थविशारदाय, वेदवेदांग पारगाय,गृहितसहस्र, परमब्राह्मण, ज्योतिर्विद, पंडित, षडंगविद अशा निरनिराळ्या पदव्या नमूद केलेल्या आहेत.

अनेकदा दाने प्राप्त करणारा एकच ब्राह्मण होता तर काही वेळेस राजांनी एकाच गावातील किंवा ठिकठिकाणच्या अनेक ब्राह्मणांना आमंत्रित केलेले होते. अनेकदा यापैकी एक किंवा दोन ब्राह्मणांना विशेष दर्जा दिलेला दिसून येतो. जर दानाचे समान वाटप केले असेल तर त्यांना जमीन किंवा पैशाच्या स्वरूपातील अधिक वाटा मिळालेला दिसून येतो. चतुर्थ गोविंद याच्या गावरी ताम्रपटातून (शक संवत ८५१) विद्वान ब्राह्मणांच्या एका गटाचे स्थलांतर तर दिसून येतेच, शिवाय त्यांच्यापैकी एक त्याच्या ज्ञानासाठी आदरणीय होता हे देखील समजते. शिलाहार राजा अपराजित याने कोलम या ब्राह्मणाला एकाच दिवशी दोन निरनिराळे दानपत्र प्रदान केले होते. मुम्मुणी याच्या ठाणे ताम्रपटात फक्त दद्दपैय्य याला महाब्राह्मण म्हणून संबोधले आहे.

गावरी ताम्रपटाच्या दुसऱ्या भागात वाक्पती मुंज याचे दान कोरलेले आहे. हे दान मिळवणारा ब्राह्मण सर्वानंद हा मगध मधील कनोपा गावातून आलेला होता. त्याला या दानाचे आठ भाग तर मिळालेच शिवाय तिसऱ्या दानपत्राचा तो एकमेव प्राप्तकर्ता होता. प्रत्यक्षात हे दानपत्र देखील त्याच्याच ताब्यामध्ये होते. हा एक अत्यंत महत्त्वाचा उल्लेख आहे. तळेगाव ताम्रपटात नोंदवलेल्या भट्ट वासुदेवालाही अशीच सन्मानाची वागणूक दिली आहे. त्याला केवळ 'अशेषवेदशास्त्रार्थविशारदाय' या संबोधनाने गौरवले गेले नाही तर दानाचे दोन विशेष समभागही मिळाले. अश्वी ताम्रपटात कुकल पंडित याच्या नेतृत्वाखाली एकतीस ब्राह्मणांना दान दिल्याचे नमूद केले आहे.

राजसेवेतील ब्राह्मण

अध्ययन आणि अध्यापन हे ब्राह्मणांचे प्राथमिक कर्तव्य होते. याबाबत अधिक सविस्तर चर्चा झालेली आहे. क्षत्रियांना लोकांचे रक्षण करण्याची आणि वैश्यांना गुरेढोरे सांभाळण्याची, व्यापाराची आणि जमिनीची मशागत करण्याची आज्ञा होती. परंतु आपत्तीच्या काळात काही निराळे नियम स्मृतींमध्ये लिहिलेले आहेत. ब्राह्मण क्षत्रियांना लागू असलेल्या नियमानुसार जगू शकतो. तथापि, त्याला शेतीचा पाठपुरावा करण्यापासून सावध केले जाते कारण यामुळे अनेक सजीवांचे नुकसान होते. आदर्श ब्राह्मणाच्या जीवन आणि उपजीविकेसाठी मानके सांगितल्यानंतर, ब्राह्मण आणि बौद्ध ग्रंथ प्राचीन ऐतिहासिक काळापासून वास्तविक प्रचलित परिस्थितीचे वर्णन करतात. हरिश्चंद्र सत्यार्थी यांनी ब्राह्मणांना परवानगी असलेल्या व्यवसायांव्यतिरिक्त ज्योतिषी, देवलक (मंदिराचे पुजारी), व्यापारी, व्याज घेणारे अशा विविध व्यवसायांचा आढावा घेतला आहे.

प्राचीन ब्राम्ही शिलालेखांमध्ये ब्राह्मणांची सरकारी अधिकारी म्हणून नियुक्ती केलेली दिसून येते. मथुरेतील एका ब्राह्मी शिलालेखात महाक्षत्रप शोदासाचा गंजवर (खजिनदार) सैग्रव गोत्रातील ब्राह्मण सोमदासाने टाक्या, उपवन, जलाशय इत्यादी काही देणग्या दिल्याची नोंद आहे (इसवी सन सु. १०-२५) (EI-IX, No. 33) राज्य सेवेत असलेल्या ब्राह्मणाचे हे सर्वात प्राचीन उदाहरण असावे. शिलाहार राजा रट्टराजाच्या बलीपट्टण ताम्रपटात (शक संवत ९३२-शक संवत १००८) ब्राह्मण नागमैय्याचा मुलगा संकमय्या याला दान दिल्याची नोंद आहे. हे पारंपारिक दान दिसून येत नाही. यात संकमय्या याचे गोत्र किंवा शाखा याचा उल्लेख नाही. नागमय्य याचा उल्लेख सेणवई (सेनापती) असा केलेला आहे. त्यामुळे हे दान धार्मिक स्वरूपाचे पुण्य मिळवण्याकरता दिलेले नसावे. राष्ट्रकूट राजा चतुर्थ गोविंद याच्या कलस लेखात (इसवी सन ९२९-३०) रेवदास दीक्षित आणि विसोत्तर दीक्षित या ब्राह्मण दंडनायकांची स्तुती केलेली आहे (EI-XIII, No. 29).

जमिनीची मालकी

प्राचीन काळी जमिनीची मालकी हा नेहमीच वादाचा मुद्दा राहिला आहे. परंतु पुराभिलेखांनी खाजगी व्यक्तींच्या तसेच सरकारच्या मालकीच्या जमिनीच्या मालकीचे पुरेसे पुरावे दिले आहेत. नाशिक येथील गुंफा क्रमांक १० मधील उषवदाताच्या

शिलालेखात सर्वात जुना संदर्भ आढळतो. उषवदाताने गोवर्धन शहराच्या ईशान्येस वसलेले एक शेत वराहिपुत्र अश्विभूतीकडून ५००० कार्षापण नाणी देऊन विकत घेतले. हे शेत अश्विभूतीच्या वडिलांच्या मालकीचे होते. यातून त्याने भिक्षूंच्या अन्नाची सोय केली.

दुसरीकडे, गौतमीपुत्र सातकर्णीने अमात्य सामक याला उद्देशून दिलेल्या आदेशात, गोवर्धन शहराच्या सीमेवर असलेल्या सरकारी मालकीच्या शेतातील १०० निवर्तनाने जमीन नष्ट झालेल्या कखडी दिली जावी असा उल्लेख आहे. (राजकं खेतं) सातवाहन काळातील खाजगी आणि सरकारी मालकीच्या शेतांची ही पहिली दोन उदाहरणे आहेत. उषवदाताने गोवर्धन शहराच्या ईशान्येस वसलेले एक शेत वराहिपुत्र अश्विभूतींकडून ५००० कार्षापण देऊन भिक्षूंना दिले. हे शेत अश्विभूतीच्या वडिलांच्या मालकीचे होते.

उपरोक्त लेखांवरून असेही दिसून येते की काही ब्राह्मण पूर्वीपासून जमिनीचे मालक होते. ही जमीन त्यांच्या मालकीची कशी झाली हे सांगता येणार नाही. मात्र त्यांना ती विक्रीचा हक्क दिसून येतो. सुकेतूवर्मन याच्या वाडा शिलालेखात भावजीवक या ब्रम्हविद ब्राह्मणाचा उल्लेख आहे. विद्वान ब्राह्मण असूनही तो दानाचा लाभार्थी नाही. राजा सुकेतूवर्मन याने सुपीक जमिनी, बागा तसेच बारा पाद इतक्या मोजमापाची जमीन कोटेश्वर देवाला दान दिली होती. यापैकी बारा पाद मोजमापाची जमीन भावजीवक याच्या मालकीची होती. मुम्मुणी याच्या ठाणे ताम्रपटात मधू पंडित हा उंबरवली गावाचे मालक असल्याचे नमूद केले आहे. या गावातील एका शेताच्या महसुलातून एकूण ५० द्रम्म दान प्राप्तकर्त्यांमध्ये वाटण्यात आले. तसेच महाब्राह्मण दद्दपैय्य याला मिळालेल्या कोठारवेधी शेताच्या सीमांची नोंद करताना, उत्तर आणि दक्षिणेकडील शेते अनुक्रमे ब्राह्मण तिक्कमैय्य आणि ब्राह्मण केशव यांच्या मालकीची असल्याचे नोंदवले आहे. तसेच, वाडा शेताच्या उत्तरेकडील ब्राह्मण वापय्या यांना मिळालेले शेत ब्राह्मण दाऊपैय्य याच्या मालकीचे होते.

अनेकदा राजांनी ब्राह्मणांकडून जमिनी विकत घेतल्या आणि त्या विद्वान ब्राह्मणांना दान म्हणून दिल्या. त्यांनी आपल्या दानपत्रांमध्ये त्याची रीतसर नोंद केली आहे. छित्तराजाच्या भांडुप ताम्रपटाचे येथे उदाहरण देता येईल. छित्तराजाने नाहूर गावातील वोडाणिभट्ट ब्राह्मण याच्या मालकीचे शेत विकत घेतले आणि सामवेदी ब्राह्मण आमणदेवैया याला भेट दिले (नौउरग्रामन्तर्वर्वत्विोडणिभट(ट्ट)क्षेत्रं). द्वितीय भोजाच्या कोल्हापूर ताम्रपटात (३० नोव्हेंबर ११८२) नोंद आहे की हे शेत लोकण नायक याने नेमण आणि लक्ष्मण या महत्तर माधवर्य याचे पुत्र आणि कश्यप गोत्रातील उद्धवार्य याचे नातू यांच्याकडून विकत घेतले होते.

आतापर्यंत दान देण्यामागची पूर्वपिठीका दान प्राप्त करण्यासाठी योग्य विद्वान ब्राह्मणांची निवड आणि त्यांना देण्यात येणाऱ्या दानाचे तपशील सविस्तर पाहिले आहे. दूर दूरवरच्या प्रदेशातून आणि उपरोक्त विषय पाहता कराड होऊन आलेल्या स्थलांतरित होऊन आलेल्या ब्राह्मणांच्या या नवीन आयुष्यामध्ये काय फरक पडला हे मात्र समजत नाही. दान दिलेल्या ठिकाणी हे ब्राह्मण स्थलांतरित झाले असावे. दानामध्येच त्यांना दैनंदिन जीवनात करायची कर्तव्ये सविस्तरपणे वर्णन केली आहेत. आता दान मिळालेला शेतीचा तुकडा किंवा गाव याचीही अतिरिक्त जबाबदारी त्यांची होती. शेती आणि बागायतीच्या दैनंदिन कामासाठी त्यांनी स्थानिक मदत नक्कीच घेतली असणार. या नवीन स्थलांतरित ब्राह्मणांच्या आजूबाजूस पूर्वीच्या राजांनी दान दिलेले असेच स्थलांतरित ब्राह्मणांचे परिवार राहत असतील. दान दिल्यानंतर होणारे आर्थिक व सामाजिक परिणाम आणि येणाऱ्या संभाव्य अडचणीत याबाबत पुराभिलेखीय पुरावा मिळत नाही.

मात्र तत्कालीन समाजाचे प्रतिबिंब आपल्याला स्मृती आणि बौद्ध साहित्यात दिसून येते. पराशर स्मृतीमध्ये म्हटले आहे की जो ब्राह्मण नित्यनेमाने आपली षटकर्मे करतो त्याला शेती करण्याचा सुद्धा अधिकार आहे (१-३९, २-२). माधव सांगतात की 'कलियुगात पुरोहित वर्गाला शेती करण्याची परवानगी असली तरी, ब्राह्मणाने शेतीची कामे करण्यासाठी कनिष्ठ जातीतील पुरुषांना नांगरणी करण्याचे काम दिले पाहिजे. कारण त्याला स्वतःला नांगर धरण्याची परवानगी नाही (१०-१). गौतम धर्मसूत्र

देखील त्याच नियमाचा पुनरुच्चार करते. तथापि, पुढच्या श्लोकात स्पष्टपणे सांगितले आहे की, जर त्याने स्वतः काम केले नाही तर ब्राह्मणासाठी शेती आणि व्यापार देखील वैध आहेत (१०-५).

जातक कथा आपल्याला धर्मशास्त्राने नियुक्त केलेल्या पारंपारिक भूमिकेव्यतिरिक्त ब्राह्मणांच्या वास्तविक व्यवसायांची अंतर्दृष्टी देखील देतात. के मुरारी यांनी कस्सकार ब्राह्मणांचे बहुविध संदर्भ निदर्शनास आणून दिले आहेत. ब्राह्मणांनी प्राचीन ऐतिहासिक काळात शेती हा व्यवसाय म्हणून केला होता. ब्राह्मण शेतकऱ्याने आपली जमीन मशागत केल्याचा असाच एक संदर्भ उरग जातकामध्ये पाहायला मिळतो.

संदर्भ

१. Akalujkar Ashok, Pandit and Pandits in History, pp. 17- 38, in Michaels Axel (ed), The Pandit: Traditional Scholarship in India, Manohar publishers, Delhi, 2001

२. Altekar A S, Two Bhor State Museum Copper Plates in EI-XXII, No. 28

३. Annual Report of Archaeological Survey of India, 1934-35, pp. 61-62

४. Athalye Vishnupant, Karhade Brahmanacha Itihas (कऱ्हाडे ब्राह्मणांचा इतिहास), Ratnagiri, 1947, pp. 20-21

५. Bhalerao Manjiri, Khare Ambarish, Rayarikar Kalpana, An incomplete copperplate from Pathave Digar Taluka, Baglan, District Nashik, in Pratna Samiksha, New Series 10, 2019, pp. 75-78

६. Bhandarkar D R, Sanjan Plates of Buddhavarsha, Shaka Samvat 793 in EI-XVIII, No. 26

७. Bhandarkar R G, Karad Plates of Krishna III Shaka Samvat 880 in EI-IV, No. 40

८. Bronkhorst Johannes, How the Brahmins Won: From Alexander to the Guptas, Brill, 2016, p. 164-16

९. Bühler Georg, The Vikramankadevacharita, (Cantos VIII and IX), The Department of Public Instruction, Bombay, 1875

१०. Chandorkar P M, शके ५२० मधील चालुक्यांचा ताम्रपट, year-3, volume- I, June-July 1922, pp. 6-16

११. ed. Chhabra Bahadurchand & Gai G S (Revised. Bandarkar D R) CII-III, Inscriptions of the Early Gupta Kings, 1981

१२. Deshpande Brahmananda, देवगिरीचे यादव, Aparant, Pune, 2013

१३. Desai Dinkar, Mahamandaleshvaras under Chalukyas of Kalyani, Indian Historical Research Institute, Bombay, 1951, p. 4

१४. Deshpande K D, त्रैमासिक, राजवाडे संशोधक हिरक महोत्सव अंक, January- December 1987, p. 160

१५. Diksalkar D B, Asvi Plates of the early Yadava Irammadeva, a feudatory of the Deccan Chalukya Vikramaditya VI, Shaka 1020, Journal of Bombay branch of Royal Asiatic Society, New Series-III, pp. 189-190, Naik A V, op. cit, No. 260 also, JBBRAS, NS, 3, 189

१६. Dikshit D P, Political History of the Chalukyas of Badami, op. cit, p. 289

१७. Dikshit K N, Three Copper Plate Inscriptions from Gaonri in EI-XXIII, No. 17

१८. Fleet J F, No. CXXI, Sanskrit and Old Canarese Inscriptions, Rashtrakuta Grant of Dantidurga, S. 675, in Indian Antiquary- 11, 1882, p. 110

१९. Frere, H. B. E., Memorandum of some Buddhist Excavations near Karadh in Journal of the Bombay Branch of the Royal Asiatic Society, Vol-III, No. 7, 1851, 108–117

२०. Gode, P.K. 'The Origin and Antiquity of the Caste-name of the Karahataka or Karhada Brahmins', Studies in Indian Cultural History, Vol. 3, 1969

२१. Gokhale Shobhana, Hisse Borala Inscription of Devasena, Saka 380, in EI-XXXVI-Pt 1, No. 1

२२. Gupte Y R, Karhad, Bharat Itihas Samshodhak Mandal, Pune, 1929, p. 27

२३. Hume R E, The Thirteen Principal Upanishads, OUP, 1921, p. 240, Chhandogya Upanishad

२४. Kane P V, HDS- II- 2, p., 861

२५. Kielhorn F, List of Inscriptions from South India from about A. D. 500 in EI-VII (Appendix)

२६. Kielhorn F., Aihole Inscription of Pulakesin II in EI-VI, No. 01

२७. Kielhorn F, Twenty-one Copper Plates of the King of Kanauj (Vikrama Samvat 1171 to 1233 (कुमारगद्याणक याचा उल्लेख) in EI- IV, pp. 97-132

२८. Kolte V B, भाळवणी येथील दोन कानडी शिलालेख in महाराष्ट्रातील काही ताम्रपट व शिलालेख, op. cit, No. 21

२९. Konow Sten, Sanjan Plates of Buddhavarsha in EI-XIV, No. 14 and JBAS, XX, p. 40

३०. Konow Sten, Talegaon Copper Plats of Krishnaraja: Shaka 690 in EI-XIII, No. 25

३१. Kundangar K G, Kolhapur Copper Plate Grant of Akalavarshadeva in Journal of Bombay Branch of Royal Asiatic Society, (New Series), No. 10, 1934

३२. Larios Borayin, Embodying the Vedas: Traditional Vedic Schools of Contemporary Maharashtra, Walter de Gruyter GmbH & Co, 2017

३३. Lüders H, A list of Brahmi inscriptions from the earliest times to about A. D. 400 with the exception of those of Asoka, Appendix to Epigraphia Indica, Vol- X

३४. Mirashi V V, The History and Inscriptions of the Satavahanas and the Western Kshatrapas, Maharashtra State Board for Literature and Culture, Bombay, 1981, नाणेघाट शिलालेख, क्र. ३, नाशिक गुंफा १०, क्र. ३८, क्र. ३९, क्र. ४०, क्र. ४३

३५. Mirashi V V, Manor Plates of Rashtrakuta Dantidurga: Shaka year 671, Proceedings of the Indian History Congress, Vol. 21,1958, pp. 49-53

३६. Mirashi V V, A Note on Kumaragadyanaka, pp. 29-31 in The Journal of the Numismatic Society of India, Vol-VII, 1945

३७. Mirashi V V, The Rashtrakutas of Manapura, No. 19 in Studies in Indology, Vol-I,Vidarbha Samshodhan Manadal. Nagpur, 1960

३८. Mirashi V V and Dikshit M G, An incomplete grant of Sinda Adityavarman: Shaka 887 in EI-XXV, pp. 164-171

३९. Property Rights of Hindu Women in the Context of Ownership, Transfer and Transmission of Property : An Epigraphical Analysis: Research Deliberation- An International Journal for Humanities and Social Science, June 2015

४०. Murari K, The Brahmanas in Jataka Literature: A narrative of hierarchies and

४१. Occupations, Proceedings of the Indian History Congress, 2006-2007, Vol- 67, pp. 82-91

४२. Naik A V, Naik A N, Inscriptions of The Deccan: An Epigraphical Survey (Circa 300 B.C.-1300 CE), Bulletin of the Deccan College Post-Graduate and Research Institute, Vol. 9, No. ½, (December 1948), pp. 1-160

४३. ed. Panshikar W L, Yadnyavalkyasmriti with the commentary of Mitakshara of Vijnyaneshvara, Bombay, 1936

४४. Pathak K B, Raygad Plates of Vijayaditya in EI-X, No. 2

४५. Ramesh K V, Vala (or Vada) Inscription of Suketuvarman, Shaka 322, EI vol-40, pp.51-54

४६. Sankalia H D, A Copper Plate Grant of Chalukya Vijayaditya: Shaka 632 in EI-XXVI, No. 47

४७. Satyarthi Harishchandra, Some aspects of the economic conditions of the Brahmanas, Proceedings of the Indian History Congress, Vol. 30, 1968, pp. 109-115

४८. Sircar D C, Landlordism and Tenancy in Ancient and Medieval India, University of Lucknow, Lucknow, 1969

४९. Srinivasan P R Bhoja Suketuvarman's Inscription of Saka 328 in the Prince of Wales Museum, Journal of Indian History, Journal of Indian History, Vol-57, No. 1

५०. Thapar Romila, Dana and Dakshina as forms of exchange, Ancient Indian Social History, Orient Longman, 1978, pp. 105-121

५१. Thosar H. S., The Early Capitals of the Imperial Rashtrakutas, Proceedings of the Indian History Congress, Vol. 40, 1979, pp. 68-73

५२. tr. Vidyaranya Rai Bahadur, Sacred Books of the Hindus, Vol., XXI, Yajnyavalkya Smriti, Allahabad, June 1918, p. 297 (IX-210)

५३. ed. Vyasacharya, Krishnacarya, Vanaparva III, Bombay,1908

५४. Wilson John, Indian Caste, William Blackwood & sons, 1877, p. 21

५५. A Newly Discovered Grant of Govinda III, Journal of Indian History - Volumes 3-4, p.101,1924

प्रकरण ११

कुमारीसाहस आणि दंड

राजा मल्लिकार्जुन याच्या पन्हाळे ताम्रपटाचे वाचन करताना कुमारीसाहसदंड ही संज्ञा दिसून आली. पुराभिलेखांच्या माध्यमाने असे लक्षात आले की कुमारीसहसदंड ही श्रीस्थानकातील शिलाहारांच्या राज्यात लेकीबाळींचे रक्षण करणारी एक प्राचीन यंत्रणा होती.

* * * * * *

डिसेंबर २०१२ मध्ये घड्याळाचे काटे नवीन वर्षाच्या दिशेने वेगाने जात होते. या वेळी भारताच्या राजधानीत एका तरुण मुलीवर अत्यंत निर्घृण असा हल्ला झाला. निर्भयाने शेवटच्या क्षणापर्यंत झुंज दिली. दिल्लीचे रस्ते उद्विग्न आणि संतप्त आंदोलकांनी भरून गेले. त्यांनी तत्काळ न्याय मिळावा म्हणून मागणी केली. या घटनेने माझे लक्ष प्राचीन भारतातील शारीरिक अत्याचार आणि लैंगिक हिंसाचारापासून स्त्रियांचे संरक्षण यासारख्या मुद्द्यांकडे वेधले गेले. प्राचीन भारतीय राज्यांतील राज्यकारभार विविध स्मृतींमध्ये दिलेल्या नियमांनुसार चालत असे. तथापि, हे नियम प्रत्यक्षात कसे अमलात आणले गेले हे समजून घेणे आवश्यक होते. ते समजून घेण्यासाठी पुराभिलेख हे महत्वाचे साधन आहे. प्राचीन दख्खनच्या काही पुराभिखांमध्ये 'कुमारीसाहसदंड' आणि 'दंडदशपराध' या शब्दांचा वारंवार उल्लेख केला आहे. हे महत्त्वाचे संदर्भ आपल्याला प्राचीन शासकांनी स्त्रियांवर झालेले शारीरिक अत्याचार आणि लैंगिक हिंसाचाराच्या विरोधात केलेल्या उपाययोजनांची जाणीव करून देतात.

स्मृति साहित्यातील नियम

स्मृति लेखकांसाठी स्त्रियांची सुरक्षितता आणि प्रतिष्ठा हा नेहमीच प्रमुख चिंतेचा विषय होता. समाजात चांगल्या नैतिक आचरणाचे पालन करण्यासाठी, विविध स्मृतींनी कठोर नियम आणि त्याचे उल्लंघन झाल्यास शिक्षेची तरतूद केली आहे. मुलीला अपवित्र करण्यासाठी विहित केलेल्या शिक्षा कठोर होत्या. मनुस्मृति प्रमाणे, '...अशा परिस्थितीत स्त्रियांचे रक्षण करण्यासाठी जो न्याय्य हक्कासाठी वध करतो, तो पाप करत नाही (८.३४९). तसेच ..... जो कोणी अनिच्छित मुलीचे उल्लंघन करेल त्याला त्वरित शारीरिक शिक्षा भोगावी लागेल; परंतु जो पुरुष स्वेच्छेने आपल्याच जातीतील विवाहितेचा उपभोग घेतो त्याला शारीरिक शिक्षा भोगावी लागणार नाही (८.३६४). 'कोणत्याही पुरुषाने बळजबरीने एखाद्या कन्येला दूषित केले तर त्याची दोन बोटे ताबडतोब कापली जातील आणि त्याला सहाशे पण दंड भरावा लागेल (८.३६७).

पाराशर सारख्या स्मृतिग्रंथांनी शोषित स्त्रियांसाठी काही शुद्धिकरण तपश्चर्या सुचवल्या आहेत. यातील आगम्यगमन प्रायश्चित्त प्रकरणामध्ये म्हटले आहे की स्त्रिया पृथ्वीसारख्या आहेत, त्यांची निर्भत्सना करू नका. त्यात पुढे म्हटले आहे की, 'जर एखाद्या स्त्रीला बळजबरीने उपभोगण्यात आले किंवा तिला युद्धकैदी बनवल्यानंतर तिने शांतपन करावे, त्यामुळे ते पाप नष्ट होते'(१०.२६). मनुस्मृतिनुसार, शांतपन हे गोमूत्र, शेण, दूध, आंबट दूध, तूप आणि कुशाचे गवत याचे मिश्रण प्राशन करून एक दिवस आणि रात्री उपवास करणे होय (११.२१३).

आधुनिक काळ आणि संविधानिक तरतुदी यांच्या मोजपट्टीवर ही नियमावली अपूर्ण वाटू शकते. परंतु अनेक शतकांपूर्वी प्राचीन भारतात यासंबंधी विचार करून तत्कालीन समाजाच्या अनुषंगाने ही नियमावली नोंद केली गेली होती हे महत्त्वाचे आहे. नवव्या शतकातील सुलेमान, या अरब प्रवाशांने नमूद केले आहे की की जर एखाद्या महिलेचे जबरदस्तीने अपहरण केले गेले असेल तर तिला दोषी मानले जात नाही. परंतु स्वेच्छेने हा गुन्हा केल्यामुळे त्याबद्दल मृत्यू ही शिक्षा आहे.

याज्ञवल्क्य धर्मशास्त्र निबंध उर्फ अपरार्कटिका

शिलाहार राजा अपरार्क किंवा प्रथम अपरादित्य याने याज्ञवल्क्य स्मृतीवरील निबंध किंवा भाष्य लिहिले आहे. काश्मीरमधील धर्मशास्त्रावरील प्रमाणित ग्रंथ म्हणून तो आजही मान्य आहे. मांख याच्या कंठचरितात असे लिहिले आहे की अपरादित्यचा राजदूत तेजकंठ याने काश्मीरचा राजा जयसिंहाच्या (इसवी सन ११५०-१२२८) दरबारात सर्वप्रथम अपरार्कटिका सादर केली. अपरार्क याने याज्ञवल्क्य स्मृतीचे केवळ मूल्यमापन केले नाही तर धर्मशास्त्रावरील तत्कालीन प्रचलित ग्रंथांचाही विचार करून त्यावर आपले मत मांडले आहे. शिलाहार राजा या नात्याने स्त्रियांवरील गुन्हे आणि त्यानंतर झालेल्या शिक्षेबद्दल अपरार्क याचे मत विचारात घेणे अधिक महत्त्वाचे आहे.

वा वि मिराशी म्हणतात की दरबारी पंडितांनी राजाला मजकूर सुचविला असावा (CII-VI, p. lxxvii). सुरुवातीच्या श्लोकात भाष्यकाराचे नाव नाही. जिमूतवाहनाच्या घराण्याचा अलंकार म्हणून त्याचे वर्णन केले जाते. अपरार्कटिकेचा शेवटचा श्लोक लेखकाची ओळख प्रकट स्पष्ट करतो. हा निबंध अपरादित्यने रचल्याचे या श्लोकात नमूद केले आहे. तसेच 'त्याने जगावर निर्विवाद राज्य केले, त्याचा खजिना भरला होता, त्याच्याकडे उत्तम सहयोगी आणि सल्लागार होते आणि त्याचे सैन्य शत्रूंचा नाश करण्यास सक्षम होते' असे उल्लेख त्यात आहेत.

साहस

स्मृती साहित्याने चोरी, दरोडा, व्यभिचार, प्राणघातक हल्ला आणि खून अशा गुन्ह्यांचे वर्गीकरण साहस किंवा हिंस्र प्रकारचे गुन्हे या शीर्षकाखाली केले आहे. याज्ञवल्क्य स्मृतीने साहसाची व्याख्या 'अभिमानाचा दर्प असलेल्या व्यक्तींनी केलेल्या अत्याचारास साहस असे म्हणतात' अशी केली आहे.

दशापराध आणि संग्रहण

शुक्रानितीसारामध्ये (३-७) खून, चोरी, व्यभिचार, निंदा, कठोर भाषा, खोटे बोलणे आणि रहस्ये उघड करणे, कट करणे, नास्तिकता आणि विकृतपणा हे दशपराध गणले गेले आहेत. प्राचीन काळात तीन शारीरिक पापे, तीन मानसिक पापे आणि चार वाणीची पापे होती. त्यामुळे बळाचा वापर आणि हिंसाचार करून महिलांवर गुन्हे करणे दशपराधात समाविष्ट होते असे मानणे चुकीचे ठरणार नाही. संग्रहणाची व्याख्या लैंगिक उपभोगासाठी स्त्री आणि पुरुषाचे बेकायदेशीरपणे एकत्र येणे अशी आहे. संग्रहणाचे तीन प्रकार नोंदवले गेले आहेत उदा. बळजबरीने, कपटाने आणि कामुक उत्कटतेने. संग्रहणाची शिक्षा (बलात्कार आणि व्यभिचार) पुरुष आणि स्त्री यांच्या जातीनुसार आणि तिच्या वैवाहिक स्थितीनुसार बदलत असे. बळजबरीने संग्रहण हा साहस प्रकारातील गुन्ह्यांमध्ये समाविष्ट केला होता (HDS-III, p.532-535).

सूचक, स्तोभक आणि स्मारिका

प्राचीन काळात राजाने स्मृती साहित्यात दिलेल्या नियमानुसार राज्यकारभार करणे अपेक्षित होते. मनुस्मृति अनुसार, '.... ज्या राजाच्या नगरात चोर नाही, व्यभिचारी नाही, बदनामी करणारा नाही, हिंसाचार करणारा नाही, अत्याचार करणारा नाही, त्यालाच

शक्र (इंद्र) याच्या जगाची प्राप्ती होते. (८.३८६). गुर्जर राजा द्वितीय जयवर्धन (८ वे शतक) याच्या राघोली लेखात 'सदशपराध' या शब्दाचे स्पष्टीकरण देताना हाच श्लोक वर्णन केलेला आहे. या लेखात खडिका नावाचा गाव सूर्यदेवाच्या मंदिराला दान दिल्याची नोंद आहे. जमिनीत दडलेला खजिना तसेच दहा गुन्ह्यांवर आकारला जाणारा दंड यांच्या समवेत हे गाव दान दिले होते. हा दंड वसूल केल्यावर मिळणारा महसूल अनेकदा विविध राजांनी दिलेल्या भूमीदानात समाविष्ट केला जात असे. वाकाटक राजा द्वितीय प्रवरसेन याच्या चम्मक ताम्रपटात (CII-V, No. 6, वर्ष १८) असे म्हटले आहे की,'जे ब्राह्मणाची हत्या, चोरी, व्यभिचार आणि उच्च राजद्रोहासाठी दोषी आढळले नाहीत असे ब्राह्मण आणि (भावी) राजे हे दान उपभोगतील ...... परंतु जर ते विपरीत वागले किंवा अशा दुष्कृत्यांना संमती दिली, तर राजाने जमिनीचे दान त्यांच्याकडून काढून घेतल्यास कोणता ही अपराध होणार नाही'. हे अपराध दशापराधांचे वर्णन करतात.

सूचक आणि स्तोभक

परंतु ही एक आदर्शवादी परिस्थिती होती. प्राचीन काळात अनेक प्रकारचे अपराध घडत होते. म्हणूनच त्यांच्या निवारणासाठी स्मृती साहित्यामध्ये विस्तृत प्रमाणात दंडाबद्दल नियमावली दिली आहे. राज्यातील गुन्ह्यांबाबत इत्थंभूत माहिती मिळावी यासाठी काही यंत्रणा कार्यरत होत्या. यापैकी एक होता सूचक (HDS-III,p.264). कात्यायन सूचक याचे वर्णन पुढील शब्दात करतो, 'समाजात घडणाऱ्या गुन्ह्यांची राजाला तत्काळ माहिती पुरवणारा हा अधिकारी होता. त्याची नियुक्ती राजाच करत असे.' वा वि मिराशी यांनी स्मृति साहित्यात नोंद केलेल्या नियमांप्रमाणे न्याय निवाडा करणारी स्मारिका ही एक परिषद होती असे म्हटले आहे. मुम्मुणी याच्या दिवेआगार व्यवस्थापत्रात (शक संवत ९७५-२२ जुलै १०५३) पंधराव्या ओळीत याबाबत मजकूर लिहिलेला आहे. वोरितली, कतिल आणि कालैज यांच्या मिळून बनलेल्या दीपकागार गावातील गुन्ह्यांच्या बाबत आकारला जाणारा दंड हा तेथील सोळा सदस्यांची स्मारिका ठरवणार होती. १९२१ मध्ये नालंदा येथे उत्खननादरम्यान हिरानंद शास्त्री यांना एक ताम्रपट सापडला होता. हा ताम्रपट सुगत (गौतम बुद्ध) याचा परम उपासक, पाल घराण्याचा राजा देवपाल याने प्रदान केला होता. इंडोनेशियातील सुवर्णद्वीपाचा (जावा) चा राजा बालपुत्रदेव याच्या विनंतीवरून त्याने आपले माता पिता आणि स्वतःच्या पुण्यप्राप्तीसाठी तसेच चतुर्दिशांचे भिक्षू तसेच त्रिरत्नांच्या लिखाणासाठी आणि नालंदा येथील विहाराच्या देखरेखीसाठी पाच गावे दान दिली (इसवी सन ८६०). दान देतेवेळी देवापालदेवाचे राजपुत्र राज परिवारातील व्यक्ती आणि अनेक मंत्री व अधिकारी उपस्थित होते. चौरोद्धरणीक,दंडिक, शौल्किक, गौल्मिक, क्षेत्रपाल, कोटपाल यांच्याबरोबर दशापराधिक नावाच्या अधिकाऱ्याची नोंद आहे. हा अधिकारी दशपराध गुन्ह्यांसाठी दंड आकारणे आणि त्यांची वसुली करणे याच्याशी संबंधित होता.

महिलांविरुद्धच्या गुन्ह्यांसाठी आकारल्या जाणाऱ्या दंडाचे पुराभिलेखीय पुरावे

स्मृति साहित्यात उच्च सामाजिक मूल्यांचे समर्थन करूनही प्राचीन भारतीय समाजामध्ये गुन्हेगारी प्रचलित होती. पुराभिलेखांवरून असे स्पष्ट होते की प्राचीन काळात महिलांवर गुन्हे आणि हिंसाचार घडत होता. हेच लेख महिलांवरील गुन्ह्यांसाठी आकारला जाणारा दंड समजून घेण्यास मदत करतात.

पाचवा विक्रमादित्य याच्या कारकिर्दीतील कोटावुमचगी लेख

शक संवत ९३४-२३ डिसेंबर १०१२ मधील पाचवा विक्रमादित्य याच्या काळातील हा शिलालेख कर्नाटकातील धारवाड जिल्ह्यातील गडग तालुक्यातील कलमेश्वर मंदिराच्या बाहेर आहे. या लेखातून प्राचीन कर्नाटकातील ग्रामप्रशासनाची ओळख तर होतेच, याशिवाय प्राचीन काळात होत असलेल्या एकमेकांना शिवीगाळी, शारीरिक हल्ले, शस्त्राने वार अशा गुन्ह्यांची आणि त्याकरता आकारला जाणाऱ्या दंडाची सविस्तर माहिती मिळते. पाचवा विक्रमादित्य याचा सरंजामदार दंडनायक केशवय्याने नारेयमंगला १२ मधील उम्माचिगे हे गाव रोणच्या मौनर श्रीधरभट्टला दिल्याची नोंद आहे. उम्माचिगे हे प्राचीन कर्नाटकातील

एक विद्याभ्यासाचे महत्त्वाचे केंद्र होते. श्रीधरभट्ट याने १०४ महाजनांकडे उम्माचिगे या गावाचा कारभार सोपवला. उम्माचिगे हा एक अग्रहार होता. येथून आकारलेल्या दंडातून मिळणाऱ्या उत्पन्नाचा तपशील या शिलालेखात अगदी स्पष्टपणे नमूद केलेला आहे. एखाद्या अविवाहित पुरुषाने व्यभिचार (माणी सूळे गेदाडे) केल्यास तीन गद्याण दंड आकारला होता. अविवाहित व्यक्तीने व्यभिचार केल्यास त्याला तीन गद्याण इतका दंड आकारण्यात यावा असा तपशील आहे. उरोदेया या गावातील अधिकाऱ्याला धर्मशास्त्राप्रमाणे दंड आकारण्याची परवानगी दिलेली होती.

राजा भोगशक्ती उर्फ पृथ्वीचंद्र याचा अंजनेरी ताम्रपट (दुसरा संच)

या ताम्रपटात (CII-IV-I, No. 32) काळाचा उल्लेख नाही. मात्र त्यात तेजवर्मराजा या व्यक्तीचा उल्लेख आहे. अंजनेरी ताम्रपटाच्या पहिल्या संचात (कलचुरी संवत ४६१-इसवी सन ७१०-७११) याच नावाचा उल्लेख आहे बहुधा ही व्यक्ती एकच असावी आणि त्यामुळे हा ताम्रपट अंजनेरी ताम्रपटाच्या पहिल्या संचाच्या समकालीन असावा. राजा भोगशक्ती हा वातापीच्या चालुक्याच्या हरिश्चंद्र या मांडलिक घराण्याचा तिसरा शासक होता. राजा भोगशक्तीने इसवी सन ७१० च्या सुमारास ज्यात चौदा हजार गावे आहेत अशा संपूर्ण पुरी-कोकणावर राज्य केले. या ताम्रपटात उद्देश कोणत्याही धार्मिक दानाची नोंद करणे हा नव्हता तर व्यापाऱ्यांना दिलेले काही अधिकार आणि विशेषाधिकार नोंदवणे आणि राजाने पुनर्वसन केलेल्या काही शहरे आणि गावांमध्ये केलेल्या गुन्ह्यांसाठी शिक्षा देणे हा होता.

भोगशक्तीने सामगिरिपट्टण आणि त्याचे उपनगर चंद्रपुरी तसेच अंबायापल्लीका, सावनेयपल्लीका, मौरेयापल्लीका आणि कामसारिपल्लीका या पूर्वी उद्ध्वस्त झालेल्या गावांचे पुनर्वसन केले. एला श्रेष्ठी, करपुता श्रेष्ठी आणि वरील नगरातील इतरांना संबोधिलेल्या या ताम्रपटाचा उद्देश, व्यापारी आणि पुनर्वसन झालेल्या समगिरीपट्टणातील इतर रहिवाशांना दिलेले विशेषाधिकार आणि करसवलत नोंदवणे तसेच त्याच शहरातील रहिवासी आणि तरुण व्यापाऱ्यांनी केलेल्या काही गुन्ह्यांच्या बाबतीत दंड आकारणे हा होता.

प्रस्तुत लेखांतील ३४ ते ३८ या ओळींमध्ये असे नमूद केले आहे की अविवाहित मुलींवरील हिंसक गुन्ह्यांना एकशे आठ रूपकांचा दंड आणि व्यभिचारास बत्तीस रूपकांचा दंड आकारला जाईल. जर एखाद्या तरुण व्यापाऱ्याने मजूर स्त्रीशी बेकायदेशीर संभोग केला असेल, तर त्याला एकशे आठ रूपकांचा दंड किंवा नगरातील आठ किंवा सोळा महल्लक यांनी जी रक्कम ठरवली असेल तितका दंड ठोठावला जात असे. या लेखातील दासींवरील गुन्ह्यांचे दाखले विशेषतः महत्वाचे आहेत. महिलांची सुरक्षा ही कोकणातील राज्यकर्त्यांची प्रमुख चिंता होती. अशा गुन्ह्याची अशा गुन्ह्यांची राज्यकर्त्यांनी दखल घेऊन ताम्रपटामध्ये त्याची नोंद केलेली दिसून येत आहे.

दंडाच्या रुपात जमा केलेल्या रकमेचा दानात समावेश

अनेक प्राचीन ताम्रपटांमध्ये 'सदशपराध' हा शब्द दिसून येतो. अलिना ताम्रपटाच्या संदर्भात जे एफ फ्लीट यांनी सदशपराध याचे गावकऱ्यांनी केलेल्या दहा गुन्ह्यांच्या दंडातून मिळणाऱ्या रकमेचा अधिकार असे स्पष्टीकरण दिले आहे. इसवी सन ६३३ मधील एका मैत्रक दानपत्रात दंडदशापराधाचा प्राचीन संदर्भ सापडतो. अनेक राष्ट्रकूट आणि गुर्जर ताम्रपटांमध्ये दशापराधाबद्दल आकारलेला दंड हा दानप्राप्तकर्त्याला देण्यात आलेला आहे. अनेक राष्ट्रकूट आणि त्यांच्या मांडलिकांच्या ताम्रपटांमध्येसुद्धा दशापराधाबद्दल आकारलेला दंड हा दानप्राप्तकर्त्याला देण्यात आलेला आहे.

खग्रास सूर्यग्रहणाच्या प्रसंगी ४ मे ७९४ रोजी राष्ट्रकूट राजा तिसरा गोविंद याचा प्रतिष्ठान (पैठण) येथे तळ असताना त्याने लिनबारमिक हे गाव काही ब्राह्मणांना दान दिले. येथे दशापराधाबद्दल आकारलेला दंड हा त्या दानाचा भाग होता (पत्रा क्र. ३- ओळ ५७). १४ डिसेंबर ८१२ रोजी महासामंत बुधवर्ष या गुजरातमधील तृतीय गोविंद याचा पुतण्या आणि मांडलिक याने

दशापराधाबद्दल आकारल्या जाणाऱ्या दंडाला वसूल करण्याच्या अधिकारासह गोवत्तन गाव काही ब्राह्मणांना दान केले. तोरखडे ताम्रपटात याची नोंद आहे. चतुर्थ गोविंद याने गोदावरी नदीच्या काठावरील कपित्थक येथे पट्टबंध सोहळ्याच्या निमित्ताने स्वत:ची सुवर्णतुला केली. त्याच्या शक संवत ८५५-१० मे ९३० मधील कॅम्बे ताम्रपटामध्ये याप्रसंगी खेटक मंडलातील केवंज गाव नागमार्य ब्राह्मणास दान दिले असा उल्लेख आहे. या ताम्रपटात पुढे असा उल्लेख आहे की नागमार्य ब्राह्मणास गावातील इतर उत्पन्नासह दशापराधाबद्दल आकारल्या जाणाऱ्या दंडाची रक्कम सुद्धा दिली होती.

शिलाहार ताम्रपटांमधील दंडदशपराधाचे उल्लेख

श्रीस्थानकाच्या शिलाहारांच्या फक्त पाच ताम्रपटांमध्येच दशापराध किंवा कुमारीसाहस याबद्दल आकारल्या जाणाऱ्या दंडाला वसूल करण्याच्या अधिकार दिसून येतो. अलीकडेच सापडलेल्या छित्तराजाच्या कल्याण ताम्रपटात (शक संवत ९४१-६ नोव्हेंबर १०१७) पत्रा ३, ओळ १ मध्ये रांब पंडित याला कोकुमवदहग्राम नावाच्या दान केलेल्या गावात दशापराधाबद्दल आकारल्या जाणाऱ्या दंडाची रक्कम सुद्धा दिली होती. अपरादित्यच्या वडवली ताम्रपटाच्या (शक संवत १०४९-२१ ऑक्टोबर ११२७) वडवली गावातील गुन्ह्यांसाठी वसूल केलेला दंड ब्राह्मण त्रिविक्रमाला मंजूर करण्यात आला. अपरादित्यचा मुलगा महाकुमार केशिदेवाच्या (शक संवत १०४२-२४ ऑक्टोबर ११२०) ताम्रपटात औरे आणि पिरकुणे या गावांतील गुन्ह्यांसाठी वसूल केलेला दंड पंधरा ब्राह्मणांना उत्पन्न म्हणून बहाल करण्यात आला. अपरादित्यचा मुलगा कुमार विक्रमादित्य (शक संवत १०६१-९ डिसेंबर ११३९) याच्या पन्हाळे ताम्रपटात खैराडी गावातील गुन्ह्यांसाठी वसूल केलेला दंड ब्राह्मण रुद्रभट्टोपाध्याय याला उत्पन्नाचा भाग म्हणून देण्यात आला. अपरादित्यचा मुलगा राजा मल्लिकार्जुन याच्या पन्हाळे ताम्रपटात (शक संवत १०७३-३ फेब्रुवारी ११५१) भाणवसी गावातील 'प्रधान दोष' गुन्ह्यांसाठी वसूल केलेला दंड अर्हंत मंदिराला देण्यात आला आहे. अपरादित्याचा वडवली ताम्रपट आणि कुमार विक्रमादित्यचा पन्हाळे ताम्रपट वगळता उर्वरित तीन ताम्रपट अलीकडेच सापडले आहेत.

श्रीस्थानकाच्या शिलाहारांच्याताम्रपटातील कुमारीसाहसदंड यांचे उल्लेख

ठाण्यातील शिलाहारांच्या केवळ चार ताम्रपटांमध्ये कुमारीसाहसदंड ही संज्ञा आढळते. यापैकी राजा अपराजित याच्या तीनही जंजिरा १ व २ आणि भादान ताम्रपटांत याचा उल्लेख आहे. यानंतर तब्बल १४२ वर्षांनी अलीकडेच सापडलेल्या राजा मल्लिकार्जुन याच्या पन्हाळे ताम्रपटामध्ये कुमारीसाहसदंड याचा उल्लेख पुन्हा सापडतो. यादरम्यानच्या इतर कोणत्याही ताम्रपटात कुमारीसाहसदंड याचा उल्लेख मिळत नाही. याचा अर्थ या काळात गुन्हे घडलेच नाही असा होत नाही. पुराभिलेखविद्येमध्ये उपलब्ध पुराव्यांच्या आधारे भाष्य करायचे असते.

मल्लिकार्जुनाच्या पन्हाळे ताम्रपटानंतर मोठ्या प्रमाणावर शिलालेख दिले गेल्याने त्या काळातील गुन्ह्यांबद्दल फारशी माहिती मिळत नाही. याला अपवाद म्हणजे हरिपालदेवाच्या कारकिर्दीतील ब्रिटिश म्युझियम शिलालेख. (शक संवत १०७६) अकराव्या शतकातील या लेखामध्ये तुरुभ्राम या गावात अग्निहोत्र देवाच्या विहिरी जवळचा पाट 'कोणी दुष्टाने' फोडला होता. म्हणून गावच्या साहकैय आदी रहिवाशांनी असे ठरवले की जो कोणी अस्तित्वात असलेल्या किंवा भविष्य काळातील पाटांना नुकसान पोचवेल त्याला जबर शिक्षा केली जाईल. तसेच या आज्ञेचा भंग करणाऱ्यास गर्दभशाप दिला होता. याचा एक चांगला अर्थ असा की शिलाहार राजांनी आपल्या राजवटीत स्त्रियांविरुद्धच्या गुन्ह्यांची योग्य दखल घेतलेली दिसते आणि एक वाईट गोष्ट अशी की इतका प्रदीर्घ काळ स्त्रियांविरुद्धचे हिंसक प्रकारचे गुन्हे चालूच होते.

दशापराधासाठी वसूल केलेल्या दंडाप्रमाणे वरील चार ताम्रपटात नमूद केलेला कुमारीसाहसाबद्दलचा दंड देखील दानाचा एक भाग म्हणून दिलेला दिसतो. जंजिरा १ आणि २ ताम्रपटांमध्ये दशापराध आणि कुमारीसाहस यांचे स्वतंत्र उल्लेख आले आहेत ('सदंडदशापराध', 'कुमारी साहस पुत्रादि समस्त दोषयुक्त' कुमारीसाहसपुत्रादिसमस्त समस्त दंडदोषयुक्ता ---

हस्तोदकादिविधिपुर्व्वकं प्रदत्ता). अशाप्रकारे जेव्हा पूर्ण गावाचे दान दिले जात असे तेव्हाच विविध गुन्ह्यांबाबत वसूल केलेल्या दंडाची रक्कम दान स्वरुपात देता येणे शक्य होते. जसे काही ताम्रपटांमध्ये या गुन्ह्यांबाबत वसूल केलेला दंड दान मिळालेल्या व्यक्तीला दिलेला आहे तसाच काही ताम्रपटांमध्ये असे स्पष्ट उल्लेख आहेत विशिष्ट गावांचे दान प्राप्त केलेल्या व्यक्तींना तेथे घडलेल्या गुन्ह्यांबाबत वसूल केलेला दंड दानाच्या महसुलामध्ये देऊ नये.

राष्ट्रकूट राजा तृतीय इंद्र याच्या काळातील चिंचणी ताम्रपटात (इसवी सन ९२६) याबाबत एक महत्त्वाचा उल्लेख दिसून येतो. मधुमती सुगतीप उर्फ मोहम्मद हा संजाण प्रांताचा राज्यपाल होता. अण्णमैय या भारद्वाज गोत्राच्या ब्राह्मणाने संजाण येथे एक मठिका बांधली. अण्णमैय हा मधुमती सुगतीप याचा मंत्री पुव्वैय याचा मित्र होता. मधुमती सुगतीप याने या मठिकेकरिता देवीहार गावातील दोन धुरा जमिन आणि कांदुक गाव दान दिले. त्यातून जमा होणारे उत्पन्न दशमी देवीची नैमित्तिक पूजा आणि मठाची देखभाल यासाठी दान दिले होते. कांदुक गावातून मिळणाऱ्या महसुलाचे तपशील पुढील प्रमाणे आहेत. उद्रंग (मोठा कर), उपरीकर (लहान कर किंवा उपकर), भोग भाग (फळे इत्यादींचे नैमित्तिक अर्पण), दंडदशापारध (या गुन्ह्यांबद्दल वसूल केलेला दंड), धान्य हिरण्यदेय (धान्य आणि रोख रकमेवरील कर), उत्पातविष्टीप्रत्याय (वेठबिगारीच्या बदल्यात देय कर), अभ्यंतरसिद्धी (भूमिगत सापडलेल्या गोष्टींचा उपभोग), चाट भाट प्रवेशाला मनाई असे पारंपारिक महसुलाचे हक्क आणि अधिकार यांचे अधिकार प्रदान करण्यात आले होते. परंतु हे लक्षात घेणे महत्त्वाचे आहे की चिंचणी दानामध्ये अलीपाक/अलियाक (धातूंच्या खाणी) आणि निधान (जमिनीत दडलेला खजिना) यासोबत कुमारीसाहसाबद्दल आकारलेला दंड दानातून वगळण्याचे स्पष्ट निर्देश आहेत. तर दंडदशपराधाबद्दल आकारलेला दंड हा वर म्हटल्याप्रमाणे अधिकारांमध्ये समाविष्ट केला आहे. (दुसरा पत्रा – दुसरी बाजू, ओळ ३८) नैसर्गिक धातूंच्या खाणी आणि जमिनीत दडलेला खजिना यातून सरकारला मिळणारा महसूल जास्त होता स्वाभाविकपणे सरकारने तो आपल्याकडे ठेवला होता. शिलाहारांच्या अनेक ताम्रपटांमध्ये अधिक महसूल देणाऱ्या मोहाची झाडे किंवा मिठागरे यांची मालकी राजसत्तेकडेच ठेवलेली दिसून येते. परंतु या दोन दंडांच्या महसुलांमध्ये का फरक केला आहे याचे नीटसे कारण समजत नाही.

दुर्दैवाने, कितीही इच्छा असली तरी शिलाहार शिलालेखांमध्ये कुमारीसाहसदोषाबद्दल अधिक तपशील मिळत नाहीत. तसेच काही विशिष्ट दानपत्रांमध्येच कुमारीसाहसदोषाबद्दल याचा उल्लेख याचा उल्लेख का येतो याचीही कारणे सांगता येत नाहीत. तरीसुद्धा, शिलाहार राज्यकर्त्यांनी आपल्या राज्यात स्त्रियांवर झालेल्या गुन्ह्यांची दखल घेऊन गुन्हेगाराला शिक्षा केली हे कौतुकास्पद आहे. अपराजित ते मल्लिकार्जुनापर्यंतच्या ताम्रपटांमुळे हे सिद्ध होते की, श्रीस्थानकाच्या शिलाहार राजांनी महिलांच्या सुरक्षिततेला प्राधान्य दिले होते. मात्र या गुन्ह्यांबाबत केवळ आर्थिक दंड नमूद केला आहे. शारीरिक शिक्षा किंवा तुरुंगवासाचा उल्लेख नाही.

संदर्भ

१. Altekar A. S., State and Government in Ancient India, Motilal Banarasidass, Delhi, 1958, p. 287

२. Bhandarkar D R, Cambay Plates of Govinda IV Saka Samvat 852, EI-VII, No. 6

३. Dhopate S. G., A New Copper Plate Grant of North Konkan Shilaharas, op. cit, pp., 133-145

४. Fleet J F, Alina Copper Plate Inscription of Siladitya VII in ed. Fleet J F, Corpus Inscriptionum Indicarum, Inscriptions of the Early Gupta Kings and their Successors (CII-III), No. 39, p. 189 fn. 4

५. Gharpure J R, The collection of Hindu Law texts, Vol II-part IV, Yajnavalkya Smriti,1939, p. 1276

६. Kane P V, History of Dharmashastra, III, Bhandarkar Oriental Research Institute, Pune, 1941, p.246, pp. 532-535

७. Kielhorn F, Paithan Plates of Govinda III, EI- III, No.17

८. Lal Hira, Ragholi Plates of Jayavardhana II in EI -IX, No., 5

९. Majumdar A K, Chalukyas of Gujarat, op. cit, p. 248

१०. Manu Smriti, Bühler George, The Laws of Manu, Oxford, 1886, p. in ed. Müller Max, The Sacred Books of the East, Vol. XXV, pp. 315, 474

११. ed. Mirashi V V, Corpus Inscriptionum Indicarum, Inscriptions of the Kalachuri Chedi Era, Ootacamund, 1955 (CII-IV-I), No. 32

१२. ed. Mirashi V V, Corpus Inscriptionum Indicarum, Inscriptions of the Vakatakas, Ootacamund, 1963, (CII-V), No. 6

१३. Panchmukhi R. S., Kotavumachgi Inscription of Vikramaditya V, in EI-XX, No. 6

१४. Renault E., Ancient Accounts of India and China by two Mohammadan Travelers, London, 1733, p. 33 सुलेमान याचा संदर्भ

१५. Ramdas Ravindranath, Glimpses of Apararka -Tika of Aparaditya the King of The Shilahara Dynasty of North Konkan (1127-1148 A. D.) which was presented to the court of Jayasimha the King of Kashmir, Proceedings of the Indian History Congress, Vol. 47, Volume I, 1986, pp.122-127

१६. Sharma Guruprasad, पाराशरस्मृति:, Chaukhamba Vidyabhavan, Varanasi, 1998, p. 82

१७. Shastri Hirananda, Nalanda Copper Plates of Devapaladeva in EI -XVII, No. 17

१८. Sircar D C, Rashtrakuta Charters from Chinchani in EI-XXXII, No. 4

१९. Shukraniti (दशापराध), pub. Krishnaraj Khemraj, Mumbai, 1947, p.78

प्रकरण १२

शिलाहारांच्या राज्यातील धार्मिक स्थळे

सुमारे साडेचारशे वर्षांच्या प्रदीर्घ आणि सलग कारकीर्दीनंतर शिलाहार काळातील ऐहिक आणि धार्मिक स्थापत्याचे फारसे अवशेष दिसून येत नाहीत. अंबरनाथ शिवमंदिर हा एक सुदैवी अपवादच मानावा लागेल. मात्र त्यांच्या ताम्रपट आणि शिलालेखांचा अभ्यास करताना अनेकदा बौद्ध, हिंदू तसेच जैन धार्मिक स्थळांचे तपशील मिळतात. अनेकदा त्यांना दाने दिली होती तर काही वेळेस दान दिलेल्या जमिनीच्या किंवा गावाच्या चतुःसीमा नोंद करताना त्यांचा उल्लेख येतो. बहुतांशवेळा पुराभिलेखातील हे उल्लेख हा त्यांच्या अस्तित्वाचा आता एकमेव पुरावा आहे.

* * * * * *

बहुतांश वेळा पुराभिलेख हे दानांचे तपशील नोंद करण्यासाठी कोरले गेले होते. मात्र दानाचे तपशील वर्णन करताना अनेकदा आपल्याला तत्कालीन समाज, राजवटी, धर्म आणि स्थापत्य यांचे अनेक महत्त्वपूर्ण पैलू दिसून येतात. शिलाहारांचे पुराभिलेखही याला अपवाद नाहीत. ठाण्यातील चरई परिसरात शिल्पकलेचा उत्तम अविष्कार समजले जातील अशी ब्रम्हा, विष्णू, वैष्णवी, गणपती, दुर्गा, सुरसुंदरी, भारवाहक यांची शिल्पे विखुरलेली दिसून येतात. अनेकदा इमारतींचा पाया खणताना यांचा शोध लागला आहे. श्रीस्थानक हे राजधानीचे शहर असल्याने त्यांनी साडेचार वर्षांच्या प्रदीर्घ काळात येथे मंदिरांची बांधणी केली असणार. परंतु इसवी सन १२६० नंतर ठाण्याची सत्ता यादव, एतद्देशीय राजे, बहामनी आणि गुजराथचे सुलतान आणि अखेरीस पोर्तुगीज राजवटीखाली होती. या प्रदीर्घकाळात शिलाहारांनी बांधलेल्या कुठल्याही वास्तू आता दिसून येत नाहीत. नागरीकरणाच्या झपाट्याने यापुढील काळात उत्खननासाठी फारच थोडा वाव उरला आहे. शिलाहार काळात श्रीस्थानकाचा आवाका आजच्या विशाल ठाणे महानगरासारखा निश्चितच नव्हता. चरई पासून खाडीकडे आणि जवळपासचे नौपाडा, पातळीपाडा, पाचपाखाडी असे पाडे हे त्याचे स्वरूप असणार. एकंदरीत चरईचा संपूर्ण परिसर मासुंदा तलावाच्या पातळीपेक्षा उंचवट्यावर आहे. आतापर्यंत मिळालेल्या प्राचीन अवशेषांच्या आधारे याच परिसरात त्यांचा रहिवास, वावर आणि वास्तू असाव्यात. तत्कालीन भौगोलिक स्थिती लक्षात घेता खाडीकडे असलेल्या बंदरापर्यंत टेहळणी करणे येथून सोयीस्कर होते.

या मर्यादांसह येथील धार्मिक स्थळांचा आपल्याला शोध घ्यायचा आहे. यामुळे साडेचारशे वर्षांच्या कालावधीत शिलाहार राज्यातील धार्मिक परंपरा आणि प्रथा समजून घेण्यास मदत होते. शिलाहार काळात अनेक दाने बौद्ध विहार, जैन आणि हिंदू मंदिरे यांना दिली गेली होती. तसेच शेते, जमिनी आणि गावांच्या चतुःसीमा वर्णन करताना अनेकदा विविध मंदिरांचा उल्लेख येतो. अनेकदा ही मंदिरे असलेली गावे काळाच्या ओघात नष्ट झाली आहेत किंवा अनेक गावांमध्ये या मंदिरांचे अवशेष आता दिसून येत नाहीत. अनेक मंदिरे अंबरनाथच्या शिवमंदिराइतकी भव्य नसावीत परंतु प्राचीन काळातले ते महत्त्वाचे पुरावे आहेत.

बौद्ध लेणी

श्रीस्थानकाच्या शिलाहारांचे पहिले तीन उपलब्ध शिलालेख कान्हेरी लेण्यांतील बाराव्या गुंफेमध्ये कोरलेले आहेत. यापैकी तिसरा लेख दरबार लेणे म्हणून ओळखल्या जाणाऱ्या गुंफेच्या कमानीवर कोरला आहे. हे तिन्ही लेख नवव्या शतकाच्या उत्तरार्धात कोरले गेले आहे. हे संस्कृत-नागरी शिलालेख कान्हेरी येथील निवासी भिक्षूंसाठी दिलेली दाने आहेत. तिन्ही शिलालेख कायमस्वरूपी देणगी (अक्षयनिवी) म्हणून गुंतवलेल्या द्रम्माच्या स्वरूपात देणग्या नोंदवतात. या लेखांमध्ये पुल्लशक्ती आणि द्वितीय कपर्दी या सुरुवातीच्या शिलाहार राजांचा उल्लेख आहे. मात्र ही दाने स्वतः राजाने दिलेली नव्हती. त्यांच्या काळात दिलेले हे खाजगी दानपर लेख आहेत. शिलाहार राजे याकाळात राष्ट्रकूटांचे मांडलिक होते त्यामुळे या तीनही लेखात राष्ट्रकूट राजांचा देखील उल्लेख आहे. या तीन कोरीव लेखांमुळे कान्हेरी येथे इसवी सन पूर्व दुसऱ्या शतकापासून नव्या शतकापर्यंत अव्याहतपणे भिक्षुंचा वावर होता हे तर दिसून येतेच परंतु त्यांच्यासाठी अनेक शतके दान परंपराही कायम होती हेही समजते. दान देणाऱ्या व्यक्ती आसपासच्या तर आहेतच परंतु नवव्या शतकात गौड देश म्हणजे बंगालहून देखील कान्हेरीकरता दान दिल्या गेल्याची नोंद आहे. हे तीन लेख कोकणातील शिलाहारांच्या अस्तित्वाचा पहिला पुरावा आहे. या शिलालेखांवरूनच इसवी सन ८०० च्या सुमारास प्रथम कपर्दी याला उत्तर कोकणचा राज्यपाल म्हणून राष्ट्रकूट राजांनी पाठवले असावे असा अनुमान बांधला जातो.

हे लेख सर्वप्रथम डॉक्टर इ डब्ल्यू वेस्ट यांच्या निदर्शनास आले होते. त्यांनी इसवी सन १८६२ मध्ये जर्नल ऑफ द बॉम्बे ब्रांच ऑफ द रॉयल एशियाटिक सोसायटी याच्या सहाव्या खंडात यथादृष्ट प्रतिसह प्रकाशित केले. काळाच्या ओघात तीनही लेखांची अतिशय धूप झालेली आहे. सुदैवाने या तीनही लेखांचा काळ निश्चित करण्यात आलेला आहे.

यापैकी पहिला लेख शक संवत ७६५ मधील आहे. गुंफा क्रमांक १२ मधील हा लेख अत्यंत अस्पष्ट झालेला आहे (CII -VI, No. 1). इसवी सन १८८४ मध्ये डॉक्टर किलहॉर्न यांनी या लेखाचे वाचन इंडियन अँटिक्वेरी-खंड १३ मध्ये प्रकाशित केले. महासामंत पुल्लशक्ती याच्या काळातील हा लेख आहे. तो 'महाराजाधिराज परमेश्वर पृथ्वीवल्लभ श्रीअमोघवर्ष महाराज' या राष्ट्रकूट राजाच्या कृपेने संपूर्ण कोकण विषयाचे (प्रदेश) शासन करीत होता. सु. इसवी सन ८१४ – ८८० हा अमोघवर्ष याचा शासन काळ होता. आपल्या पित्याचा उल्लेख तो महासामंत कोकण वल्लभ श्री कपर्दी असा करतो.

सर्वाध्यक्ष पूर्णहस्ताचा पुत्र अमात्य विष्णुगुप्त याने एकूण 200 द्रम्म दान केले. अमात्य विष्णू गुप्त हा सर्वाध्यक्ष श्री पूर्णहरी याचा पुत्र होता. श्रीस्थानकाच्या शिलाहारांच्या शिलालेखात अशा अधिकाऱ्यांचा उल्लेख नाही. त्यामुळे हे पिता-पुत्र कोणाचे मंत्री होते हे निश्चित करता येत नाही. विष्णुगुप्त याने एकूण रक्कम ४०, ४० आणि १२० च्या तीन स्वतंत्र भागांमध्ये गुंतवली. बहुधा ही रक्कम तत्कालीन निरनिराळ्या श्रेणींमध्ये गुंतवली असणार. परंतु लेखांमध्ये त्याचा विशिष्ट उल्लेख नाही. अशा तऱ्हेने मूळ रक्कम विविध श्रेणींमध्ये गुंतवून त्याचे व्याज बौद्ध संघाला दान करण्याची अनेक शतकांपासूनची प्राचीन परंपरा महाराष्ट्रात होती. याबाबत नाशिक बौद्ध लेण्यातील आभीर शिलालेख राजा माढरीपुत्र ईश्वरसेन याच्या कारकिर्दीतील विष्णूदता शकनिका हिचे दान विशेष उल्लेखनीय आहे (सु. इसवी सन २५०- LL ११३७). या गुंतवणुकीतून अपेक्षित वार्षिक परताव्याच्या रूपात मिळालेले वीस द्रम्म गौतम बुद्धाच्या उपासनेसाठी, तीन द्रम्म विहाराच्या दुरुस्तीसाठी, पाच द्रम्म भिक्षूंच्या वस्त्रांसाठी आणि एक द्रम्म भिक्षूंच्या पुस्तकांसाठी उपयोगी येणार होता. लेखाच्या शेवटी दान दिलेल्या रकमेचे संवर्धन आपल्या पत्नी आणि पुत्राप्रमाणे करावे अशी विशेष सूचना आहे.

शक संवत ७७५-१५ सप्टेंबर ८५१ मधील दुसरा लेख देखील गुंफा क्रमांक १२ मध्येच कोरलेला आहे आणि पहिल्या लेखाचाच विस्तार आहे (CII -VI, No. 2). हा लेख देखील सर्वप्रथम डॉक्टर इ डब्ल्यू वेस्ट यांनी प्रसिद्ध केला होता. डॉक्टर किलहॉर्न यांनी या लेखाचे वाचन प्रसिद्ध केले. सहा ओळींचा हा लेख नागरी लिपी आणि संस्कृत भाषेत आहे. लेख द्वितीय कपर्दी याच्या काळातला असला तरी राष्ट्रकूट राजा अमोघवर्ष हाच होता. त्याचे वर्णन परमभट्टारक महाराजाधीराज परमेश्वर जगत्तुंगदेव (तृतीय गोविंद) याच्या चरणाशी लीन असलेला पुत्र असे केले आहे. द्वितीय कपर्दी आपला पिता पुल्लशक्ती

याचे वर्णन 'अमोघवर्ष याच्या कृपेने पंचमहाशब्दांचा मान प्राप्त झालेला महासामंतशेखर आणि पूर्ण कोकणचा शासक (अशेषकोकणवल्लभ) होता असे करतो. गौड देशाचा, म्हणजेच बंगालचा रहिवासी आणि सुगताचा (बुद्ध) उपासक गोमीन अविघ्नकर याने कृष्णगिरी येथील महाराजा महाविहार मधील भिक्षूंकरता त्याने शंभर द्रम्माचे अक्षयनिवि दान दिले. यातून भिक्षूंच्या ध्यानधारणेसाठी खोल्या आणि वस्त्रे यांची सोय होणार होती. कान्हेरीचा उल्लेख तो कृष्णगिरी असा करतो. पट्टियाणकयोग आणि चिख्याल्लपल्लीकातील आचार्य हे या दानाचे साक्षी होते. गोमीन अविघ्नकर याच्या मृत्यूनंतरही जमा झालेल्या उत्पन्नाचा योग्य वापर केला जाईल याची त्यांच्यावर जबाबदारी होती. दान दिलेल्या रकमेबाबत जो अफरातफर करेल तो अविची, परिताप, कुंभीपाक आणि तत्सम इतर नरकांमध्ये जन्माला येईल तसेच कुत्र्यांनी वमन केलेले गोमांस त्याला भक्षण करावे लागेल असा भीषण शाप देखील देण्यात आला आहे.

शक संवत ७९९ मधील तिसरा लेख गुंफा क्रमांक ७८ च्या कमानीवर कोरलेला आहे. राष्ट्रकूट सम्राट तृतीय गोविंद आणि प्रथम अमोघवर्ष तसेच द्वितीय कपर्दी आणि पुल्लशक्ती यांचे वर्णन दुसऱ्या लेखाप्रमाणेच आहे (CII -VI, No. 3). हे दान वैव याने दिले होते. त्याने भिक्षुंसाठी कोलिवेश्मिका, वस्त्रे, कपडे आणि इतर भेटवस्तूंसाठी १०० द्रम्मांची गुंतवणूक केली. महाविहारातील आचार्यांकडे हे दान सोपवले गेले. याच्या साक्षीदारांची नावे आचार्य धर्मकर्ममित्र, पट्टियाणकयोग आणि गोमिन अविघ्नकर अशी होती. दुसरे आणि तिसरे दान यात चोवीस वर्षांचे अंतर आहे. पण हे महत्वाचे आहे की पट्टियाणकयोग आणि गोमीन अविघ्नकर हे अजूनही कान्हेरी येथील महाविहाराच्या प्रशासकीय कामकाजाशी संबंधित होते. बहुधा बंगालहून आलेला गोमीन अविघ्नकर उत्तर कोकणात स्थायिक झाला असावा. दुसऱ्या लेखात वर्णन केलेला शाप प्रस्तुत लेखात देखील कोरलेला दिसून येतो. ताम्रपटांमध्ये या प्रकारची शापवचने लेखाच्या शेवटी अनेकदा दिसून येतात.

कान्हेरी महाविहारातील शिलाहारकालीन दानाचे तपशील

शिलाहार राजा	राष्ट्रकूट सम्राट	दाता	शक संवत	द्रम्म	उद्देश्य
पुल्लशक्ती	प्रथम अमोघवर्ष	अमात्य विष्णुगुप्त	७६५	२००	गौतम बुद्धाची उपासना, विहाराची दुरुस्ती, भिक्षूंची वस्त्रे आणि पुस्तके
द्वितीय कपर्दी	प्रथम अमोघवर्ष	गोमीन अविघ्नकर	७७५	१००	भिक्षूंच्या ध्यानधारणेसाठी खोल्या आणि वस्त्रे
द्वितीय कपर्दी	प्रथम अमोघवर्ष	वैव	७९९	१००	भिक्षुंसाठी कोलिवेश्मिका वस्त्रे कपडे आणि इतर भेटवस्तू

छित्तराजाच्या कल्याण ताम्रपटात (शक संवट ९४१-१७ सप्टेंबर १०१९) रांब पंडित याला कवलीपाटक आराम (फळबाग) दान दिल्याची नोंद आहे. ही बाग चेमुल्य (चौल) दिग्भागातील पाणाड (पोयनाड) विषयामध्ये वसलेली होती. बागेच्या चतुःदिशांचे वर्णन करताना विहारिकेला लागून असलेल्या एका बागेचा उल्लेख आहे. रायगड जिल्ह्यातील अलिबाग तालुक्यातील आधुनिक पोयनाड गावात एक छोटासा विहार अस्तित्वात असावा. यानंतर उत्तर कोकणातील कोणत्याही बौद्ध पवित्र स्थानाचे संदर्भ उपलब्ध नाहीत.

जैन मंदिरे

शिलाहारांच्या कोल्हापूर शाखेच्या पुराभिलेखांमध्ये जैन बसदींचे बांधकाम आणि त्यांना देणग्या यांचे अनेक उल्लेख आहेत. तसेच मूलसंघाच्या पुन्नगवृक्षमुलगाणातील रात्रिमतीकांती (CII -VI, No. 44), कोल्लापुरा येथील बालचंद्र आणि शांतवीर सिद्धांतदेव (CII -VI, No. 47), श्रुतकीर्ति त्रैविद्यादेव (CII -VI, No. 49), मुळसंघाच्या देसियागणाचा पुस्तकगच्छाचे मघानंदीसिद्धांतदेव (CII -VI, No. 53) आणि अर्हननंदीसिद्धांतदेव (CII -VI, No. 54) अशा अनेक जैन आचार्यांचे संदर्भ

येतात. कवी सोड्ढलाने आपल्या उदयसुंदरीकथेत लाट देश आणि उत्तर कोकणातील कथा अशोकवतीचे लेखक श्वेतांबर जैन महाकवी चंदनाचार्य, तीन भाषा उत्तम अवगत असलेल्या दिगंबराचार्य महाकीर्ती या जैन लेखकांचा उल्लेख केला आहे.

मात्र श्रीस्थानकाच्या शिलाहारांच्या पुराभिलेखात आजवर जैन धर्मियांबाबत कोणताही उल्लेख दिसून आला नव्हता. अलीकडेच प्रसिद्ध झालेल्या महामंडलेश्वराधिपति मल्लिकार्जुन याच्या पन्हाळे ताम्रपटात (शक संवत १०७३-३ फेब्रुवारी ११५१) अर्हंत बसदीचा उल्लेख आहे. मल्लिकार्जुन याच्या पन्हाळे ताम्रपटात त्याचा बाराव्या शासन वर्षात चातुर्मासाच्या पवित्र महिन्यात सामंत नायक याने दशु चंदू आणि पुलिंद आणि जोगती ही जैन व्रते करण्याबाबत काही नवस केला होता. काही कारणास्तव सामंतनायक हा नवस पूर्ण करू शकला नाही. पश्चात्तापाचे प्रतीक म्हणून लाडू हाटिय आणि वणिक सुपई सेठी या दोन व्यापाऱ्यांनी मोत्याने जडवलेली मूर्ती, नीलमची अंगठी, तीन सोन्याच्या अंगठ्या, विविध प्रकारचे साधे आणि रंगवलेले कापड आणि नाणी अर्हंत बसदीला (जैन मंदिर) दान केली. हे मंदिर सुपाई श्रेष्ठी, सुमती श्रेष्ठी आणि केशव श्रेष्ठी यांच्या मालकीचे व व्यवस्थापित होते. प्रस्तुत लेखात या मंदिराच्या स्थळाची नोंद नाही. त्यामुळे हे मंदिर किंवा त्याचे अवशेष अस्तित्वात आहेत किंवा नाही हे सांगता येत नाही.

हिंदू मंदिरे आणि मठ

श्रीस्थानकातील शिलाहारांचे लेख हे विविध मंदिरे,मठ किंवा विद्वान ब्राह्मणांना धार्मिक स्वरूपाच्या देणग्या दिल्याच्या नोंदी होत्या. या लेखांचा उद्देश दात्यासाठी किंवा त्याच्या कुटुंबातील सदस्यांसाठी पुण्य मिळवणे हा होता. अशा प्रकारे आपल्याला मंदिरे, मठ आणि विविध संप्रदायातील आदरणीय आचार्यांच्या असंख्य नोंदी सापडतात. अंबरनाथ येथील शिवमंदिराव्यतिरिक्त त्यांच्या लेखांमध्ये शिव, देवी आणि आदित्य यांच्या मंदिरांचे संदर्भ आहेत. मध्ययुगीन उत्तर कोकणातील प्रचलित धार्मिक प्रथा आणि पवित्र स्थाने समजून घेण्यासाठी हे महत्वपूर्ण आहे.

शिवमंदिरे

अंबरनाथचे शिवमंदिर हा एक सुदैवी योगायोग आहे. तत्कालीन शैवसिद्धांत परंपरा, स्थापत्य, कला, समाजजीवन समजून घेण्यासाठी हे मंदिर अत्यंत महत्त्वपूर्ण आहे. भूमीज शैलीतील हे पहिले मंदिर आहे. परंतु यापेक्षाही महत्त्वाचे म्हणजे हे मंदिर बांधणाऱ्या राजांची आणि तेथील आचार्यांची अचूक ओळख पटण्याकरता मंदिरामध्ये काहीसा ओबडधोबड अक्षरवाटिका असलेला शिलालेख तुळईवर कोरलेला आहे. जी. डब्ल्यू. टेरी यांनी सर्वप्रथम या लेखाचा शोध घेतला. भाऊ दाजी लाड आणि नंतर भगवानलाल इंद्रजी यांनी या लेखाचे वाचन प्रसिद्ध केले. लेखातील अक्षरे अस्पष्ट असल्याने त्याच्या वाचनाचे अनेक प्रयत्न झाले. मिराशी यांच्या अनुमानानुसार शक संवत ९८३ योग्य मानले तर ही तारीख २७ जुलै १०६१ अशी येते. आज हा शिलालेख दिसून येत नाही. या लेखात मुम्मुणी (माम्वणिराजा) याला 'रिपुदैत्यदलनदामोदर (कृष्णाप्रमाणे असुरांचा संहार करणारा)' म्हटले आहे. या सहा ओळींच्या लहानशा लेखांमध्ये मुम्मुणी राजाच्या मंत्रिमंडळातील अनेक सदस्य आणि राजगुरूंचा उल्लेख आहे. लेखाच्या शेवटच्या ओळीत 'पाटपल्ली येथील श्रीअम्वरनाथ याचे देवकुल पूर्ण करण्यासाठी जबाबदार व्यक्ती महाराजगुरु नाभाट, लघुराजगुरु विलंडशिवभट्ट आणि महासामंत तासिवलराजला हे होते' असा उल्लेख आहे. बहुधा नाभाट आणि विलंडशिवभट्ट हे मुख्य पुजारी मंदिराशीच संबंधित होते. लेखाच्या शेवटच्या ओळीत महामंडलेश्वर श्री छित्तराज याचे मंदिर (भवन) पूर्ण झाले असे म्हटले आहे (महामंडलेश्वरमछि(च्छि)त्तराजदेवस्य भवन संपादितम्). पाटपल्ली संदर्भात 'भगलसमुद्धरित' असा उल्लेख आहे. बहुधा भगल हा पाटपल्ली परिसरातील प्रशासकीय अधिकारी असावा. या लेखावरूनच आपल्याला मंदिराचे बांधकाम छित्तराज याने सुरू केले होते परंतु काही कारणास्तव ते अपूर्ण राहिले असावे. नागार्जुन याची कारकीर्द धामधुमीची होती हे याआधी आपण पाहिले आहे. त्यामुळे त्याचा धाकटा भाऊ मुम्मुणी याने हे बांधकाम पूर्ण केले. छित्तराज याच्या उपलब्ध सातही लेखांमध्ये याचा उल्लेख नाही कारण त्या दानपत्रांचा उद्देश निराळा होता.

याशिवाय या लेखामध्ये मुम्मुणी राजाच्या महामात्य बिंबपैय, महाप्रधान नागणैय, लेखसंधीविग्रहक वाकवैय्य, महासंधीविग्रहक जोगलैय, प्रथम च्छेपाटी भांडागारसेन महादेवैय, द्वितीय च्छेपाटी भाईलैय या महत्त्वाच्या मंत्र्यांचे उल्लेख आहेत.

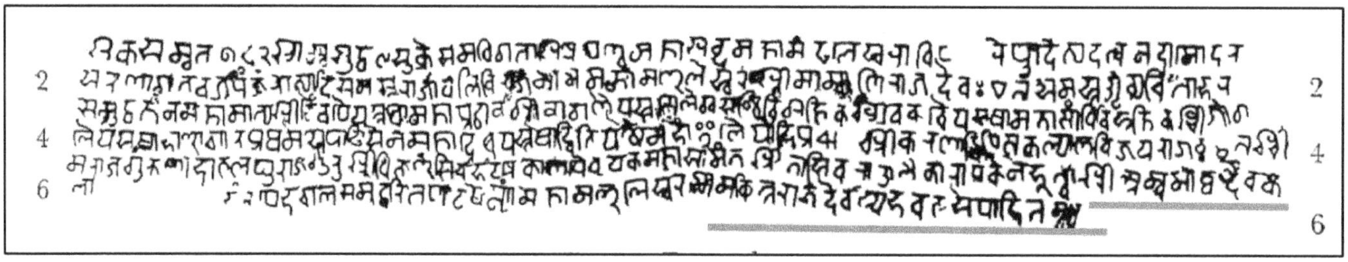

अंबरनाथ मंदिरातील श्रीअम्वरनाथ याचे देवकुल आणि छित्तराज याचे मंदिर (भवन) याचा उल्लेख
महामंडलेश्वरमछि(च्छि)त्तराजदेवस्य भवन संपादितम्

प्रथम अपरादित्य याच्या वडवली दानामध्ये (२२ ऑक्टोबर १११७) करकुट विषयातील वडवली गावाच्या त्रिविक्रम ब्राह्मणाला दान दिल्याची नोंद आहे. गावाच्या चतु:सीमा सांगताना पश्चिमेला घोरपड नदी आणि संगमेश्वराच्या मंदिराचा संदर्भ येतो. आता उपनगर म्हणून विकसित झालेले वडवली ठाणे शहरात अजूनही अस्तित्वात आहे. प्रथम अपरादित्य याने आपला मुलगा कुमार विक्रमादित्य याच्या पुण्यार्जनासाठी काही दान दिले होते. या दानाची पूर्ती करण्याचे काम त्याने विक्रमादित्यावरच सोपवले. विक्रमादित्य याला पन्हाळे ताम्रपटात (शक संवत १०६१-९ ऑक्टोबर ११३९) महामंडलेश्वर म्हटले आहे. त्याने याची नोंद प्रस्तुत ताम्रपटात केली. प्रथम अपरादित्य याने दान देण्यापूर्वी मरुत्क्षेत्र (मुरुड) येथील समुद्रात स्नान करून मरुदिश्वर याची आराधना केली. यानंतर रुद्रभट्टोपाध्याय याला दान देण्यात आले. यावरून मुरुड येथे मरुदिश्वर हे शिव मंदिर होते हे समाजते.

मल्लिकार्जुन याच्या वसई शिलालेखात (शक संवत १०८३-१७ जानेवारी ११६२) राजगुरू वेदशिव आणि भोपक व्योमशिव यांनी शिव मंदिराच्या दुरुस्तीचा उल्लेख केला आहे. दुरुस्तीचे काम लषण वंगक याने केले. द्वितीय अपरादित्य याच्या लोनाड शिलालेखात (शक संवत ११०६-५ नोव्हेंबर ११८४) सूर्यग्रहणाच्या प्रसंगी भोपक व्योमशंभू याने शटषष्टी विषयातील दहसग्रामातील वेहर्ली पाड्यातील बहुधा एक शेत व्योमेश्वरदेवाला भेट दिले होते. प्राचीन काळात अनेकदा शिवमंदिरांना ते बांधणाऱ्या व्यक्तीची किंवा ज्यांच्या स्मृतीप्रित्यर्थ ती बांधली गेली त्यांचे नाव देण्याची प्रथा होती. प्राचीन परंपरेनुसार भोपक व्योमशंभू याच्या नावावरून हे मंदिर बांधले गेले असावे. शिलालेखात पुढे मंदिरातील महाभोग आणि इतर पूजेसाठी पोरुथी द्रम्माच्या दानाची नोंद आहे. मो ग दीक्षित यांनी या गावाची ओळख कोंडिवटेजवळील विहारोली अशी केली आहे.

ठाणे शिलालेख (१७ मार्च ११८५) हा द्वितीय अपरादित्य याच्या काळातील आहे. मात्र यात अपरादित्य याचा महामात्य भास्करनायक याचा मुलगा लक्ष्मणनायक याने दिलेले दान नोंद केलेले आहे. लक्ष्मण नायक याने महान सागरात (अरबी समुद्र) स्नान करून सूर्य देवाला अर्घ्य दिले, उमापतीची आराधना केली आणि सौराष्ट्रातील सोमनाथ देवाच्या (सौराष्ट्रीयश्रीसोमनाथदेव) उपासनेसाठी तसेच स्वतःच्या पुण्यार्जनासाठी स्थानकीयपट्टण येथील एका फळबागेतील एकूण उत्पन्नापैकी चार द्रम्म दान दिले. चैत्रिक, पवित्रिक, शिवरात्री, दक्षिणायन आणि उत्तरायण या पाच पवित्र पर्वांच्या दिवशी हे दान द्यायचे होते. तसेच उत्पन्न २४ द्रम्म इतके भाताच्या शेताचे (ताडुलहली) संपूर्ण देखील दान केले होते. सौराष्ट्रातील सोमनाथाकरता श्रीस्थानकातून दानाची सोय केली गेलेली दिसते हा एक महत्त्वपूर्ण उल्लेख आहे.

शिलाहारांच्या राज्यातील धार्मिक स्थळे

द्वितीय अपरादित्य याच्या परळ शिलालेखात (शक संवत ११०८- २६ जानेवारी ११८७) शटषष्टी विषयात वसलेल्या महावली गावातील अनंतपै यांच्या मालकीच्या बागेतील उत्पन्नातून चोवीस द्रम्मांचे दान नोंदवले गेले आहे. महावली हे मुंबईच्या कुर्ला उपनगरातील एक गाव आहे. या उत्पन्नावर संपूर्ण करमाफी जाहीर केली. गुजरातमधील वडोदरा जिल्ह्यातील दाभोई येथील वैद्यनाथासाठी हे दान देण्यात आले होते. हे एक प्रसिद्ध शैव तीर्थक्षेत्र होते. वैद्यनाथ हे भगवान शिवाचे नाव आहे. त्यांच्या औषधांच्या महान ज्ञानासाठी त्यांना वैद्यनाथ म्हटले आहे. हा लेख कायस्थ कुळात जन्मलेल्या चालीग पंडित याने लिहिला होता. हे दान सुरक्षित रहावे म्हणून काही शाप वचने कोरलेली आहेत. संपत्तीच्या लालसेने कोणी पापी व्यक्तीने जर दान दिलेल्या जमिनीवर अतिरिक्त कर लादला तर त्याला अनादी अनंत काळासाठी रौरव, महारौरव, तामिस्त्र, अंधतामिस्त्र आणि कुंभिपाक या नरकांत राहावे लागेल असे म्हटले आहे.

महाराजाधिराज कोकणचक्रवर्ती राजा द्वितीय केशिदेव याचा (श्री केशीपृथ्वीपति) (शक संवत ११६१- २४ जानेवारी १२४०) चौधरपाडा शिलालेख विनायकाला नमन करण्यापासून सुरू होतो. यानंतर पहिल्या श्लोकात राजाने शुंपेश्वराप्रती आपली भक्ती पुढील शब्दांत व्यक्त केली आहे, 'जो सृष्टीचा निर्माता, पालनकर्ता आणि विनाशकर्ता आहे, जो आपल्या भक्तांच्या सर्व दुःखांचे निवारण करतो अशा शुंपेश्वराला मी नमन करतो'. शिलालेखानुसार ब्रह्मपुरी येथे पुरारी (शिव) याचे पर्वताप्रमाणे भव्य शिवमंदिर होते. शिवरात्रीच्या मुहूर्तावर महामात्य श्री झंपडप्रभू, महासंधिविग्रहिक राजदेव पंडित, श्रीकरभांडागारे अनंत प्रभू या मंत्री परिषदेच्या उपस्थितीत राजाने सोमनायक याला ब्रह्मपुरी गावाचे दान दिले. यानंतर सूर्य नायक, गोविंद नायक आणि नाऊनायक यांची नावे आली आहेत. लेखामध्ये हे दान सोमनायक आणि त्याच्या वंशजानी उपभोगाचे होते असा उल्लेख आहे. बहुधा हे तिघे सोमनायकाचे पुत्र असावेत. पुढे केशीराजाने शुंपेश्वराच्या साक्षीने बोपग्रामातील मजासपल्ली वाडी पुरारीदेवाची पूजाअर्चा करणाऱ्या ब्राह्मणांच्या निर्वाहासाठी दान दिले.

आज या प्राचीन मंदिराचा काही ठावठिकाणा नाही. चौधरपाडा येथील एका छोट्या आधुनिक मंदिरात प्राचीन शिवलिंग आणि उमामहेश्वराचे अप्रतिम शिल्प ठेवलेले आहे. शिलाहारांचे बहुतेक सारे शिलालेख मूळ स्थानाहून हलवून वस्तुसंग्रहालयात नेलेले आहेत. मात्र हा शिलालेख अनेक वर्षे या मंदिराच्या जवळच्या शेतात दुर्लक्षित पडलेला होता. अलीकडेच त्याला मंदिराच्या बाहेर सुरक्षित ठेवण्यात आले आहे.

चौधरपाडा पासून सुमारे एक किलोमीटरच्या अंतरावर एका पूर्वाभिमुख प्राचीन भग्न शिवमंदिराचे अवशेष आहेत. याची शैली शिलाहारकालीन मंदिराप्रमाणेच आहे. गर्भगृह आणि अंतराल याचा काही भाग वगळता बाकी सर्व नष्ट झाले आहे. तेथे काही शिल्पट्टांवर लज्जागौरी, कुबेर, गर्दभशाप यांची शिल्पे दिसून येतात. मंदिराच्या मागच्या बाजूस महिषासुरमर्दिनीचे अस्पष्ट शिल्प आहे. अलीकडच्या काळात इतस्त: विखुरलेली अनेक शिल्पे आणि मंदिराचे अवशेष गायब झालेले दिसत आहेत.

मात्र तत्कालीन कोणत्याही साधनांमध्ये या मंदिराबाबत माहिती मिळत नाही. ठाणे गॅझेटियर मध्ये या मंदिरास रामेश्वर म्हटले आहे. मात्र याचे कारण समजून येत नाही. द्वितीय अपरादित्य याचा लोनाड शिलालेख अर्थातच लोणाड गावामध्ये सापडला होता. आता ही शिळा छत्रपती शिवाजी महाराज वस्तु संग्रहालयामध्ये संग्रहित आहे. बहुधा शिलालेख हे ज्या देवतेला दान दिले असते त्या मंदिराच्या परिसरातच असतो. या शिलालेखात व्योमेश्वर देवाचा उल्लेख आहे याचा अर्थ व्योमेश्वराचे मंदिर देखील लोणाड परिसरातच होते.

चांजे शिलालेख (शक संवत ११८२-१२ एप्रिल १२६०) हा सोमेश्वराचा शेवटचा लेख आहे. या शिलालेखात सोमेश्वर राजाने राजधानी स्थानक नगरातील उत्तरेश्वर देवाला उरण जवळील चांदीजे गावातील कोंथलेस्थानवाटिका दान दिली होती. याशिवाय त्याने १० विसोव आणि १६२ पोरुथ द्रम्म देखील दान दिले होते. आजही ठाण्याच्या उथळसर परिसरात उत्तरेश्वर हे मंदिर आढळते. प्राचीन शिवलिंग आणि छोटा नंदी वगळता बाकी सर्व मंदिराचे आधुनिकीकरण झालेले आहे.

शैव आचार्य

शिव ही शिलाहारांची इष्ट देवता होती. छद्वैदेवाच्या ताम्रपटात त्याने विष्णू आणि शिव या दोघांचे सुरेख वर्णन करून त्यांना नमन केले आहे. अपराजिताच्या जंजिरा ताम्रपटांत पद्मनाभ विष्णू आणि चंद्रमौली शिव यांना नमन केले आहे. मात्र त्याच्या भादान ताम्रपटात गणेशाला नमन केले आहे. अरिकेसरी, छित्तराज, नागार्जुन आणि मुम्मुणी यांच्या लेखात मात्र 'विघ्नांचा नाश करणारा गणनायक सर्व संकटांपासून तुमचे रक्षण करो' असे म्हटले आहे. मात्र आजवर सापडलेल्या कोणत्याही पुराभिलेखात गणेशाच्या मंदिराचा उल्लेख नाही. मात्र त्याच पार्श्वभूमीवर ठाण्यातील चरई परिसरात मात्र दोन अतिशय रेखीव गणेश मूर्ती सापडल्या आहेत. पैकी एक मुंबईच्या छत्रपती शिवाजी वस्तुसंग्रहालयात संग्रहित आहे आणि दुसरी चरईतच गौतमलब्धी इमारतीमध्ये आहे.

शैव, पाशुपत, कारुणिक आणि कापालिक हे शैव धर्माचे चार महत्त्वाचे पंथ आहेत. अनेक शैव आचार्य आणि त्यांचे शिष्य विविध शिवमंदिरांशी संलग्न शैव मठांमध्ये वास्तव्य करीत होते. शैव आचार्यांच्या नावांचा शिव किंवा शंभू या प्रत्ययाने शेवट होतो तर पाशुपत आचार्यांच्या नावाच्या शेवटास राशी प्रत्यय असतो.

अर्नेस्ट वाल्डश्मिट यांनी सर्वप्रथम महासामंताधिपती छित्तराज याच्या बर्लिन ताम्रपटाचे वाचन केले. ताम्रपटांच्या यथादृष्ट प्रति देखील त्यांनी या लेखात दिल्या आहेत. त्यात त्यांनी म्हटले आहे हे ताम्रपट कुठून आले याचा पत्ता लागत नाही. मात्र ते बर्लिनच्या Berliner Museum für Völkerkunde (बर्लिन म्युझियम ऑफ एथनॉलॉजी) मध्ये आहेत. या पुस्तकाद्वारे सर्वप्रथम बर्लिन ताम्रपटाची छायाचित्रे उपलब्ध झाली आहेत. याबाबतची शोधकथा प्रस्तावनेमध्ये विस्तृतपणे मांडली आहे.

छित्तराज याच्या बर्लिन ताम्रपटात (शक संवत ९५६-५ एप्रिल १०३४) माहिरहारषटषष्टी विषयातील कुंदे गावात वसलेले अभिनवदेवच्छेभा नावाचे शेत शैव तपस्वी ज्ञानशिव याला दान दिले. तो वाडाचार्यांचा शिष्य होता. ते पश्चिम आम्नाय पंथाचे होते. भाईपेश्वराच्या शिवमंदिरात राहणाऱ्या तपस्वींच्या अन्न आणि वस्त्राची तरतूद, देवाच्या पूजेकरिता चंदनाची उटी, फुले, सुगंध, दिवे, तांबूल, संगीत, नृत्य आणि गायन (गंध, पुष्प, धुप, दीप, नैवेद्य, तांबूल, गायन , वाद्य आणि नृत्यादी देवभोग) आणि देवालयाच्या डागडुजी करता हे दान दिले होते. माहिरहार विषयाचे प्रमुख भैयापा यांनी बांधले होते. हे मंदिर माहिरहारषटषष्टी विषयातील कुंदे गावाच्या उत्तरेकडील सीमेवर होते. मिराशी यांच्या मते माहिरहारषटषष्टी विषय आधुनिक भिवंडी तालुक्यात होता. तसेच कुंदे हे गाव आजही याच नावाने भिवंडी तालुक्याच्या उत्तरेकडे आहे. छित्तराज याने पाटपल्ली येथे मंदिर बांधणीला कधी सुरुवात केली हे सांगता येणे शक्य नाही. परंतु प्रस्तुत ताम्रपटावरून त्याचा शैव आचार्यांबद्दलचा आदर स्पष्ट दिसून येतो.

महासमंताधिपती प्रथम अनंतदेव (शक संवत १००३) याच्या विहार शिलालेखात खैरामण गावातील एक घर वियादिक कुटुंबातील अज्यपा नायकाने एका सिद्धाला दान दिल्याची नोंद आहे. या सिद्धाचा संबंध कोणत्या मंदिराशी किंवा मठाशी आहे याची नोंद नाही. महाराजाधिराज कोकणचक्रवर्ती द्वितीय अपरादित्य याच्या नांदुई-माणिकापूर (शक संवत १११९-६ नोव्हेंबर ११९७) या शिलालेखात सोमेश्वराच्या स्थानिक मंदिराशी संबंधित पुजारी वेदांगरशिक याला सातुली गाव दान दिल्याची नोंद आहे. सातुलीची ओळख माणिकपूरजवळ सातिवली अशी आहे. तो बहुधा पाशुपता पंथाचा असावा.

विष्णु मंदिरे

छद्वैदेव आणि अपराजिताच्या काही ताम्रपटांची सुरुवात विष्णु नमनाने झालेली आहे. काही वर्षांपूर्वी ठाण्याच्या चरई भागातील जोंधळी बाग येथे विष्णु एक अप्रतिम मूर्ती सापडली होती. ती आता मुंबईच्या छत्रपती शिवाजी महाराज वस्तुसंग्रहालयात संग्रहित आहे. तसेच चरई मधील एका इमारतीचा पाया खणताना वैष्णवी आणि सुरसुंदरीच्या मूर्ती सापडल्या आहेत. या मूर्ती त्याच इमारतीमध्ये संग्रहित आहेत. परंतु आजवर विष्णु मंदिराच्या मात्र काही खाणाखुणा ठाण्यात सापडलेल्या नाहीत.

श्रीस्थानकातील शिलाहारांच्या पुराभिलेखांमध्ये विष्णु संबंधी एकच उल्लेख सापडतो. द्वितीय केशिदेव याच्या मांडवी शिलालेखात (शक संवत ११२५-१८ जानेवारी १२०४) नोंद आहे की सोमा ठाकुर याने मांडवली तीर्थ येथे वाटिका भेट दिली असावी. अनुदानातून मिळालेली रक्कम त्रिविक्रम देवाच्या पूजेसाठी वापरली जाणार होती. मांडवली हे वसईजवळचे गाव आहे. येथेच हा शिलालेख सापडला होता.

सूर्य मंदिरे

शिलाहारांच्या राजवटीत सूर्यमंदिराचा पहिला संदर्भ अपराजिताच्या भादान ताम्रपटात (शक संवत ९१९-२४ जून ९९७) दिसून येतो. दक्षिणायनाच्या शुभ मुहूर्तावर, महासमंताधिपती अपराजित याने कोकण १४०० मधील माहिरिहार विषय (जिल्हा) येथे वसलेल्या भादान गावाला लवणेतट येथील लोणादित्य नावाच्या सूर्य मंदिरातील पूजा आणि देखभालीसाठी दान दिले. हे दान दैनंदिन पूजेचा भाग म्हणून फुले, गंध, धूप, दिवे आणि भोजन तसेच मंदिरात आयोजित केलेल्या सार्वजनिक कार्यक्रमांसाठी दिले होते. मंदिराचे तुटलेले आणि जीर्ण दरवाजेही दुरुस्त करायचे होते. श्रीस्थानक या राजधानीतून राजाने हे दान दिले. हे दान गुणपुर येथील श्रेणीच्या सदस्यांना सोपवण्यात आले. यामध्ये अंबु श्रेष्ठी, वाप्पिया श्रेष्ठी, गोविनैय्या ब्राह्मण आणि चेलपैय्य यांचा समावेश होता. लेखाच्या शेवटच्या ओळीत स्पष्टपणे नमूद केले आहे की उपरोक्त संघाने राजघराण्याला (राजकुल) प्रतिवर्षी पूज्यभावाचे प्रतीक म्हणून म्हणून २६० द्रम्म द्यावेत. हा महसूल भादान गावातून मिळणाऱ्या उत्पन्नातून मिळणार होता. विशेष म्हणजे ठाणे जिल्ह्यातील भिवंडी तालुक्यात दान केलेले भादान गाव आजही त्याच नावाने अस्तित्वात आहे. वा वि मिराशी यांनी लवणेतटची ओळख लोनाडशी होऊ शकते हे स्पष्ट केले आहे. लवणेतटदेखील ठाणे जिल्ह्यातील भिवंडी तालुक्यात आहे.

अग्निहोत्र देवाची मंदिरे

राजा हरिपालदेवाच्या कारकिर्दीतील ब्रिटीश म्युझियम शिलालेख (शक संवत १०७६- २० जानेवारी ११५५) कदाचित नवीन मुंबईतील तुर्भे येथे सापडला असावा. तुरुभग्राम (तुर्भे) येथील रहिवाशांच्या मालकीच्या विहिरीजवळील जलवाहिनी (नाडा) उद्ध्वस्त झाली अशी नोंद आहे. ही वाहिनी अग्निहोत्राच्या मंदिराशी संबंधित होती.

देवीची मंदिरे

ठाण्यातील चरई येथील जोंधळीबाग परिसरात महिषासुरमर्दिनीची एक उत्कृष्ट मूर्ती सापडली होती सध्या ती छत्रपती शिवाजी महाराज वस्तुसंग्रहालयात संग्रहित आहे. कलेचा उत्कृष्ट नमुना मानला जाईल अशा अनेक शिलाहारकालीन मूर्ती ठाण्यातील चरई परिसरात आजवर मिळालेल्या आहेत. या मूर्ती निश्चितपणे मंदिरामध्ये स्थापित असणार. परंतु मंदिर किंवा मंदिराचे भग्नावशेष मात्र आपल्याला सापडत नाहीत.

पुन्हा एकदा आपल्याला शिलाहार काळातील देवीच्या मंदिर आणि पूजनाबाबत संदर्भांसाठी पुराभिलेखांकडे वळावे लागते. संजाण येथील भगवती देवीची मठिका आणि पूजनाबाबत आपल्याला सर्वात प्राचीन उल्लेख छित्तराज याचा मांडलिक चामुंडराज याच्या चिंचणी ताम्रपटात दिसून येतो (शक संवत ९५६-१५ सप्टेंबर १०३४). याबाबत मागील प्रकरणात विस्तृत चर्चा झालेली आहे. महासामंताधिपती पश्चिमसमुद्रधिपती प्रथम अपरादित्य याचा सिन्त्रा शिलालेख (शक संवत १०५९-५ एप्रिल ११३७) कुठे सापडला हे माहीत नाही. मात्र पोर्तुगीजांनी तो लिस्बन जवळील सिन्त्रा येथील एका वस्तुसंग्रहालयात ठेवला आहे असे समजते. परंतु या शिलालेखाचा निश्चित शोध घेता येत नाही. वा वि मिराशी यांच्या मते तो मुंबईच्या जोगेश्वरी उपनगरात सापडला होता. जोगेश्वरी येथे मुंबईतील सर्वात प्राचीन पाशुपत शैव गुंफा आहेत. त्यांचा काळ इसवी सन सुमारे सहाव्या शतकाच्या मध्यावधीचा असावा.

ही आज्ञा शटशष्टीच्या देणक करणातील (सचिवालय) दिवाकर नायक, विष्णुभट्टसेन आणि महालू ठाकूर यांच्या साक्षीने काढली होती. जोगदेव आष्ठक, अम्भय याचा मुलगा महालू ठाकूर हे या करमाफीचे विश्वस्त होते. त्यांना साधक म्हटले आहे. या आज्ञेचे व्यवस्थापन योग्यरित्या होत राहील ही जबाबदारी त्यांची होती. हे दान गावातील पट्टकिल याच्या सुपूर्त केलेले होते. पट्टकिल म्हणजे आधुनिक काळातील गावचा प्रमुख पाटील हा होता. या एकाच शिलालेखात आपल्याला शिलाहारांची प्रशासन व्यवस्था आणि दानाचे व्यवस्थापन याबद्दल महत्त्वपूर्ण माहिती दिसून येते.

यावेळेस अपरादित्य याचा मुक्काम अणितपल्ल विषयातील देणक गावाच्या बाहेरील शिबिरात होता. राजाच्या सर्व मंडलांचा कारभार पाहणाऱ्या अधिकाऱ्यांपैकी महामात्य श्री माली खेतय ठाकूर, महासंधिविग्रहिक श्री अमुक, प्रथम च्छेपाटी श्री लक्ष्मणेय प्रभू, आणि द्वितीय च्छेपाटी श्री अमुक यांचे उल्लेख आहेत. या लेखाचा उद्देश तेरा घरांवरील घरपट्टी माफ करणे हा होता. या लेखात या घरातील रहिवाशांचे सुद्धा माहिती मिळते हे रहिवासी या परिसरातील जोगेश्वरी आणि शिव मंदिरात पुजारी आणि इतर कर्मचारी होते. जोगेश्वरी देवीच्या मठाच्या मालकाचे घर, शिवमंदिराचे अस्तित्व सूचित करणाऱ्या लिंगाच्या उपासकाचे घर, भुतेवल्लाचे घर, माळी, कुंभार, आरती, मचाला, पारकी, वासिकामा, गासामा याची दोन घरे, आणि उभष्ट यांची (दोन?) घरे यांचे उल्लेख आहेत.

महामंडलेश्वराधिपती मल्लिकार्जुनाच्या चिपळूण शिलालेख (शक संवत १०७८-२४ एप्रिल ११५६) हा इसवी सन १८७९ मध्ये चिपळूण येथील एका घराच्या भिंतीखाली सापडला होता. याला शासन स्तंभ असे म्हटले आहे. यामुळे हा लेख एखाद्या स्तंभाचा भाग असावा असे वाटते. आता उपलब्ध असलेल्या शिळेच्या दोन्ही बाजूस हा लेख कोरलेला आहे. या लेखाचा उद्देश प्रणालक देश याचा दंडाधिपती म्हणून सुप्रयाची नेमणूक केली आहे याची नोंद करणे असा होता. प्रणालक म्हणजे रत्नागिरी जिल्ह्यातील दापोली तालुक्यातील पन्हाळे हे गाव होय. शिलाहारांच्या राज्याचे उत्तर आणि दक्षिण भागात विभाजन याबद्दल सविस्तर चर्चा झालेली आहे. प्रणालक दक्षिणेकडील भागाची राजधानी होती हे विक्रमादित्य आणि मल्लिकार्जुन यांच्या ताम्रपटावरून स्पष्ट होते. शिलालेखाच्या सुरुवातीस लखुमादेवी आणि तिलभांडे यांची गंगाखेडे येथे स्थापना करण्यात आल्याची नोंद आहे. लखुमादेवी ही देवी लक्ष्मी म्हणून ओळखली जाऊ शकते. मात्र तिलभांडे यांची ओळख पटू शकत नाही. तसेच चिपळूणच्या परिसरात गंगाखेडे याची ओळख पटवणे शक्य नाही.

अक्षी येथील शिलालेखात (शक संवत ११३१) द्वितीय केशिदेव याला पश्चिमसमुद्राधिपती आणि कोकणचक्रवर्ती म्हटले आहे. या लेखात महाप्रधान बहिर्जु आणि अघोर प्रधान यांनी महालक्ष्मी करता पाण्याची व्यवस्था व्हावी याकरिता एखादी विहीर खणली असावी. याकरिता उकरली आणि पोकरली असे दोन स्वतंत्र शब्द महाप्रधान बहिर्जु आणि अघोर प्रधान यांच्या नावानंतर वापरले आहेत. या लेखावरील अक्षरे अत्यंत धूसर झालेली आहेत. त्यामुळे या दोन व्यक्तींनी निरनिराळ्या ठिकाणी पाण्याची सोय केली किंवा एकच विहीर घडले याबाबत काही सांगता येत नाही. अक्षी मध्ये जिथे हा शिलालेख आहे त्याच्या समोरच एक प्राचीन देवीचे मंदिर आजही आहे.

दानांच्या चतु:सीमांमध्ये दिसून येणारी प्राचीन मंदिरे

प्राचीन काळातील जमिनीच्या दानाचे महत्त्व यापूर्वीच विशद केले आहे. प्राचीन कोरीव लेखांमध्ये या दानांचे तपशील सविस्तर नोंदवून ठेवावे अशी माहिती आपल्याला प्राचीन स्मृति साहित्यामध्ये देखील दिसते. दान दिलेला गाव, शेत किंवा फळबागा आणि आमराया यांचे अचूक वर्णन करण्यासाठी त्यांच्या चारही दिशांना असणाऱ्या भौगोलिक क्षेत्राचे वर्णन या लेखांमध्ये मांडणे आवश्यक असते. हे दान प्राप्तकर्त्याला आणि त्याच्या वंशजांना देखील उपभोगता यावे आणि दिलेल्या दानाबद्दल भावी राज्यकर्त्यांना आणि प्रशासकीय अधिकाऱ्यांना सुस्पष्टता यावी याकरिता या चतु:सीमांचे वर्णन असते. दानपत्रातून या प्रकारचे अनेक उल्लेख सापडतात. यातून त्या काळातील नद्या, ओढे, टेकड्या, पडीक जमीनी, चराऊ कुरणे, इतर शेतांची आणि शेतमालकांची नावे, राजमार्ग, विविध झाडे यांची माहिती तर मिळतेच याशिवाय अनेकदा मंदिरांचेही उल्लेख सापडतात.

मुम्मुणी याचा ठाणे ताम्रपट (शक संवत ९७०-२० फेब्रुवारी १०४९) हे शिलाहारांचे सर्वात प्रदीर्घ दानपत्र आहे. यामध्ये त्यांनी आपली राणी पद्मै हिच्या पुण्याकरता दिलेल्या दोन स्वतंत्र दानांची अतिशय विस्तृत अशी नोंद केलेली आहे. चंद्रग्रहणाच्या पर्वावर राजाने अनेक ब्राह्मणांना दान दिले होते यापैकी बरेच ब्राह्मण कराडचे होते. पहिल्या दानात वरेटिका विषयातील सहा गावांचे दान नोंदवले आहे. वरेटिका विषय हा रायगड जिल्ह्यामध्ये होता. यातील वडवली गावाचा उल्लेख करताना त्याच्या दक्षिण दिशेस उच्छदेवीचे मंदिर असलेल्या टेकडीचा उल्लेख आहे. सहाव्या गावाचे नाव नष्ट झाले आहे परंतु या गावाच्या पश्चिमेस नागेश्वर देवाचे पिम्परिका शेत होते. दुसऱ्या दानात अभ्यंतरशटषष्टी आणि सुर्परिकशटषष्टी विषयांतील काही गावांतील धान्याचे उत्पादन आणि चार द्रम्म वावैलक ब्राह्मणांना दान दिले होते. यापैकी महाब्राह्मण दाद्दपैय याला कोथरवेधी शेतातील महसूलातून २० द्रम्म आणि अभ्यंतरशटषष्टीमधील मुलंद (मुलुंड) गावातील १.५ मुटका तांदूळ उत्पन्न मिळाले होते. मुलुंड मधील कोथरवेधी शेताच्या पश्चिमेस वाऊलथाई देवीचे कुसुम्बी शेत होते.

संदर्भ

१. Ernest Waldschmidt, Eine Schenkungsurkunde auf Kupferplatten des Silahara Herrschers Chittaraja aus dem Jahre 1034 n. Chr, in Zeitschrift der Deutschen Morgenländischen Gesellschaft, band 90, Leipzig, 1936, pp. 265-297

छायाचित्र सौजन्य

गणेश, चरई, ठाणे	पंकज समेळ
सुरसुंदरी, चरई, ठाणे	पंकज समेळ
वैष्णवी, चरई, ठाणे	पंकज समेळ
ब्रह्मा, सिद्धेश्वर तलावाजवळ, ठाणे	पंकज समेळ
छित्तराजा याचे कल्याण ताम्रपट - राजमुद्रा	श्रीकांत जोशी
छित्तराजा याचे कल्याण ताम्रपट - पत्रा १	श्रीकांत जोशी
छित्तराजा याचे कल्याण ताम्रपट - पत्रा २	श्रीकांत जोशी
छित्तराजा याचे कल्याण ताम्रपट - पत्रा २ ब	श्रीकांत जोशी
छित्तराजा याचे कल्याण ताम्रपट - पत्रा ३	श्रीकांत जोशी
छित्तराजा याचे बर्लिन ताम्रपट – राजमुद्रा	मार्टिना स्टोये
छित्तराजा याचे बर्लिन ताम्रपट-पत्रा १	मार्टिना स्टोये
छित्तराजा याचे बर्लिन ताम्रपट- पत्रा २	मार्टिना स्टोये
छित्तराजा याचे बर्लिन ताम्रपट- पत्रा २ ब	मार्टिना स्टोये
छित्तराजा याचे बर्लिन ताम्रपट – पत्रा ३	मार्टिना स्टोये
महाकुमार केशिदेव याचे ठाणे ताम्रपट - पत्रा १	शशिकांत धोपाटे
महाकुमार केशिदेव याचे ठाणे ताम्रपट - पत्रा २	शशिकांत धोपाटे
महाकुमार केशिदेव याचे ठाणे ताम्रपट - पत्रा २ ब	शशिकांत धोपाटे
महाकुमार केशिदेव याचे ठाणे ताम्रपट - पत्रा ३	शशिकांत धोपाटे
मल्लिकार्जुन याचे पन्हाळे ताम्रपट - पत्रा १	अण्णा शिरगावकर
मल्लिकार्जुन याचे पन्हाळे ताम्रपट - पत्रा २	अण्णा शिरगावकर
मल्लिकार्जुन याचे पन्हाळे ताम्रपट - पत्रा २ ब	धीरज वाटेकर
मल्लिकार्जुन याचे पन्हाळे ताम्रपट - पत्रा ३	अण्णा शिरगावकर

छायाचित्र सौजन्य

तृतीय अनंतदेव याचा किरवली शिलालेख	विनोद तिळवणकर
केदारदेव याचे राजा केळकर वस्तुसंग्रहालय ताम्रपट-पत्रा १	उत्तम पाटील
केदारदेव याचे राजा केळकर वस्तुसंग्रहालय ताम्रपट-पत्रा १ ब	उत्तम पाटील
केदारदेव याचे राजा केळकर वस्तुसंग्रहालय ताम्रपट- पत्रा २	उत्तम पाटील
केदारदेव याचे राजा केळकर वस्तुसंग्रहालय ताम्रपट- पत्रा २ ब	उत्तम पाटील
केदारदेव याचे राजा केळकर वस्तुसंग्रहालय ताम्रपट- पत्रा ३	उत्तम पाटील
केदारदेव याचे तेरवण ताम्रपट- पत्रा १	सदाशिव टेटविलकर
केदारदेव याचे तेरवण ताम्रपट- पत्रा २	सदाशिव टेटविलकर
केदारदेव याचे तेरवण ताम्रपट- पत्रा २ ब	सदाशिव टेटविलकर

गणेश-चरई ठाणे

लभते सर्व्वकार्येषु पूजया गणनायक ।
विघ्ननिघ्नन्स व पायादपायाद् गणनायक ॥
(अरिकेसरी याचा ठाणे ताम्रपट)

बर्लिन ताम्रपट-राजमुद्रा

बर्लिन ताम्रपट-राजमुद्रा

बर्लिन ताम्रपट-१

बर्लिन ताम्रपट २-अ

बर्लिन ताम्रपट २-ब

बर्लिन ताम्रपट-३

विष्णु, जोंधळी बाग, ठाणे
(Wikimedia Commons)

ब्रह्मा
सिद्धेश्वर तलावाजवळ, ठाणे

Printed in the USA
CPSIA information can be obtained
at www.ICGtesting.com
LVHW072010080224
771347LV00021B/549

9 798890 668233